AF527262

நடுநிசி நூலகம்

நடுநிசி நூலகம்

மேட் ஹெய்க்

தமிழில்: PSV குமாரசாமி

MANJUL

மஞ்சுள் பப்ளிஷிங் ஹவுஸ்

First published in India by

MANJUL

Manjul Publishing House
Corporate and Editorial Office
•2nd Floor, Usha Preet Complex, 42 Malviya Nagar, Bhopal 462 003 – India
Sales and Marketing Office
•C-16, Sector 3, Noida, Uttar Pradesh 201301 – India
Website: www.manjulindia.com
Distribution Centres
Ahmedabad, Bengaluru, Bhopal, Kolkata, Chennai,
Hyderabad, Mumbai, New Delhi, Pune

Tamil translation of *The Midnight Library* by *Matt Haig*

This tamil edition published by
arrangement with Canongate Books Ltd, Edinburgh.

Tamil edition first published in 2023

ISBN 978-93-5543-305-3

Translated by: PSV Kumarasamy
Edited by: Nagalakshmi Shanmugam

Printed and bound in India by Parksons Graphics Pvt. Ltd.

சுகாதாரத் துறை ஊழியர்களுக்கும் மருத்துவத் துறை ஊழியர்களுக்கும் என் மனமார்ந்த நன்றி.

நான் யாரையெல்லாம்போல இருக்க வேண்டும் என்று விரும்புகிறேனோ, எப்படிப்பட்ட வாழ்க்கையையெல்லாம் வாழ வேண்டும் என்று ஆசைப்படுகிறேனோ, அவை ஒருபோதும் எனக்குக் கைகூடப் போவதில்லை. நான் விரும்பும் அனைத்துத் திறன்களிலும் என்னால் பயிற்சி பெற முடியாது. எனக்கு ஏன் இந்த விபரீத ஆசை என்று நீங்கள் கேட்கலாம். ஏனெனில், மனரீதியாகவும் உடல்ரீதியாகவும் என்னுடைய வாழ்க்கையின் அனைத்து விதமான வடிவங்களையும் அனுபவித்துப் பார்க்கவும், அதற்கு அனைத்து நிறங்களையும் தீட்டிப் பார்க்கவும், அதன் அனைத்து சுருதிகளையும் மீட்டிப் பார்க்கவும் நான் விரும்புகிறேன்.

– சில்வியா பிளாத்

“வாழ்க்கையும் மரணமும் கைகுலுக்கிக் கொள்கின்ற இடத்தில் ஒரு நூலகம் இருக்கிறது. அப்படிப்பட்ட ஒன்றுதான் இது,” என்று திருமதி எல்ம் கூறினார். “இந்த நூலகத்திற்குள் எண்ணற்றப் புத்தக அலமாரிகள் இருக்கின்றன. நீ வாழ்ந்திருக்கக்கூடிய ஒரு மாற்று வாழ்க்கையை முயற்சி செய்து பார்ப்பதற்கும், நீ வேறு தேர்ந்தெடுப்புகளை மேற்கொண்டிருந்தால் விஷயங்கள் எந்த அளவுக்கு வித்தியாசமாக இருந்திருக்கும் என்பதைக் கண்டறிவதற்குமான வாய்ப்பை இந்த அலமாரிகளில் உள்ள ஒவ்வொரு நூலும் வழங்குகிறது. உன்னுடைய பின்வருத்தங்களைக் களைய உனக்கு ஒரு வாய்ப்பு வழங்கப்பட்டால், உன் வாழ்க்கையில் நீ எதையேனும் வித்தியாசமாகச் செய்திருப்பாயா?”

மழை குறித்து ஓர் உரையாடல்

இறப்பதென்று அவள் முடிவெடுத்ததற்குப் பத்தொன்பது ஆண்டுகளுக்கு முன், நோரா ஸீட், இங்கிலாந்தின் பெட்ஃபோர்டு நகரில் இருந்த ஹேசல்டீன் பள்ளியின் சிறிய நூலகத்தில் அமர்ந்திருந்தாள். தன் மேசையிலிருந்த சதுரங்க ஆட்டக் காய்களை அவள் வெறித்துப் பார்த்துக் கொண்டிருந்தாள்.

அவளுக்கு எதிரே அமர்ந்திருந்த பள்ளி நூலகர் திருமதி எல்ம், "நோரா, உன்னுடைய எதிர்கால வாழ்க்கை குறித்து நீ கவலை கொள்வது இயல்பானதுதான்," என்று கூறினார்.

அந்தச் சதுரங்க ஆட்டத்தில் எல்ம் தன் முதல் காயை நகர்த்தினார். அவருடைய கருப்புக் குதிரை நோராவின் சில சிப்பாய்களைத் தாண்டிக் குதித்தது. "நோரா, நீ கண்டிப்பாகத் தேர்ந்தெடுப்புகள் குறித்துக் கவலைப்படப் போகிறாய். ஆனால், உன்னால் எதுவாக வேண்டுமானாலும் ஆக முடியும் என்பதை நினைவில் கொள். உன் முன்னே இருக்கும் எண்ணற்றச் சாத்தியக்கூறுகள் குறித்து யோசித்துப் பார். அது உன்னைப் பரவசமடையச் செய்யும்."

"ஆமாம். நானும் அப்படித்தான் நினைக்கிறேன்."

"முழு வாழ்க்கையும் உன் முன்னால் நின்று கொண்டிருக்கிறது."

"முழு வாழ்க்கையும் என்றால்?"

"உன்னால் எதுவாகவும் ஆக முடியும். எங்கு வேண்டுமானாலும் வாழ முடியும். நாம் இப்போது இருக்கின்ற குளிரான, ஈரமான இடத்தைப்போல இல்லாமல், மிதமான தட்பவெப்ப நிலையைக் கொண்ட ஓர் இடத்திற்கு உன்னால் இடம்பெயர முடியும்."

நோரா தன் சிப்பாயை இரண்டு கட்டங்கள் முன்னே நகர்த்தினாள்.

சரி செய்யப்பட வேண்டிய ஒரு பிழையைப்போலத் தன்னை நடத்திய தன் அம்மாவோடு எல்மை நோராவால் ஒப்பிடாதிருக்க

முடியவில்லை. எடுத்துக்காட்டாக, நோரா ஒரு குட்டிக் குழந்தையாக இருந்தபோது, அவளுடைய வலது காதோடு ஒப்பிடுகையில் இடது காது அதிகமாக வெளியே துருத்திக் கொண்டிருந்ததாக அவளுடைய அம்மா மிகவும் கவலைப்பட்டார். அதனால், அந்தக் காதை ஒரு செலஃபன் டேப்பைக் கொண்டு அவளுடைய தலையுடன் அவர் ஒட்டி வைத்தார். அதை மறைப்பதற்காக அவளுக்கு ஒரு கம்பளிக் குல்லாயையும் அவர் மாட்டிவிட்டார்.

"நான் இந்தக் குளிரையும் ஈரத்தையும் வெறுக்கிறேன்," என்று எல்ம் அழுத்தந்திருத்தமாகக் கூறினார்.

எல்மின் நரைத்தத் தலைமுடி குட்டையாக வெட்டப்பட்டிருந்தது. ஒரு நீள்வட்ட வடிவில் அமைந்திருந்த, லேசான சருக்கங்களுடன் இருந்த அவருடைய முகம் அன்பை வெளிப்படுத்தியது. அவர் கரும்பச்சை நிற டி-ஷர்ட் ஒன்றை அணிந்திருந்தார். எல்ம் ஒரு முதிய பெண்மணியாக இருந்தபோதிலும், நோராவின் சிந்தனைக்கு ஒத்த அலைவரிசையில் இருந்தது அப்பள்ளியிலேயே அவர் மட்டும்தான். அதனால், மழை பெய்யாமல் இருந்த நாட்களில்கூட, மதிய உணவு இடைவேளைகளின்போது நோரா அந்த நூலகத்திற்குச் சென்று கொண்டிருந்தாள்.

"ஆனால், குளிரும் ஈரமும் எப்போதும் ஒன்றாக இருக்க வேண்டிய அவசியமில்லை," என்று நோரா கூறினாள். "அன்டார்டிகா இவ்வுலகிலேயே மிகவும் உலர்ந்த இடம். சரியாகச் சொல்ல வேண்டுமென்றால், அது ஒரு பாலைவனம்."

"அப்படியானால், அது உனக்குப் பிடித்தமான இடமாக இருக்கும் என்று தோன்றுகிறது."

"அது ஒன்றும் வெகுதொலைவு தள்ளியில்லை என்று நான் நினைக்கிறேன்."

"சரி, அப்படியானால் நீ ஒரு விண்ணோடியாக ஆகிவிடு. நீ பல கிரகங்களுக்குப் பறக்கலாம்."

நோரா புன்னகைத்தாள். "மற்றக் கோள்களில் மழை இன்னும் மோசம்."

"நம் ஊரைவிடவா?"

"சுக்கிரன் கிரகத்தில் பெய்கின்ற மழையெல்லாம் வெறும் அமில மழைதான்."

எல்ம் தன் மேசைமீதிருந்த காகிதக் கைக்குட்டைகளில் ஒன்றை உருவி அதில் தன் மூக்கைச் சிந்தினார். "இதைத்தான் நான் சொன்னேன். உனக்கு இருக்கின்ற அறிவுக்கு உன்னால் எதுவாக வேண்டுமானாலும் ஆக முடியும்."

அந்த நூலகத்திற்கு வெளியே, தன்னைவிட ஓரிரு வயது குறைவான ஒரு சிறுவன் வேகமாக ஓடி மறைந்ததை, மழையில் நனைந்திருந்த கண்ணாடிச் சன்னல் வழியாக நோரா பார்த்தாள்.

ஒன்று, அவன் யாரையாவது துரத்திக் கொண்டு ஓடிக் கொண்டிருக்க வேண்டும் அல்லது அவன் துரத்தப்பட்டுக் கொண்டிருக்க வேண்டும் என்று அவளுக்குத் தோன்றியது. அவளுடைய அண்ணன் பள்ளிப்படிப்பை முடித்துவிட்டு அங்கிருந்து வெளியேறிய பிறகு, அவள் வெளியே பாதுகாப்பாக உணரவில்லை. அதனால் அந்த நூலகம் அவளுக்கு ஒரு நாகரிகமான புகலிடமாகத் தோன்றியது.

"எனக்கு வழங்கப்படுகின்ற அனைத்து வாய்ப்புகளையும் நான் தூக்கியெறிவதாக என் அப்பா நினைக்கிறார். இப்போது நான் நீச்சலுக்குச் செல்வதையும் நிறுத்திவிட்டேன்."

"நோரா, இதை என்னால் சொல்லாமல் இருக்க முடியவில்லை. படுவேகமாக நீந்துவதைவிட இந்த உலகில் வேறு பல விஷயங்கள் இருக்கின்றன. உனக்கு முன்னால் பல்வேறு விதமான வாழ்க்கைச் சாத்தியக்கூறுகள் இருக்கின்றன. நான் கடந்த வாரம் கூறியதுபோல, உன்னால் ஒரு பனியியலாளராக ஆக முடியும். அது பற்றி நான் ஆய்வு செய்து கொண்டிருக்கிறேன். விஷயம் என்னவென்றால்–"

அப்போதுதான் அந்தத் தொலைபேசி மணி ஒலித்தது.

"ஒரு நிமிடம் பொறுத்துக் கொள். நான் பேசிவிட்டு வருகிறேன்," என்று எல்ம் ஒரு மெல்லிய குரலில் கூறிவிட்டுத் தொலைபேசியை நோக்கி நகர்ந்தார்.

எல்ம் தொலைபேசியில் பேசிக் கொண்டிருந்ததை நோரா கவனித்தாள். "ஆமாம். அவள் இங்கேதான் இருக்கிறாள்." மறுகணம், எல்மின் முகம் அதிர்ச்சியில் உறைந்தது. நோராவைப் பார்த்தபடி பேசிக் கொண்டிருந்த எல்ம் இப்போது வேறு பக்கமாகத் திரும்பிக் கொண்டார். ஆனாலும் அவர் பேசியது நோராவுக்குக் கேட்டது. "ஐயோ! என்ன சொல்கிறீர்கள்? அடக் கடவுளே!"

பத்தொன்பது ஆண்டுகளுக்குப் பின்னர்

வாசலில் இருந்த நபர்

இறப்பதென்று அவள் முடிவெடுத்ததற்கு இருபத்தேழு மணி நேரத்திற்கு முன், மிகவும் சேதமடைந்திருந்த நிலையிலிருந்த அவளுடைய சோபாவின்மீது அமர்ந்து கொண்டு, ஏதாவது நடக்காதா என்ற ஏக்கத்துடன் மற்றவர்களுடைய மகிழ்ச்சியான வாழ்க்கையை அவள் அசைபோட்டுக் கொண்டிருந்தாள். ஆனால், அக்கணத்தில் உண்மையிலேயே திடீரென்று ஏதோ ஒன்று நிகழ்ந்தது.

யாரோ ஒருவர் ஏதோ ஒரு விநோதமான காரணத்திற்காக அவளுடைய வீட்டு அழைப்பு மணியை அழுத்தியிருந்தார்.

தான் கண்டிப்பாக எழுந்து சென்று கதவைத் திறந்துதான் ஆக வேண்டுமா என்று அவள் ஒரு கணம் யோசித்தாள். அப்போது மணி இரவு ஒன்பதுதான் ஆகியிருந்தபோதிலும், அவள் ஏற்கனவே இரவு ஆடைக்கு மாறியிருந்தாள். அப்போது அவள் அணிந்திருந்த பைஜாமாவும், ‘சுற்றுச்சூழல் போராளி’ என்ற வாசகத்தைத் தாங்கியிருந்த டி-ஷர்ட்டும் அவளுக்குத் தயக்கம் ஏற்படுத்தின.

தன்னை அதிக நாகரிகமானவளாகக் காட்டிக் கொள்வதற்காகத் தன் கால்களில் செருப்புகளை அணிந்து கொண்டு அவள் தன் வீட்டு வாசற்கதவை நோக்கி நடந்தாள். வாசலில் ஓர் இளைஞன் நின்று கொண்டிருந்தான். அவனை அவள் அடையாளம் கண்டுகொண்டாள்.

அவன் ஒல்லியாகவும் உயரமாகவும் இருந்தான். அவனுடைய முகம் பரிவை வெளிப்படுத்தியது. ஆனால், அவனுடைய கண்கள் எல்லாவற்றையும் ஊடுருவிப் பார்க்கின்ற சக்தி படைத்தவைபோலப் பிரகாசமாகவும் துடிப்பாகவும் இருந்தன.

அவனை அங்குத் திடீரென்று பார்த்தது அவளுக்கு வியப்பளித்தது என்றாலும், அவனைக் கண்டு அவள் மகிழ்ச்சி கொண்டாள். அதிலும் குறிப்பாக, அவன் அந்தக் குளிரிலும் வியர்க்க விறுவிறுக்க நின்று

கொண்டிருந்தான். விளையாடும்போது அணியப்படுகின்ற ஆடையை அவன் அணிந்திருந்தான். இப்போது, தான் அணிந்திருந்த ஆடை குறித்து நோரா மேலும் மோசமாக உணரத் துவங்கினாள்.

ஆனால், அப்போது அவளைத் தனிமையுணர்வு வாட்டிக் கொண்டிருந்தது. தனிமை என்பது எந்த விதத்திலும் அர்த்தமற்ற இந்தப் பிரபஞ்சத்தில் ஒரு மனிதனாக இருப்பதன் ஓர் அடிப்படை அம்சம் என்று நம்புகின்ற அளவுக்கு இருத்தலியல் கொள்கையை அவள் போதுமான அளவு படித்திருந்தபோதிலும், அந்நேரத்தில் அவனைப் பார்த்தது அவளுக்கு மகிழ்ச்சியாகவே இருந்தது.

அவள் ஒரு புன்னகையுடன், "ஆஷ்," என்று அழைத்து, "அதுதானே உங்களுடைய பெயர்?" என்று கேட்டாள்.

"ஆமாம்."

"உங்களைப் பார்த்ததில் எனக்கு மிகுந்த மகிழ்ச்சி. இந்த நேரத்தில் இங்கு நீங்கள் என்ன செய்து கொண்டிருக்கிறீர்கள்?"

ஒரு சில வாரங்களுக்கு முன், அவள் தன் வீட்டுச் சன்னலோரமாக அமர்ந்து தன்னுடைய எலெக்ட்ரிக் பியானோவை வாசித்துக் கொண்டிருந்தபோது, அத்தெரு வழியாகச் சென்ற ஆஷ் அவளை நோக்கி லேசாகக் கையசைத்துச் சென்றான். பல ஆண்டுகளுக்கு முன், தன்னுடன் காபி குடிக்க வருமாறு ஒரு முறை அவன் அவளை அழைத்திருந்தான். இப்போது மீண்டும் அதற்குத்தான் அவன் வந்திருக்கக்கூடும் என்று நோரா நினைத்தாள்.

"உங்களைப் பார்த்ததில் எனக்கும் மகிழ்ச்சியே," என்று அவன் கூறினாலும், அவனுடைய இறுக்கமான முகத்தில் அந்த மகிழ்ச்சி தென்படவில்லை.

அவன் வேலை பார்த்து வந்த கடையில் அவள் அவனிடம் பேசியபோதெல்லாம் அவனுடைய குரல் இனிமையானதாக இருந்தது. ஆனால், இப்போது அவனுடைய குரல் கனமாக இருந்தது. அவன் தன் புருவத்தை லேசாகச் சொறிந்து கொண்டே ஏதோ சொன்னான். ஆனால் அது முழுமையாக அவனுடைய வாயிலிருந்து வரவில்லை.

"நீங்கள் ஓட்டப் பயிற்சியில் ஈடுபட்டிருக்கிறீர்களா?" என்று அவள் கேட்டாள். என்னவோர் அபத்தமான கேள்வி! அவன் தன்னுடைய ஓட்டத்தின் நடுவே இருந்தது வெளிப்படையாகத் தெரிந்தது.

"ஆமாம். நான் பெட்ஃபோர்டு நகரில் நடைபெறவிருக்கின்ற 'அரை மராத்தான்' ஓட்டப் பந்தயத்தில் கலந்து கொள்கிறேன். வருகின்ற ஞாயிறன்று அப்பந்தயம் நடைபெறவுள்ளது," என்று அவன் கூறினான்.

"ஓ! அப்படியா? அந்தப் பந்தயத்தில் கலந்து கொள்ளலாமா என்று முதலில் நானும் யோசித்தேன். ஆனால், ஓட்டம் என்றாலே எனக்கு வேப்பங்காய் என்பது பின்னர்தான் என் நினைவுக்கு வந்தது."

இந்த வார்த்தைகள் அவளுடைய தலைக்குள் ஓடிக்

கொண்டிருந்தபோது வேடிக்கையாகத் தோன்றியபோதிலும், அவளுடைய வாயிலிருந்து உதிர்ந்தபோது அப்படித் தோன்றவில்லை. அவளுக்கு ஓட்டத்தின்மீது வெறுப்பெல்லாம் கிடையாது. ஆனால் அவனுடைய இறுக்கமான முகம் அவளுக்கு ஒரு லேசான கலக்கத்தை ஏற்படுத்தியிருந்தது. அதைத் தொடர்ந்து அவர்களுக்கு இடையே நிலவிய மௌனம் அசௌகரியத்தைத் தாண்டி வேறு ஒன்றுக்குள் அடியெடுத்து வைக்கத் தொடங்கியிருந்தது.

இறுதியில் அவன், “உங்களிடம் ஒரு பூனை இருந்தது என்று நீங்கள் என்னிடம் சொன்னதாக ஞாபகம்,” என்று கூறினான்.

“ஆமாம். நான் ஒரு பூனையை வளர்த்து வருகிறேன்.”

“அதன் பெயர்கூட எனக்கு நினைவிருக்கிறது. வோல்டேர். சரிதானே?”

“ஆமாம். நான் அதை வோல்ட்ஸ் என்று அழைக்கிறேன். வோல்டேர் என்பது பாசாங்குத்தனமாக இருப்பதாக அது நினைக்கிறது. பதினெட்டாம் நூற்றாண்டின் பிரெஞ்சுத் தத்துவத்திலும் இலக்கியத்திலும் அதற்கு ஈடுபாடு இல்லை. அது உண்மையில் மிகவும் சாதாரணமான, எதார்த்தமான ஒரு பூனை.”

ஆஷ் தன் பார்வையைத் தாழ்த்தி நோராவின் காலணிகளைப் பார்த்தான்.

“வோல்ட்ஸ் இறந்துவிட்டது என்று எனக்குத் தோன்றுகிறது.”

“என்ன சொல்கிறீர்கள்?”

“ஆமாம். அது சாலையில் அசைவற்றுக் கிடக்கிறது. அதன் கழுத்துப் பட்டையில் இருந்த பெயரைப் பார்த்தேன். ஏதோ ஒரு கார் அதை இடித்துத் தள்ளிவிட்டுப் போயிருக்க வேண்டும் என்று எனக்குத் தோன்றுகிறது. நோரா, உங்களுக்கு என்னுடைய ஆழ்ந்த வருத்தத்தைத் தெரிவித்துக் கொள்கிறேன்.”

நோரா தனக்குள் திடீரென்று பீறிட்டுக் கிளம்பிய உணர்ச்சிக் கொந்தளிப்பை மறைப்பதற்காகத் தொடர்ந்து புன்னகைத்தபடி இருந்தாள். தன்னுடைய புன்னகை, வோல்டேர் உயிரோடு இருந்த உலகில் தன்னைத் தொடர்ந்து வைத்திருக்க உதவும் என்று அவள் நினைத்தாள்போலும்.

ஆஷ் ஓர் அறுவை சிகிச்சை நிபுணன் என்பது அவளுக்குத் திடீரென்று நினைவுக்கு வந்தது. அவன் ஒரு விலங்கு மருத்துவர் அல்லன் என்றாலும், ஒன்று இறந்துவிட்டது என்று அவன் சொன்னால் அது சரியாகத்தான் இருக்க வேண்டும் என்பதில் அவளுக்கு எந்த மாற்றுக் கருத்தும் இருக்கவில்லை.

“நான் மீண்டும் உங்களுக்கு என் ஆழ்ந்த அனுதாபத்தைத் தெரிவித்துக் கொள்கிறேன்.”

ஒரு பரிச்சயமான துக்கவுணர்வை நோரா உணர்ந்தாள். “ஐயோ! கடவுளே!” மனச்சோர்வு நோய்க்காக அவள் எடுத்துக் கொண்டிருந்த

மாத்திரைதான் அவள் அழுது புலம்பாதபடி பார்த்துக் கொண்டது.

அவள் தன் வீட்டைவிட்டு வெளியேறி வீதிக்கு வந்தாள். அவளுடைய செல்லப் பூனைக்குட்டி, மழையில் நனைந்திருந்த சாலையில் பேச்சுமூச்சின்றிக் கிடந்தது. அதன் தலை அங்கிருந்த நடைபாதையை உரசிக் கொண்டிருந்தது. ஏதோ ஒரு கற்பனைப் பறவையை நோக்கிப் பாய்ந்து கொண்டிருந்ததுபோல அதன் பின்னங்கால்கள் பின்பக்கமாக நீண்டு கிடந்தன.

“ஐயோ! வோல்ட்ஸ்! கடவுளே!”

தன்னுடைய செல்லப் பூனைமீது தனக்கு இரக்கமும் அனுதாபமும் பிறந்திருக்க வேண்டும் என்பதை அவள் அறிந்திருந்தாள். அந்த உணர்வுகள் அவளிடம் தோன்றாமல் இல்லை. ஆனால், இன்னோர் உணர்வும் தன்னிடம் தோன்றியிருந்ததை அவள் ஒப்புக் கொண்டாக வேண்டியிருந்தது. வோல்டேரின் அந்தச் சலனமற்ற, அமைதியான உடலை, குறிப்பாக, அதன் வலியற்ற நிலையை அவள் வெறித்துப் பார்த்துக் கொண்டிருந்தபோது, அந்த இருளில், தவிர்க்கப்பட முடியாத மற்றோர் உணர்வு பீறிட்டுக் கிளம்பியது.

பொறாமைதான் அது.

ஸ்ட்ரிங் தியரி

இறப்பதென்று அவள் முடிவெடுத்ததற்கு ஒன்பதரை மணி நேரத்திற்கு முன், தான் வேலை பார்த்து வந்த 'ஸ்ட்ரிங் தியரி' கடைக்கு நோரா மிகவும் தாமதமாக வந்து சேர்ந்தாள்.

"தாமதமாக வந்ததற்கு என்னை மன்னித்துக் கொள்ளுங்கள்," என்று அவள் நீலிடம் கூறினாள். சன்னல்கள் ஏதுமின்றி ஒரு பெட்டியைப்போல இருந்தது நீலின் அந்த அலுவலக அறை. "நேற்று இரவு என் பூனை இறந்துவிட்டது. அதை நான் புதைக்க வேண்டியிருந்தது. அதற்கு என் நண்பர் ஒருவர் உதவினார். பின்னர் நான் என் வீட்டில் தனியாக இருக்க வேண்டியிருந்தது. என்னால் சரியாகத் தூங்க முடியவில்லை. அலாரம் வைப்பதற்கும் நான் மறந்துவிட்டேன். அதனால் நண்பகலுக்குப் பின்னர்தான் நான் எழுந்தேன். பிறகு இங்கே அரக்கப் பறக்க ஓடி வந்தேன்."

அவள் கூறிய அனைத்தும் உண்மைதான். தன்னுடைய ஒப்பனையற்ற முகம், அவசரமாக அள்ளி முடிந்திருந்த ஒரு குதிரைவால் கொண்டை, அந்த வாரம் முழுவதும் தான் அலுவலகத்திற்கு அணிந்து வந்திருந்த அதே கசங்கிய ஆடை ஆகியவை அடங்கிய, களைப்பும் விரக்தியும் கலந்த தன்னுடைய தோற்றம் தன் கதைக்கு வலு சேர்க்கும் என்று அவள் நம்பினாள்.

நீல் தன்னுடைய கணினியிலிருந்து தன் முகத்தை உயர்த்தினார். பிறகு அவர் தன் நாற்காலியில் நன்றாகச் சாய்ந்து உட்கார்ந்து கொண்டார். இசைக் கருவிகளை விற்பனை செய்த ஒரு கடையின் முதலாளி, தாமதமாக வந்திருந்த தன் ஊழியரைக் கையாள்வதைப்போல அல்லாமல், இந்தப் பிரபஞ்சத்தின் ஆழமான தத்துவார்த்த இரகசியங்களை அசைபோட்டுக் கொண்டிருந்த கன்பூசியஸைப்போல அவர் தன்னுடைய இரண்டு கைகளையும் பிணைத்துக் கொண்டு

அவற்றைத் தன் முகவாய்க்கு முட்டுக் கொடுத்தவாறு வைத்துக் கொண்டார். அவருக்குப் பின்னாலிருந்த சுவரில் ஒட்டப்பட்டிருந்த 'ஃப்ளீட்வுட் மேக்' என்ற ராக் இசைக் குழுவினரின் பெரிய போஸ்டரின் ஒரு முனை சுவரிலிருந்து பிரிந்து, ஒரு நாய்க்குட்டியின் காதைப்போல மடங்கித் தொங்கிக் கொண்டிருந்தது.

"ஒன்றைப் புரிந்து கொள்ளுங்கள், நோரா. எனக்கு உங்களைப் பிடிக்கும்."

நீல் பிறருடைய மனங்களை நோகடிக்காதவர். கிதார் இசையை நேசித்த, பழைய பாப் டிலான் பாடல்களை சுமாராக வாசிக்கத் தெரிந்த, நகைச்சுவையற்ற ஜோக்குகளைக் கூறித் திரிந்த ஓர் ஐம்பது வயது நபர் அவர்.

"உங்களுக்கு மனநலப் பிரச்சனைகள் இருப்பதை நான் அறிவேன்."

"யாருக்குத்தான் இல்லை!"

"நான் என்ன சொல்ல வருகிறேன் என்பது உங்களுக்குப் புரிந்திருக்கும் என்று நான் நினைக்கிறேன்."

"இப்போதெல்லாம் நான் முன்பைவிட நன்றாக இருப்பதாகவே உணர்கிறேன்," என்று அவள் பொய் சொன்னாள். "எனக்கு முழுமையான மனத்தளர்ச்சி இல்லை என்றும், அது சூழல் சார்ந்தது என்றும் என்னுடைய உளவியலாளர் கூறுகிறார். ஆனால், அதைத் தூண்டிவிடுகின்ற புதிய புதிய சூழல்கள் எனக்கு அமைந்துவிடுகின்றன. ஆனால், அதன் பொருட்டு நான் இதுவரை ஒரு நாள்கூட விடுப்பு எடுத்ததில்லை. என் அம்மாவின் ... ஆமாம். அதைத் தவிர நான் விடுப்பு எடுத்ததில்லை."

நீல் ஒரு நீண்ட பெருமூச்சுவிட்டார். அவர் பெருமூச்சுவிட்டபோதெல்லாம், அவருடைய மூக்கிலிருந்து ஒரு விசில் சத்தம் வந்தது. "நோரா, நீங்கள் இந்தக் கடையில் எவ்வளவு காலமாக வேலை பார்த்து வருகிறீர்கள்?"

நோராவுக்கு இது துல்லியமாகத் தெரியும். "பன்னிரண்டு ஆண்டுகள், பதினொரு மாதங்கள், மூன்று நாட்கள்."

"இது மிக நீண்ட காலம். நீங்கள் இதைவிட மேம்பட்டக் காரியங்களைச் செய்வதற்காகப் படைக்கப்பட்டிருப்பதாக நான் நினைக்கிறேன். ஏற்கனவே நீங்கள் நாற்பதை நெருங்கிக் கொண்டிருக்கிறீர்கள்."

"என் வயது முப்பத்தைந்து."

"நீங்கள் ஏற்கனவே அகலக்கால் வைத்துள்ளீர்கள். இந்த வேலை தவிர, நீங்கள் பலருக்குப் பியானோ வேறு கற்றுக் கொடுத்துக் கொண்டிருக்கிறீர்கள்."

"ஒரே ஒரு நபருக்கு மட்டும்தான்."

நீல் தன் ஸ்வெட்டரில் ஒட்டிக் கொண்டிருந்த ஒரு சிறு ரொட்டித்

துண்டைச் சுண்டித் தள்ளினார்.

“நீங்கள் உங்கள் வாழ்நாள் முழுவதும் உங்களுடைய சொந்த ஊரில் ஒரு சின்னக் கடையில் குப்பை கொட்டிக் கொண்டிருப்பது என்று முடிவு செய்துவிட்டீர்களா? உங்களுக்குப் பதினான்கு வயதாக இருந்தபோது, பின்னாளில் என்னவாக ஆக வேண்டும் என்று நீங்கள் கனவு கண்டீர்கள்?”

“பதினான்கு வயதிலா? நான் ஒரு தலைசிறந்த நீச்சல் வீராங்கனையாக ஆக வேண்டும் என்று நான் கனவு கண்டேன்.” தன்னுடைய பதினான்காவது வயதில், சிறுமியர் பிரிவில், நாட்டிலேயே மிகவும் வேகமான நீச்சல் வீராங்கனையாக அவள் விளங்கினாள். தேசிய நீச்சல் போட்டியில் அவள் பரிசு பெற்றக் காட்சி அவளுடைய கண்முன் வந்து போனது.

“பிறகு என்ன ஆயிற்று?”

“அது எனக்கு அதிக மன அழுத்தத்தைக் கொடுத்தது,” என்று அவள் சுருக்கமாக முடித்துக் கொண்டாள்.

“மன அழுத்தம் நம்மை வலுவானவர்களாக ஆக்கும். நீங்கள் நிலக்கரியாகத் துவக்கினால், அழுத்தத்தின் காரணமாக ஒரு நாள் நீங்கள் ஒரு வைரமாக ஆகிவிடலாமே!”

வைரம் குறித்த அவருடைய புரிதலை அவள் திருத்த முனையவில்லை. நிலக்கரியும் வைரமும் கார்பன்தான் என்றாலும், எவ்வளவு அழுத்தம் கொடுத்தாலும் எக்காலத்திலும் ஒரு வைரமாக ஆக முடியாத அளவு அசுத்தமானது நிலக்கரி. அறிவியலின்படி, நீங்கள் நிலக்கரியாகத் துவக்கினால் நிலக்கரியாகத்தான் முடிவீர்கள். ஒருவேளை, அதுதான் உண்மையான வாழ்க்கைப் பாடமோ?

அவள் தன் குதிரைவால் கொண்டையிலிருந்து விலகியிருந்த கன்னங்கரிய முடிக் கற்றை ஒன்றை மீண்டும் அதற்குள் தள்ளினாள்.

“நீல், நீங்கள் என்ன சொல்ல வருகிறீர்கள்?”

“கனவுகளை எப்போது வேண்டுமானாலும் பின்தொடரலாம்.”

“ஆனால், என்னுடைய நீச்சல் கனவைப் பின்தொடர்வதற்கான காலம் எப்போதோ மலையேறிவிட்டது.”

“நோரா, நீங்கள் நன்றாகப் படித்தவர். தத்துவவியலில் பட்டம் பெற்றவர்...”

நோரா தன் இடது கையில் இருந்த ஒரு மச்சத்தை உற்றுப் பார்த்தாள். அவள் பட்டிருந்த அனைத்துக் கஷ்டங்களையும் அதுவும் அனுபவித்திருந்தது. ஆனால், எதைப் பற்றியும் அக்கறையற்று அது அப்படியே ஒரு மச்சமாக அப்படியே அங்கு இருந்து கொண்டிருந்தது. “நீல், நேர்மையாகச் சொல்ல வேண்டுமென்றால், பெட்ஃபோர்டில் தத்துவவியலாளர்களுக்குப் பெரிதாக வாய்ப்புகள் எதுவும் இல்லை.”

“நீங்கள் லண்டனுக்குச் சென்று அங்குள்ள பல்கலைக்கழகத்தில் ஓராண்டு படித்தீர்களல்லவா? பின்னர் ஏன் நீங்கள் திரும்பி

வந்துவிட்டீர்கள்?"

"எனக்கு வேறு எந்த வழியும் இருக்கவில்லை."

இறந்து போன தன் அம்மாவைப் பற்றி உரையாட நோரா விரும்பவில்லை. டேனைப் பற்றிப் பேசவும் அவளுக்குப் பிடிக்கவில்லை. ஏனெனில், டேனுடனான அவளுடைய திருமணத்திற்கு இரண்டு நாட்களுக்கு முன்பு அவள் அதிலிருந்து பின்வாங்கியிருந்தது நீலுக்கு ஒரு பிரமிப்பூட்டும் கதையாக இருந்தது.

"தேர்ந்தெடுப்பதற்கு நம் அனைவருக்குமே தெரிவுகள் இருக்கின்றன. தேர்ந்தெடுப்பதற்கான சுதந்திரம் என்ற ஒன்று மனிதர்களுக்கு இருக்கிறது."

"பிரபஞ்ச நிகழ்வுகள் அனைத்தும் முன்கூட்டியே வரையறுக்கப்பட்டவை என்ற நியதிக் கொள்கையோடு நீங்கள் உடன்பட்டால், சுயதேர்ந்தெடுப்பு என்ற ஒன்று உங்களுக்குக் கிடையாது."

"ஆனால், எதற்காக நீங்கள் இந்தக் கடையில் வேலை செய்கிறீர்கள்?"

"ஒன்று, நான் இங்கு இருக்க வேண்டும். அல்லது, நான் விலங்குகள் மீட்பு மையத்தில் வேலை பார்க்க வேண்டும். இங்கு எனக்குச் சம்பளம் அதிகமாகக் கிடைக்கிறது. அதோடு, இசை எனக்கு மிகவும் பிடிக்கும் என்பதையும் நீங்கள் அறிவீர்கள்."

"நீங்கள் ஒரு சமயம் உங்களுடைய அண்ணனுடன் சேர்ந்து ஓர் இசைக் குழுவில் இருந்தீர்கள், இல்லையா?

"ஆமாம். அதன் பெயர் லாபிரிந்த்ஸ் இசைக் குழு. ஆனால், அது பெரிதாகப் பிரபலமாகவில்லை."

"ஆனால், உங்கள் அண்ணன் வேறு மாதிரியாக அல்லவா கூறுகிறார்!"

இது நோராவுக்கு வியப்பு ஏற்படுத்தியது. "ஜோவா? அவனை உங்களுக்கு எப்படித் தெரியும்?"

"அவர் ஓர் ஒலிபெருக்கி வாங்குவதற்காக இங்கு வந்திருந்தார். மார்ஷல் டிஎஸ்எல்40."

"எப்போது?"

"வெள்ளிக்கிழமையன்று."

"ஜோ உண்மையிலேயே இங்கு வந்திருந்தானா?"

"அது அவருடைய 'ஹோலோகிராமாக' இல்லாதவரை, அது ஜோவாகத்தான் இருக்க வேண்டும்."

ஜோ ரவியைப் பார்க்க வந்திருக்க வேண்டும் என்று நோரா எண்ணினாள். ரவி அவளுடைய அண்ணனின் நெருங்கிய நண்பன். ஜோ தன் கிதாரைத் தூக்கி எறிந்துவிட்டு, தான் வெறுத்தக் குப்பைத்தனமான கணினித் துறை வேலை ஒன்றில் சேர்வதற்காக லண்டனுக்குக் குடிபெயர்ந்திருந்தபோதிலும், ரவி பெட்ஃபோர்டிலேயே

தங்கிவிட்டான். இப்போது, பிறருடைய பாடல்களைப் பாடித் திரிந்த 'ஸ்லாட்டர்ஹவுஸ் நான்கு' என்ற இசைக் குழுவில் அவன் இருந்தான். உள்ளூர் மதுவிடுதிகளில் அக்குழு இசைத்துக் கொண்டிருந்தது.

"ஓ! அப்படியா?"

வெள்ளிக்கிழமை தன்னுடைய வாராந்திர விடுப்பு நாள் என்பது ஜோவுக்குத் தெரிந்திருக்க வேண்டும் என்று நோரா உறுதியாக நம்பினாள். அது அவளுக்குக் கொதிப்பை ஏற்படுத்தியது.

"நான் இங்கு மகிழ்ச்சியாக இருக்கிறேன்," என்று அவள் கூறினாள்.

"அது உண்மையல்ல," என்று நீல் கூறினார்.

நீல் கூறியது சரிதான். நோராவின் உணர்வுகள் கொந்தளிக்கத் துவங்கின. அவள் ஒரு பெரிய புன்னகையைத் தன் முகத்தின்மீது தவழவிட்டாள்.

"நான் என்ன சொல்ல வருகிறேன் என்றால், நான் இந்த வேலையில் மகிழ்ச்சியாக இருக்கிறேன். உண்மையில், எனக்கு இந்த வேலை திருப்திகரமானதாக இருக்கிறது. அது மட்டுமல்லாமல், எனக்கு இந்த வேலை தேவைப்படுகிறது."

"நோரா, நீங்கள் ஒரு நல்ல பெண். நீங்கள் இந்த உலகைப் பற்றி அக்கறை கொண்டுள்ளீர்கள். வீடற்றவர்கள் குறித்தும், சுற்றுச்சூழல் குறித்தும் நீங்கள் கவலைப்படுகிறீர்கள்."

"நீல், எனக்கு இந்த வேலை கண்டிப்பாகத் தேவை."

நீல் மீண்டும் கன்பூசியஸின் மோன நிலைக்குத் திரும்பினார். "உங்களுக்குத் தேவை சுதந்திரம்."

"எனக்கு சுதந்திரம் தேவையில்லை."

"இது ஒரு தொண்டு நிறுவனம் அல்ல. ஆனால், அதை நோக்கித்தான் இது விரைந்து கொண்டிருக்கிறது."

"நீல், நீங்கள் இந்தக் கடையை நவீனப்படுத்த வேண்டும் என்று கடந்த வாரம் நான் பேசியதை மனத்தில் வைத்துக் கொண்டு நீங்கள் இப்படிக் கூறுகிறீர்களா? இளைய சமுதாயத்தினரைக் கவர்ந்திழுப்பதற்கு என்னிடம் சில யோசனைகள் இருக்கின்ற–"

"அப்படியெல்லாம் இல்லை," என்று தன்னைத் தற்காத்துக் கொள்ளும் விதமாக நீல் கூறினார். "முதலில் இந்த இடத்தில் வெறும் கிதார்கள் மட்டுமே இருந்தன. அதனால்தான் இதற்கு நான் 'ஸ்ட்ரிங் தியரி' என்ற பெயரையே தேர்ந்தெடுத்தேன். பின்னர் அதை நான் விரிவுபடுத்தினேன். அப்போது அது சரியாகப் பலனளித்தது. ஆனால், ஏற்கனவே நிலைமை கடினமாக இருக்கின்ற இவ்வேளையில், ஒரு விட்டேத்தியான முகத்தை வைத்துக் கொண்டு நீங்கள் நம்முடைய வாடிக்கையாளர்களை விரட்டியடிப்பதற்கு என்னால் உங்களுக்குச் சம்பளம் அழுது கொண்டிருக்க முடியாது."

"என்ன சொல்கிறீர்கள், நீல்?"

“நோரா, இதைச் சொல்வதற்கு எனக்குக் கடினமாகத்தான் இருக்கிறது,” என்று கூறி அவர் சிறிது இடைவெளி விட்டார். ஒரு கோடரியைத் தலைக்கு மேல் ஓங்குவதற்கு எடுத்துக் கொள்கின்ற நேரத்தை அது ஒத்திருந்தது. “உங்களை நான் இந்த வேலையிலிருந்து விடுவிக்கிறேன்.”

வாழ்வது என்பதே வேதனைப்படத்தான்

இறப்பதென்று அவள் முடிவெடுத்ததற்கு ஒன்பது மணி நேரத்திற்கு முன், நோரா, பெட்ஃபோர்டு நகரில் இலக்கின்றி அலைந்து கொண்டிருந்தாள். அந்த நகரம் விரக்தியின் 'கன்வேயர் பெல்ட்போல' இருந்தது. இறந்து போய்விட்ட அவளுடைய அப்பாவின் முன்னிலையில் சிறு வயதில் அவள் நீச்சலடித்த நீச்சல் குளத்தை உள்ளடக்கிய விளையாட்டு அரங்கம், டேனுடன் அவள் உணவருந்தச் சென்ற மெக்சிகன் உணவகம், அவளுடைய அம்மா சிகிச்சை பெற்ற மருத்துவமனை ஆகியவற்றை அவள் கடந்து சென்றாள்.

நேற்றுதான் டேன் அவளுக்கு ஒரு குறுஞ்செய்தி அனுப்பியிருந்தான்.

"நோரா, உன்னைத் தேடுகிறது. நாம் பேசலாமா?" - டேன்

"எனக்குத் தலைக்கு மேல் வேலை இருக்கிறது," என்று நோரா பதில் செய்தி அனுப்பினாள். அது நகைப்புக்குரியது என்பதை அவள் அறிந்திருந்தபோதிலும் வேறு எதை அனுப்புவதும் அவளுக்குச் சாத்தியமற்றதாக இருந்தது. அவன்மீது அவளுக்கு நேசமில்லை என்பது அதற்குக் காரணமல்ல. மாறாக, நேசம் இருந்தது என்பதுதான் அதற்குக் காரணம். அவனை மீண்டும் காயப்படுத்த அவள் விரும்பவில்லை. ஏற்கனவே அவனுடைய வாழ்க்கையை அவள் பாழாக்கியிருந்தாள். திருமணத்திற்கு இரண்டு நாட்களுக்கு முன்பு அவள் திடீரென்று பின்வாங்கியதைத் தொடர்ந்து, குடிபோதையில் அவன் அனுப்பிய பல குறுஞ்செய்திகளில், "என் வாழ்க்கை பெரும் குழப்பத்தில் இருக்கிறது," என்று அவன் குறிப்பிட்டிருந்தான்.

ஒழுங்கின்மை மற்றும் சிதறம் நோக்கிச் செல்கின்ற போக்கைப் பிரபஞ்சம் கொண்டுள்ளது. அதுதான் அடிப்படை வெப்பவியக்கவியல். வாழ்க்கையின் இருத்தலுக்கும் அது பொருந்தும்போலும்!

நீங்கள் வேலையை இழக்கிறீர்கள். அதைத் தொடர்ந்து மேலும் சில பின்னடைவுகள் ஏற்படுகின்றன.

மரங்களின் ஊடாகக் காற்று ஊளையிடத் துவங்கியது.

மழை பெய்யத் துவங்கியது.

மழைக்கு ஒதுங்குவதற்காக, செய்திப் பத்திரிகைகளை விற்பனை செய்த ஒரு சிறு கடையை நோக்கி, நிலைமை இன்னும் மோசமாகவிருந்தது என்ற உணர்வுடன் அவள் நடந்தாள். அது சரியாகத்தான் இருந்தது.

கதவுகள்

இறப்பதென்று அவள் முடிவெடுத்ததற்கு எட்டு மணி நேரத்திற்கு முன், செய்திப் பத்திரிகைகளை விற்பனை செய்த அந்தச் சிறிய கடைக்குள் நோரா நுழைந்தாள்.

"மழைக்காக இங்கு ஒதுங்குகிறீர்களா?" என்று கவுன்டருக்குப் பின்னால் இருந்த பெண் கேட்டாள்.

"ஆமாம்," என்று நோரா பதிலளித்தாள். அவளுடைய துக்கத்தின் எடை அவளால் சுமக்க முடியாத அளவுக்குக் கூடிக் கொண்டிருந்தது.

நேஷனல் ஜியோகிரா·ஃபிக் பத்திரிகை ஒன்று அங்குக் காட்சிக்கு வைக்கப்பட்டிருந்தது.

அதை அவள் உற்றுப் பார்த்தபோது, அதன் அட்டையில் ஒரு கருந்துளையின் படம் இடம் பெற்றிருந்ததை அவள் கவனித்தாள். இப்போது தன் நிலையும் அதுதான் என்று அவளுக்குத் தோன்றியது. ஒரு கருந்துளை. தனக்குள் சுருண்டு மடிந்து செத்துக் கொண்டிருந்த ஒரு நட்சத்திரம்.

அவளுடைய அப்பா அந்தப் பத்திரிகையைச் சந்தா செலுத்தி வாங்கிக் கொண்டிருந்தார். ஒரு முறை, ஆர்க்டிக் கடலில் உள்ள ஸ்வால்பார்டு என்ற நார்வே நாட்டுத் தீவுக்கூட்டத்தைப் பற்றிய ஒரு கட்டுரை அதில் வெளிவந்திருந்தது. மிகவும் தள்ளியிருந்ததுபோலத் தோன்றிய அத்தகைய ஓரிடத்தை அவள் அதற்கு முன்பு ஒருபோதும் பார்த்திருக்கவில்லை. அந்த இடத்திலிருந்த பனியாறுகள், மலையிடைக் கடல்கள் மற்றும் கடல் கிளிகளைப் பற்றி ஆய்வு செய்து கொண்டிருந்த அறிவியலறிஞர்களைப் பற்றி அதில் அவள் படித்தாள். எல்மின் தூண்டுதலின் பேரில், ஒரு பனியியலாளராக ஆவதென்று அவள் முடிவெடுத்தாள்.

* * *

அவள் லேசாகத் திரும்பியபோது, அக்கடையின் இசைப் பத்திரிகைகள் வைக்கப்பட்டிருந்த இடத்தில் ஒரு பத்திரிகையைப் புரட்டிக் கொண்டிருந்த, அவளுடைய அண்ணனின் நண்பனும் அவளுடைய முன்னாள் இசைக் குழுவின் உறுப்பினனுமான ரவியை அவள் பார்த்தாள். உடனே அவள் அங்கிருந்து கிளம்ப எத்தனித்தாள். ஆனால் ஒரு கண நேரம் அவள் தாமதித்துவிட்டிருந்த காரணத்தால், அவள் அவனுடைய பார்வையில் பட்டுவிட்டாள். “நோரா!” என்ற அவனுடைய குரல் அவளை இழுத்துப் பிடித்து நிறுத்தியது.

“ஹாய், ரவி, கடந்த வாரம் ஜோ இங்கு வந்திருந்ததாக நான் கேள்விப்பட்டேனே.”

அவனிடமிருந்து ஒரு சிறு தலையசைப்பு வெளிப்பட்டது. “ஆமாம்.”

“நீ அவனைப் பார்த்தாயா?”

“உண்மையில் அவன்தான் என்னைச் சந்தித்தான்.”

வலிமிக்க ஒரு மௌனம் அவர்களுக்கு இடையே நிலவியது. “தான் வருவதாக அவன் என்னிடம் சொல்லவே இல்லை,” என்று நோரா கூறினாள்.

“அவன் ஏதோ அவசர வேலையாக வந்திருந்தான்.”

“அவன் நன்றாக இருக்கிறானா?”

ரவி தயங்கினான். ஒரு சமயத்தில் நோராவுக்கு அவனைப் பிடித்திருந்தது. ரவி அவளுடைய அண்ணனின் விசுவாசமிக்க நண்பனாகத் திகழ்ந்தான். எப்படி அவளுக்கும் ஜோவுக்கும் இடையே ஒரு தடுப்புச் சுவர் இருந்ததோ, அதுபோலவே ரவிக்கும் அவளுக்கும் இடையேயும் ஒரு தடுப்புச் சுவர் இருந்தது. அதோடு, அவர்கள் பிரிந்த விதமும் சொல்லிக் கொள்ளும்படியாக இருக்கவில்லை. நோரா அவர்களுடைய இசைக் குழுவிலிருந்து விலகிக் கொள்ளப் போவதாக அறிவித்தபோது, அவன், டிரம்ஸ் குச்சிகளைத் தூக்கி எறிந்துவிட்டு அங்கிருந்து கோபமாக வெளியேறிவிட்டான். “ஜோ மனச்சோர்வால் அவதிப்படுகிறான் என்று நான் நினைக்கிறேன்.”

தன்னைப்போலவே தன் அண்ணனும் அவதிப்பட்டுக் கொண்டிருந்ததைக் கேள்விப்பட்டவுடன் அவளுடைய இதயம் மேலும் கனத்தது.

“அவன் பழைய மாதிரி இல்லை,” என்று ரவி மேலும் தொடர்ந்தான். அவனுடைய குரலில் கோபம் தெறித்தது. “ஒரு தீப்பெட்டி போன்ற தன்னுடைய சிறிய வீட்டிலிருந்து அவன் வெளியேறியாக வேண்டும். ஒரு வெற்றிகரமான இசைக் குழுவில் முன்னணி கிதார் வாசிப்பாளனாக இல்லாமல் போனது அவனை உறுத்திக் கொண்டிருக்கிறது. நான் இசையோடு தொடர்பு கொண்டிருந்தாலும், என்னிடமும் பணமேதும் இல்லை. இப்போதெல்லாம் மதுவிடுதிகள் பெரிதாகப் பணம் கொடுப்பதில்லை. நீ அவர்களுடைய கழிவறைகளைச் சுத்தம் செய்ய

முன்வந்தால்கூட நிலைமை அதுதான். நோரா, நீ எப்போதாவது மதுவிடுதிகளின் கழிவறைகளைச் சுத்தம் செய்திருக்கிறாயா?''

"நான் ஏற்கனவே நொந்து போயிருக்கிறேன். நம்மில் யார் அதிகமாகத் துன்புற்றுக் கொண்டிருக்கிறோம் என்ற பந்தயத்திற்குள் நீ குதிக்க விரும்புகிறாயா?''

ரவி இருமியவாறே சிரித்தான். அவனுடைய முகம் ஒரு கணம் இறுக்கமடைந்தது.

உலர் நகைச்சுவையை ரசிக்கின்ற மனநிலையில் அவள் இருக்கவில்லை. "அப்படியானால், இது லாபிரிந்த்ஸ் குழு தொடர்பான 'விட்டக் குறை, தொட்டக் குறை' விஷயமா?''

"அக்குழு என்னுடைய ஓர் அங்கமாக இருந்தது. ஜோவுக்கும்தான். நம் எல்லோருக்கும்தான். யூனிவர்சல் நிறுவனத்துடன் நாம் ஓர் ஒப்பந்தம் செய்து கொண்டிருந்தோம். இசைத்தட்டுகள், பயணங்கள், பெரும் விளம்பரங்கள். அதை மட்டும் நாம் நிறைவேற்றியிருந்தால், இன்று நாம் இன்னொரு 'கோல்டுபிளே' குழுவாக ஆகியிருந்திருக்கலாம்.''

"உனக்குத்தான் கோல்டுபிளே குழுவைப் பிடிக்கவே பிடிக்காதே!''

"நான் கூற வந்தது அதுவல்ல. நாம் இப்போது மலிபூ நகரில் இருந்திருக்கக்கூடும். ஆனால் இன்னும் பெட்ஃபோர்டில்தான் இருந்து கொண்டிருக்கிறோம். ஜோ உன்னைச் சந்திப்பதற்குத் தன்னை இன்னும் தயார்படுத்திக் கொண்டிருக்கவில்லை.''

"எனக்குத் திடீர்த் திடீரென்று தீவிர மன உளைச்சல் ஏற்பட்டுக் கொண்டிருந்தது. நான் இசைக்குழுவில் தொடர்ந்து நீடித்திருந்தால், எல்லோருக்கும் ஒரு பெரும் பாரமாக மாறியிருந்திருப்பேன். என்னை விட்டுவிட்டு உங்கள் இருவரையும் வைத்துப் பாடல்களைத் தயாரித்து முடிக்கும்படி நான் அந்த நிறுவனத்திடம் கூறினேன். பாடல் வரிகளை எழுதித் தருவதாகவும் நான் வாக்களித்தேன். டேனுடன் எனக்குத் திடீரென்று திருமணம் நிச்சயமானது என் தவறல்ல. டேனுடன் சுற்றிக் கொண்டிருந்த எனக்கு அப்போது அது முக்கியமானதாகத் தோன்றியது.''

"எல்லாம் சரிதான். ஆனால், டேனுடனான உன்னுடைய உறவு என்னவாயிற்று?''

"ரவி, நீ இப்படிப் பேசுவது நியாயமல்ல.''

"நியாயமா? என்ன பெரிய பெரிய வார்த்தைகளை எல்லாம் உதிர்க்கிறாய்?''

இவர்களுடைய உரையாடலை ஒட்டுக் கேட்டுக் கொண்டிருந்த அந்த செய்திப் பத்திரிகைக் கடைப் பெண், கூடுதல் சுவாரசியத்துடன் கூர்ந்து கவனிக்கத் தொடங்கினாள்.

"இசைக் குழுக்கள் நீண்டகாலம் தாக்குப்பிடிப்பதில்லை. நாம் எரிநட்சத்திரங்களின் ஜோதிபோலக் காட்சி அளித்திருந்திருப்போம். நாம் தொடங்குவதற்கு முன்பாகவே அது முடிவடைந்திருக்கும்.''

“எரிநட்சத்திரங்களின் நடனம் மிகவும் அற்புதமாகவும் அழகாகவும் இருக்கும்.”

“ஆமாம், நீ இன்னும் எல்லாவோடுதான் இருக்கிறாயா?”

“எல்லாவோடு இருந்து கொண்டே ஒரு வெற்றிகரமான இசைக் குழுவில் இடம் பெற்றுக் கொண்டு என்னால் பெரும் பணமும் ஈட்டியிருந்திருக்க முடியும். நமக்கு அப்படி ஒரு வாய்ப்புக் கிடைத்திருந்தது.”

ரவி ‘நமக்கு’ என்று கூறியதை நோரா தன் மனத்திற்குள்ளாக ‘எனக்கு’ என்று மாற்றிக் கொண்டாள்.

“உன்னுடைய பிரச்சனை மேடை குறித்த பயமோ அல்லது திருமண உறவு குறித்த பயமோ அல்ல. உனக்கு இருந்ததெல்லாம் வாழ்க்கை குறித்த பயம்தான்.”

அந்த வார்த்தைகள் அவளைப் பெரிதும் காயப்படுத்தின. அவளுடைய சுவாசப்பையிலிருந்து மொத்தக் காற்றும் உறிஞ்சி எடுக்கப்பட்டது போன்ற உணர்வு அவளுக்கு ஏற்பட்டது.

“ரவி, உன் பிரச்சனை என்ன தெரியுமா? உன் அலங்கோலமான வாழ்க்கைக்கு நீ பிறர்மீது பழி போடுவதுதான்,” என்று நோரா ஒரு நடுக்கமான குரலில் அவனுக்குப் பதிலடி கொடுத்தாள்.

அவள் தன் முகத்தில் அறைந்ததுபோல ரவி உணர்ந்தான். அவன் தன் கையிலிருந்த இதழைக் கீழே வைத்தான்.

“சரி, நோரா. நாம் பின்னர் சந்திக்கலாம்.”

“நான் அவனை விசாரித்தேன் என்று ஜோவிடம் சொல். தயவு செய்து சொல்,” என்று கூறிவிட்டு நோரா அந்தக் கடையிலிருந்து வெளியேற எத்தனித்தாள்.

அப்போது, ‘உங்கள் பூனை’ என்ற இதழ் அவளுடைய கண்களில் பட்டது. அவளிடமிருந்த அதே ரகப் பூனை ஒன்றின் படம் அந்த இதழின் அட்டையை அலங்கரித்துக் கொண்டிருந்தது. அவளுடைய மனத்திற்குள் ஒரு பெரும் இசைப்புயலோசை கேட்டது.

அக்கடையிலிருந்த பெண் அவளிடம் எதையோ கேட்டதுபோல அவளுக்குப் பட்டது.

“மன்னிக்கவும். நீங்கள் என்ன சொன்னீர்கள்?”

“நீங்கள் நோரா ஸீடுதானே?”

அந்தப் பெண் ஆசுவாசமாகவும் இயல்பாகவும் மகிழ்ச்சியாகவும் இருந்தாள். அவை அனைத்தையும் இப்போது நோரா தொலைத்திருந்தாள். அவள் நோராவை ஒரு விலங்குக் காட்சிச் சாலையிலுள்ள ஒரு விநோதப் பிராணியைப் பார்ப்பதுபோலப் பார்த்துக் கொண்டிருந்தாள்.

“ஆமாம்.”

“என் பெயர் கெரி ஆன். நீங்கள் படித்த அதே பள்ளியில்தான் நானும் படித்தேன். உங்களை எனக்கு நினைவிருக்கிறது. நீங்கள் ஒரு

நீச்சல் வீராங்கனை. படு புத்திசாலி. நீங்கள் ஒரு நாள் ஒலிம்பிக்கில் பங்கு பெறுவீர்கள் என்று நம்முடைய பள்ளியின் விளையாட்டுத் துறை ஆசிரியர் ஒரு கூட்டத்தில் அறிவித்தது எனக்கு ஞாபகம் வருகிறது."

நோரா அதை ஆமோதித்துத் தலையசைத்தாள்.

"நீங்கள் ஒலிம்பிக்கில் பங்கு பெற்றீர்களா?"

"நான் ... வந்து ... அதைக் கைவிட்டுவிட்டேன். அப்போது நான் இசையின்மீது அதிக நாட்டம் கொண்டிருந்தேன். அதற்குப் பிறகு வாழ்க்கை என்னை இழுத்துக் கொண்டது."

"நீங்கள் இப்போது என்ன செய்து கொண்டிருக்கிறீர்கள்?"

"நான் பல்வேறு வேலைகளில் ஈடுபட்டுள்ளேன்."

"கணவர், குழந்தைகள்?"

இல்லை என்பதுபோல நோரா தலையாட்டினாள். தன் தலை அப்படியே கழன்று தரையில் விழுந்துவிட்டால் நன்றாக இருக்கும் என்று அவளுக்குத் தோன்றியது. அப்படி நேர்ந்தால், இதுபோல ஓர் அந்நியருடன் உரையாடிக் கொண்டிருக்க வேண்டிய தேவை இல்லாமல் போய்விடுமே!

"இனியும் காலம் தாழ்த்தாதீர்கள். காலம் வேகமாகக் கரைந்து கொண்டிருக்கிறது."

"எனக்கு இப்போது முப்பத்தைந்து வயது!" என்று நோரா தனக்குள் கூறிக் கொண்டாள். இப்போது இஸ்ஸி இங்கே இருந்திருந்தால் எவ்வளவு நன்றாக இருக்கும் என்று அவளுக்குத் தோன்றியது. இஸ்ஸி இதுபோன்ற அபத்தங்களை ஒருபோதும் பொறுத்துக் கொண்டிருக்க மாட்டாள். "இனி எனக்கு–"

கெரி நோராவிடம், "நானும் ஜேக்கும் ஜோடிக் கிளிகள்போலக் கூடிக் குலாவினோம், திருமணமும் செய்து கொண்டோம். இப்போது எனக்கு இரண்டு சுட்டிக் குழந்தைகள் இருக்கின்றனர். ஆனால், வாழ்க்கை திருப்தியாக இருக்கிறது. இப்போது நான் முழுமையாக உணர்கிறேன். நீங்கள் விருப்பப்பட்டால், நான் அவர்களுடைய புகைப்படங்களைக் காட்டுகிறேன்," என்று கூறினாள்.

"வேண்டாம். அலைபேசியில் படங்களைப் பார்த்தால் எனக்குத் தலைவலி வந்துவிடும்."

டேன் குழந்தைகள் பெற்றுக் கொள்ள விரும்பினான். தனக்கு அது வேண்டுமா, வேண்டாமா என்றே நோராவுக்குத் தெரிந்திருக்கவில்லை. தாய்மை அவளைக் கலவரப்படுத்தியது. தான் இன்னும் ஆழமான மனத்தளர்ச்சிக்குள் விழுந்துவிடுவோம் என்று அவள் அஞ்சினாள். அவளால் தன்னையே பார்த்துக் கொள்ள முடியவில்லை. இந்த இலட்சணத்தில் இன்னோர் உயிரை எப்படிப் பார்த்துக் கொள்வது?

"நீங்கள் இப்போதும் பெட்ஃபோர்டில்தான் இருக்கிறீர்களா?"

"ஆமாம்."

"நீங்கள் இங்கிருந்து தப்பிச் சென்றிருப்பீர்கள் என்று நான்

நினைத்திருந்தேன்.”

“நான் திரும்பி வர வேண்டியதாயிற்று. என் அம்மா மிகவும் நோய்வாய்ப்பட்டிருந்தார்.”

“கேட்பதற்கு வருத்தமாக இருக்கிறது. உங்களுடைய அம்மா இப்போது நன்றாக இருக்கிறார்களா?”

“நான் கிளம்புகிறேன்.”

“மழை நிற்கவில்லையே!”

நோரா அந்தக் கடையிலிருந்து தப்பித்து வந்தபோது, தனக்கு முன்னால் அடுத்தடுத்துக் கதவுகள் மேல் கதவுகளாக இருந்தால் எவ்வளவு நன்றாக இருக்கும் என்று நினைத்துக் கொண்டாள். எல்லாவற்றையும் பின்னால் விட்டுவிட்டு அதற்குள் புகுந்து கொள்ளலாம்.

ஒரு கருந்துளையாக இருப்பது எப்படி

இறப்பதென்று அவள் முடிவெடுத்ததற்கு ஏழு மணி நேரத்திற்கு முன், நோரா மிகவும் தனிமையாக உணரத் துவங்கினாள். பேசுவதற்குக்கூட அவளுக்கு யாரும் இருக்கவில்லை.

அவளுடைய கடைசி நம்பிக்கையாக அவளுடைய முன்னாள் நெருங்கிய தோழி இஸ்ஸி இருந்தாள். ஆனால், அவள் பத்தாயிரம் மைல்களுக்கு அப்பால் ஆஸ்திரேலியாவில் இருந்தாள். அவர்களுக்கு இடையேயும் பேசுவதற்கான விஷயங்கள் வற்றிப் போயிருந்தன.

அவள் தன் அலைபேசியை எடுத்து இஸ்ஸிக்கு ஒரு குறுஞ்செய்தியை அனுப்பினாள்.

"ஹாய், இஸ்ஸி! உன்னுடன் அரட்டையடித்து மாமாங்கமாகிவிட்டது. உன்னிடம் பேச வேண்டும்போல இருக்கிறது. உன்னிடம் பேசினால் தெம்பாக இருக்கும்."

இஸ்ஸி அதைப் பார்த்துவிட்டாள் என்ற சமிக்ஞை அவளுக்கு ஒரு நிமிடத்திற்குள் கிடைத்தது. ஆனால், இஸ்ஸி தன் பதிலைத் தட்டச்சு செய்து கொண்டிருந்ததை அறிவிக்கின்ற 'மூன்று தொடர் புள்ளிகள்' தோன்றவேயில்லை. நோரா அதற்காக வெகுநேரமாகக் காத்திருந்தாள்.

அவள் ஒரு திரைப்பட அரங்கைக் கடந்து சென்றாள். அங்கு, அவளுக்குப் பிடித்த ஒரு நடிகர் நடித்திருந்த, காதலும் நகைச்சுவையும் கலந்த சமீபத்திய திரைப்படம் ஒன்று ஓடிக் கொண்டிருந்தது. அதன் தலைப்பு, 'கடைசி வாய்ப்பு!'

அந்த நடிகரின் தொலைக்காட்சித் தொடர் ஒன்றை நோரா பார்த்திருந்தாள். அதில் அந்த நடிகர் பிளேட்டோவாக நடித்திருந்தார். அதற்குப் பிறகு அவர் அளித்த ஒரு பேட்டியில், தான் தத்துவவியலில் பட்டம் பெற்றிருந்ததாக அவர் தெரிவித்திருந்தார். அதனால், தானும்

அந்த நடிகரும் அவருடைய ஹாலிவுட் வீட்டில் ஹென்ரி டேவிட் தோரோவைப் பற்றி ஆழமாக விவாதித்துக் கொண்டிருந்ததைப்போல நோரா கற்பனை செய்திருந்தாள்.

“உங்களுடைய கனவின் திசையில் நம்பிக்கையுடன் நடைபோடுங்கள். நீங்கள் கற்பனை செய்துள்ள வாழ்க்கையை வாழுங்கள்,” என்று தோரோ கூறியிருந்தார்.

தோரோ அவளுக்குப் பிடித்தமான ஒரு தத்துவவியலாளர். ஆனால், யார் தங்களுடைய கனவின் திசையில் நம்பிக்கையுடன் பயணிப்பர்? தோரோவைத் தவிர்த்து? தோரோ வெளியுலகத் தொடர்புகள் எதுவுமின்றி ஒரு காட்டுக்குள் சென்று தனியாக வசித்தார். அவர் அக்காட்டில் இருந்த மரங்களை வெட்டிக் கொண்டும், அங்கிருந்த நீர்நிலையில் மீன் பிடித்துக் கொண்டும், எழுதிக் கொண்டும் இருந்தார். ஒருவேளை, இரண்டு நூற்றாண்டுகளுக்கு முன்பு, அமெரிக்காவில் அவர் வசித்து வந்த மசாசூசெட்ஸ் பகுதியில் நிலவிய வாழ்க்கைமுறை தற்போதைய பெட்ஃபோர்ட் வாழ்க்கைமுறையைவிட அதிக எளிமையானதாக இருந்திருக்கலாம்.

அப்படி இல்லாமலும் இருந்திருக்கலாம்.

ஒருவேளை, வாழ்க்கையை எப்படி வாழ வேண்டும் என்பது நோராவுக்குத் தெரியாமல் இருந்திருக்கலாம்.

பல மணி நேரம் உருண்டோடியது. தன் இருத்தலுக்கான அர்த்தத்தைக் கொடுத்த, வாழ்க்கைக்கு ஒரு நோக்கத்தைக் கொடுத்த ஒன்றை அவள் தேடினாள். ஆனால் அப்படி எதுவும் அவளுக்குக் கிடைக்கவில்லை. இரண்டு நாட்களுக்கு முன்பு செய்திருந்ததைப்போல, திரு பேனர்ஜி கொடுத்திருந்த மருந்தை எடுத்து விழுங்குவதற்கான விருப்பத்தைக்கூட அவள் இழந்திருந்தாள். அநாதையாகத் தெருவோரம் வசித்து வந்த ஒரு மனிதனுக்கு எதையாவது கொடுக்க வேண்டும் என்று அவள் விரும்பினாள். ஆனால், தன்னிடம் பணமேதும் இருக்கவில்லை என்பது அப்போதுதான் அவளுக்கு உறைத்தது.

“அது ஒருபோதும் நடக்காமல் போகலாம். ஆனால் அதற்காகக் கவலைப்படாதே,” என்று யாரோ கூறியிருந்தனர்.

‘எதுவுமே நடப்பதில்லை. அதுதான் பிரச்சனையே!’ என்று அவள் தனக்குள் நினைத்துக் கொண்டாள்.

எதிர்ப்பொருள்

இறப்பதென்று அவள் முடிவெடுத்ததற்கு ஐந்து மணி நேரத்திற்கு முன், நோரா தன் வீட்டை நோக்கி நடந்து கொண்டிருந்தாள். அப்போது அவளுடைய கையிலிருந்த அலைபேசி அதிர்ந்தது.

'ஒருவேளை அது இஸ்ஸியாக இருக்க வேண்டும். அல்லது, என்னைத் தொடர்பு கொள்ளும்படி ரவி ஜோவிடம் கூறியிருந்திருக்க வேண்டும்,' என்று அவள் நினைத்தாள்.

இரண்டும் இல்லை.

"ஓ! ஹாய், டோரீன்."

மறுமுனையில் ஒரு கோபக் குரல் ஒலித்தது. "நீங்கள் எங்கே இருக்கிறீர்கள்?"

அவள் முற்றிலுமாக மறந்து போய்விட்டிருந்தாள். அக்குரல் மீண்டும் கோபமாக, "இப்போது மணி என்ன தெரியுமா?" என்று கேட்டது.

"இன்றைய நாள் எனக்கு மிகவும் மோசமாக இருந்தது. மன்னித்துக் கொள்ளுங்கள்," என்று நோரா கூறினாள்.

"நாங்கள் உங்கள் வீட்டிற்கு முன்னால் ஒரு மணி நேரமாகக் காத்திருந்தோம்."

"ஐந்து நிமிடங்களுக்குள் நான் அங்கு வந்துவிடுவேன். என்னால் லியோவிற்குப் பாடம் எடுக்க முடியும்."

"மிகவும் தாமதமாகிவிட்டது. இனி அடுத்த மூன்று நாட்களுக்கு அவன் அவனுடைய அப்பாவுடன்தான் இருப்பான்."

"ஓ! என்னை மன்னித்துவிடுங்கள்."

அவள் மன்னிப்பு மழை பொழிந்து கொண்டிருந்தாள். அதில் அவளே மூழ்கிக் கொண்டும் இருந்தாள்.

"உண்மையைச் சொல்ல வேண்டுமென்றால், லியோ இதை

நிறுத்திவிடலாமா என்று யோசித்துக் கொண்டிருக்கிறான்."

"ஆனால் அவன் இதில் திறமைசாலியாக இருக்கிறான்."

"அவனும் அதை இரசிக்கத்தான் செய்தான். ஆனால் அவனுக்கு இப்போதெல்லாம் நேரமேயில்லை. தேர்வுகள், நண்பர்கள், கால்பந்தாட்டம் என்று பல விஷயங்கள். எதையாவது அவன் கைவிட்டாக வேண்டும்."

"அவனுக்கு நல்ல திறமை இருக்கிறது. அடுத்து நான் அவனுக்குச் சோப்பினின் இசையைக் கற்றுக் கொடுக்க உத்தேசித்துள்ளேன். தயவு செய்து–"

ஓர் ஆழமான பெருமூச்சு வெளிப்பட்டது. "போதும், நோரா. இத்துடன் போதும்."

தன் கால்களுக்குக் கீழே பூமி பிளந்து தன்னை விழுங்கியதுபோல அவள் கற்பனை செய்தாள். தான் மேன்மேலும் கீழே போய் இறுதியில் பூமியின் மையத்திலுள்ள கருவத்திற்குள் 'தொப்பென்று' விழுந்ததுபோல அவள் நினைத்துப் பார்த்தாள்.

* * *

இறப்பதென்று அவள் முடிவெடுத்ததற்கு நான்கு மணி நேரத்திற்கு முன், நோரா தன்னுடைய அண்டைவீட்டுக்காரரான பேனர்ஜியைக் கடந்து சென்றாள்.

பேனர்ஜிக்கு வயது எண்பத்து நான்கு. அவர் மெலிந்து காணப்பட்டாலும், இடுப்பு எலும்பு அறுவை சிகிச்சைக்குப் பிறகு அவர் முன்பைவிடக் கூடுதலாக நடமாடிக் கொண்டிருந்தார்.

"வெளியே வானிலை மோசமாக இருக்கிறது, இல்லையா?"

"ஆமாம்," என்று நோரா முணுமுணுத்தாள்.

அவர் தன் பூந்தோட்டத்தைப் பார்த்தவாறு, "ஆனால், ஐரிஸ் மலர்கள் பூக்கத் தொடங்கிவிட்டன," என்று குறிப்பிட்டார்.

செவ்வூதா நிறத்தில் கொத்துக் கொத்தாக இருந்த அந்த மலர்களைப் பார்த்துவிட்டு, அவள் தன் முகத்தில் வலுக்கட்டாயமாக ஒரு புன்னகையைப் படரவிட்டாள். இவற்றால் தனக்கு எத்தகைய ஆறுதலளிக்க முடியும் என்று அவள் யோசித்தாள்.

மூக்குக்கண்ணாடிக்குப் பின்னால் இருந்த பேனர்ஜியின் கண்கள் சோர்ந்திருந்தன. அவர் தன் வீட்டு வாசற்கதவருகே நின்று கொண்டு வீட்டுச் சாவியோடு போராடிக் கொண்டிருந்தார். அவருடைய கையிலிருந்த பால் பாட்டில்கூட அவருக்கு ஒரு சுமையாக இருந்ததுபோலத் தெரிந்தது. அவரை வீட்டுக்கு வெளியே பார்ப்பது அபூர்வம். நோரா இந்த வீட்டுக்குக் குடி வந்த புதிதில் ஒரு முறை அவருடைய வீட்டுக்குச் சென்றிருந்தாள். இணையத்தின் மூலமாக மளிகைச் சாமான்களை விற்ற ஒரு கடையை நிறுவுவதற்கு அவள்

அவருக்கு உதவியிருந்தாள்.

பேனர்ஜி அவளிடம், "ஓ! நான் உனக்கு ஒரு நல்ல செய்தி சொல்லப் போகிறேன். நீ இனி என்னுடைய மாத்திரைகளை வாங்கிக் கொண்டு வந்து கொடுக்க வேண்டியிருக்காது. மருந்துக் கடையில் வேலை பார்க்கின்ற பையன் இங்கு அருகில் குடியேறியிருக்கிறான். தானே வந்து கொடுப்பதாக அவன் என்னிடம் கூறியுள்ளான்."

நோரா அதற்குப் பதிலளிக்க முயன்றாள். ஆனால் அவளுடைய வாயிலிருந்து எந்த வார்த்தையும் வெளிவரவில்லை. அதனால் அவள் வெறுமனே அவரைப் பார்த்துத் தலையசைத்தாள்.

அவர் ஒருவழியாகத் தன் வீட்டின் கதவைத் திறந்து, இறந்துவிட்டத் தன் மனைவியின் சன்னதியாக அவர் கருதிய அந்த வீட்டுக்குள் நுழைந்து அக்கதவைத் தாழிட்டார்.

அப்படியானால் அவ்வளவுதான். எவருக்கும் அவளுடைய தேவை இருக்கவில்லை. இந்தப் பிரபஞ்சத்தில் இப்போது அவள் தேவையற்ற ஓர் உதிரியாக ஆகியிருந்தாள்.

அவள் தன் வீட்டுக்குள் நுழைந்த பிறகு, அங்கு நிலவிய அமைதி, இரைச்சலைவிட அதிகச் சத்தமாக இருந்தது. பூனை உணவின் வாசனை அங்கே சுற்றிக் கொண்டிருந்தது. பாதி உண்டு முடிக்கப்பட்டிருந்த நிலையில் வோல்டேரின் உணவுக் கிண்ணம் ஒரு மூலையில் கிடந்தது.

அவள் ஒரு டம்ளரில் குழாய் நீரைப் பிடித்து, மனச்சோர்வுக்கான மாத்திரைகளில் இரண்டை எடுத்து தன் வாயில் போட்டுக் கொண்டு அந்த நீரைக் குடித்தாள். தன் கையில் மீதமிருந்த மற்ற மாத்திரைகளை அவள் வெறித்துப் பார்த்தாள்.

இறப்பதென்று அவள் முடிவெடுத்ததற்கு மூன்று மணி நேரத்திற்கு முன், நோராவின் மொத்த உடலும் பின்வருத்தத்தால் வலித்தது. எப்படியோ அவளுடைய மனவேதனை அவளுடைய உடலுக்குள் புகுந்து, அவளுடைய உடலின் ஒவ்வொரு பகுதியையும் காலனிப்படுத்திக் கொண்டிருந்ததைப்போல இருந்தது.

அவள் எல்லோரிடமிருந்தும் விலகி இருப்பது அவர்களுக்கு நல்லது என்பதை அது அவளுக்கு நினைவுபடுத்தியது. நீங்கள் ஒரு கருந்துளைக்கு அருகே சென்றால், அதன் ஈர்ப்பு விசை, அதனுடைய இருண்ட எதார்த்தத்திற்குள் உங்களை வாரிச் சுருட்டிக் கொள்ளும்.

அந்த எண்ணம், நிற்காத ஒரு மனச்சுளுக்குபோல இருந்தது. பொறுத்துக் கொள்ளப்பட முடியாத அளவுக்கு அது அசௌகரியமாக இருந்த அதே நேரத்தில், தவிர்க்கப்பட முடியாத அளவுக்கு வலுவானதாகவும் இருந்தது.

நோரா தன்னுடைய சமூக ஊடகக் கணக்குகளைத் திறந்து பார்த்தாள். அவளுக்கு யாரும் எந்தத் தகவலும் அனுப்பியிருக்கவில்லை. அவள் பதிவிட்டிருந்த செய்திகளுக்கு

எவரும் கருத்துப் பதிவுகள் எதையும் செய்திருக்கவில்லை. அவளைப் புதிதாக எவரும் பின்தொடரவும் இல்லை. அவளுடைய தோழமை வேண்டி எவரும் விண்ணப்பித்திருக்கவில்லை. அவள் ஓர் எதிர்ப்பொருளாக ஆகிவிட்டிருந்தாள். அது போதாது என்பதுபோல, இப்போது அவளிடம் சுயபச்சாதாபம் வேறு தோன்றியிருந்தது.

அவள் தன்னுடைய இன்ஸ்டாகிராம் கணக்குக்குச் சென்றாள். உலகில் அவளைத் தவிர மற்ற அனைவரும் வாழ்க்கையை எப்படி வாழ வேண்டும் என்பதை எப்படியோ கண்டுபிடித்துவிட்டிருந்ததைப்போலத் தோன்றியது. அடுத்து, அவள் தன்னுடைய ஃபேஸ்புக் கணக்கில் ஒரு செய்தியைப் பதிவு செய்தாள். இவ்வளவுக்கும் அவள் இப்போதெல்லாம் அதைப் பெரிதாகப் பயன்படுத்தவுமில்லை.

இறப்பதென்று அவள் முடிவெடுத்ததற்கு இரண்டு மணி நேரத்திற்கு முன், நோரா ஒரு ஒயின் பாட்டிலைத் திறந்தாள்.

வாழ்க்கை பல சாத்தியக்கூறுகளை உள்ளடக்கியிருந்த அவளுடைய பல்கலைக்கழகக் காலகட்டத்தைச் சேர்ந்த பழைய தத்துவவியல் நூல்கள் அவளுடைய அலமாரியிலிருந்து அவளை வெறித்துப் பார்த்தன. ஒரு பூந்தொட்டிக்குள் இருந்த ஒரு புதர்ச்செடியும் மூன்று சிறிய கள்ளிச்செடிகளும் ஒரு மூலையிலிருந்து எட்டிப் பார்த்தன. தான் அதுபோன்ற ஒரு செடியாக இருந்திருந்தால் வாழ்க்கை எளிதாக இருந்திருக்கும் என்று அவள் நினைத்துக் கொண்டாள்.

அவள் தன்னுடைய எலெக்ட்ரிக் பியானோவின் முன்னால் போய் அமர்ந்தாள். ஆனால் அவள் அதை இசைக்கவில்லை. தான் லியோவின் பக்கத்தில் அமர்ந்து கொண்டு அவனுக்குச் சோப்பினின் இசையைக் கற்றுக் கொடுத்ததுபோல அவள் கற்பனை செய்தாள். போதுமான காலம் கொடுக்கப்பட்டால், மகிழ்ச்சியான தருணங்களால்கூட வலியாக மாற முடியும்போலும்.

பியானோவில் பிசிறான சுருதிகளே கிடையாது என்ற புளித்துப் போன சொலவடை ஒன்று உண்டு. ஆனால் அவளுடைய ஒட்டுமொத்த வாழ்க்கையும் அபத்தங்களின் இரைச்சல் கும்மாளமாக ஆகிவிட்டிருந்தது. அற்புதமான திசையில் பயணித்திருக்க வேண்டிய ஓர் அம்சம் இப்போது எங்கும் செல்லாமல் முடங்கிக் கிடந்தது.

நேரம் நழுவிக் கொண்டிருந்தது. அவள் வெற்றிடத்தை வெறித்துக் கொண்டிருந்தாள்.

ஒயினுக்குப் பிறகு, முழுமையான தெளிவுடன் அவளுக்கு ஒரு விஷயம் பொறி தட்டியது. அவள் இந்த வாழ்க்கைக்காகப் படைக்கப்பட்டிருக்கவில்லை!

அவள் எடுத்து வைத்திருந்த ஒவ்வோர் அடியும் தவறாகப் போயிருந்தது. அவளுடைய ஒவ்வொரு தீர்மானமும் சீரழிவில் முடிந்திருந்தது. அவளுடைய ஒவ்வொரு நாளும், அவள் யாராக

ஆக வேண்டும் என்று அவள் ஆசைப்பட்டிருந்தாளோ அதிலிருந்து பின்னோக்கி அவளைத் தள்ளிக் கொண்டிருந்தது.

நீச்சல் வீராங்கனை. இசைக் குயில். தத்துவஞானி. வாழ்க்கைத்துணைவி. பயணி. பனியியலாளர். மகிழ்ச்சியானவள். நேசிக்கப்படுபவள்.

எதுவுமே சாத்தியப்படவில்லை.

ஒரு குட்டிப் பூனையின் சொந்தக்காரியாக இருக்கக்கூட லாயக்கற்றவளாக அவள் இருந்தாள். வாரத்தில் ஒரே ஒரு மணி நேரம் பியானோ இசையைக் கற்றுக் கொடுத்த ஓர் ஆசிரியையாகக்கூட அவளால் சோபிக்க முடியவில்லை. சாதாரணமான உரையாடல்களை மேற்கொள்ள முடிந்த ஒரு நபராகவும் அவளால் விளங்க முடியவில்லை.

மாத்திரைகள் வேலை செய்ததுபோலத் தெரியவில்லை.

ஒயின் காலியாகியிருந்தது. அவள் மொத்த ஒயினையும் குடித்து முடித்திருந்தாள்.

அவள் நேசித்திருந்த அனைத்து மனிதர்களின் ஆவிகளும் அப்போது அந்த அறையில் இருந்ததுபோல, "எனக்கு உங்களைத் தேடுகிறது," என்று அவள் உரக்கக் கூறினாள்.

அவள் அலைபேசியில் தன் அண்ணனை அழைத்தாள். அவன் அதற்குப் பதிலளிக்காததால், தன் செய்தியை அவள் ஒரு குரல் பதிவாகப் பதிவிட்டாள்.

"ஜோ, நான் உன்னை நேசிக்கிறேன். அதை நீ தெரிந்து கொள்ள வேண்டும் என்று நான் விரும்புகிறேன். என் விவகாரத்தில் உன்னால் எதுவும் செய்திருக்க முடியாது. இது என்னைப் பற்றியது. என் அண்ணனாக இருப்பதற்கு நன்றி. நான் உன்னை மிகவும் நேசிக்கிறேன், ஜோ!"

வெளியே மீண்டும் மழை பெய்யத் துவங்கியது. கண்ணாடிச் சன்னலின்மீது வந்து மோதிய மழைத்துளிகளை வெறித்துப் பார்த்தபடி நோரா அமர்ந்திருந்தாள்.

அப்போது மணி இரவு *11:22*.

அவளுக்கு இப்போது ஒன்றே ஒன்று மட்டும் உறுதியாகத் தெரிந்திருந்தது. தான் அடுத்த நாளைப் பார்க்க விரும்பவில்லை என்பதுதான் அது. பின் அவள் எழுந்து நின்றாள். அவள் ஒரு காகிதத்தையும் ஒரு பேனாவையும் தேடி எடுத்தாள்.

இறப்பதற்கு ஏற்ற நல்ல நேரம் அது என்று அவள் தீர்மானித்தாள்.

அன்புடையீர்,

என் வாழ்க்கையைச் சொல்லிக் கொள்ளும்படியான ஒன்றாக ஆக்குவதற்கு எனக்கு எண்ணற்ற வாய்ப்புகள் கிடைத்திருந்தும் அவை அனைத்தையும் நான் வீணடித்துவிட்டேன். என்னுடைய கவனக்குறைவாலும் துரதிர்ஷ்டத்தாலும் உலகம் என்னிடமிருந்து விலகி ஒதுங்கிக் கொண்டது. அதனால் இப்போது நான் அதனிடமிருந்து விலகி ஒதுங்கிக் கொள்வது அர்த்தமுள்ளதாக எனக்குத் தோன்றுகிறது.

நான் இங்கு நீடிப்பது சாத்தியம் என்று நான் உணர்ந்திருக்கும் பட்சத்தில், நான் அதைக் கண்டிப்பாகச் செய்திருப்பேன். ஆனால் நான் அப்படி உணரவில்லை. அதனால் என்னால் அப்படிச் செய்ய முடியாது. நான் பிறரின் வாழ்க்கையை மோசமாகத்தான் ஆக்கிக் கொண்டிருக்கிறேன்.

என்னிடம் கொடுப்பதற்கு எதுவுமில்லை. என்னை மன்னித்துவிடுங்கள்.

நீங்கள் ஒருவரோடொருவர் பரிவோடு இருங்கள்.

உங்களிடமிருந்து நிரந்தரமாக விடைபெற்றுக் கொள்ளும்,
நோரா

00:00:00

சூழ்ந்திருந்த பனிமூட்டம் மிகவும் கனமாக எல்லா இடங்களிலும் பரவியிருந்ததால், முதலில் அவளால் எதையும் பார்க்க முடியவில்லை. பின்னர் மெதுவாக அவளுடைய இரு பக்கங்களிலும் தூண்கள் தோன்றியதை அவள் கண்டாள். ஒரு பாதைபோலத் தோன்றிய ஓரிடத்தில் அவள் நின்று கொண்டிருந்தாள். இருபுறமும் அணிவகுத்து நின்ற தூண்கள் சாம்பல் நிறத்தில் இருந்தன. அவற்றில் ஆங்காங்கே பிரகாசமான நீல நிறப் புள்ளிகள் ஒளிர்விட்டுக் கொண்டிருந்தன. பனிமூட்டம் மெதுவாக விலகி ஒரு வடிவத்தை வெளிப்படுத்தியது.

அவ்விடம் ஒரு செவ்வக வடிவில் இருந்தது.

அது ஒரு கட்டடம். ஒரு தேவாலயம் அல்லது சிறிய பல்பொருள் அங்காடியின் அளவில் அது இருந்தது. அதன் முன்புறம் இருந்த கல் முகப்பும் அத்தூண்களின் நிறத்திலேயே இருந்தது. அதன் நடுவில் மரத்தால் ஆன ஒரு பெரிய கதவு இருந்தது. பகட்டாகத் தோற்றமளிக்கின்ற உத்தேசத்துடன் இருந்த அதன் கூரை நுணுக்கமான வேலைப்பாடுகளுடன் வடிவமைக்கப்பட்டிருந்தது. கதவுக்கும் கூரைக்கும் இடையேயிருந்த ஒரு முக்கோண வடிவ இடத்தில் ஒரு பிரம்மாண்டமான கடிகாரம் இடம்பெற்றிருந்தது. அதில் பொருத்தப்பட்டிருந்த ரோமானிய எண்களுக்குக் கருப்பு வண்ணம் பூசப்பட்டிருந்தது. அதன் முட்கள் நள்ளிரவைச் சுட்டிக்காட்டிக் கொண்டிருந்தன. முன் சுவரில் கதவுக்கு இருபுறமும் கச்சிதமான இடைவெளிகளில் பல சன்னல்கள் இருந்தன. அந்த உயரமான சன்னல்களின் மேற்பகுதி ஓர் அரைவட்ட வடிவில் வளைந்திருந்தது. அவை கற்செங்கற்களால் அலங்கரிக்கப்பட்டிருந்தன. அவள் முதலில் பார்த்தபோது அங்கு நான்கு சன்னல்கள் இருந்ததுபோல அவளுக்குத் தோன்றியது. ஒரு கணம் கழித்துப் பார்த்தபோது அங்கு

ஐந்து சன்னல்கள் இருந்தது உறுதியானது. ஒருவேளை முதன்முறை தான் சரியாக எண்ணாமல் விட்டிருக்கலாம் என்று அவள் நினைத்துக் கொண்டாள்.

அவள் தன் கையில் கட்டியிருந்த கைக்கடிகாரத்தின் டிஜிட்டல் எண்களை உற்று நோக்கினாள்.

00:00:00

அது நள்ளிரவு என்று சுவர்க் கடிகாரம் கூறிக் கொண்டிருந்ததையே அது ஆமோதித்தது.

தன் கடிகாரம் அடுத்த நொடிக்கு மாறுவதற்காக நோரா காத்துக் கொண்டிருந்தாள். ஆனால் அது மாறவேயில்லை. அவள் அக்கட்டடத்தை நெருங்கியபோதும், அதன் கதவைத் திறந்தபோதும், அதற்குள்ளே நுழைந்தபோதும் அக்கடிகாரம் காட்டிக் கொண்டிருந்த நேரம் மாறவேயில்லை. ஒன்று, அவளுடைய கடிகாரத்தில் ஏதோ பிரச்சனை இருக்க வேண்டும். அல்லது, நேரத்தில் பிரச்சனை இருக்க வேண்டும். அச்சூழ்நிலையை மனத்தில் வைத்துப் பார்த்தபோது, இரண்டில் எதுவாக வேண்டுமானாலும் அது இருந்திருக்கலாம்.

'என்ன நடக்கிறது?' என்று அவள் யோசித்தாள். இங்கு என்ன இழவு நடந்து கொண்டிருக்கிறது?

அக்கட்டடத்திற்குள் அவள் நடந்து கொண்டிருந்தபோது, ஒருவேளை அந்த இடம் சில விடைகளைக் கொண்டிருக்கலாம் என்று அவள் நினைத்தாள். அந்த இடம் நல்ல வெளிச்சத்துடன் இருந்தது. அதன் தரையில் பதிக்கப்பட்டிருந்த மெல்லிய கற்கள், பழைய புத்தகக் காகிதங்களின் பழுப்பு நிறத்தில் இருந்தன. ஆனால் அவள் வெளியே பார்த்தச் சன்னல்கள் அங்கு இருக்கவில்லை. இன்னும் சொல்லப் போனால், அவள் ஒரு சில அடிகள் எடுத்து வைக்கத் துவங்கியதுமே, அவளால் சுவர் எதையும் பார்க்கவே முடியவில்லை. மாறாக, அங்கு ஏராளமான புத்தக அலமாரிகள் இருந்தன. எல்லா இடங்களிலும் வரிசை வரிசையாகக் கணக்கிலடங்கா புத்தக அலமாரிகளே இருந்தன. அவை அந்த இடத்தின் கூரைவரை உயர்ந்திருந்தன. அங்கு வைக்கப்பட்டிருந்த புத்தகங்களின் எண்ணிக்கை அவளுக்கு மலைப்பு ஏற்படுத்தியது.

அந்த அலமாரிகளின் தட்டுகள் கிட்டத்தட்டக் கண்களுக்குப் புலப்படாத விதத்தில் மெல்லியவையாக இருந்தன. அங்கிருந்த அனைத்துப் புத்தகங்களும் விதவிதமான பச்சை நிறத்தில் இருந்தன. அவற்றில் சில பிரகாசமான பச்சை நிறத்திலும், சில குட்டை நீரின் பாசிப்பச்சை நிறத்திலும், சில மங்கிய பச்சை நிறத்திலும் இருந்தன.

அங்கிருந்த நூல்கள் பழையவைபோலக் காட்சியளித்தாலும், அந்த நூலகத்திலிருந்த காற்று புத்துணர்ச்சி அளிப்பதாகவே இருந்தது. பொதுவாகப் பழைய புத்தகங்களிலிருந்து வெளிப்படுகின்ற ஒருவிதமான மக்கிப் போன வாசனை அங்கு இருக்கவில்லை.

மாறாக, திறந்த புல்வெளிகளில் நிலவுகின்ற காற்றின் வாசனை அங்கு நிலவியது.

அங்கு நீண்ட வரிசைகளில் இடம் பெற்றிருந்த அலமாரிகள் கண்ணுக்கு எட்டிய தூரம்வரை காட்சியளித்தன. புத்தக அலமாரிகளுக்கு நடுவே ஆங்காங்கே இடைவெளிகள் விடப்பட்டிருந்தன.

அவள் குருட்டாம்போக்காக ஏதோ ஒரு வரிசையைத் தேர்ந்தெடுத்து நடக்கத் துவங்கினாள். சிறிது தூரம் சென்ற பின் அவள் இடது புறம் திரும்பினாள். இப்போது தான் எந்த இடத்தில் இருந்தோம் என்பது தெரியாமல் அவள் குழம்பினாள். வெளியேறுவதற்கான வழி எங்கே இருந்தது என்று அவள் தேடினாள். அப்படி ஒன்று இருந்ததற்கான அறிகுறியே அவளுக்குத் தென்படவில்லை. தான் வந்த வழியே திரும்பிச் செல்ல அவள் முயன்றாள். ஆனால், அது சாத்தியமற்றதாக இருந்தது.

இறுதியில், வெளியேறுவதற்கான வழியைக் கண்டிப்பாகத் தன்னால் கண்டுபிடிக்க முடியாது என்ற முடிவுக்கு அவள் வந்தாள்.

தன்னுடைய சொந்தக் குரலின் ஓசையைக் கேட்பதில் கிடைத்த ஆறுதலை உணர்வதற்காக, "இது அசாதாரணமானதாக இருக்கிறது," என்று அவள் தனக்குத் தானே சொல்லிக் கொண்டாள்.

நோரா நெருங்கிச் சென்று சில புத்தகங்களைப் பார்த்தாள்.

எந்தவொரு நூலின் முதுகிலும் அந்நூலின் தலைப்போ அல்லது அதன் நூலாசிரியரின் பெயரோ இடம் பெற்றிருக்கவில்லை. புத்தகங்களின் நிறம் தவிர்த்து அவற்றுக்கு இடையே இருந்த மற்றொரு வேறுபாடு அவற்றின் அளவு. அப்புத்தகங்களின் உயரம் ஒரே மாதிரியாக இருந்தபோதிலும், அவற்றின் தடிமன் புத்தகத்திற்குப் புத்தகம் வேறுபட்டிருந்தது. சில நூல்களின் முதுகு இரண்டு அங்குல அகலம் இருந்தது. சிலவற்றின் அளவு குறைவாக இருந்தது. ஒன்றிரண்டின் அளவு ஒரு சிறு பிரசுரத்தின் அளவுக்கு மிகச் சிறியதாக இருந்தது.

அவள் எட்டி நடுத்தர அளவிலிருந்த ஒரு புத்தகத்தை எடுக்க எத்தனித்தாள். அது தூசி படிந்தும் பழையதாகவும் இருந்தது.

அவள் அப்புத்தகத்தை அந்த அலமாரியிலிருந்து உருவியெடுப்பதற்கு முன், பின்னாலிருந்து வந்த ஒரு குரல் கேட்டு அவள் திடுக்கிட்டுத் துள்ளினாள்.

"கவனம்," என்று அந்தக் குரல் கூறியது.

அது யார் என்று பார்ப்பதற்காக நோரா திரும்பினாள்.

நூலகர்

“நீ அதைக் கவனமாகக் கையாள வேண்டும்.”

அப்பெண்மணி திடீரென்று அங்கு முளைத்திருந்ததைப்போலத் தோன்றினார். நேர்த்தியாக உடையணிந்திருந்த அப்பெண்ணின் நரைத்தத் தலைமுடி குட்டையாக வெட்டப்பட்டிருந்தது. அவர் கரும்பச்சை நிறத்தில் ஒரு டி-ஷர்ட் அணிந்திருந்தார். அவருக்குத் தோராயமாக அறுபது வயது இருக்கும் என்று நோராவுக்குத் தோன்றியது.

“நீங்கள் யார்?”

ஆனால், அக்கேள்வியை முடிப்பதற்கு முன்பாகவே அதற்கான பதிலை அவள் உணர்ந்துவிட்டாள்.

“நான் இதன் நூலகர்,” என்று அப்பெண்மணி அடக்கத்துடன் கூறினார்.

தனித்துவமாக இருந்த அவருடைய முகத்தில் கண்டிப்புடன்கூடிய அறிவாற்றல் வெளிப்பட்டுக் கொண்டிருந்தது. அவருடைய முகமும் அவருடைய சிகையலங்காரமும் நோராவின் மனத்தில் எப்போதும் எப்படி இருந்தனவோ, இப்போதும் துல்லியமாக அப்படியே இருந்தன.

நோராவுக்கு முன்னால் நின்று கொண்டிருந்தவர் அவளுடைய பழைய பள்ளி நூலகர்தாம்.

“திருமதி எல்ம்?”

எல்ம் மெலிதாகப் புன்னகைத்தார். “இருக்கலாம்.”

எல்முடன் சேர்ந்து சதுரங்கம் விளையாடிய அந்த மழைக்கால மாலை நேரங்கள் நோராவுக்கு நினைவுக்கு வந்தன.

அவளுடைய அப்பா இறந்த தினம் நோராவுக்கு நினைவுக்கு வந்தது. அச்செய்தியை எல்ம் மென்மையாக அவளிடம் தெரிவித்திருந்தார். அவளுடைய அப்பா, தான் கற்றுக் கொடுத்துக்

கொண்டிருந்த பள்ளியில் மாணவர்களுடன் சேர்ந்து ரக்பி விளையாடிக் கொண்டிருந்தபோது, அவருக்குத் திடீரென்று மாரடைப்பு ஏற்பட்டது. நோரா கிட்டத்தட்ட அரை மணி நேரம் தன்னை மறந்த நிலையில் அப்படியே அமர்ந்து கொண்டு தன் முன்னால் இருந்த சதுரங்கக் காய்களை வெறித்துப் பார்த்துக் கொண்டிருந்தாள். அச்செய்தியின் எதார்த்தம் அவளால் உடனடியாகக் கிரகித்துக் கொள்ள முடியாத அளவுக்கு பிரம்மாண்டமான ஒன்றாக இருந்தாலும், சிறிது நேரத்திலேயே அது அவளைப் புரட்டிப் போட்டது. அவள் எல்மை இறுக்கமாக அணைத்துக் கொண்டு முகம் வீங்கிப் போகும்வரை அழுதாள்.

எல்ம் அவளை அணைத்துக் கொண்டு ஒரு சிறு குழந்தைக்குச் செய்வதுபோல அவளுடைய தலையை வருடிக் கொடுத்தார். "நோரா, எல்லாம் விரைவில் சரியாகிவிடும்," என்ற ஆறுதல் வார்த்தைகளை எல்ம் தன்னிடம் உதிர்த்தது அவளுக்கு நினைவில் இருந்தது.

நோராவின் அம்மா அவளை அழைத்துச் செல்ல வருவதற்கு ஒரு மணி நேரத்திற்கு மேல் ஆகிவிட்டது. அவர்களுடைய காரின் பின் இருக்கையில் அவளுடைய அண்ணன் ஒரு சிலையைப்போல அசையாமல் முடங்கிக் கிடந்தான். முன் இருக்கையில் அமர்ந்த நோரா, தன் அம்மாவிடம் தான் அவரை நேசித்ததாகக் கூறியதற்கு அவரிடமிருந்து பதிலேதும் வரவில்லை.

"இது என்ன இடம்? நான் எங்கே இருக்கிறேன்?"

எல்ம் ஒரு வறட்டுப் புன்முறுவல் புரிந்தார். "நீ ஒரு நூலகத்தில் இருக்கிறாய்."

"இது நம்முடைய பள்ளி நூலகம் அல்ல. இதிலிருந்து வெளியேறுவதற்கான கதவு எதுவும் இங்கில்லை. நான் இறந்துவிட்டேனா? இது என்னுடைய இறப்பிற்குப் பிந்தைய வாழ்க்கையா?"

"துல்லியமாக அப்படிக் கூற முடியாது," என்றார் எல்ம்.

"எனக்குப் புரியவில்லை."

"அப்படியானால், நான் விளக்குகிறேன்."

நடுநிசி நூலகம்

பேசப் பேச, எல்மின் கண்கள், ஒரு சாலையில் தேங்கிக் கிடக்கின்ற மழை நீர்க் குட்டைகள் நிலவொளியில் கண் சிமிட்டுவதைப்போல ஜீவனுடன் பிரகாசிக்கத் துவங்கின.

"வாழ்க்கையும் மரணமும் கைகுலுக்கிக் கொள்கின்ற இடத்தில் ஒரு நூலகம் இருக்கிறது. அப்படிப்பட்ட ஒன்றுதான் இது," என்று திருமதி எல்ம் கூறினார். "இந்த நூலகத்தில் எண்ணற்றப் புத்தக அலமாரிகள் இருக்கின்றன. நீ வாழ்ந்திருக்கக்கூடிய ஒரு மாற்று வாழ்க்கையை முயற்சி செய்து பார்ப்பதற்கும், நீ வேறு தேர்ந்தெடுப்புகளை மேற்கொண்டிருந்தால் விஷயங்கள் எந்த அளவுக்கு வித்தியாசமாக இருந்திருக்கும் என்பதைக் கண்டறிவதற்குமான வாய்ப்பை இந்த அலமாரிகளில் உள்ள ஒவ்வொரு நூலும் வழங்குகிறது. உன்னுடைய பின்வருத்தங்களைக் களைய உனக்கு ஒரு வாய்ப்பு வழங்கப்பட்டால், உன் வாழ்க்கையில் நீ எதையேனும் வித்தியாசமாகச் செய்திருப்பாயா?"

"அப்படியானால், நான் இறந்துவிட்டேனா?" என்று நோரா கேட்டாள்.

இல்லை என்பதுபோல எல்ம் தலையாட்டினார். "வாழ்க்கைக்கும் மரணத்திற்கும் இடையே என்று நான் கூறியதை நீ கவனித்தாயா?" அவர் அந்த நூலகத்திற்கு வெளியே தொலைதூரத்தை நோக்கித் தன் கையை ஆட்டியவாறு, "மரணம் வெளியே இருக்கிறது," என்று கூறினார்.

"அப்படியா? நான் அங்கேதான் போக வேண்டும். ஏனெனில், நான் சாக விரும்புகிறேன்," என்று கூறிய நோரா, வேகமாக நடக்கத் தொடங்கினாள்.

எல்ம் அதை மறுக்கும் விதமாகத் தலையசைத்துவிட்டு, "மரணம் அப்படி வேலை செய்வதில்லை," என்று கூறினார்.

“ஏன் அப்படி?”

“உன்னால் மரணத்திடம் செல்ல முடியாது. மரணத்தால் உன்னிடம் வர முடியும்.”

தன்னுடைய மரணத்தைக்கூடத் தன்னால் ஒழுங்காக நிகழ்த்த முடியாதுபோலும் என்று நோராவுக்குத் தோன்றியது.

அது வழக்கமான ஓர் உணர்வுதான். எல்லா விதங்களிலும் முழுமையற்றதாக இருந்த உணர்வு அது. முழுமையற்ற வாழ்வு, முழுமையற்றச் சாவு.

“நான் ஏன் இன்னும் இறக்காமல் இருக்கிறேன்? மரணம் ஏன் இன்னும் என்னிடம் வரவில்லை? நான் அதற்கு வெளிப்படையான அழைப்பை விடுத்திருந்தேனே! நான் இறக்க விரும்பினேன், ஆனால் இன்னும் இறக்கவில்லை. எனக்கு இன்னும் பிரக்ஞை இருக்கிறது.”

“இது உனக்கு ஆறுதலளிக்கும் என்று நீ நினைத்தால் இதைக் கேட்டுக் கொள். நீ மரணிக்க இருக்கிறாய். இந்த நூலகத்தின் வழியாகக் கடந்து செல்பவர்கள் இங்கு அதிகக் காலம் தங்கியிருப்பதில்லை. ஏதோ ஒரு வழியில் அவர்கள் இங்கிருந்து வெளியேறிவிடுவர்.”

சமீப காலமாக, தன்னால் யாராக ஆக முடிந்திருக்கவில்லையோ அதைப் பற்றியே அவள் அதிகமாக்ச் சிந்தித்து வந்திருந்தாள். இன்னும் சொல்லப் போனால், அந்தப் பட்டியல் உண்மையில் பெரிதாகத்தான் இருந்தது. அவளுடைய மனத்திற்குள் மீண்டும் மீண்டும் வட்டம் போட்டுக் கொண்டிருந்த பின்வருத்தங்கள் நிறையவே இருந்தன. “நான் ஓர் ஒலிம்பிக் நீச்சல் வீராங்கனையாக ஆகியிருக்கவில்லை. நான் ஒரு பனியியலாளராக ஆகியிருக்கவில்லை. நான் டேனின் மனைவியாக ஆகியிருக்கவில்லை. நான் ஒரு தாயாக ஆகியிருக்கவில்லை. நான் லாபிரிந்த்ஸ் இசைக் குழுவின் முன்னணிப் பாடகியாக ஆகியிருக்கவில்லை. ஒரு நல்ல நபராக அல்லது உண்மையிலேயே மகிழ்ச்சியான ஒரு நபராக ஆவதில் நான் வெற்றி பெற்றிருக்கவில்லை. நான் வோல்டேரை ஒழுங்காக கவனித்திருக்கவில்லை.” எல்லாவற்றுக்கும் மேலாக, இப்போது அவளால் ஒழுங்காகச் செத்துத் தொலைக்கவும் முடியவில்லை. அவள் தனக்குக் கிடைத்திருந்த இத்தனை வாய்ப்புகளையும் அநியாயமாக வீணடித்திருந்தது உண்மையிலேயே பரிதாபகரமானதுதான்.

“நோரா, இந்த நடுநிசி நூலகம் இருக்கின்றவரை நீ இறப்பிலிருந்து பாதுகாக்கப்படுவாய். நீ எப்படி வாழ விரும்புகிறாய் என்பதை இப்போது நீ தீர்மானித்தாக வேண்டும்.”

இடம்பெயரும் புத்தக அலமாரிகள்

நோராவின் இருபுறமும் இருந்த புத்தக அலமாரிகள் நகரத் துவங்கின. அவை தம்முடைய கோணத்தை மாற்றாமல் கிடைமட்டமாக நகர்ந்தன. ஒருவேளை, உண்மையில் அவை அப்படியே இருந்து, அவற்றிலிருந்த புத்தகங்கள் மட்டும் நகர்ந்தனவோ என்னவோ! அது சாத்தியம்தான். எது எப்படியோ, அவை எப்படி நகர்ந்தன என்பதும், ஏன் நகர்ந்தன என்பதும் வெளிப்படையாகத் தெரியவில்லை. அப்படி நடைபெறுவதற்கான, பார்வைக்குப் புலப்படுகின்ற இயக்க அமைப்புமுறை எதுவும் அங்கு இருக்கவில்லை. அவை நகர்ந்து கொண்டிருந்த சத்தம்கூடக் கேட்கவில்லை. சில புத்தகங்கள் மெதுவாகவும், சில புத்தகங்கள் வேகமாகவும் நகர்ந்தன.

"இங்கு என்ன நடந்து கொண்டிருக்கிறது?"

எல்மின் முகம் இறுக்கமடைந்தது. அவர் நிமிர்ந்து நின்றார். அவருடைய தாடை அவருடைய கழுத்துக்குள் லேசாகப் புதைந்தது. எல்ம் நோராவின் அருகே நெருங்கி வந்து, தன் கைகள் இரண்டையும் ஒன்றோடொன்று பிணைத்துக் கொண்டு, "நோரா, தொடங்குவதற்கான நேரம் வந்துவிட்டது," என்று கூறினார்.

"தப்பாக நினைத்துக் கொள்ளாதீர்கள். எதைத் தொடங்குவதற்கான நேரம் வந்துவிட்டது?"

"ஒவ்வொரு வாழ்க்கையும் பல இலட்சக்கணக்கான தீர்மானங்களை உள்ளடக்கியதாக இருக்கிறது. அத்தீர்மானங்களில் சில பெரியவை, சில சிறியவை. ஆனால், ஒரு தீர்மானத்தை மேற்கொள்வதற்குப் பதிலாக நாம் வேறொரு தீர்மானத்தை மேற்கொள்கின்ற ஒவ்வொரு முறையும், அதன் விளைவுகள் வேறுபடுகின்றன. மாற்றப்பட முடியாத மாறுபாடுகள் விளைகின்றன. அவை வேறு பல மாறுபாடுகளுக்கு வழிவகுக்கின்றன. இங்கிருக்கின்ற நூல்கள், நீ வாழ்ந்திருக்கக்கூடிய

அனைத்து வாழ்க்கைக்குமான நுழைவாயில்கள்."

"நீங்கள் என்ன சொல்கிறீர்கள்?"

"எத்தனை விதமான சாத்தியக்கூறுகள் இருக்கின்றனவோ அத்தனை விதமான வாழ்க்கையும் உனக்கு இருக்கின்றன. இந்த வாழ்க்கை ஒவ்வொன்றிலும் நீ வேறுபட்டத் தேர்ந்தெடுப்புகளை மேற்கொள்கிறாய். அத்தேர்ந்தெடுப்புகள் ஒவ்வொன்றும் வெவ்வேறு விதமான விளைவுகளுக்கு இட்டுச் செல்கின்றன. நீ ஒரே ஒரு விஷயத்தை மட்டும் வித்தியாசமாகச் செய்திருந்தால், உன் வாழ்க்கைக் கதை முற்றிலும் வேறு மாதிரியாக இருந்திருக்கும். அவை அனைத்தும் இந்த நடுநிசி நூலகத்தில் இருக்கின்றன. அவை ஒவ்வொன்றும் உன்னுடைய மூல வாழ்க்கையைப்போலவே நிஜமானவை."

"இணையான வாழ்க்கைகள் என்கிறார்களே, அதுவா?"

"அவை எப்போதும் இணையானவையாக இருக்க வேண்டிய தேவையில்லை. சில சமயங்களில் அவை ஒன்றுக்கொன்று முரண்பட்டும் இருக்கலாம். நீ வாழ்ந்திருக்கக்கூடிய சாத்தியக்கூறுள்ள ஒரு வாழ்க்கையை நீ வாழ விரும்புகிறாயா? எதையாவது வித்தியாசமாகச் செய்ய நீ ஆசைப்படுகிறாயா? உன் வாழ்க்கை தொடர்பாக நீ எதையாவது மாற்ற ஆவலாக இருக்கிறாயா? உன் வாழ்க்கையில் நீ ஏதாவது தவறுகள் செய்திருக்கிறாயா?"

கடைசிக் கேள்விக்குப் பதிலளிப்பது சுலபம். "ஆமாம். எல்லாவற்றையுமே நான் தவறாகத்தான் செய்திருந்தேன்."

அவளுடைய பதில் எல்மின் மூக்கில் இலேசான எரிச்சலை உண்டாக்கியிருந்ததுபோலத் தோன்றியது.

எல்ம் வேகமாகத் தன்னுடைய உடையின் கைப் பகுதியிலிருந்து ஒரு காகிதக் கைக்குட்டையை உருவி அதில் தும்மினார்.

அவர் தும்மி முடித்ததும் அந்தக் காகிதக் கைக்குட்டை அவருடைய கைகளிலிருந்து மந்திரஜாலம்போல மாயமாக மறைந்ததை நோரா வியப்புடன் பார்த்தாள்.

"அதைப் பற்றிக் கவலைப்படாதே. காகிதக் கைக்குட்டைகளும் வாழ்க்கையைப்போலத்தான். அவற்றுக்குப் பஞ்சமே கிடையாது." பின் எல்ம் தான் முன்பு பேசிக் கொண்டிருந்த விஷயத்திற்கு வந்தார். "பெரும்பாலான சமயங்களில், ஒரே ஒரு விஷயத்தை வித்தியாசமாகச் செய்வது என்பது, அனைத்து விஷயங்களையும் வித்தியாசமாகச் செய்வதற்குச் சமம். நாம் என்னதான் முயன்றாலும், ஒரு பிறவிக்குள் மேற்கொள்ளப்பட்ட நடவடிக்கைகளை நம்மால் மாற்றியமைக்க முடியாது. ஆனால், இப்போது நீ ஒரே ஒரு பிறவிக்குள் சிறைபட்டிருக்கவில்லை. அதிலிருந்து வெளியே குதித்துள்ளாய். விஷயங்கள் எப்படி இருந்திருக்கக்கூடும் என்பதைப் பார்ப்பதற்கு உனக்குக் கிடைத்துள்ள அருமையான வாய்ப்பு இது."

"இது உண்மையாக இருக்க முடியாது," என்று நோரா தனக்குள்

நினைத்துக் கொண்டாள்.

எல்ம் அடுத்துக் கூறியது, நோரா என்ன நினைத்துக் கொண்டிருந்தாள் என்பதை அவரால் படிக்க முடிந்ததைப்போல இருந்தது.

"நோரா, இது நிஜம்தான். ஆனால் நீ புரிந்து கொண்டிருப்பது போன்ற எதார்த்தம் அல்ல இது. இதை 'இடைப்பட்ட நிலை' என்று வர்ணிப்பது பொருத்தமாக இருக்கும். இது வாழ்க்கையும் அல்ல, இறப்பும் அல்ல. வழக்கமான கண்ணோட்டத்தில் பார்க்கின்றபோது, இதை ஒரு எதார்த்த உலகமாகவும் எடுத்துக் கொள்ள முடியாது. அதற்காக இதைக் கனவு என்றும் கருதிவிட முடியாது. இது இதுவும் அல்ல, அதுவும் அல்ல."

நகர்ந்து கொண்டிருந்த அலமாரிகள் இப்போது நகர்வதை நிறுத்திவிட்டு நிலையாக நின்றன. நோராவைச் சுற்றியிருந்த அலமாரிகளில் புத்தகங்கள் நெருக்கமாக அடுக்கி வைக்கப்பட்டிருந்தன. ஆனால், அவளுக்கு வலப்புறம் இருந்த ஓர் அலமாரியில் மட்டும் ஓரிடம் காலியாக இருந்தது. அதில் ஒரே ஒரு புத்தகம் மட்டும் இருந்தது.

அப்புத்தகம் மற்றப் புத்தகங்களைப்போலப் பச்சை நிறத்தில் இருக்கவில்லை. அது சாம்பல் நிறத்தில் இருந்தது. அக்கட்டடத்தின் முன்பாக அவள் பார்த்திருந்த தூண்களில் இருந்த அதே சாம்பல் நிறம்!

எல்ம் அந்த அலமாரியிலிருந்து அப்புத்தகத்தை எடுத்து நோராவிடம் கொடுத்தார். நோராவிடம் ஏதோ ஒரு கிறிஸ்துமஸ் பரிசை அளித்ததுபோல, பெருமை கலந்த ஓர் எதிர்பார்ப்பு எல்மின் முகத்தில் எட்டிப் பார்த்தது.

எல்ம் அப்புத்தகத்தைத் தன் கைகளில் வைத்திருந்தபோது, அது இலேசாக இருந்ததைப்போலத் தோன்றியது. ஆனால் நோரா அதைத் தன் கைகளில் பெற்றுக் கொண்டபோது, அது கனமாக இருந்தது. நோரா அதைத் திறக்க எத்தனித்தாள்.

எல்ம் தன் தலையை ஆட்டினார்.

"எப்போதும் நான் சொல்கின்றவரை நீ காத்துக் கொண்டிருக்க வேண்டும்."

"ஏன் அப்படி?"

"இந்த நூலகத்திலுள்ள ஒரே ஒரு புத்தகத்தைத் தவிர, இங்கிருக்கின்ற அனைத்துப் புத்தகங்களும் உன் வாழ்க்கையின் ஏதோ ஒரு வடிவத்தை வெளிப்படுத்துகின்றன. இந்த மொத்த நூலகமுமே உன்னுடையதுதான். இது உனக்காகவே இருக்கிறது. ஒவ்வொருவருடைய வாழ்க்கையும் கணக்கிலடங்கா விதங்களில் முடிவடைந்திருக்கலாம். இந்தப் புத்தகங்கள் அனைத்தும் உன் வாழ்க்கையின் வெவ்வேறு வடிவங்களாக இருந்தாலும் அவற்றின்

துவக்கப்புள்ளி ஒன்றுதான். இக்கணம்தான் அது. ஏப்ரல் இருபத்தெட்டாம் தேதி, செவ்வாய்க்கிழமை நள்ளிரவு. ஆனால் இவற்றில் அடங்கியுள்ள சாத்தியக்கூறுகள் ஒரே மாதிரியானவை அல்ல. அவற்றில் சில ஒத்தவையாக இருக்கும், பல வேறுபட்டவையாக இருக்கும்."

"இது பைத்தியக்காரத்தனமாக இருக்கிறது," என்று நோரா கூறினாள். "என்ன சொன்னீர்கள்? ஒன்றைத் தவிரவா?" நோரா தன் கையிலிருந்த சாம்பல் நிறப் புத்தகத்தை எல்மிடம் நீட்டியவாறு, "அது இதுவா?" என்று கேட்டாள்.

எல்ம் தன் புருவத்தை உயர்த்தியவாறே, "ஆமாம். ஒரு வார்த்தையைக்கூட உட்கார்ந்து எழுதாமல் நீ உருவாக்கியுள்ள புத்தகம் இது."

"நீங்கள் சொல்வது எனக்குப் புரியவில்லை."

"இப்புத்தகம்தான் உன் பிரச்சனைகள் அனைத்தின் மூலாதாரம். அதே சமயத்தில், அவற்றுக்கான தீர்வும் இதுதான்."

"இது என்ன?"

" 'பின்வருத்தங்கள் புத்தகம்' என்று இதற்குப் பெயர்."

பின்வருத்தங்கள் புத்தகம்

நோரா அதை வெறித்துப் பார்த்தாள். இப்போது அவளால் அதைப் பார்க்க முடிந்தது. அதன் முகப்பில் சிறிய எழுத்துகளில் இவ்வாறு பொறிக்கப்பட்டிருந்தது:

பின்வருத்தங்கள் புத்தகம்

எல்ம் அப்புத்தகத்தின் அட்டையை இலேசாகத் தட்டிவிட்டு, "நீ பிறந்த நாளிலிருந்து உன் வாழ்க்கையில் நீ அனுபவித்த ஒவ்வொரு பின்வருத்தமும் இந்தப் புத்தகத்தில் பதிவு செய்யப்பட்டுள்ளது," என்று கூறினார். பின் நோராவிடம், "இதைத் திறப்பதற்கு நான் இப்போது உனக்கு அனுமதி வழங்குகிறேன்," என்று கூறினார்.

அப்புத்தகம் மிகவும் கனமாக இருந்ததால், அதைப் பிரித்துப் படிப்பதற்காக, நோரா அந்தக் கல் தரையில் சம்மணமிட்டு அமர்ந்தாள். பின் அவள் அப்புத்தகத்தை வேகமாகப் புரட்டினாள்.

அப்புத்தகம், அவளுடைய வயதின் அடிப்படையில் பல அத்தியாயங்களாகப் பிரிக்கப்பட்டிருந்தது. *0, 1, 2, 3* என்று 35 வரை அத்தியாயங்கள் இருந்தன. அத்தியாயங்களின் எண்கள் அதிகரிக்க அதிகரிக்க, அந்த அத்தியாயங்களின் தடிமனும் கூடிக் கொண்டே போனது. ஆனால், அவள் சேகரித்து வைத்திருந்த பின்வருத்தங்கள் எந்த ஆண்டில் இடம்பெற்றிருந்தனவோ, அவை அந்த ஆண்டோடு மட்டும் தொடர்பு கொண்டிருக்கவில்லை.

"பின்வருத்தங்கள் காலவரிசைக்கிரமத்தை அலட்சியம் செய்கின்றன. அவை அங்குமிங்கும் பாயக்கூடியவை, அலைந்து திரியக்கூடியவை. இந்தத் தொகுப்புகளின் வரிசைக்கிரமம் எப்போதும் மாறிக் கொண்டேயிருக்கும்."

"நீங்கள் சொல்வது சரிதான். அதில் அர்த்தம் இருக்கிறது."

அதில் இடம் பெற்றிருந்த பின்வருத்தங்களில், அற்பமான பின்வருத்தங்களிலிருந்து ("ஐயோ! இன்று நான் உடற்பயிற்சி செய்யாமல் விட்டுவிட்டேனே!") மிகப் பெரிய பின்வருத்தங்கள்வரை ("என் அப்பா இறப்பதற்கு முன்பாக, அவரிடம், அவரை நான் எந்த அளவு நேசித்தேன் என்பதைக் கூற முடியாமல் போய்விட்டதே!") சகலமும் அடங்கும்.

சில பின்வருத்தங்கள் அப்புத்தகத்தின் பல பக்கங்களில் மீண்டும் மீண்டும் இடம் பெற்றிருந்தன. "லாபிரிந்த்ஸ் இசைக் குழுவிலிருந்து திடுதிப்பென்று விலகியது குறித்து நான் மிகவும் வருந்துகிறேன். ஏனெனில், அதன் மூலம் நான் என்னுடைய அண்ணனின் காலை வாரி விட்டுவிட்டேன்." "லாபிரிந்த்ஸ் இசைக் குழுவிலிருந்து திடுதிப்பென்று விலகியது குறித்து நான் மிகவும் வருந்துகிறேன். ஏனெனில், அதன் மூலம் நான் என்மீது கொண்டிருந்த நம்பிக்கைக்குப் பாத்திரமாக நான் நடந்து கொள்ளவில்லை." "சுற்றுச்சூழல் பிரச்சனைகளுக்கு இன்னும் கூடுதலாகப் பாடுபடாமல் இருந்துவிட்டது குறித்து நான் வருந்துகிறேன்." "நான் சமூக ஊடகங்களில் அதிக நேரம் செலவிட்டது குறித்து வருந்துகிறேன்." "இஸ்ஸியுடன் சேர்ந்து நானும் ஆஸ்திரேலியாவுக்குச் செல்லாமல் இருந்தது குறித்து நான் வருந்துகிறேன்." "நான் இளமையாக இருந்தபோது, இன்னும் கூடுதலாகக் குதூகலமாக இல்லாமல் இருந்தது குறித்து நான் வருந்துகிறேன்." "என் அப்பாவிடம் நான் மேற்கொண்டிருந்த தேவையற்ற வாக்குவாதங்கள் குறித்து நான் வருந்துகிறேன்." "விலங்குகளின் நலனுக்காகப் பாடுபடாமல் இருந்தது குறித்து நான் வருந்துகிறேன்." "பல்கலைக்கழகத்தில், தத்துவத்தைப் பாடமாக எடுத்துப் படித்ததற்குப் பதிலாக நிலவியலைப் பாடமாக எடுத்துப் படிக்காமல் இருந்துவிட்டதற்காக நான் வருந்துகிறேன்." "ஒரு மகிழ்ச்சியான நபராக இருப்பது எப்படி என்பதைக் கற்றுக் கொள்ளாமல் இருந்தமைக்காக நான் வருந்துகிறேன்." "இந்த அளவு குற்றவுணர்வு கொண்டிருந்ததற்காக நான் வருந்துகிறேன்." "தொடர்ந்து ஸ்பானிஷ் மொழியைக் கற்காமல் இருந்துவிட்டதற்காக நான் வருந்துகிறேன்." "மேல்நிலைப் பள்ளியில் அறிவியல் பிரிவுப் பாடங்களை எடுத்துப் படிக்காமல் விட்டமைக்காக நான் வருந்துகிறேன்." "ஒரு பனியியலாளராக ஆகாமல் இருந்ததற்காக நான் வருந்துகிறேன்." "திருமணம் செய்து கொள்ளாமல் இருந்தமைக்காக நான் வருந்துகிறேன்." "கேம்பிரிட்ஜ் பல்கலைக்கழகத்தில் தத்துவவியலில் முதுகலைப் பட்டத்திற்கு விண்ணப்பிக்காமல் இருந்ததற்காக நான் வருந்துகிறேன்." "உடலை ஆரோக்கியமாக வைத்துக் கொள்ளாமல் இருந்ததற்காக நான் வருந்துகிறேன்." "லண்டனுக்குக் குடிபெயர்ந்ததற்காக நான் வருந்துகிறேன்." "ஆங்கிலம் கற்றுக் கொடுப்பதற்காகப் பாரிஸ் நகருக்குச் செல்லாமல்

இருந்ததற்காக நான் வருந்துகிறேன்." "பல்கலைக்கழகத்தில் படித்துக் கொண்டிருந்தபோது படிக்கத் துவங்கிய ஒரு நாவலைப் படித்து முடிக்காமல் இருந்ததற்காக நான் வருந்துகிறேன்." "லண்டனில் தொடர்ந்து தங்கியிருக்காமல் சொந்த ஊருக்குத் திரும்பியதற்காக நான் வருந்துகிறேன்." "முன்னேறுவதற்கு வழியே இல்லாத ஒரு வேலையைச் செய்து வந்ததற்காக நான் வருந்துகிறேன்." "ஒரு நல்ல சகோதரியாக இல்லாமல் போய்விட்டதற்காக நான் வருந்துகிறேன்." "பல்கலைக்கழகத்தில் படித்து முடித்தப் பிறகு ஓராண்டு இடைவேளை எடுத்துக் கொண்டு பயணங்களை மேற்கொள்ளாமல் இருந்ததற்காக நான் வருந்துகிறேன்." "என் அப்பாவுக்கு ஏமாற்றத்தை ஏற்படுத்தியதற்காக நான் வருந்துகிறேன்." "என் பியானோவை இசைப்பதற்கு நான் செலவிட்டிருந்த நேரத்தைவிட அதிக நேரம் அதைப் பிறருக்குக் கற்றுக் கொடுப்பதற்குச் செலவழித்ததற்காக நான் வருந்துகிறேன்." "என்னுடைய பணத்தைச் சரியாக நிர்வகிக்காமல் போய்விட்டதற்காக நான் வருந்துகிறேன்." "கிராமப்புறத்தில் வசிக்காமல் இருந்ததற்காக நான் வருந்துகிறேன்."

சில பின்வருத்தங்கள் மற்றவற்றைவிட மங்கி இருந்தன. முதலில் கண்களுக்குப் புலப்படாமல் இருந்த ஒரு குறிப்பிட்டப் பின்வருத்தம் திடீரென்று தீவிரமானது. பின்னர் அது மறுபடியும் அணைந்து போனது. பிறகு அது மறுபடியும் வீரியமாகத் தோன்றியது. அந்தப் பின்வருத்தம் இதுதான்: "இன்னும் குழந்தைகள் பெற்றுக் கொள்ளாமல் இருந்தது குறித்து நான் வருந்துகிறேன்."

எல்ம் மீண்டும் நோராவின் எண்ண ஓட்டங்களைப் படித்ததுபோல, "அந்தப் பின்வருத்தம் சில நேரங்களில் தலைதூக்கியிருந்துள்ளது, சில நேரங்களில் அடங்கிப் போய் இருந்துள்ளது," என்று கூறினார். "உன் வாழ்க்கையில் அதைப் போன்ற ஒரு சில பின்வருத்தங்கள் இடம் பெற்றுள்ளன."

அப்புத்தகத்தின் கடைசியில் இருந்த அத்தியாயங்களிலேயே மிக நீண்ட அத்தியாயம் 34வது அத்தியாயம்தான். அதில் டேன் தொடர்பான பல பின்வருத்தங்கள் இடம் பெற்றிருந்தன. அவை வலுவானவையாகவும் தீவிரமானவையாகவும் இருந்தன.

"டேனிடம் குரூரமாக நடந்து கொண்டதற்காக நான் வருந்துகிறேன்." "டேனுடனான உறவை முறித்துக் கொண்டதற்காக நான் வருந்துகிறேன்." "ஒரு கிராமத்து மதுவிடுதியில் டேனுடன் வாழ்க்கை நடத்தாமல் போய்விட்டதற்காக நான் வருந்துகிறேன்."

அப்புத்தகத்தின் அந்தப் பக்கங்களை அவள் வெறித்துக் கொண்டிருந்தபோது, தான் கிட்டத்தட்டத் திருமணம் செய்து கொண்டிருந்த டேனைப் பற்றிய நினைவுகள் அவளைச் சூழ்ந்தன.

பொங்கி வழிந்து கொண்டிருந்த பின்வருத்தம்

நோரா லண்டனின் புறநகர்ப் பகுதியான டூட்டிங்கில் இஸ்ஸியுடன் வசித்து வந்தபோதுதான் முதன்முதலாக டேனைச் சந்தித்தாள். அவன் ஒரு பெரிய புன்னகையுடனும் குறுந்தாடியுடனும் இருந்தான். அவன் ஒரு தொலைக்காட்சிப் பிரபலம்போல வசீகரமாக இருந்தான். அவன் ஒரு வேடிக்கை விரும்பி. கொஞ்சம் அதிகமாகக் குடிப்பவன் என்றாலும், குடிப்பவர்கள் பலருக்கும் பொதுவாக மறுநாள் காலையில் கண்விழித்தவுடன் தோன்றுகின்ற போதைத் தலைவலி அவன் பக்கம் எட்டிக்கூடப் பார்த்ததில்லை.

டேன் தன் கல்லூரியில் கலையின் வரலாற்றைப் பாடமாக எடுத்துப் படித்திருந்தான். பின்பு தன் படிப்பு தொடர்பான ஒரு நல்ல வேலையில் அவன் சேர்ந்தான். ஆனால் அவனுக்குள் ஒரு பெருங்கனவு இருந்தது. ஒரு கிராமப்புறத்தில் சொந்தமாக ஒரு மதுவிடுதியை நடத்த வேண்டும் என்பதுதான் அது. அக்கனவில் நோராவும் ஒரு பாத்திரம் வகிக்க வேண்டும் என்று அவன் விரும்பினான்.

அவனுடைய உற்சாகம் நோராவையும் தொற்றிக் கொண்டது. அதன் தொடர்ச்சியாக அவர்களுடைய நிச்சயதார்த்தமும் நடந்து முடிந்தது. ஆனால், தான் அவனைத் திருமணம் செய்து கொள்ள விரும்பவில்லை என்ற உணர்வு நோராவுக்குத் திடீரென்று ஏற்பட்டது.

தான் தன்னுடைய அம்மாவைப்போல ஆகிவிடுவோமோ என்று நோரா தன்னுடைய மனத்தின் அடியாழத்தில் பயந்தாள். தன்னுடைய பெற்றோரின் மணவாழ்க்கையைப் பிரதியெடுக்க நோரா விரும்பவில்லை.

தொடர்ந்து 'பின்வருத்தங்கள் புத்தகத்தை' வெறித்துப் பார்த்துக் கொண்டே, தன்னுடைய பெற்றோர் உண்மையிலேயே காதலித்துத் திருமணம் செய்து கொண்டார்களா அல்லது ஒரு குறிப்பிட்ட வயது

வந்தவுடன், இசை நின்றவுடன் உங்கள் கண்களில் படுகின்ற முதல் நபரோடு ஜோடி சேர்கின்ற விளையாட்டைப்போல, எதிர்ப்படும் முதல் நபரைத் திருமணம் செய்து கொள்கின்ற நபர்களைப்போலத் திருமணத்திற்குள் நுழைந்தார்களா என்று நோரா யோசித்தாள்.

அப்படிப்பட்ட ஒரு விளையாட்டை விளையாட அவள் ஒருபோதும் விரும்பியிருக்கவில்லை.

"நேசிக்க பயப்படுவது என்பது வாழ பயப்படுவதாகும். வாழ்க்கை குறித்து பயப்படுபவர்கள் ஏற்கனவே முக்கால்வாசி இறந்தவர்கள்தாம்," என்று பெர்ட்ரன்ட் ரஸ்ஸல் கூறியுள்ளார். ஒருவேளை அதுதான் அவளுடைய பிரச்சனையாக இருந்ததோ என்னவோ! வாழ்வது குறித்து அவள் பயம் கொண்டிருந்திருக்கக்கூடும்.

* * *

அவளுடைய திருமணத்திற்கு மூன்று மாதங்களுக்கு முன்பு அவளுடைய அம்மா இறந்து போனபோது, நோராவால் அந்த துக்கத்தைத் தாங்கிக் கொள்ள முடியவில்லை. திருமணத் தேதியைத் தள்ளி வைக்கலாம் என்று அவள் பரிந்துரைத்தாள். ஆனால், என்ன காரணத்தினாலோ அது நடைபெறவில்லை. அந்த துக்கத்தோடு மனத்தளர்ச்சியும் மனக்கலக்கமும் சேர்ந்து கொண்டன. தன் வாழ்க்கை தன்னுடைய கட்டுப்பாட்டை மீறிச் சென்று கொண்டிருந்ததாக அவள் உணரத் தலைப்பட்டாள். அத்திருமணம், ஒரு இரயில்வே தண்டவாளத்தில் கயிற்றின் மூலம் தான் பிணைக்கப்பட்டிருந்த உணர்வை அவளுக்கு ஏற்படுத்தியது. அத்தளையிலிருந்து விடுபடுவதற்கான ஒரே வழி அத்திருமணத்திலிருந்து தப்பிப்பதுதான் என்று அவள் எண்ணினாள். ஆனால் நடைமுறையில், தான் பெட்ஃபோர்டில் நிரந்தரமாகத் தங்கிவிட்டது, தனிக்கட்டையாகவே இருந்து வந்தது, இஸ்ஸியுடன் ஆஸ்திரேலியாவுக்குச் செல்லாமல் போனது, ஸ்ட்ரிங் தியரி இசைக் கடையில் வேலைக்குச் சேர்ந்தது, ஒரு பூனையை வாங்கி வளர்த்தது போன்ற அனைத்தும் சுதந்திரத்திற்கு நேரெதிராக இருந்ததாகவே அவள் உணர்ந்தாள்.

"போதும், போதும்! நிறுத்திக் கொள்!" என்று கூறி எல்ம் அவளுடைய எண்ணங்களைத் துண்டித்தார். "இனியும் இதை உன்னால் கையாள முடியாது."

ஒரு மணி நேரத்திற்கு முன், தன்னை நம்பியிருந்தவர்களுக்கு ஏமாற்றம் ஏற்படுத்தியிருந்தது குறித்த வலி, தன்னுடைய எதிர்பார்ப்புகளைப் பூர்த்தி செய்யாமல் போயிருந்தது குறித்த வலி போன்ற எந்த வலிகளிலிருந்து தப்பிக்க அவள் முனைந்திருந்தாளோ, இப்போது அவை அவளிடம் மீண்டும் பீறிட்டுக் கிளம்பின. அவள் பெட்ஃபோர்டு தெருக்களில் இலக்கின்றி நடந்து கொண்டிருந்தபோது

அனுபவித்த வலிகளைவிட, அவள் அப்புத்தகத்தின் பக்கங்களைப் பார்த்துக் கொண்டிருந்தபோது அதிக வலியை உணர்ந்தாள். அனைத்துப் பின்வருத்தங்களும் ஒன்றாகச் சேர்ந்து அவளைச் சுழற்றியடித்தபோது அதன் சக்தி அவளால் தாங்கிக் கொள்ள முடியாத அளவுக்கு பிரம்மாண்டமாக இருந்தது. குற்றவுணர்வு, கழிவிரக்கம், வேதனை ஆகியவற்றின் எடை மிகவும் வலுவானதாக இருந்தது. அவள் தன் கையிலிருந்த தடிமனான அப்புத்தகத்தைக் கீழே போட்டுவிட்டுத் தன் கண்களை இறுக்கமாக மூடிக் கொண்டாள். பின்னால் சாய்ந்து தன் முழங்கைகளை ஊன்றிக் கொண்டாள். கண்ணுக்குப் புலப்படாத ஏதோ கரங்கள் அவளுடைய கழுத்தை நெறித்ததுபோல அவளுக்கு மூச்சுத் திணறியது.

"அதை உடனடியாக நிறுத்து! இப்புத்தகத்தை இக்கணமே மூடு," என்று எல்ம் உத்தரவிட்டார். "உன் கண்களை மட்டும் மூடினால் போதாது. அப்புத்தகத்தையும் நீ மூட வேண்டும்."

கிட்டத்தட்ட மூர்ச்சையாகின்ற நிலையைத் தான் அடைந்துவிட்டதாக உணர்ந்த நோரா, முன்னால் சாய்ந்து அமர்ந்தாள். அவள் ஒரு கையை அப்புத்தகத்தின் அட்டையின் மேல் வைத்தாள். அது முன்பைவிட இப்போது அதிகக் கனமாக இருந்தது போன்ற உணர்வு அவளுக்கு ஏற்பட்டது. ஆனால் எப்படியோ சமாளித்து அப்புத்தகத்தை மூடிவிட்டு அவள் ஓர் ஆயாசப் பெருமூச்செறிந்தாள்.

ஒவ்வொரு வாழ்க்கையும் இக்கணத்தில்தான் துவங்குகிறது

"அப்புறம்?"

எல்ம் தன் கைகளை மார்புக்குக் குறுக்காகக் கட்டிக் கொண்டு நின்று கொண்டிருந்தார். அவர் நோரா எப்போதும் அறிந்து வைத்திருந்ததைப்போலக் காட்சியளித்தாலும், முன்பைவிட அதிகச் சிடுசிடுப்பாக இருந்ததுபோலத் தோன்றினார். அவர் பழைய எல்ம் போலவும் இருந்தார், அப்படி இல்லாமலும் இருந்தார். நோராவுக்குக் குழப்பமாக இருந்தது.

"அப்புறம் என்றால்?" என்று நோரா கேட்டாள். இப்போதும் அவளுக்குச் சிறிது மூச்சு வாங்கிக் கொண்டிருந்தபோதிலும், அவள் அனைத்துப் பின்வருத்தங்களையும் ஒருசேர எதிர்கொள்ள வேண்டிய நிலைமை இனியும் இருக்கவில்லை.

"உன் பின்வருத்தங்களிலேயே உனக்கு மிக மிக அதிக வருத்தத்தைக் கொடுத்தப் பின்வருத்தம் எது? உன் வாழ்க்கையில் நீ மேற்கொண்டிருந்த எந்தத் தீர்மானத்தை நீ மாற்றியமைக்க விரும்புகிறாய்? எந்த வாழ்க்கையை முயன்று பார்க்க நீ ஆசைப்படுகிறாய்?"

எல்ம் என்ன கூறினார்? முயன்று பார்க்கிறாயா என்றா? இது ஏதோ ஆடைகளை விற்பனை செய்கின்ற ஒரு கடையைப்போலவும், ஒரு டி-ஷர்ட்டை அணிந்து பார்ப்பதைப்போல ஒரு வாழ்க்கையை அவளால் முயன்று பார்க்க முடியும் என்றா அவர் கூறினார்? இது ஏதோ ஒரு குரூரமான விளையாட்டைப்போல அவளுக்குத் தோன்றியது.

"நான் அனுபவித்தது கடுந்துயரம். என் கழுத்தை யாரோ நெறித்ததுபோல நான் உணர்ந்தேன். இதைச் செய்வதனால் எனக்கு

என்ன பயன் கிட்டிவிடப் போகிறது?''

நோரா நிமிர்ந்து பார்த்தபோது, அங்கிருந்த விளக்குகளை முதன்முறையாகப் பார்த்தாள். அவை மேற்கூரையிலிருந்து ஒயர்களில் தொங்கிக் கொண்டிருந்தன. அவை சாதாரணமான பல்புகள். சாம்பல் நிறத்திலிருந்த அக்கூரையும் தரையைப்போலவே எல்லையற்ற விதத்தில் நீண்டு கிடந்தது. அது அக்கட்டடத்தின் பக்கச்சுவர்களை எங்குத் தொட்டுக் கொண்டிருந்தது என்பதைக் காண முடியவில்லை.

``உன்னுடைய பழைய வாழ்க்கை முடிந்துவிட்டிருப்பதற்கான வலுவான சாத்தியக்கூறு இருக்கிறது என்பதை நீ புரிந்து கொள்ள வேண்டும். நீ சாக விரும்பினாய். அது சாத்தியப்படக்கூடும். இதற்கிடையில் நீ வேறு சில வாழ்க்கைகளை முயன்று பார்க்கலாம். இந்த நூலகம் நடுநிசி நூலகம் என்று அழைக்கப்படுவதற்கான காரணம், நீ தேர்ந்தெடுக்கவிருக்கின்ற ஒவ்வொரு புதிய வாழ்க்கையும் இங்கு நடுநிசியில்தான் துவங்குகிறது. இப்போது நடுநிசி. அதனால் அது இப்போது துவங்கப் போகிறது. உனக்குச் சாத்தியமாகியிருக்கக்கூடிய வருங்காலங்கள் அனைத்தும் இங்கு இருக்கின்றன. அவற்றைத்தாம் இங்கிருக்கின்ற புத்தகங்கள் பிரதிநுதப்படுத்துகின்றன.''

``அப்படியானால், இங்குக் கடந்தகாலமே கிடையாதா?''

``கிடையாது. அவற்றின் விளைவுகள் மட்டுமே இங்கு இருக்கின்றன. அவையும் ஏற்கனவே எழுதப்பட்டுவிட்டன. அவை அனைத்தையும் நான் அறிவேன். ஆனால் அவை நீ படிப்பதற்கானவை அல்ல.''

``அப்படியானால், ஒவ்வொரு வாழ்க்கையும் எப்போது முடியும்?''

``அவை ஒரு சில நொடிகளில் முடிந்துவிடலாம். இல்லையெனில் ஒரு சில மணி நேரங்களில் முடியலாம். அல்லது, அவை நாட்கணக்கில், மாதக்கணக்கில் நீளலாம். நீ உண்மையிலேயே வாழ விரும்புகின்ற ஒரு வாழ்க்கையை நீ கண்டுபிடித்துவிட்டால், நீ இறக்கும்வரை அதை நீ வாழ்ந்தாக வேண்டும். நீ பல வாழ்க்கைகளை முயன்று பார்க்கின்றபோது, உண்மையிலேயே உனக்குப் பிடித்தமானதொரு வாழ்க்கையை நிரந்தரமாக வாழ நீ விரும்பினால், அதைப் பற்றிக் கவலைப்படத் தேவையில்லை. எப்போதுமே நீ அங்கு இருந்து வந்துள்ளதைப்போல அங்கு நீ தொடர்ந்து இருப்பாய். நீ எந்த வாழ்க்கையைத் தேர்ந்தெடுத்துள்ளாயோ, அது இடம் பெற்றுள்ள புத்தகம் மீண்டும் இந்த நூலகத்திற்குத் திரும்பி வராது. பொதுவாக நூலகங்களிலிருந்து எடுத்துச் செல்லப்படும் நூல்கள் கடன் வாங்குவதற்கு ஒப்பானது. அவை திருப்பிக் கொடுக்கப்பட்டாக வேண்டும். ஆனால், இங்குக் கொடுக்கப்படுகின்ற நூல்கள் பரிசுகளைப் போன்றவை என்று வைத்துக் கொள்ளலாம். ஒரு புத்தகத்தில் குறிப்பிடப்பட்டுள்ள ஒரு வாழ்க்கையை நிரந்தரமாக வாழ நீ தீர்மானிக்கின்ற கணத்தில், இக்கணத்தில் உன் மண்டைக்குள்

இருக்கும் அனைத்து ஞாபகங்களும், இந்த நடுநிசி நூலகம் தொடர்பான நினைவுகள் உட்பட, படிப்படியாகக் குறைந்து இறுதியில் மிக மங்கலான ஒரு நினைவாகச் சுருங்கிவிடும்.''

அப்போது அவர்களுடைய தலைக்கு மேல் தொங்கிக் கொண்டிருந்த விளக்குகளில் ஒன்று விட்டுவிட்டு எரியத் துவங்கியது.

எல்ம் தொடர்ந்து பேசினார். ''இதில் ஒரே ஓர் ஆபத்துதான் இருக்கிறது. அது நீ இங்கு இருப்பது தொடர்பானது. வாழ்க்கையைத் தொடர்வதற்கான மன உறுதியை நீ இழந்துவிட்டால், அது உன்னுடைய மூல வாழ்க்கையின்மீது தாக்கம் ஏற்படுத்தும். அது இந்த நூலகத்தின் அழிவுக்கும் இட்டுச் செல்லக்கூடும். நீ ஒரேயடியாய் மறைந்து போவாய். அதாவது, நீ இறந்துவிடுவாய். அதற்குப் பிறகு உன்னால் இந்த நூலகத்தைத் தொடர்பு கொள்ள முடியாது.''

''துல்லியமாக நான் அதைத்தான் விரும்புகிறேன். நான் சாக விரும்புகிறேன். அதனால்தான் நான் அளவுக்கதிகமான மாத்திரைகளை உட்கொண்டேன். நான் இறக்கவே விரும்புகிறேன்.''

''நீ சொல்வது உண்மையாகவும் இருக்கலாம், இல்லாமலும் இருக்கலாம். நீ இங்கு வந்து சேர்ந்துள்ளதே அந்தக் குழப்பத்தின் காரணமாகத்தான்.''

நோரா எல்ம் கூறியதைத் தெளிவுபடுத்திக் கொள்ள முயன்றாள். ''இப்போது நான் விட்டுவிட்டு வந்துள்ள வாழ்க்கையைவிட மோசமான ஒன்றுக்குள் நான் மாட்டிக் கொண்டுவிட்டால், என்னால் மறுபடியும் இந்த நூலகத்திற்குள் வர முடியுமா? முடியுமெனில், எப்படி வர முடியும்?''

''அது நுட்பமானது, விவரிப்புக்கு அப்பாற்பட்டது. நீ தேர்ந்தெடுத்துள்ள வாழ்க்கையில் கடுமையான விரக்தியை நீ உணரத் தொடங்கியவுடன், நீ இந்த நூலகத்திற்கு மீண்டும் வந்து சேர்ந்துவிடுவாய். சில நேரங்களில் அப்படிப்பட்ட உணர்வு மெதுவாக ஊர்ந்து உன்னுள் நுழையும். வேறு சில நேரங்களில் அது திடீரென்று உன்னைச் சுருட்டிக் கொள்ளும். அந்த உணர்வு ஒருபோதும் உனக்கு வரவில்லை என்றால், நீ தேர்ந்தெடுத்துள்ள வாழ்க்கையில் நீ மகிழ்ச்சியாக இருப்பாய். அவ்வளவுதான். உன் வாழ்க்கையில் நீ மேற்கொண்டிருந்த தீர்மானங்களில் எதை நீ வேறு மாதிரியாகச் செய்திருந்தால் அது தொடர்பாக உனக்குப் பின்வருத்தம் இல்லாமல் இருந்திருக்கும் என்று நினைக்கிறாயோ அதைத் தேர்ந்தெடு. நான் அந்தப் புத்தகத்தை உனக்கு எடுத்துக் கொடுக்கிறேன். அதாவது, அந்த வாழ்க்கைக்குள் நான் உன்னை அனுப்புகிறேன்.''

தரையில் கிடந்த 'பின்வருத்தங்கள் புத்தகத்தை' நோரா வெறித்துப் பார்த்தாள்.

கிராமப்புறத்தில் ஓர் அழகிய இடத்தில் ஒரு சிறிய மதுவிடுதியைத் தொடங்க வேண்டும் என்ற டேனின் கனவு குறித்துத் தானும்

அவனும் ஒரு நாள் பின்னிரவில் பேசிக் கொண்டிருந்ததை நோரா நினைவுகூர்ந்தாள். அவனுடைய உற்சாகம் பிறரையும் தொற்றிக் கொள்ளக்கூடிய அளவு துடிப்பாக இருந்ததால் அது கிட்டத்தட்ட அவளுடைய கனவாகவும் மாறிக் கொண்டிருந்தது. “நான் டேனை விட்டுவிட்டு வராமல் இருந்திருந்தால் நன்றாக இருந்திருக்கும் என்று நான் ஏங்குகிறேன். அவனுடன் சேர்ந்து பயணித்து அவனுடைய கனவை நனவாக்க நான் உதவாமல் போனது குறித்து நான் விசனப்படுகிறேன். நானும் அவனும் சேர்ந்து வாழக்கூடிய ஒரு வாழ்க்கை சாத்தியமா?”

“சாத்தியம்தான்,” என்று எல்ம் கூறினார்.

அந்த நூலகத்திலிருந்த புத்தகங்கள் மறுபடியும் இடம் பெயரத் துவங்கின. இம்முறை அவை ஒரு திருமண அணிவகுப்புபோல மெதுவாக நகராமல் படுவேகமாக நகரத் துவங்கின. அவற்றின் வேகம் படிப்படியாக அதிகரித்துக் கொண்டே வந்தது. ஒரு கட்டத்தில் அதன் சுழற்சியில் புத்தகங்களே தெரியவில்லை. அவற்றின் பச்சை நிறம் மட்டும்தான் தெரிந்தது.

பின் திடீரென்று அந்த இயக்கம் நின்றது.

நோராவின் இடது பக்கத்திலிருந்த அலமாரியின் கீழ்த்தட்டிலிருந்து ஒரு புத்தகத்தை எல்ம் கையிலெடுத்தார். அது அடர் பச்சை நிறத்தில் இருந்தது. அதை அவர் நோராவிடம் கொடுத்தார். அதன் அளவு ‘பின்வருத்தங்கள் புத்தகத்தின்’ அளவைப்போலவே இருந்தபோதிலும், அதன் கனம் மிக மிகக் குறைவாக இருந்தது. இப்புத்தகத்திலும் அதன் முதுகில் தலைப்பு ஏதும் குறிப்பிடப்பட்டிருக்கவில்லை. ஆனால், அதன் முன்னட்டையில் சிறிய எழுத்துகளில் அதன் தலைப்புப் பொறிக்கப்பட்டிருந்தது.

“என் வாழ்க்கை” என்று அது கூறியது.

“ஆனால், இது என் வாழ்க்கை இல்லையே...”

“நோரா, இதைப் புரிந்து கொள். இவை அனைத்தும் உன்னுடைய வாழ்க்கைதான்.”

“இப்போது நான் என்ன செய்ய வேண்டும்?”

“புத்தகத்தைத் திறந்து அதன் முதல் பக்கத்தைப் பார்.”

நோரா அவ்வாறே செய்தாள்.

“இப்போது முதல் வரியைப் படி.”

நோரா அதைப் படித்தாள்.

அவள் அந்த மதுவிடுதியிலிருந்து வெளியே வந்தாள்.

குளிரான இரவுக் காற்று அவளை
ஆரத் தழுவிச் சென்றது...

“மதுவிடுதி!” என்று தனக்குள் கூறிக் கொள்ளும் அளவுக்குத்தான் அவளுக்கு நேரமிருந்தது. அதற்குப் பிறகு விஷயங்கள் விரைவாக

அரங்கேறத் துவங்கின. அதில் இடம் பெற்றிருந்த சொற்கள் வேகமாகச் சுழலத் துவங்கி, படிக்கப்பட முடியாத நிலையை அடைந்தன. நோரா பலவீனமாக உணரத் துவங்கினாள். அவள் வேண்டுமென்றே அப்புத்தகத்தைத் தவறவிடவில்லை. ஆனால் அடுத்தக் கணத்தில் அவள் அதைப் படித்துக் கொண்டிருக்கவில்லை. அதற்கு அடுத்தக் கணத்தில் அங்கு அப்புத்தகமும் இருக்கவில்லை, அந்த நூலகமும் இருக்கவில்லை.

த திரீ ஹார்ஸ்ஷூஸ்

நோரா ஒரு திறந்த வெளியில் நின்று கொண்டிருந்தாள். அங்கு சுத்தமான காற்று வீசிக் கொண்டிருந்தது. ஆனால் பெட்ஃபோர்டைப்போல அங்கு மழை பெய்து கொண்டிருக்கவில்லை.

"நான் எங்கே இருக்கிறேன்?" என்று அவள் தனக்குத் தானே முணுமுணுத்தாள்.

அவள் நின்று கொண்டிருந்த சாலைக்கு மறுபுறம் கற்கூரைகளுடன்கூடிய அழகான வீடுகள் அணிவகுத்து நின்றன. அந்தப் பழைய வீடுகளில் விளக்குகள் எதுவும் எரிந்து கொண்டிருக்கவில்லை. அவை அமைதியாக இருந்தன. அவை அக்கிராமத்தின் எல்லையில் இருந்ததுபோலத் தோன்றின. அப்போது வானம் தெளிவாக இருந்தது. அதில் கொத்துக் கொத்தாக நட்சத்திரங்கள் காய்த்திருந்தன. ஒரு பிறை நிலா ஒய்யாரமாக வீற்றிருந்தது. வயல்களின் வாசனை மூக்கைத் துளைத்தது. ஆந்தைகள் திடீரென்று ஊளையிட்டன. பின்னர் எல்லாம் மீண்டும் அமைதியாகிவிட்டது. அந்த அமைதியில், இனம் புரியாத ஏதோ ஓர் ஆற்றல் இருந்தது.

எல்லாமே விநோதமாக இருந்தது.

நோரா முதலில் பெட்ஃபோர்டில் இருந்தாள். பிறகு அவள் அந்த விநோதமான நூலகத்திற்குச் சென்றாள். இப்போது, அவள் இந்த அழகான கிராமத்துச் சாலையில் நின்று கொண்டிருந்தாள். அவள் சிறிதும் அசையாமல் நின்று கொண்டிருந்தாள்.

அச்சாலையில் அவள் நின்று கொண்டிருந்த இடத்தின் பக்கத்திலிருந்த ஒரு வீட்டின் கீழ்த்தளத்துச் சன்னலிலிருந்து ஒரு பொன்னிற வெளிச்சம் வந்து கொண்டிருந்தது. அவள் நிமிர்ந்து பார்த்தாள். அங்கு ஒரு மதுவிடுதியின் பெயர்ப்பலகை காற்றில் மென்மையாக ஆடிக் கொண்டிருந்தது. அதில் மூன்று குதிரைலாடங்கள்

ஒன்றுக்கொன்று மிக நெருக்கமாக வரையப்பட்டிருந்தன. அதற்குக் கீழே அழகிய எழுத்துகளில் 'த திரீ ஹார்ஸ்ஷூஸ்' என்று எழுதப்பட்டிருந்தது.

அவளுக்கு முன்னால் சாலையோரத்தில் ஒரு கரும்பலகை நிறுத்தி வைக்கப்பட்டிருந்தது. அதில் சாக்பீஸால் எழுதப்பட்டிருந்த வாசகங்கள் அவளுடைய கையெழுத்தில் இருந்ததை அவள் உடனடியாக இனம் கண்டு கொண்டாள்.

த திரீ ஹார்ஸ்ஷூஸ்
வினாடி வினா இரவு
நாள்: செவ்வாய்க்கிழமை
நேரம்: இரவு 8.30 மணி
"உங்களுக்கு ஒன்றுமே தெரியாது என்ற அறிதல்தான்
உண்மையான அறிவு."
- சாக்ரடீஸ் (எங்களுடைய வினாடி வினாவில் தோற்றப்
பிறகு!!!!)

* * *

அடுத்தடுத்து நான்கு வியப்புக்குறிகளை அவள் போட்டு வைத்திருந்த ஒரு வாழ்க்கை இது. இது, மகிழ்ச்சியான, ஆசுவாசமான மக்கள் செய்த விஷயமாக இருக்கலாம்.

இது ஒரு நல்ல சகுனம்தான்.

தான் என்ன உடை அணிந்திருந்தோம் என்று நோரா குனிந்து பார்த்தாள். ஒரு ஜீன்ஸ் பேன்ட், கைகள் பாதி மடித்துவிடப்பட்டிருந்த ஒரு டெனிம் சட்டை, ஷூக்கள் ஆகியவற்றை அவள் அணிந்திருந்தாள். அதற்கு முன்பு அவற்றை அவள் தன்னுடைய மூல வாழ்க்கையில் ஒருபோதும் அணிந்திருக்கவில்லை. அவளுக்கு வெடவெடத்தது. அந்தக் குளிர்காற்றில் நீண்ட நேரம் வெளியே இருப்பதற்கு ஏற்ற உடைகளை அவள் அப்போது அணிந்திருக்கவில்லை என்பது வெளிப்படையாகத் தெரிந்தது.

அவளுடைய மோதிர விரலில் இரண்டு மோதிரங்கள் இருந்தன. அவற்றில் ஒன்று, ஓராண்டுக்கு முன்பு நடுக்கத்துடனும் கண்ணீருடனும் அவள் கழற்றி எறிந்திருந்த அதே நிச்சயதார்த்த நீலக்கல் மோதிரம். மற்றொன்று, எளிமையான வெள்ளித் திருமண மோதிரம்.

விநோதம்தான்.

அவளுடைய மணிக்கட்டில் ஒரு கைக்கடிகாரம் இருந்தது. அது டிஜிட்டல் கடிகாரம் அல்ல. மெல்லிய, அழகான, ரோமானிய எழுத்துகளுடன் இருந்த ஒரு கைக்கடிகாரம் அது. அப்போது மணி நள்ளிரவு தாண்டி ஒரு நிமிடம் ஆகியிருந்ததாக அது காட்டியது.

இந்த வாழ்க்கையில் அவளுடைய கைகள் மென்மையாக இருந்தன. ஒருவேளை அவள் கைகளுக்குக் கிரீம் எதையாவது பயன்படுத்திக் கொண்டிருக்கலாம். அவளுடைய கைவிரல்கள் நெயில் பாலிஷில் மின்னிக் கொண்டிருந்தன. தன்னுடைய இடது கையிலிருந்த, தனக்குப் பழக்கமாகிப் போயிருந்த மச்சத்தை அவள் பார்த்தபோது, அவளுக்கு ஒருவிதமான ஆறுதல் ஏற்பட்டது.

அவளுக்கு அருகே காலடிச் சத்தம் கேட்டது. யாரோ அவளை நோக்கி நடந்து வந்து கொண்டிருந்தனர். அந்த மதுவிடுதிச் சன்னலிலிருந்து வந்த வெளிச்சத்திலிருந்தும், ஒற்றைத் தெருவிளக்கின் ஒளியிலிருந்தும், அது ஓர் ஆண் என்பது தெரிந்தது. அந்த நபரின் கன்னம் ரோஸ் நிறத்தில் இருந்தது. நரைத்திருந்த 'டிக்கின்சன்' கிருதா அவருடைய முகத்தை அலங்கரித்தது. அவர் ஒரு கோட் அணிந்திருந்தார். அவர் கையில் ஒரு மதுக்குவளை இருந்தது. அவர் கவனமாக அடியெடுத்து வைத்ததை வைத்துப் பார்த்தால், அவர் ஓரளவு குடிபோதையில் இருக்க வேண்டும் என்பது புரிந்தது.

"குட் நைட், நோரா! நான் மீண்டும் வெள்ளிக்கிழமை வருகிறேன். அன்று ஒரு சிறந்த கிராமியப் பாடகர் இங்குப் பாடவிருப்பதாக டேன் கூறினார்."

இந்த வாழ்க்கையில் அவளுக்கு இந்த மனிதரின் பெயர் கண்டிப்பாகத் தெரிந்திருக்கும். "சரி. நாம் வெள்ளிக்கிழமை சந்திக்கலாம். வருகின்ற வெள்ளி இரவு நிச்சயமாகச் சிறப்பாக இருக்கும்."

நல்லவேளையாக அவளுடைய குரல் எந்தவிதத்திலும் மாறியிருக்கவில்லை. அத்தெருவில் அந்த நேரத்தில் போக்குவரத்து எதுவும் இருக்கவில்லை என்பது வெளிப்படையாகத் தெரிந்தபோதிலும், இருபுறமும் பார்த்தப் பிறகுதான் அந்த நபர் அத்தெருவைக் கடந்து சென்றதை அவள் கவனித்தாள்.

அப்படியெனில், விஷயங்கள் நிஜமாகவே நிகழ்ந்து கொண்டிருந்தன என்பது அவளுக்குப் புரிந்தது. இதுதான் அவள் விரும்பியிருந்த மதுவிடுதி வாழ்க்கை, எதார்த்தமாகியிருந்த கனவு வாழ்க்கை.

"ஆனால் இது மிகவும் விநோதமாகப்படுகிறது," என்று அவள் அத்தெருவைப் பார்த்துத் தன்னந்தனியாகப் பேசினாள்.

அப்போது மூன்று பேர் அடங்கிய ஒரு குழு அந்த மதுவிடுதியிலிருந்து வெளியேறியது. அதில் இரண்டு பெண்களும் ஓர் ஆணும் இருந்தனர். அவளைக் கடந்து சென்றபோது அவர்கள் நோராவை நோக்கிப் புன்னகைத்துவிட்டுச் சென்றனர்.

"அடுத்த முறை நாங்கள் வெற்றி பெறுவோம்," என்று அப்பெண்களில் ஒருத்தி கூறினாள்.

"ஆமாம். எப்போதுமே அடுத்த வாய்ப்பு ஒன்று இருக்கத்தான்

செய்கிறது,'' என்று நோரா பதிலளித்தாள்.

நோரா அந்த மதுவிடுதியை நெருங்கிச் சென்று சன்னல் வழியாக உள்ளே பார்த்தாள். அது காலியாக இருந்ததுபோலத் தோன்றியது. ஆனால், விளக்குகள் எரிந்து கொண்டிருந்தன. அந்த மூன்று பேர்தான் கடைசியாக வெளியேறிய நபர்களாக இருக்க வேண்டும்.

அந்த மதுவிடுதி அவளை 'உள்ளே வா' என்று அழைத்தது. அது இதமானதாகவும் ஒருவித ஆளுமையுடனும் இருந்தது. அங்குச் சிறிய மேசைகள் போடப்பட்டிருந்தன. மர உத்திரங்கள் கூரையைத் தாங்கிப் பிடித்துக் கொண்டிருந்தன. ஒரு சக்கரம் ஒரு சுவரில் மாட்டப்பட்டிருந்தது. செழிப்பான சிவப்புக் கம்பளம் ஒன்று தரையை அலங்கரித்துக் கொண்டிருந்தது. 'பார்' பகுதி முழுவதும் மரத்தால் வடிவமைக்கப்பட்டிருந்தது. அதில் பீர் பொழியும் பம்புகள் அணிவகுத்து நின்றன.

அவள் சன்னலிலிருந்து சற்றுப் பின்வாங்கினாள். அந்த மதுவிடுதியைத் தாண்டி ஓரிடத்தில் மாட்டப்பட்டிருந்த மற்றொரு பெயர்ப்பலகை அவளுடைய கவனத்தை ஈர்த்தது. அங்கு நடைபாதை முடிந்து ஒரு புல் தோட்டம் தொடங்கியிருந்தது.

குதிநடையுடன் அவள் அங்குச் சென்று அந்தப் பலகையில் எழுதப்பட்டிருந்ததைப் படித்தாள்.

லிட்டில்வொர்த்
கவனமான ஓட்டுநர்களை வரவேற்கிறது

அந்தப் பெயர்ப்பலகையின் மேற்புறமாக ஒரு குறியீடும், அதைச் சுற்றி 'ஆக்ஸ்ஃபோர்டுஷயர் கவுன்டி கவுன்சில்' என்ற வாசகமும் இடம் பெற்றிருந்தன.

"நாங்கள் உண்மையிலேயே அதைச் சாதித்துவிட்டிருக்கிறோம்,'' என்று நோரா மீண்டும் காற்றுடன் பேசினாள்.

அவளும் டேனும் பாரிஸுக்குச் சென்றபோது, அங்கு அவர்கள் ஸீன் நதிக் கரையோரம் நடந்தவாறு பேசிக் கொண்டிருந்தபோதுதான், டேன் முதன்முதலில் தன்னுடைய இந்தக் கனவைப் பற்றி அவளிடம் கூறியிருந்தான்.

கிராமப்புற இங்கிலாந்தில் அவர்கள் இருவரும் சேர்ந்து ஒரு வாழ்க்கையை வாழ்வது குறித்து அவன் அவளிடம் பேசினான்.

ஆக்ஸ்ஃபோர்டுஷயர் கிராமப் பகுதியில் ஒரு மதுவிடுதியைத் துவக்க வேண்டும் என்ற கனவு அது.

நோராவின் அம்மாவின் புற்றுநோய் மீண்டும் வீரியத்தோடு திரும்பி வந்து அவருடைய உடலின் பிற பகுதிகளிலும் பரவியபோது, நோரா லண்டனிலிருந்து கிளம்பினாள். அப்போது, டேனும் தன் கனவைத் தற்காலிகமாக நிறுத்தி வைத்துவிட்டு அவளோடு பெட்ஃபோர்டுக்குக்

குடிபெயர்ந்தான். எப்படியாவது மூச்சைப் பிடித்து வைத்துக் கொண்டு, அவர்களுடைய திருமணத்தைப் பார்த்துவிட வேண்டும் என்று நோராவின் அம்மா ஆசைப்பட்டார். ஆனால், திருமணத்திற்கு நான்கு மாதங்களுக்கு முன்பே அவர் மறைந்துவிட்டார்.

ஒருவேளை இதுதான் நோரா திட்டமிட்டிருந்த அந்த வாழ்க்கையாக இருந்திருக்க வேண்டும். இதுதான் அவளுடைய வாழ்க்கையில் அவளுக்கு அதிர்ஷ்ட தேவதையின் ஆசி கிடைத்திருந்த முதல் தருணமாக இருந்திருக்க வேண்டும்.

ஐயம் கலந்த ஒரு புன்னகை அவளுடைய முகத்தின்மீது படர்ந்தது.

* * *

அவள் மெதுவாக நடந்து சென்று அந்த மதுவிடுதியின் பக்கக் கதவின் அருகே சென்றாள். பின் அவள் ஒரு முறை ஆழமாக சுவாசித்துவிட்டு உள்ளே நுழைந்தாள்.

அந்த இடத்தின் சூடு உடலுக்கு இதமாக இருந்தது.

அந்த இடம் அமைதியாகவும் இருந்தது.

அது ஒரு தாழ்வாரம்போல இருந்தது. அதன் கூரை தாழ்வாக இருந்தது. அதன் சுவர்களில் மர இலைகளின் வால்பேப்பர்கள் ஒட்டப்பட்டிருந்தன.

அவள் அதைக் கடந்து சென்று, சன்னல் வழியாக அவள் பார்த்திருந்த, மது பரிமாறப்பட்ட அறையை அடைந்தாள். திடீரென்று எங்கிருந்தோ அவள் முன் வந்து குதித்த ஒரு பூனையைக் கண்டு அவள் திடுக்கிட்டுத் துள்ளினாள்.

அவள் குனிந்து அந்தக் கொழுத்தப் பூனையைத் தடவிக் கொடுத்தாள். பின் அதன் கழுத்துப்பட்டியில் இடம் பெற்றிருந்த பெயரை வாசித்தாள். "வோல்டேர்."

அது முற்றிலும் வேறொரு பூனையாக இருந்தபோதிலும், அதன் பெயர் மட்டும் அதே வோல்டேராக இருந்தது. நோரா தன்னுடைய பழைய பூனையை ஒரு பூனைகள் காப்பகத்திலிருந்து தத்தெடுத்து வந்திருந்தாள். ஆனால் இந்தப் புதிய பூனையைப் பார்த்தால் அப்படித் தெரியவில்லை. அது லேசாக உறுமியது. "ஹலோ, இரண்டாம் வோல்டேர்! உன்னைப் பார்த்தால் நீ மகிழ்ச்சியாக இருப்பதுபோலத் தெரிகிறது. இங்கு இருக்கின்ற மனிதர்களும் உன் அளவுக்கு மகிழ்ச்சியாக இருக்கிறார்களா?"

அந்தப் பூனை அதை ஆமோதித்ததுபோல இலேசாக உறுமியது. பின் அது தன்னுடைய தலையைக் கொண்டு அவளுடைய காலில் உரசியது. அவள் அதைத் தூக்கிக் கொண்டு பாரின் பக்கம் சென்றாள். அங்கு விதவிதமான மதுவகைகள் அடுக்கி வைக்கப்பட்டிருந்தன.

அங்கு ஓர் ஓரமாக, பட்டாம்பூச்சிகளின் பாதுகாப்புக்கு நன்கொடை சேகரிப்பதற்கான ஒரு பெட்டி வைக்கப்பட்டிருந்தது.

கண்ணாடிக் கோப்பைகள் மோதிக் கொண்ட சத்தம் அவளுக்குக் கேட்டது. பாத்திரங்களைக் கழுவுகின்ற டிஷ்வாஷர் இயந்திரத்திற்குள் கோப்பைகளை வைத்ததுபோல அது ஒலித்தது. வழக்கமான பதற்ற உணர்வு நெஞ்சை இறுக்குவதுபோல இருந்தது. அப்போது அந்த பாருக்குப் பின்னாலிருந்து இருபது வயது மதிக்கத்தக்க ஓர் இளைஞன் வெளியே வந்து, நோரா அங்கு இருந்ததையே கண்டுகொள்ளாமல், மேடைமீது இருந்த மற்றக் கோப்பைகளை எடுத்து அந்த டிஷ்வாஷருக்குள் வைத்தான். பின் அவன் அந்த இயந்திரத்தைத் துவக்குகின்ற சுவிட்சைப் போட்டுவிட்டு, அங்கு மாட்டப்பட்டிருந்த தன்னுடைய கோட்டை எடுத்து அணிந்து கொண்டான். பிறகு, அவன் தன்னுடைய காரின் சாவியை அங்கிருந்து எடுத்துக் கொண்டான்.

“போய் வருகிறேன், நோரா. நான் நாற்காலிகளை ஒழுங்குபடுத்திவிட்டேன். மேசைகளைத் துடைத்துச் சுத்தமாக்கிவிட்டேன். டிஷ்வாஷரில் பாத்திரங்களைப் போட்டுவிட்டேன்.”

“ஓ, நன்றி!”

“மறுபடியும் வியாழக்கிழமை பார்க்கலாம்.”

“சரி,” என்று நோரா கூறினாள். தன்னுடைய உண்மையான அடையாளம் கண்டுகொள்ளப்படவிருந்த ஓர் உளவாளிபோல அவள் உணர்ந்தாள்.

அவன் சென்ற சிறிது நேரத்திற்குப் பிறகு மீண்டும் காலடியோசை கேட்டது. அது அந்த மதுவிடுதியின் பின்பக்கத்திலிருந்து வந்தது. அடுத்தக் கணம் அவன் அங்கே தோன்றினான்.

அவன் முற்றிலும் வேறு மாதிரியாக இருந்தான்.

அவனுடைய தாடி காணாமல் போயிருந்தது. அவனுடைய கண்களைச் சுற்றி நிறைய கருவளையங்களும் சுருக்கங்களும் இருந்தன. அவனுடைய கையில், கிட்டத்தட்டக் குடித்து முடிக்கப்பட்ட நிலையில் ஒரு பீர் கோப்பை இருந்தது. இப்போதும் அவன் ஒரு தொலைக்காட்சிப் பிரபலத்தைப்போலத்தான் இருந்தான். ஆனால், எண்ணற்றத் தொடர்களில் நடித்து முதுமையடைந்திருந்த ஒரு கதாநாயகன்போல அவன் காட்சியளித்தான்.

“டேன், நான் உன்னைக் குறித்து மிகவும் பெருமைப்படுகிறேன். நம் இருவரைக் குறித்தும் நான் பெருமைப்படுகிறேன்,” என்று நோரா அவனிடம் கூறினாள்.

அவன் அவளை வெறுமையாகப் பார்த்தவாறு, “குளிரூட்டிகளை இப்போதுதான் ‘ஆன்’ செய்துள்ளேன். அதை நாளை சுத்தம் செய்தாக வேண்டும். இரண்டு வாரங்களாக அது தொடர்ந்து ஓடிக் கொண்டிருக்கிறது,” என்று கூறினான்.

நோராவுக்குத் தலையும் புரியவில்லை, வாலும் புரியவில்லை.

அவள் தன் கைகளில் இருந்த பூனையைத் தடவியவாறு, “ஆமாம். சுத்தம் செய்தாக வேண்டும்,” என்று கூறினாள்.

அவளுடைய கணவன் – இந்த வாழ்க்கையில் – அந்த அறையைச் சுற்றிலும் தன் கண்களை ஓடவிட்டான். அங்கிருந்த மேசைகளின்மீது நாற்காலிகள் தலைகீழாகக் கவிழ்த்து வைக்கப்பட்டிருந்தன. சாயம் போன ‘ஜாஸ்’ டி-ஷர்ட் ஒன்றை அவன் அணிந்திருந்தான். “சோஃபியாவும் பிளேக்கும் வீட்டுக்குப் போய்விட்டார்களா?”

நோரா தயங்கினாள். அவர்களுக்காக வேலை பார்த்துக் கொண்டிருந்த நபர்களைப் பற்றி அவன் பேசிக் கொண்டிருந்தான் என்ற உணர்வு அவளுக்கு ஏற்பட்டது. பாரிலிருந்து வெளியேறிய நபர்தான் பிளேக்காக இருக்க வேண்டும் என்று அவள் ஊகித்தாள். வேறு எவரும் அங்கு இருந்ததுபோலத் தெரியவில்லை.

சூழ்நிலை இடக்குமடக்காக இருந்தபோதிலும், ஓர் இயல்பான குரலில், “ஆமாம். நான் அப்படித்தான் நினைக்கிறேன்,” என்று அவள் கூறினாள்.

“நல்லது.”

அவன் அப்போது அணிந்திருந்த ஜாஸ் டி-ஷர்ட்டை அவள் அவனுடைய இருப்பதாறாவது பிறந்தநாளுக்கு வாங்கிக் கொடுத்திருந்தது அவளுக்கு நினைவு வந்தது. அதாவது, பத்து ஆண்டுகளுக்கு முன்பு!

“இன்று நடைபெற்ற வினாடி வினா நிகழ்ச்சியில் சிலர் விநோதமான விடைகளை அளித்தனர். பீட்டும் ஜோலியும் இடம் பெற்றிருந்த குழுவில் இருந்தவர்கள், சிஸ்டைன் தேவாலயத்தின் விதானத்தில் இடம் பெற்றுள்ள ஓவியத்தை வரைந்தது மாரடோனா என்று கூறினர்.”

பீட்டும் ஜோலியும் யார் என்பது தனக்குத் தெரியும் என்பதுபோல நோரா தலையசைத்தவாறு இரண்டாம் வோல்டேரைத் தடவிக் கொடுத்தாள்.

“இன்றைய வினாடி வினா கடினமானதாகத்தான் இருந்தது என்பதை நான் சொல்லியே ஆக வேண்டும். அடுத்த முறை நாம் வேறொரு வலைத்தளத்திலிருந்து கேள்வி பதில்களைத் தயாரிக்க வேண்டும். கார- என்று தொடங்குகின்ற மலைத்தொடரிலுள்ள உயரமான மலை எது என்று கேட்டால், எவனுக்குத் தெரியும் அதற்கான பதில்?”

“காரகோரமா?” என்று கேட்டுவிட்டு, “அதற்கான பதில் கே2,” என்று அவள் கூறினாள்.

“உனக்கு அதற்கான விடை தெரியும் என்பது வெளிப்படை,” என்று அவன் வெடுக்கென்று சொன்னான். அவனுடைய குரலில் மதுவின் போதை கலந்திருந்தது. “இது உனக்குத் தெரிந்திருப்பதில் வியப்பில்லை. ஏனெனில், மக்கள் ‘ராக்’ இசையில் மூழ்கிக்

கிடந்தபோது, நீ உண்மையான பாறைகளைப் பற்றிப் படித்துக் கொண்டிருந்தாய்."

"ஏய், நான் உண்மையிலேயே ஓர் இசைக் குழுவில் அங்கம் வகித்திருந்தது உனக்கு நினைவில்லையா?"

அதைச் சொல்லிய பிறகுதான், தான் அதில் இடம் பெற்றிருந்ததை டேன் வெறுத்தான் என்பது அவளுடைய நினைவுக்கு வந்தது.

அதைக் கேட்டு அவன் நக்கலாகச் சிரித்தான். அந்தச் சிரிப்பை அவள் அடையாளம் கண்டு கொண்டாள். ஆனால், அதை அவள் இரசிக்கவில்லை. அவர்களுடைய உறவின்போது, டேன் அடிக்கடிப் பிறரை, குறிப்பாகத் தன்னைக் கேலி செய்து இரசித்தான் என்பதை அவள் மறந்துவிட்டிருந்தாள். அவர்கள் சேர்ந்து இருந்தபோது, அவனுடைய இந்த குணாம்சத்தைப் பெரிதுபடுத்தாமல் இருக்க அவள் முடிவு செய்திருந்தாள். ஏனெனில், போற்றத்தக்கப் பிற நல்ல அம்சங்கள் அவனிடம் இருந்தன. அவளுடைய அம்மா நோய்வாய்ப்பட்டிருந்தபோது, அவன் அவரை அக்கறையுடன் கவனித்துக் கொண்டான்; அவனால் எதைப் பற்றியும் இலகுவாகப் பேச முடிந்தது; வருங்காலம் குறித்து அவன் ஏகப்பட்டக் கனவுகளைக் கொண்டிருந்தான்; அவன் வசீகரமாக இருந்தான்; அவனுடன் சேர்ந்து இருப்பது சுலபமாக இருந்தது; அவன் கலையின்மீது பைத்தியமாக இருந்தான்; தெருவோரம் வசிப்பவர்களைப் பார்த்தால் அவர்களிடம் அவன் ஆறுதலாக ஓரிரு வார்த்தைகள் பேசுவான். மொத்தத்தில், அவன் இந்த உலகம் குறித்து அக்கறை கொண்டிருந்தான். ஒரு நபர் ஒரு நகரத்தைப் போன்றவர் என்று சொல்லலாம். ஒரு நகரத்தில் விரும்பத்தகாத சில இடங்கள் இருக்கத்தான் செய்யும். அதற்காக அந்த ஒட்டுமொத்த நகரையும் உங்களால் நிராகரிக்க முடியாது. அதிலுள்ள எண்ணற்ற நல்ல விஷயங்கள், அதிலுள்ள சில மோசமான விஷயங்களை எளிதாக ஈடு செய்துவிடும்.

வலையொலிப்பதிவுகளைக் கேட்கின்ற பழக்கம் டேனுக்கு இருந்தது. அவற்றில் பல நோராவுக்கு எரிச்சலூட்டின. ஆனால், அவற்றை நோராவும் கேட்க வேண்டும் என்று அவன் வற்புறுத்தினான். அவன் அடிக்கடி அவளுக்கு எரிச்சலூட்டும் விதத்தில் சிரித்தான்; பல் துலக்கியபோது சத்தமாகக் கொப்பளித்தான். கட்டிலில் படுத்திருந்தபோது, மொத்தப் போர்வையையும் இழுத்துத் தன்னை மட்டும் போர்த்திக் கொண்டான். அவ்வப்போது கலை, சினிமா, இசை போன்றவை குறித்து மூர்க்கத்தனமாக அபிப்பிராயம் தெரிவித்தான். ஆனால், ஒட்டுமொத்தமாகப் பார்த்தபோது, அவனிடம் பெரிதாகக் குற்றங்குறைகளைக் கண்டுபிடிக்க முடியவில்லை. ஆனால், இப்போது நினைத்துப் பார்த்தபோது, அவன் ஒருபோதும் அவளுடைய இசைத் தொழிலுக்கு ஆதரவாக இருந்ததில்லை என்பதை அவளால் உணர முடிந்தது. அதோடு, லாபிரிந்த்ஸ் இசைக் குழுவில் இடம் பெறுவதும்,

அதன் சார்பாக இசை ஆல்பங்களை வெளியிடுவதும் அவளுடைய மன ஆரோக்கியத்திற்கு நல்லதல்ல என்றும், அவளுடைய அண்ணன் ஒரு சுயநலக்காரன் என்றும் அவன் அவளுக்கு அறிவுரை வழங்கியிருந்தான். அச்சமயத்தில் அவற்றை அவள் ஒரு சிவப்புக் கொடியாக எடுத்துக் கொள்ளவில்லை. அப்போது அவளுடைய சிந்தனை இப்படி இருந்தது: "அவன் என்னை நேசிக்கிறான்; என்மீது அக்கறை காட்டுகின்ற ஒருவன் என் வாழ்வில் இடம் பெற்றிருப்பது ஒரு நல்ல விஷயம்; புகழ், பகட்டு ஆகியவற்றுக்கு ஆசைப்படாதவனாக அவன் இருக்கிறான்; வாழ்க்கைப் படகைத் திறம்பட செலுத்தக்கூடியவனாக அவன் தெரிகிறான்." அதனால், அவன் லண்டனிலுள்ள மிகப் பிரபலமான ஆக்ஸோ டவரின் உச்சியிலிருந்த ஒரு பாரில் வைத்து, தன்னைத் திருமணம் செய்து கொள்ளச் சம்மதமா என்று அவளிடம் கேட்டபோது, அவள் உடனடியாக அதற்கு ஒப்புக் கொண்டாள்.

டேன் அந்த அறைக்குள் வந்து தன் கையிலிருந்த பீர் கோப்பையைக் கீழே வைத்துவிட்டு, தன் அலைபேசியை எடுத்து அடுத்த வார வினாடி வினா நிகழ்ச்சிக்கு மேம்பட்ட வினாக்கள் கிடைக்குமா என்று தேடத் தொடங்கினான்.

இன்று அவன் எவ்வளவு குடித்திருப்பான் என்று அவள் யோசித்தாள். ஒரு மதுவிடுதிக்குச் சொந்தக்காரனாக இருக்க வேண்டும் என்ற கனவு, உண்மையில், கணக்குவழக்கில்லாமல் குடிப்பதற்கு வாய்ப்பளித்த ஒரு கனவா என்று அவள் சிந்தித்தாள்.

"இருபது பக்கங்கள் கொண்ட ஒரு பலகோண அமைப்புக்கு என்ன பெயர்?"

சற்று முன்பு கிடைத்திருந்த அதே எதிர்வினை அவனிடமிருந்து வரக்கூடும் என்ற அச்சத்தில், "எனக்குத் தெரியாது," என்று நோரா கூசாமல் பொய் சொன்னாள்.

அவன் தன் அலைபேசியைத் தன் பாக்கெட்டுக்குள் வைத்தான்.

"இன்று விற்பனை நன்றாக இருந்தது. வந்திருந்தவர்கள் அனைவரும் மூக்கு முட்டக் குடித்தனர். ஒரு செவ்வாய்க்கிழமைக்கு இது நல்ல விற்பனைதான். நிலைமையில் முன்னேற்றம் தெரிகிறது. இதைக் கேட்டால் வங்கிக்காரன் சந்தோஷப்படுவான். ஒருவேளை, நாம் வாங்கியுள்ள கடனைத் திருப்பிச் செலுத்துவதற்கான காலக்கெடுவை அவன் இன்னும் நீட்டிக்கக்கூடும்."

பின் அவன் தன் பீர் கோப்பையை உற்றுப் பார்த்துவிட்டு, அதைக் கையிலெடுத்து, அதில் இருந்ததை ஒரு சுழற்றுச் சுழற்றி மொத்தமாகத் தன் வாய்க்குள் கவிழ்த்தான்.

"நம்முடைய நாளைய மதிய உணவு மெனுவை மாற்றும்படி நான் ஏ.ஜேவிடம் கூறப் போகிறேன். இந்த லிட்டில்வொர்த் கிராமத்தில், பச்சை பீட்ரூட், அவரை சாலட், சோள கேக் போன்ற உணவு வகைகளை யார் சாப்பிடப் போகிறார்கள்? அதற்காக நான்

லண்டனிலுள்ள பிட்ஸ்ரோவியா பகுதியிலுள்ள உணவகங்களை எள்ளி நகையாடுகிறேன் என்று அர்த்தமில்லை. அவை சிறப்பாகச் செயல்பட்டுக் கொண்டிருக்கின்றன. ஆனால், நாம் அங்குச் சென்றிருந்தபோது நீ தேர்ந்தெடுத்த ஒயின் வகைகள் நாம் கொடுத்த விலைக்குத் தகுதியானவை அல்ல என்று நான் நினைக்கிறேன்."

"சரி."

அவன் திரும்பித் தனக்குப் பின்னால் பார்த்தான். "பலகை எங்கே?"

"எந்தப் பலகை?"

"வெளியே இருந்த கரும்பலகை. அதை நீ உள்ளே எடுத்து வந்திருப்பாய் என்று நான் நினைத்தேன்."

ஓ! அதற்காகத்தான் நான் வெளியே வந்திருந்தேனா?

"இல்லை. இப்போதே போய் எடுத்து வருகிறேன்," என்று நோரா கூறினாள்.

"நீ வெளியே சென்றதை நான் பார்த்தேனே?"

நோரா ஒரு புன்னகையை உதிர்த்துத் தன் பதற்றத்தை மறைக்க முயன்றாள். "ஆமாம்... நம்முடைய பூனை வோல்டேரை நான் தேடிக் கொண்டிருந்தேன். அது வெளியே போயிருக்கக்கூடும் என்று நினைத்து நான் அங்குச் சென்று தேடினேன். அதை நான் கண்டுபிடித்துவிட்டேனல்லவா?"

டேன், பார் கவுண்டருக்குப் பின்னால் சென்று ஒரு கோப்பையில் ஸ்காட்ச்சை ஊற்றிக் கொண்டான்.

அவள் அவனை எடைபோட்டுக் கொண்டிருந்ததை அவன் உணர்ந்திருக்க வேண்டும். "இது என்னுடைய இன்றைய மூன்றாவது கோப்பை. ஒருவேளை நான்காவதாக இருக்கலாம். இன்று வினாடி வினா நாளல்லவா? நான் கொஞ்சம் பதற்றமாக இருந்தேன். நிகழ்ச்சிகளை நடத்துவது எனக்குப் பிடிக்காது என்பதுதான் உனக்குத் தெரியுமே. மது அருந்தினால் வேடிக்கையாகப் பேச எளிதாக வரும். இன்று நான் நல்ல நகைச்சுவையுடன் பேசினேன், இல்லையா? நீ என்ன நினைக்கிறாய்?"

"ஆமாம். நானும் அப்படித்தான் நினைக்கிறேன். இன்று நீ கலக்கிவிட்டாய்!"

திடீரென்று அவனுடைய முகம் தீவிரமாக மாறியது. "நீ எரினுடன் பேசிக் கொண்டிருந்ததை நான் பார்த்தேன். அவள் என்ன சொன்னாள்?"

இதற்கு என்ன பதிலைச் சொன்னால் சரியாக இருக்கும் என்று நோராவுக்குத் தெரியவில்லை. "ஓ, அதுவா? பெரிதாக ஒன்றுமில்லை. எல்லாம் வழக்கமான சமாச்சாரம்தான். உனக்குத்தான் எரினைத் தெரியுமே!"

"என்ன சொல்கிறாய்? வழக்கமான விஷயங்களா? நீ இதற்கு

முன்பு எரினுடன் பேசியிருந்ததாக எனக்கு நினைவில்லையே.''

''பொதுவாக மக்கள் பேசிக் கொள்கின்ற சாதாரணமான விஷயங்கள் என்ற அர்த்தத்தில் நான் அப்படிக் கூறினேன், அவ்வளவுதான்.''

''வில் எப்படி இருக்கிறானாம்?''

''வந்து... நன்றாக இருக்கிறான்,'' என்று கூறிய நோரா, குருட்டாம்போக்காக ஊகித்து, ''அவன் உன்னை விசாரித்ததாகக் கூறச் சொன்னானாம்,'' என்று உளறினாள்.

டேனின் கண்கள் வியப்பினால் விரிந்தன. ''உண்மையாகவா?''

அதற்கு என்ன பதில் கூறுவது என்று நோராவுக்குத் தெரியவில்லை. யார் இந்த வில்? அது ஒரு கைக்குழந்தையாகக்கூட இருக்கலாம். அல்லது அவன் கோமாவில் கிடக்கலாம். யார் கண்டது? ''இல்லையில்லை. அவன் உன்னை விசாரித்ததாக எல்லாம் கூறவில்லை. நான் வேறு எதையோ யோசித்துக் கொண்டிருந்தேன். சரி, சரி. நான் போய் அந்தக் கரும்பலகையை எடுத்து வருகிறேன்.''

அவள் அந்தப் பூனையைத் தரையில் விட்டுவிட்டு வெளியே செல்லத் துவங்கினாள். பக்கக் கதவுக்கு அருகே சென்றபோது, அப்போது அங்குச் சுவரில் சட்டமிட்டு மாட்டப்பட்டிருந்த ஒரு பத்திரிகைக் கட்டுரையை அவள் பார்த்தாள். முதலில் உள்ளே நுழைந்தபோது அவள் அதைப் பார்க்கத் தவறியிருந்தாள்.

அது ஆக்ஸ்ஃபோர்டு டைம்ஸ் பத்திரிகையில் வெளிவந்திருந்த ஒரு கட்டுரை. அதில் ஒரு புகைப்படமும் இடம் பெற்றிருந்தது. அப்புகைப்படத்தில், அவர்கள் இருவரும் 'த திரீ ஹார்ஸ்ஷூஸ்' மதுவிடுதிக்கு வெளியே நின்று கொண்டிருந்தனர். டேன் தன் ஒரு கையை அவளைச் சுற்றிப் போட்டிருந்தான். அப்புகைப்படத்தில் அவன் ஒரு கோட் அணிந்திருந்தான். அதை அவள் அதற்கு முன்பு ஒருபோதும் பார்த்திருக்கவில்லை. நோராவும் அதில் ஒரு நேர்த்தியான ஆடை அணிந்திருந்தாள். தன்னுடைய முந்தைய வாழ்வில் அதை அவள் ஒருக்காலும் அணிந்திருக்க மாட்டாள்.

தங்களுடைய கனவை நனவாக்கியுள்ள
மதுவிடுதி உரிமையாளர்கள்

அக்கட்டுரையின்படி, அவர்கள், சிதிலமடைந்திருந்த ஒரு மதுவிடுதியை, டேனுக்குக் கிடைத்திருந்த சொற்ப அளவு பரம்பரைச் சொத்து, வங்கிக் கடன், அவர்களுடைய சேமிப்பு ஆகியவற்றைக் கொண்டு மலிவான விலைக்கு வாங்கிப் புதுப்பித்திருந்தனர். அக்கட்டுரை ஒரு வெற்றிக் கதையை வெளியிட்டிருந்தது. ஆனால் இரண்டு ஆண்டுகளுக்கு முன்பு வெளிவந்திருந்த கட்டுரை அது.

அவள் வெளியே அடியெடுத்து வைத்தபோது, ஒரு செவ்வாய்க்கிழமை நள்ளிரவுக்குப் பின்னர் ஒரு சில நிமிடங்களுக்குள் ஒரு வாழ்க்கையை எடைபோடுவது சாத்தியமா என்ற யோசனை அவளுடைய மனத்திற்குள் ஓடிக் கொண்டிருந்தது. அல்லது, அதுவே ஒருவருக்குப் போதுமானதா?

இப்போது காற்றின் வேகம் அதிகரித்திருந்தது. காற்று அந்தக் கரும்பலகையைச் சிறிது தூரம் நகர்த்திச் சென்றிருந்ததோடு, அதைக் கிட்டத்தட்டச் சாய்த்தும் விட்டிருந்தது. அதை அவள் எடுப்பதற்குள் அவளுடைய பாக்கெட்டிலிருந்த அலைபேசி அதிர்ந்தது. அப்படி ஒன்று தன் பாக்கெட்டில் இருந்ததையே அவள் உணர்ந்திருக்கவில்லை. அதை அவள் வெளியே எடுத்தாள். அது இஸ்ஸியிடமிருந்து வந்திருந்த ஒரு குறுஞ்செய்தி.

தன்னுடைய அலைபேசியின் வால்பேப்பராக அவளும் டேனும் ஓர் அழகான இடத்தில் எடுத்துக் கொண்டிருந்த ஒரு புகைப்படம் இடம் பெற்றிருந்ததை அவள் கவனித்தாள்.

அவள் தன்னுடைய முக அடையாளத்தைப் பயன்படுத்தி அந்த அலைபேசிக்குள் புகுந்து அந்தக் குறுஞ்செய்தியைத் திறந்தாள். அதில் ஒரு புகைப்படம் இருந்தது. அது ஒரு திமிங்கலத்தின் படம். அது ஓர் ஆழ்கடலில் அலைகளுக்கு மேலாக மிக உயரமாகத் துள்ளிக் கொண்டிருந்தது. அதைச் சுற்றி வாரி இறைக்கப்பட்டிருந்த நீர், ஷாம்பெயின் பாட்டிலைத் திறக்கும்போது பொங்கி வருகின்ற நுரையைப்போலக் காட்சியளித்தது. அது ஓர் அருமையான புகைப்படம். அது உடனடியாக அவளுடைய முகத்தில் ஒரு புன்னகையை மலரச் செய்தது.

இஸ்ஸி தட்டச்சு செய்து கொண்டிருந்தாள்.

நோராவின் அலைபேசியில் அடுத்து ஒரு செய்தி வந்து விழுந்தது:

இது நேற்று நான் படகிலிருந்து எடுத்திருந்த புகைப்படங்களில் ஒன்று.

உடனே மற்றொரு செய்தியும் தோன்றியது:

கூனல் முதுகு கொண்டது அம்மா திமிங்கலம்.

அதை அடுத்து மற்றொரு புகைப்படம் வந்தது: அதில் இரண்டு திமிங்கலங்கள் இருந்தன. அவற்றின் முதுகுகள் நீருக்கு மேலே தெரிந்தன.

தன் குட்டியுடன்!

* * *

கடைசிச் செய்தியோடு கூடவே, திமிங்கலம் மற்றும் அலைகளின் 'எமோஜிக்களும்' இடம் பெற்றிருந்தன.

நோராவின் இதயத்திற்குள் ஓர் இதமான உணர்வு பெருக்கெடுத்தது. அதற்கு அந்தப் படங்கள் மட்டும் காரணமல்ல. அவை அற்புதமானவை என்பதில் சந்தேகமில்லை. ஆனால் இஸ்ஸியுடனான தொடர்புதான் அதற்கு முக்கியக் காரணம்.

நோரா டேனுடனான தன்னுடைய திருமணத்தை நிறுத்தியவுடன், தன்னுடன் ஆஸ்திரேலியாவுக்கு வரும்படி இஸ்ஸி அவளை வற்புறுத்தினாள்.

அவர்கள் எல்லாவற்றையும் கச்சிதமாக முன்கூட்டியே யோசித்து வைத்திருந்தனர். ஆஸ்திரேலியாவிலுள்ள பைரன் விரிகுடாப் பகுதிக்குக் குடிபெயர்வது என்றும், திமிங்கலங்களைப் பார்வையிடச் சுற்றுலாப்பயணிகளை அழைத்துச் செல்லும் படகுகளில் ஏதாவது ஒன்றில் வேலைக்குச் சேர்ந்து கொள்வது என்றும் அவர்கள் திட்டமிட்டனர்.

தங்களுடைய இந்தப் புதிய சாகசத்தை எதிர்நோக்கி, கூனல் முதுகுத் திமிங்கலங்களின் ஏராளமான படங்களை அவர்கள் சேகரித்திருந்தனர். பின்னர் நோரா தன் தீர்மானத்தில் தடுமாறிப் பின்வாங்கிவிட்டாள். அவள் எப்படி நீச்சலிலிருந்து விலகினாளோ, எப்படி இசைக்குழுவிலிருந்து வெளியேறினாளோ, எப்படி டேனுடனான திருமணத்தை உதறித் தள்ளினாளோ, அதுபோலவே இப்போதும் செய்தாள். ஆனால், இங்கு மற்றச் சூழல்கள்போல அவளுக்கு விலகுவதற்குக் காரணங்கள் எதுவும் இருக்கவில்லை. அவள் அப்போதுதான் 'ஸ்ட்ரிங் தியரி' கடையில் வேலைக்குச் சேர்ந்திருந்தாள் என்பது உண்மைதான். பெட்ஃபோர்டில் தங்குவது என்பது ஒரு மோசமான தேர்ந்தெடுப்பு என்பதையும் அவள் நன்றாகவே அறிந்திருந்தாள். ஆனாலும் அதையே அவள் தேர்ந்தெடுத்தாள். அவள் மகிழ்ச்சியாக இருப்பதற்குத் தகுதியானவள் அல்லள் என்று அவளுடைய மனத்தளர்ச்சி அவளிடம் கூறியது. அவள் டேனின் மனத்தை நோகடித்திருந்தாள். எப்போதும் மப்பும் மந்தாரமுமான ஒரு வானிலையைக் கொண்ட தன்னுடைய சொந்தச் சிற்றூரும் மனத்தளர்ச்சியும்தாம் அதற்கான தண்டனை என்று அவள் தனக்குத் தானே சமாதானம் கூறிக் கொண்டாள். வேறு எதையும் செய்வதற்கான மன உறுதியோ, தெளிவோ அல்லது ஆற்றலோ அவளிடம் இருக்கவில்லை.

கூட்டிக் கழித்துப் பார்த்தால், அவள் தன்னுடைய ஆத்மார்த்தமான தோழியைத் தூக்கியெறிந்துவிட்டு, அந்த இடத்தில் ஒரு பூனைக்குட்டியை எடுத்து வைத்திருந்தாள்.

அவளுடைய பழைய வாழ்க்கையில் இஸ்ஸியுடனான உறவு முறிந்து போயிருக்கவில்லை. ஆனால், இஸ்ஸி ஆஸ்திரேலியாவுக்குக்

குடிபெயர்ந்த பிறகு, அவர்களுக்கு இடையே நிலவிய உறவு மங்கத் துவங்கியது. இறுதியில் ஃபேஸ்புக் மற்றும் இன்ஸ்டாகிரம் 'லைக்குகள்' மற்றும் எமோஜிக்களால் பொங்கி வழிந்த பிறந்தநாள் வாழ்த்துகளாக அந்த உறவு சுருங்கிவிட்டது.

இப்போது இஸ்ஸி அனுப்பியிருந்த குறுஞ்செய்திகளை நோட்டம்விட்டபோது, இந்த வாழ்க்கையில் அவர்களுக்கு இடையே சுமார் பத்தாயிரம் மைல்கள் இடைவெளி இருந்தபோதிலும், அவர்களுக்கு இடையே ஒரு நல்ல உறவு நிலவிக் கொண்டிருந்ததை நோராவால் உணர முடிந்தது.

* * *

அவள் மறக்காமல் அந்தக் கரும்பலகையை எடுத்துக் கொண்டு மீண்டும் மதுவிடுதிக்குள் நுழைந்தபோது, அங்கு டேனை எங்கும் காணவில்லை. அதனால் அவள் பக்கவாசல் கதவைப் பூட்டிவிட்டு பார் பகுதிக்கு வந்தாள். மாடிப்படி எங்கிருந்தது என்று அவள் யோசித்தாள். அதோடு, போதை தலைக்கேறியிருந்த தன் 'கணவனைப்' பின்தொடர்ந்து தான் அங்குச் செல்ல வேண்டுமா அல்லது வேண்டாமா என்று அவள் தடுமாறினாள்.

அக்கட்டடத்தின் பின்பகுதியில் மாடிப்படி இருந்ததை அவள் கண்டுபிடித்தாள். 'ஊழியர்களுக்கு மட்டும்' என்ற அறிவிப்பு வாசகம் தொங்கவிடப்பட்டிருந்த ஒரு கதவுக்குப் பின்னால் அது இருந்தது. மாடிப்படி ஏறுகின்ற இடத்தில், அவர்கள் இருவரும் சேர்ந்து பார்த்திருந்த, அவர்கள் இருவருக்கும் பிடித்தமான ஒரு நடிகரின் திரைப்படத்தின் போஸ்டர் ஒன்று ஒட்டப்பட்டிருந்தது. அதற்குச் சற்றுத் தள்ளி, சன்னலோரம் மற்றொரு சிறிய படம் வைக்கப்பட்டிருந்தது.

அது அவர்களுடைய திருமணப் புகைப்படம். அது கருப்பு வெள்ளையில் இருந்தது. அதில் அவர்கள் இருவரும் ஒரு தேவாலயத்திலிருந்து வெளியே வந்து கொண்டிருந்தனர். அவர்கள்மீது வீசப்பட்டிருந்த காகிதத் துணுக்குகள் அந்தப் புகைப்படமெங்கும் நிறைந்திருந்தன. அதனால், அவளால் அவர்களுடைய முகங்களைத் தெளிவாகப் பார்க்க முடியவில்லை. ஆனால், அவர்கள் இருவரும் சிரித்துக் கொண்டிருந்தனர். ஒரு புகைப்படத்தால் உண்மைகளைப் படம்பிடித்துக் காட்ட முடியும் என்றால், அவர்கள் இருவரும் காதலில் தோய்ந்திருந்தனர். டேனைப் பற்றி அவளுடைய அம்மா கூறியிருந்தது அவளுக்கு இப்போது நினைவுக்கு வந்தது: 'அவன் நல்லவன். நீ ஓர் அதிர்ஷ்டக்காரி. அவனைக் கெட்டியாகப் பிடித்துக் கொள்.'

அப்புகைப்படத்தில் அவளுடைய அண்ணன் ஜோவும் இருந்தான். மொட்டைத் தலையுடன் காட்சியளித்த அவன் உண்மையான மகிழ்ச்சியுடன் அதில் காணப்பட்டான். அவனுடைய கையில் ஒரு

ஷாம்பெயின் பாட்டில் இருந்தது. குறுகிய காலத்தில் உறவு முறிந்து போன அவனுடைய நண்பனும் முதலீட்டு வங்கியாளனுமான லூயிஸும் அவனுடன் இருந்தான். இஸ்ஸியும் அதில் இருந்தாள். ரவியும் இருந்தான். அவன் அதில் டிரம்ஸ் வாசிப்பவனைப்போல இல்லாமல் ஒரு கணக்காளன்போலக் காட்சியளித்தான். அவனுக்கு அருகே, அவள் அதற்கு முன்பு ஒருபோதும் பார்த்திராத, மூக்குக்கண்ணாடி அணிந்த ஒரு பெண் நின்று கொண்டிருந்தாள்.

டேன் குளியலறையில் இருந்தபோது, நோரா படுக்கையறைக்குள் நுழைந்தாள். டேனின் முந்தைய உரையாடலிலிருந்து, அவர்களுக்குப் பணப் பிரச்சனை இருந்தது என்பதை அவள் கண்டுபிடித்திருந்தாள். ஆனால், அவர்களுடைய படுக்கையறை ஆடம்பரமாக அலங்கரிக்கப்பட்டிருந்தது. நேர்த்தியான சன்னல் திரைச்சீலைகள், சௌகரியமானதாகக் காட்சியளித்த ஒரு பெரிய கட்டில், அதன்மீது விரிக்கப்பட்டிருந்த சுத்தமான வெள்ளை நிற விரிப்பு ஆகியவற்றை அவள் கவனித்தாள்.

கட்டிலுக்கு இருபுறமும் பல புத்தகங்கள் இருந்தன. அவளுடைய முந்தைய வாழ்க்கையில், கடந்த ஆறு மாதங்களில் அவள் தன் படுக்கைக்கு அருகே எந்தவொரு புத்தகத்தையும் வைத்திருக்கவுமில்லை, எதையும் படித்திருக்கவுமில்லை. ஒருவேளை இந்த வாழ்க்கையில் அவளுக்கு கவனக்குவிப்பு ஆற்றல் கூடுதலாக இருந்திருக்கலாம்.

அங்கிருந்த நூல்களில் ஒன்றை அவள் கையிலெடுத்தாள்: ‘புதிதாகத் துவக்குபவர்களுக்கான தியானம்.’ அப்புத்தகத்திற்குக் கீழே, அவளுக்குப் பிடித்தமான நூலாசிரியரான ஹென்ரி டேவிட் தோரோவின் சுயசரிதை இருந்தது. டேனின் தலைமாட்டுப் பக்கத்திலும் சில புத்தகங்கள் இருந்தன. அவளுக்குத் தெரிந்தவரை, டேன் படித்திருந்த கடைசிப் புத்தகம் துலூஸ் லாட்ரெக் என்ற பிரெஞ்சு ஓவியரின் சுயசரிதைப் புத்தகம். ஆனால் இந்த வாழ்க்கையில் டேனின் தலைமாட்டில் சில வணிகப் புத்தகங்களும், மதுவிடுதிகளைப் பற்றிய சமீபத்திய இதழ் ஒன்றும் இருந்தன.

நோரா தன்னுடைய உடலில் வித்தியாசமாக உணர்ந்தாள். அவள் முன்பைவிட அதிக ஆரோக்கியமானவளாக, அதிக வலுவானவளாக இருந்தாள். ஆனால், அதே நேரத்தில், அவள் சிறிது இறுக்கமாகவும் இருந்தாள். அவள் தன் வயிற்றைத் தொட்டுப் பார்த்துக் கொண்டபோது, இந்த வாழ்க்கையில் தான் அதிகமான உடற்பயிற்சியில் ஈடுபட்டிருந்தது அவளுக்குப் புரிந்தது. தன்னுடைய தலைமுடி குறித்தும் அவள் வித்தியாசமாக உணர்ந்தாள். இப்போது அவளுடைய கூந்தல் அடர்த்தியாகவும் நீளமாகவும் இருந்தது. அவளுக்குச் சிறிது கிறக்கமாக இருந்தது. அவளும் ஓரிரு கோப்பை ஒயினை அருந்தியிருந்திருக்க வேண்டும்.

ஒரு சில கணங்கள் கழித்து, குளியலறையில் டேன் பல் துலக்கி வாய் கொப்பளித்தச் சத்தம் அவளுக்குக் கேட்டது. அது தேவைக்கு அதிகமாகச் சத்தமாக இருந்ததாக அவளுக்குத் தோன்றியது.

டேன் படுக்கையறைக்குள் நுழைந்தவுடன், "உனக்கு உடம்புக்கு ஒன்றுமில்லையே?" என்று அவளிடம் கேட்டான். அவனுடைய குரல் தன்னுடைய ஞாபகத்தில் இருந்ததுபோல இருக்கவில்லை என்பது அவளுக்கு உறைத்தது. அது வெறுமையாக இருந்ததுபோலத் தோன்றியது. அது உணர்ச்சியற்றும் இருந்தது. களைப்பு அதற்குக் காரணமாக இருக்கலாம். அல்லது, மன அழுத்தம் காரணமாக இருக்கலாம். அல்லது, பீர் காரணமாக இருக்கலாம். அல்லது, திருமணம் காரணமாக இருக்கலாம்.

அல்லது, வேறு ஏதோ ஒன்று காரணமாக இருக்கலாம்.

இதற்கு முன்பு அவனுடைய குரல் எப்படி இருந்தது என்பதை நினைவுபடுத்திப் பார்ப்பது அவளுக்குக் கடினமாக இருந்தது. அதுதான் ஞாபகத்தின் இயல்பு போலும்.

சன்னலுக்கு வெளியே தெருவிளக்கு ஆளரவமற்ற அந்தக் கிராமத்துச் சாலையின்மீது வெளிச்சத்தைப் பாய்ச்சிக் கொண்டிருந்தது.

"நோரா, நீ ஏன் இப்படி விநோதமாக நடந்து கொள்கிறாய்? நீ ஏன் இந்த அறையின் நடுவில் நின்று கொண்டிருக்கிறாய்? நீ படுக்க வரப் போகிறாயா அல்லது நின்றவாறே தியானத்தில் ஈடுபடப் போகிறாயா?" என்று கேட்டுவிட்டு டேன் சிரித்தான்.

அவளுடைய செயல் வேடிக்கையாக இருந்ததுபோல அவனுக்குத் தோன்றியது.

அவன் சன்னலருகே சென்று திரைச்சீலைகளை இழுத்து மூடினான். பின் தான் அணிந்திருந்த ஜீன்ஸைக் கழற்றி அங்கிருந்த நாற்காலியின் முதுகின்மீது போட்டான். அவள் அவனை வெறித்துப் பார்த்தாள். முன்பு அவன்மீது அவள் ஆழமாகக் கொண்டிருந்த ஈர்ப்பை மீண்டும் உணர அவள் முயற்சி செய்தாள். அதற்கு அவளுக்குப் பெரும் முயற்சி தேவைப்பட்டது. அதை அவள் எதிர்பார்த்திருக்கவே இல்லை.

ஒவ்வொருவருடைய வாழ்க்கையும் கணக்கிலடங்கா விதங்களில் முடிவடைந்திருக்கலாம்.

ஆழ்கடலுக்குள் மூழ்குகின்ற ஒரு திமிங்கலத்தைப்போல, டேன் தன் படுக்கையில் தொப்பென்று விழுந்தான். தலைமாட்டிலிருந்த வணிகப் புத்தகங்களில் ஒன்றை அவன் எடுத்தான். அதில் கவனம் செலுத்த முயன்று தோற்றுப் போய், அவன் அதை மீண்டும் கீழே வைத்தான். படுக்கையோரம் இருந்த மடிக்கணினியை எடுத்து, அதிலிருந்து தொங்கிய 'இயர்ஃபோனை' எடுத்துத் தன் காதுகளில் செருகிக் கொண்டான். ஒருவேளை அவன் வலையொலிப்பதிவு எதையாவது கேட்க முயன்று கொண்டிருக்கலாம்.

"நான் ஒரு விஷயத்தைப் பற்றி யோசித்துக் கொண்டிருக்கிறேன்."

அவளுக்கு மயக்கம் வருவதுபோல இருந்தது. அவள் பாதிதான் அங்கு இருந்ததுபோல உணர்ந்தாள். ஒருவருடைய வாழ்க்கையில் ஏற்படுகின்ற விரக்தி எப்படி அவரை மீண்டும் நூலகத்திற்குள் கொண்டு வரும் என்று எல்ம் கூறியிருந்தது அவளுக்கு ஞாபகம் வந்தது. தான் இரண்டு ஆண்டுகளாகப் பார்த்திராத ஒருவனுடன் படுக்கையைப் பகிர்ந்து கொள்வது மிகவும் விநோதமாக இருக்கும் என்பதை அவள் உணர்ந்தாள்.

அங்கிருந்த டிஜிட்டல் அலாரக் கடிகாரத்தில் மணி அப்போது *12:23* என்று காட்டிக் கொண்டிருந்ததை அவள் கவனித்தாள்.

தன் காதுகளில் மாட்டியிருந்த இயர்ஃபோனைக் கழற்றாமலேயே அவன் அவளை மீண்டும் நோக்கினான். "இன்று இரவு நாம் குழந்தைகளை உருவாக்க வேண்டாம் என்று நீ முடிவு செய்தால், அதை நேரடியாகச் சொல்லிவிடு."

"என்ன?"

"இன்றைய தினத்தைத் தவறவிட்டுவிட்டால், நாம் அடுத்த மாதம்வரை காத்திருக்க வேண்டியிருக்கும்."

"நீ என்ன சொல்கிறாய்? நாம் குழந்தை பெற்றுக் கொள்ள முடிவு செய்திருந்தோமா? எனக்குக் குழந்தை வேண்டும் என்று நான் ஆசைப்பட்டேனா?" என்று நோரா வியப்போடு கேட்டாள்.

"நோரா, உனக்கு என்னவாயிற்று? இன்று நீ ஏன் இப்படிப் புதிராக நடந்து கொள்கிறாய்?"

அவள் தன் காலணிகளைக் கழற்றியவாறு, "நான் வழக்கம்போலத்தான் நடந்து கொண்டிருக்கிறேன்."

அப்போது, அவனுடைய ஜாஸ் டி-ஷர்ட் தொடர்பான ஒரு விஷயம் அவளுக்கு நினைவு வந்தது.

சரியாகச் சொல்ல வேண்டுமென்றால், அது ஒரு விஷயமல்ல. ஒரு பாடல். மெல்லிசைப் பாடல். அதன் பெயர்: "அழகிய வானம்."

எந்த நாளன்று அவள் டேனுக்கு அந்த ஜாஸ் டி-ஷர்ட்டை வாங்கினாளோ, அதே நாள்தான் அவள் அவனுக்கு 'அழகிய வானம்' பாடலையும் பாடிக் காட்டினாள். லாபிரிந்த்ஸ் இசைக் குழுவிற்காக அவள் எழுதியிருந்த பாடல் அது. அதுவரை தான் எழுதியிருந்த பாடல்களிலேயே அதுதான் மிகச் சிறந்த பாடல் என்று அவள் நம்பினாள். எல்லாவற்றையும்விட அது ஒரு மகிழ்ச்சியான பாடல். அவளுடைய வாழ்க்கையின் அந்தக் கட்டம் குறித்து அவள் கொண்டிருந்த நன்னம்பிக்கைப் பார்வையை அது பிரதிபலித்தது. டேனுடனான அவளுடைய புதிய வாழ்க்கையினால் உத்வேகம் பெற்று எழுதப்பட்ட ஒரு பாடல் அது. ஆனால் அவன் அதை விட்டேத்தியான ஒரு மனோபாவத்துடன் கேட்டுக் கொண்டிருந்தது அவளுக்கு வலியேற்படுத்தியது. அன்று மட்டும் அவனுடைய பிறந்தநாளாக

இல்லாமல் இருந்திருந்தால் அவனுடைய அந்த மனப்போக்கை அவள் விமர்சித்திருந்திருப்பாள், அவனோடு வாதம் புரிந்திருப்பாள்.

இறுதியில், "பாட்டு பரவாயில்லை," என்று அவன் கூறினான்.

இவ்வளவு காலமும் தன் மனத்திற்குள் புதைந்திருந்த அந்த நினைவு, சாயம் போன அவனுடைய அந்த டி-ஷர்ட்டில் தலைகாட்டிக் கொண்டிருந்த சுறாமீனைப்போல இப்போது ஏன் தலைதூக்க வேண்டும் என்று அவள் யோசித்தாள்.

வேறு பல விஷயங்களும் அவளுக்கு இப்போது நினைவுக்கு வந்தன. ஒரு முறை, தான் வேலை பார்த்து வந்த கடைக்கு வந்த ஒரு வாடிக்கையாளரைப் பற்றி அவள் குறிப்பிட்டபோது, அவன் அளவுக்கதிகமாகத் துள்ளிக் குதித்தது அவள் நினைவுக்கு வந்தது. அவளுடைய கடைக்கு அத்தி பூத்தாற்போல வந்த வாடிக்கையாளர்களில் ஆஷும் ஒருவன். அவன் ஒரு டாக்டர். பொழுதுபோக்கிற்காக அவன் கிதார் வாசித்தான். ஆஷ் ஒரு முறை அவளுடைய கடைக்கு வந்தபோது, தன்னுடன் காபி அருந்த வர அவளுக்கு விருப்பமா என்று அவளிடம் கேட்டிருந்தான். அதைத்தான் அவள் டேனிடம் கூறினாள்.

("நான் அதற்கு மறுத்துவிட்டேன். குதிப்பதை நிறுத்து!")

எல்லாவற்றையும்விட மிக மோசமானது, ஒரு பெரிய இசை நிறுவனம் அவர்களுடைய லாபிரிந்த்ஸ் இசைக் குழுவின் இசைத் தொகுப்பை ஓர் ஆல்பமாக வெளியிட முன்வந்தபோது டேன் நடந்து கொண்ட முறைதான். அப்போது டேன் அவளிடம், அது நடந்தால் தாங்கள் பிரிய நேரிடலாம் என்று கூறினான். அதோடு, தான் கேள்விப்பட்டிருந்த ஒரு கொடூரமான கதையையும் அவன் அவளிடம் கூறினான். லாபிரிந்த்ஸ் போன்ற இன்னொரு சிறிய இசைக் குழுவிற்கு, ஒரு பெரிய இசை நிறுவனம் ஆசைகாட்டி மோசம் செய்திருந்ததாகவும், இறுதியில் அவர்கள் நடுத்தெருவுக்கு வந்துவிட்டதாகவும் டேன் கூறினான்.

"நாங்கள் இசைப் பயணம் மேற்கொள்கின்ற இடங்களுக்கெல்லாம் என்னால் உன்னைக் கூட்டிக் கொண்டு செல்ல முடியும். அதை நான் ஒப்பந்தத்திலேயே போட்டுவிடுகிறேன். எல்லா இடங்களுக்கும் நாம் சேர்ந்து செல்லலாம்," என்று நோரா கூறினாள்.

"மன்னிக்க வேண்டும், நோரா. அது உன்னுடைய கனவே அன்றி, என்னுடையது அல்ல."

டேனின் மதுவிடுதிக் கனவைத் தங்களுடைய திருமணத்திற்கு முன்பாகவே அவள் தன்னுடைய சொந்தக் கனவாக வரித்துக் கொண்டிருந்ததை இப்போது அவள் நினைத்துப் பார்த்தபோது, அவளுடைய இதயம் அதிகமாக வலித்தது.

நோரா குறித்துத் தன் கவலை எப்போதும் இதுதான் என்று டேன் கூறி வந்திருந்தான்: 'அவள் லாபிரிந்த்ஸ் இசைக் குழுவில்

இருந்தபோதுதான் அவளுக்குத் திடீர்த் திடீரென்று தாங்கிக் கொள்ள முடியாத மனச்சோர்வு ஏற்பட்டது; குறிப்பாக, அவள் மேடை ஏறியபோதெல்லாம் அது நிகழ்ந்தது.' நோரோ இப்போது திரும்பிப் பார்த்தபோது, தன்மீது அவன் காட்டிய அக்கறையில் அவனுடைய சுயநலம் அதிகமாக ஒளிந்திருந்தது என்பதையும், தன்னை அவன் தன்னுடைய கைப்பாவையாக ஆக்கிக் கொண்டிருந்தான் என்பதையும் அவளால் புரிந்து கொள்ள முடிந்தது.

இப்போது அவன், "நோரா, நீ மீண்டும் என்மீது நம்பிக்கை வைக்கத் துவங்கியிருப்பதாக நான் நினைத்தேன்," என்று கூறினான்.

"டேன், நான் ஏன் உன்னை நம்பாதிருக்க வேண்டும்?"

"அதற்கான காரணத்தை நீ அறிவாய்."

"எனக்குத் தெரியும் என்பது எனக்குத் தெரியாதா? அதை நீ உன் வாயால் சொல்ல வேண்டும் என்று நான் எதிர்பார்க்கிறேன்."

"எரினுடனான விவகாரம் தொடங்கியதிலிருந்து."

நோரா அவனை வெறித்துப் பார்த்தாள்.

"எரினா? இன்று நான் பேசினேனே, அந்த எரினா?"

"போதையில் நான் செய்திருந்த ஒரே ஒரு முட்டாள்தனத்திற்காக என்னை நீ மீண்டும் மீண்டும் துவைத்தெடுக்கப் போகிறாயா?"

வெளியே காற்று வேகமெடுத்து மரங்களின் ஊடாகப் பாய்ந்து ஊளையிட்டுக் கொண்டிருந்தது.

இந்த வாழ்க்கை கிடைக்காமல் போனதற்குத்தான் அவள் இவ்வளவு காலமாக துக்கம் அனுசரித்துக் கொண்டிருந்திருந்தாளா? இதை வாழாமல் இருந்ததற்குத்தான் இத்தனை ஆண்டுகளாக அவள் தன்னைத் தானே நொந்து கொண்டிருந்தாளா? இதுதான் தன் வாழ்க்கையில் நடக்காமல் போய்விட்டிருந்த காலகட்டம் என்று அவள் இவ்வளவு நாட்களாகப் பின்வருத்தம் கொண்டிருந்தாளா?

"ஒரே ஒரு முட்டாள்தனமான தவறா?"

"சரி, சரி, இரண்டு தவறுகள்."

எண்ணிக்கை வேகமாகக் கூடிக் கொண்டிருந்தது.

"இரண்டா?"

"நான் கடும் மன அழுத்தத்தில் இருந்தேன். அதோடு, நான் நன்றாகக் குடித்தும் இருந்தேன்."

"நீ யாரோ ஒருத்தியுடன் படுத்து எழுந்து வந்திருக்கிறாய். ஆனால் நீ அதற்குப் போதுமான அளவு பிராயச்சித்தம் தேடுவதுபோலத் தெரியவில்லையே!"

"ஆமாம். இதை ஏன் நீ இப்போது இழுக்க வேண்டும்? இதைப் பற்றி நாம் பல முறை விவாதித்தாகிவிட்டது. நாம் எங்குச் சென்றடைந்திருந்தோமோ அதைப் பற்றிக் கவலைப்படாமல் நாம் எங்குச் சென்றடைய வேண்டுமோ அதில் நாம் நம்முடைய கவனத்தைக் குவிக்க வேண்டும் என்று உளவியல் ஆலோசகர் நம்மிடம் கூறியது

உனக்கு நினைவிருக்கிறதா?"

"ஆமாம். நாம் ஒருவருக்கொருவர் பொருத்தமானவர்கள் அல்லர் என்ற சிந்தனை உனக்கு எப்போதாவது ஏற்பட்டிருக்கிறதா?"

"என்ன சொல்கிறாய்?"

"டேன், நான் உன்னைக் காதலிக்கிறேன். உன்னால் ஓர் அன்பான நபராக இருக்க முடியும். நீ என் அம்மாவிடம் மிகவும் கரிசனத்துடன் நடந்து கொண்டாய். முன்பெல்லாம் நம்மிடையே நல்ல உரையாடல்கள் நடக்கும். ஆனால், நாம் எந்த இடத்தில் இருக்க வேண்டுமோ அதைக் கடந்து வந்துவிட்டோம் என்று நீ எப்போதாவது யோசித்ததுண்டா? நாம் மாறிவிட்டோம் என்ற உணர்வு உனக்கு ஏற்பட்டுள்ளதா?"

அவள் அந்தக் கட்டிலில் அமர்ந்தாள். அவனிடமிருந்து மிகவும் தள்ளியிருந்த ஒரு மூலை அது.

"டேன், நான் உனக்குக் கிடைத்தது எவ்வளவு பெரிய அதிர்ஷ்டம் என்று எப்போதாவது நீ உணர்ந்ததுண்டா? திருமணத்திற்கு இரண்டு நாட்களுக்கு முன் உன்னைவிட்டுப் போய்விடலாமா என்று நான் தீவிரமாக யோசித்திருந்தது குறித்து உனக்குத் தெரியுமா? திருமண நாளன்று நான் வராமல் இருந்திருந்தால், உன் வாழ்க்கை எவ்வளவு சிக்கலாக ஆகியிருந்திருக்கும் என்று நீ எப்போதாவது யோசித்ததுண்டா?"

"ஓ! அப்படியா? ஆனாலும் உனக்கு உன்னைப் பற்றிய மிதப்பு அதிகமாகவே இருக்கிறது, நோரா!"

"ஏன் எனக்கு இருக்கக்கூடாது? இன்னும் சொல்லப் போனால், அது எல்லோருக்குமே இருக்க வேண்டும். சுயமதிப்புடன் இருப்பதில் என்ன தவறு? அதோடு, இதில் உண்மையும் இருக்கிறது. இன்னோர் உலகம் இருக்கிறது. அதில், நான் இல்லாமல் உன் வாழ்க்கை எவ்வளவு சிக்கலாக ஆகியிருந்தது என்று நீ எனக்கு வாட்ஸ்அப் செய்தி அனுப்பியிருந்தாய். நீ எப்படி மதுவிடம் தஞ்சமடைந்திருந்தாய் என்று நீ குறிப்பிட்டிருந்தாய். நான் உன்னருகே இருக்கும்போதே நீ மதுவிடம் சரணடைந்துதானே இருக்கிறாய்? என் குரலுக்காக நீ ஏங்கிக் கொண்டிருப்பதாக நீ குறுஞ்செய்திகள் அனுப்பினாயே."

சிரிப்புக்கும் முனகலுக்கும் இடைப்பட்ட ஓர் ஒலி டேனிடமிருந்து வந்தது. "இப்போது இக்கணத்தில் நான் உன்னுடைய குரலுக்காக ஏங்கிக் கொண்டிருக்கவில்லை என்பதை மட்டும் என்னால் உறுதியாகச் சொல்ல முடியும்."

அவள் தன் காலணிகளைக் கழற்றியிருந்தபோதிலும், அதற்கு மேல் அவனுக்கு முன்னால் தன் உடலிலிருந்து எதையும் களைவது அவளுக்குக் கிட்டத்தட்ட இயலாத காரியமாக ஆகியிருந்தது.

"நோரா, இன்னொரு விஷயம். என் குடிப்பழக்கத்தைப் பற்றிப் பேசுவதையும் நிறுத்திக் கொள்."

"யாரோ ஒருத்தியுடன் படுத்ததற்குக் குடிப்பழக்கத்தின்மீது நீ பழி

போடத் துணியும்போது, நான் அதைப் பற்றி ஏன் பேசக்கூடாது?"

"நான் ஒரு மதுவிடுதியின் உரிமையாளன்," என்று பரிகசிக்கும் தொனியில் அவன் கூறினான். "மதுவிடுதி உரிமையாளர்கள் இப்படித்தான் நடந்து கொள்வார்கள். அவர்கள் எல்லோருடனும் சகஜமாகப் பழகுவார்கள். குதூகலமாக இருப்பார்கள். தாங்கள் விற்பனை செய்கின்ற மதுவகைகளை அவர்களும் சுவைப்பார்கள்."

எப்போதிலிருந்து இவன் இப்படிப் பேசத் துவங்கினான்? ஒருவேளை, எப்போதுமே அவன் இப்படித்தான் பேசிக் கொண்டிருந்தானா?

"டேன், நீ எக்கேடும் கெட்டுப் போ!"

அதை அவன் கண்டுகொள்ளக்கூட இல்லை. அவன் தன் அலைபேசியை எடுத்தான். அதில் அவன் எதையோ தேடிக் கொண்டிருந்ததை அவள் பார்த்தாள்.

"டேன், நீ கற்பனை செய்திருந்த வாழ்க்கை இதுதானா? உன்னுடைய கனவு நனவாகிக் கொண்டிருக்கின்ற இலட்சணம் இதுதானா?"

"நோரா, இதுபோன்ற தீவிரமான விஷயங்களை இப்போது பேச வேண்டாம். போய் படுத்துத் தூங்குகின்ற வழியைப் பார்."

"டேன், நீ மகிழ்ச்சியாக இருக்கிறாயா?"

"நோரா, இந்த உலகில் யார்தான் மகிழ்ச்சியாக இருக்கிறார்கள்?"

"சிலர் மகிழ்ச்சியாக இருக்கத்தான் செய்கின்றனர். நீயும் அப்படித்தான் இருந்தாய். இந்த மதுவிடுதிக் கனவைப் பற்றிப் பேசும்போது உன் முகம் பிரகாசமடையும். நீ கனவு கண்டிருந்த வாழ்க்கை இது. நீ விரும்பிய மதுவிடுதி உனக்குக் கிடைத்துள்ளது. நீ என்னை விரும்பினாய். நானும் உனக்குக் கிடைத்துள்ளேன். ஆனால், இப்போது நீ ஊர் மேய்ந்து கொண்டிருக்கிறாய், எப்போதும் மூக்குமுட்டக் குடித்துக் கொண்டு திரிகிறாய். நான் உனக்குக் கிடைக்காமல் இருந்தபோதுதான் உனக்கு என் அருமை தெரிந்திருந்தது. அது ஒன்றும் போற்றத்தக்க ஒரு குணமல்ல. என் கனவுகளின் கதி என்ன?"

அவள் கூறிக் கொண்டிருந்ததை அவன் தன்னுடைய காதில் வாங்கிக் கொள்ளவில்லை. அல்லது, அவன் அப்படி நடித்துக் கொண்டிருந்தான்.

"கலிபோர்னியாவில் பெரும் தீ," என்று அவன் தனக்குத் தானே கூறிக் கொண்டான்.

"நல்லவேளை நாம் அங்கில்லை."

அவன் தன் அலைபேசியைக் கீழே வைத்துவிட்டு, தன் மடிக்கணியை மடித்து ஓரமாக வைத்தான். "நீ படுக்க வரப் போகிறாயா, இல்லையா?"

அவன் வாழ்வில் அவளுடைய தேவை இப்போது சுருங்கிவிட்டது.

ஆனால், அவனுக்குத் தேவைப்பட்ட இடத்தை அவன் இன்னும் பெற்றிருக்கவில்லை.

"ஐகோசகன்."

"என்ன சொல்கிறாய்?"

"நீ முன்பு என்னிடம் கேட்ட வினாடி வினா கேள்விக்கான விடை. இருபது பக்கங்களைக் கொண்ட பலகோணத்தின் பெயர் ஐகோசகன். அப்போதே எனக்கு இதற்கான விடை தெரியும். நீ என்னைப் பரிகசிப்பாய் என்பதால்தான் அப்போது நான் இதைச் சொல்லவில்லை. இப்போது நான் அதைப் பற்றிக் கவலைப்படவில்லை. ஏனெனில், உனக்குத் தெரியாத ஒன்று எனக்குத் தெரிந்திருப்பது குறித்து நீ இனியும் அலட்டிக் கொள்ளத் தேவையில்லை என்று நான் நினைக்கிறேன். இப்போது நான் குளியலறைக்குச் செல்லப் போகிறேன்."

அவள் அங்கிருந்து எழுந்தாள். டேனின் திறந்த வாய் இன்னும் மூடப்படாமலேயே இருந்தது. பின் அவன் மெதுவாக அடியெடுத்து வைத்து அந்த அறையிலிருந்து வெளியேறினாள்.

அவள் குளியலறைக்குச் சென்று அங்கிருந்த விளக்கைப் போட்டாள். அவளுடைய கைகள், கால்கள் மற்றும் மேலுடம்பில் ஒரு குறுகுறுப்புணர்வு ஏற்பட்டது. அவள் வேகமாக மறைந்து கொண்டிருந்தது அவளுக்குப் புரிந்தது. இங்கு அவளுக்குக் குறைவான நேரமே இருந்தது. அவளுடைய ஏமாற்றமும் விரக்தியும் முழுமையடைந்திருந்தன.

அந்தக் குளியலறை சிறப்பாக வடிவமைக்கப்பட்டிருந்தது. அங்கு ஒரு பெரிய கண்ணாடி இருந்தது. அதில் தெரிந்த தன்னுடைய உருவத்தைப் பார்த்து அவள் அதிர்ந்தாள். அவள் ஆரோக்கியமாக இருந்தபோதிலும் வயதானவளாகத் தோன்றினாள். அவளுடைய சிகையலங்காரம், கண்ணாடியில் முன்பின் தெரியாத ஒருத்தியைப் பார்க்கின்ற உணர்வை அவளுக்கு ஏற்படுத்தியது.

அவள் கற்பனை செய்து வைத்திருந்த வாழ்க்கையைப்போல இது இருக்கவில்லை.

கண்ணாடியில் தெரிந்த நோராவிடம், "அதிர்ஷ்டம் உனக்கு வாய்க்கட்டும்!" என்று அவள் வாழ்த்தினாள்.

அடுத்தக் கணம், அவள் மீண்டும் நடுநிசி நூலகத்தில் எங்கோ இருந்தாள். சிறிது தூரத்திலிருந்து, எல்ம் ஒரு மந்தகாசப் புன்னகையுடன் அவளைப் பார்த்துக் கொண்டிருந்தார்.

"சரி, அது எப்படிப் போனது?"

வாழ்க்கைக்கும் மரணத்திற்கும் இடைப்பட்ட இடத்தை அடைவதற்கு முன்பாக நோரா எழுதியிருந்த கடைசிக்கு முந்தைய குறிப்பு

"இங்கு வந்து நான் எப்படி மாட்டிக் கொண்டேன்?" என்று நீங்கள் எப்போதாவது யோசித்ததுண்டா? ஒரு புதிர்க்கட்டத்திற்குள் வந்து மாட்டிக் கொண்ட உணர்வு அது. அங்கு நீங்கள் திக்குத்திசை தெரியாமல் இருக்கிறீர்கள். அந்தப் புதிர்க்கட்டத்திற்குள் எந்த இடத்தில் எந்தத் திசையில் திரும்ப வேண்டும் என்ற தீர்மானத்தை எடுத்தது நீங்கள்தான் என்பதால் இதற்கான பொறுப்பை நீங்கள்தான் ஏற்க வேண்டும். இதிலிருந்து வெளியேறுவதற்கு ஏகப்பட்ட வழிகள் இருக்கின்றன என்பதை நீங்கள் அறிவீர்கள். ஏனெனில், இதிலிருந்து தப்பித்து வெளியேறியவர்களின் குரல்கள் உங்களுக்குக் கேட்கின்றன. அவர்கள் சிரித்துக் கொண்டும் புன்னகைத்துக் கொண்டும் இருக்கின்றனர். சில நேரங்களில் புதர்வேலிகளின் ஊடாகவோ அல்லது இலைகளின் மறைவிலிருந்தோ அவர்களுடைய சொற்ப தரிசனம் உங்களுக்குக் கிடைக்கிறது. அவர்கள் அங்கிருந்து தப்பித்துள்ளது குறித்து மிகவும் மகிழ்ச்சியாக இருக்கிறார்கள். ஆனால், அதற்காக நீங்கள் அவர்கள்மீது பொறாமை கொள்ளவில்லை. அதிலிருந்து எப்படி வெளியேறுவது என்பதைக் கண்டுபிடிக்கின்ற திறன் உங்களுக்கு இல்லை என்பது குறித்து உங்களுக்கு உங்கள்மீது வருத்தம் ஏற்படுகிறது, அவ்வளவுதான். அல்லது, இந்தப் புதிர்க்கட்டம் என் ஒருத்திக்காக மட்டும் உருவாக்கப்பட்ட ஒன்றா?

பின்குறிப்பு: என் பூனை இறந்துவிட்டது.

சதுரங்கப் பலகை

நடுநிசி நூலகத்திலிருந்த அலமாரிகள் அசையாமல் அப்படியே இருந்தன.

இப்போது அவர்கள் அந்த நூலகத்தின் வேறொரு பகுதியில் இருந்ததை நோரா உணர்ந்தாள். அதை வேறோர் அறை என்று கூற முடியாது. ஏனெனில், மொத்த நூலகமுமே ஒரே அறையைப் போன்றே இருந்தது. அவள் உண்மையிலேயே வேறு ஒரு பகுதியில் இருந்தாளா இல்லையா என்பதைக் கூறுவதுகூடக் கடினமாக இருந்தது. ஆனால், இந்த இடத்தில் புதிதாக ஒன்று அவளுடைய கண்களில் பட்டது. அலமாரிகளுக்கு இடைப்பட்ட இடத்தில் தற்காலிக அலுவலகம் போன்ற ஒரு பகுதி இருந்தது. அதில் ஒரு மேசை இருந்தது. அதன்மீது ஒரு கணினி இருந்தது.

எல்ம் அந்தக் கணினி மேசைக்கு அருகே இருக்கவில்லை. மாறாக, நோராவுக்குப் பக்கத்திலிருந்த ஒரு மர மேசைக்கு அருகே அவர் அமர்ந்திருந்தார். அவருடைய மேசையின்மீது ஒரு சதுரங்கப் பலகை இருந்தது.

"அங்கு நிலைமை நான் கற்பனை செய்து வைத்திருந்ததைப்போல இருக்கவில்லை," என்று நோரா கூறினாள்.

எல்ம் விளையாட்டிலிருந்து அவளை நோக்கித் திரும்பினார்.

அவர் தன் முன்னால் இருந்த சதுரங்கப் பலகையில் தன் கருப்பு அமைச்சரை நகர்த்திச் சென்று ஒரு வெள்ளைச் சிப்பாயை வீழ்த்தினார். பின் அவளிடம், "வாழ்க்கையில் நமக்கு எவை மகிழ்ச்சியைக் கொண்டுவரும் என்று கணிப்பது கடினமாக இருக்கிறது, இல்லையா?" என்று அவர் கேட்டார்.

அடுத்து, எல்ம் அந்தச் சதுரங்கப் பலகையை நேர் எதிராகத் திருப்பினார். அந்த விளையாட்டை இருபுறமும் எல்ம் விளையாடிக்

கொண்டிருந்தார்.

"ஆமாம். அது உண்மைதான். சரி, அவளுக்கு என்ன ஆகும்? அதாவது, எனக்கு? அவளுடைய வாழ்க்கை எப்படி முடியும்?"

"எனக்கு எப்படித் தெரியும்? எனக்கு இன்றைய தினத்தைப் பற்றி மட்டுமே தெரியும். இன்றைய தினத்தைப் பற்றி எனக்கு ஏராளமான விஷயங்கள் தெரியும். ஆனால் நாளை என்ன நடக்கும் என்பது எனக்குத் தெரியாது," என்று எல்ம் கூறினார்.

"ஆனால், அவள் இன்னும் அந்தக் குளியலறையில்தான் இருப்பாள். தான் எப்படி அங்கு வந்தோம் என்பது அவளுக்குத் தெரியாது," என்று நோரா கூறினாள்.

"நீ எப்போதாவது ஓர் அறைக்குச் சென்றுவிட்டு, அங்கு எதற்காக வந்தோம் என்று யோசித்ததுண்டா? சிறிது நேரத்திற்கு முன் நீ செய்திருந்த காரியங்களை நீ ஒருபோதும் மறந்ததே கிடையாதா? ஒரு காரியத்தில் ஈடுபட்டுக் கொண்டிருக்கும்போதே, அது குறித்த அனைத்து விஷயங்களும் திடீரென்று மறந்து போன சம்பவம் உனக்கு ஏற்பட்டதே இல்லையா?"

"ஏற்பட்டிருக்கிறது. ஆனால், நான் அந்த வாழ்வில் கிட்டத்தட்ட அரைமணி நேரம் இருந்தேனே?"

"உன்னுடைய அந்த மற்றொரு 'நீ' அதை அறிய மாட்டாள். நீ என்ன செய்திருந்தாயோ அல்லது சொல்லியிருந்தாயோ அதை மட்டும் அவள் நினைவில் வைத்திருப்பாள். ஆனால் அவற்றை அவளே சொல்லியிருந்ததுபோலவும், அவற்றை அவளே செய்திருந்தது போலவுமே அவள் உணர்வாள்."

நோரா நீண்டதொரு பெருமூச்சுவிட்டாள். "முன்பெல்லாம் டேன் அப்படி இருக்கவில்லை."

"மக்கள் மாறுகின்றனர்," என்று எல்ம் கூறினார். ஆனால் அவர் தன்னுடைய சதுரங்கப் பலகையிலிருந்து தன் கண்களை எடுக்கவில்லை. அவருடைய கை ஓர் அமைச்சர் காயின்மீது நிலை கொண்டிருந்தது.

நோரா மீண்டும் யோசித்தாள். "ஒருவேளை அவன் எப்போதும் அப்படி இருந்திருக்கலாம். நான்தான் அதைப் பார்க்கத் தவறியிருந்திருக்கக்கூடும்."

எல்ம் இப்போது நோராவைப் பார்த்து, "சரி, இப்போது நீ எப்படி உணர்கிறாய்? அதைச் சொல்," என்று கேட்டார்.

"இப்போதும் நான் சாகத்தான் விரும்புகிறேன். இறந்து போவதன் மூலம் என் வாழ்வில் இடம் பெற்றிருந்தவர்களுக்கு நான் ஏற்படுத்தக்கூடிய வருத்தத்தைவிட, நான் தொடர்ந்து உயிர் வாழ்வதன் மூலம் அவர்களுக்கு அதிக வலியைக் கொடுத்துக் கொண்டிருந்தேன் என்று நான் கணக்கிட்டேன். இன்னும் சொல்லப் போனால், என்னுடைய மரணம் அவர்களுக்கு ஒருவித நிம்மதியையே கொடுக்கும். என்னால்

எவருக்கும் எந்தவிதமான பிரயோஜனமும் கிடையாது. நான் வேலையில் மோசம். நான் எல்லோருக்கும் ஏமாற்றத்தைத்தான் கொடுத்திருந்தேன். நேர்மையாகச் சொல்ல வேண்டுமென்றால், நான் இந்த பூமிக்கு பாரம். நான் மக்களைக் காயப்படுத்தினேன். எனக்கென்று யாரும் மிஞ்சவில்லை. என்னுடைய பூனையை நான் சரிவரப் பேணாததால் அதுவும் இறந்துவிட்டது. என் வாழ்க்கை ஒரு விபத்து. அது ஒரு முடிவுக்கு வர வேண்டும் என்று நான் விரும்புகிறேன். நான் வாழ்வதற்கானவள் அல்லள். இதை இனியும் தொடர்வதில் அர்த்தம் ஏதும் இல்லை. மற்ற வாழ்க்கைகளிலும் மகிழ்ச்சியற்று இருப்பதற்கு நான் சபிக்கப்பட்டவள். அதுதான் நான். நான் எந்தப் பங்களிப்பையும் செய்யவில்லை. நான் சுயபச்சாதாபத்தில் மூழ்கியிருக்கிறேன். நான் சாக விரும்புகிறேன்."

எல்ம் நோராவைத் தீவிரமாக உற்றுப் பார்த்தார். அவர் முன்பு படித்திருந்த ஒரு புத்தகத்தை இப்போது மீண்டும் படித்தபோது, அதில் மறைந்திருந்த புதிய அர்த்தம் இப்போது வெளிப்பட்டிருந்ததைப்போல இருந்தது அவருடைய பார்வை. "நீ கூறியுள்ள 'விரும்புகிறேன்' என்ற வார்த்தை சுவாரசியமானது. அங்குப் பற்றாக்குறை இருப்பதை அது சுட்டிக்காட்டுகிறது. அந்தப் பற்றாக்குறையை வேறு எதையாவது வைத்து நாம் பூர்த்தி செய்துவிட்டால், அந்த விருப்பம் முற்றிலுமாக மறைந்துவிடும். ஒருவேளை, உன்னுடைய பிரச்சனை, விருப்பம் குறித்ததாக இல்லாமல் பற்றாக்குறை குறித்ததாக இருக்கலாம். நீ உண்மையிலேயே வாழ விரும்புகின்ற வாழ்க்கை அங்கு இருக்கலாம்," என்று எல்ம் நோராவிடம் கூறினார்.

"டேனுடனான வாழ்க்கை அத்துடன் முடிந்தது என்று நான் நினைத்தேன். அப்படியில்லை என்பது இப்போது தெரிகிறது."

"நீ கூறுவது சரிதான். அப்படி இல்லை. ஆனால் நீ வாழக்கூடிய சாத்தியக்கூறுள்ள வாழ்க்கைகளில் அதுவும் ஒன்று."

"நான் வாழக்கூடிய ஒவ்வொரு வாழ்க்கையிலும் கண்டிப்பாக நான் இடம் பெற்றிருப்பேனே?" என்று நோரா கூறினாள். ஆனால், எல்ம் அவள் கூறியதைக் காதில் வாங்கிக் கொண்டதுபோலத் தெரியவில்லை. "அடுத்து நீ எங்குச் செல்ல விரும்புகிறாய் என்று சொல்."

"நான் எங்கும் போக விரும்பவில்லை."

"நீ பின்வருத்தங்கள் புத்தகத்தை மீண்டும் புரட்டிப் பார்க்க விரும்புகிறாயா?"

வேண்டாம் என்று கூறும் விதமாக நோரா தன் தலையை ஆட்டினாள். அந்தப் புத்தகம் தன்மீது விசிறியடித்தப் பின்வருத்தங்களால் தான் திக்குமுக்காடியது அவளுக்கு நன்றாக நினைவிருந்தது. "வேண்டாம்."

"உன் பூனை எப்படி? அதன் பெயர் என்னவென்று சொன்னாய்?"

"அதன் பெயர் வோல்டேர். பொதுவாக நான் அதை வோல்ட்ஸ்

என்றுதான் கூப்பிடுவேன். நான் ஜாலியாக இருக்கும்போது மட்டும் வோல்ட்ஸி என்று அழைப்பேன். அது அபூர்வம்தான். ஒரு பூனைக்குச் சரியான பெயர் வைக்கக்கூட லாயக்கற்றவளாகத்தான் நான் இருந்தேன்.''

"முன்பு நீ உன் பூனையைச் சரியாகக் கவனித்துக் கொள்ளவில்லை என்று கூறியிருந்தாய், இல்லையா? வாய்ப்புக் கிடைத்திருந்தால், நீ அதை வேறு எந்த மாதிரியாகக் கையாண்டிருப்பாய்?''

நோரா அது குறித்து யோசித்தாள். எல்ம் தன்னுடன் ஏதோ ஒரு விளையாட்டை விளையாடிக் கொண்டிருந்ததாக அவளுக்குத் தோன்றியது. ஆனாலும் அவள் தன்னுடைய பூனையை மீண்டும் பார்க்க ஆவலாக இருந்தாள். ஆனால் தன்னுடைய அதே பூனையைத்தான் அவள் பார்க்க விரும்பினாளே அன்றி, தன்னுடைய பூனையின் பெயரைக் கொண்ட வேறொரு பூனையை அல்ல. இன்னும் சொல்லப் போனால், மற்ற எல்லாவற்றையும்விட அதைத்தான் அவள் பெரிதும் விரும்பினாள்.

"சரி. நான் என்னுடைய வோல்டேரை வீட்டிற்கு உள்ளேயே வைத்து வளர்க்கின்ற ஒரு வாழ்க்கை எப்படியிருக்கும் என்பதை நான் பார்க்க விரும்புகிறேன். அந்த வாழ்க்கையில், தற்கொலை செய்து கொள்ளாதவளாகவும், என்னுடைய பூனையைச் சிறப்பாகக் கவனித்துக் கொள்கின்ற ஒருத்தியாகவும் நான் இருக்க விரும்புகிறேன். நேற்றிரவு என்னுடைய செல்லப் பூனையைத் தெருவிற்கு அனுப்பி வைக்காத ஒருத்தியாக நான் இருக்க விரும்புகிறேன். அப்படிப்பட்ட ஒரு வாழ்க்கை இருக்கிறதுதானே?''

கற்றுக் கொள்வதற்கான ஒரே வழி வாழ்வதுதான்

நோரா சுற்றுமுற்றும் பார்த்தாள். அவள் தன்னுடைய வீட்டில் தன்னுடைய கட்டிலில் படுத்துக் கிடந்தாள்.

அவள் தன் கைக்கடிகாரத்தைப் பார்த்தாள். நள்ளிரவு தாண்டி ஒரு நிமிடம் ஆகியிருந்தது. அவள் தன் படுக்கைக்கு அருகேயிருந்த சுவிட்சைப் போட்டாள். கச்சிதமாக அது அவளுடைய பழைய வாழ்க்கையாக இருந்தது. ஆனால், இது முந்தையதைவிட மேம்பட்டதாக இருக்கவிருந்தது. ஏனெனில், அவளுடைய வோல்டேர் அவளுடன் உயிருடன் இருக்கவிருந்தது. அவளுடைய உண்மையான வோல்டேர்.

ஆனால், இப்போது அதை எங்கே காணோம்?

"வோல்ட்ஸ்?"

அவள் தன் படுக்கையிலிருந்து எழுந்தாள்.

"வோல்ட்ஸ்?"

அவள் அந்த ஃபிளாட் முழுவதும் தேடினாள். ஆனால் அந்தப் பூனை எங்கும் இருக்கவில்லை. பலமாகப் பெய்து கொண்டிருந்த மழை அவளுடைய சன்னல்கள்மீது அறைந்து கொண்டிருந்தது. இதுவரை எதிலும் மாற்றம் இருக்கவில்லை. அவளுடைய மனச்சோர்வுக்கான மாத்திரைகள் அடங்கிய ஒரு புதிய டப்பா அவளுடைய சமையலறை மேடைமீது இருந்தது. அவளுடைய எலெக்ட்ரிக் பியானோ சுவரோரமாகக் கொலுவீற்றிருந்தது.

"வோல்ட்ஸ்?"

ஒரு புதர்ச்செடி இருந்த ஒரு பெரிய பூந்தொட்டியும், மூன்று சிறிய கள்ளிச்செடிப் பூந்தொட்டிகளும் சுவரோரமாக இருந்தன. அவளுடைய

அதே புத்தக அலமாரி அங்கு நின்று கொண்டிருந்தது. சில தத்துவ நூல்கள், புதினங்கள், அவள் முயன்று பார்க்காத ஒரு யோகாசனப் புத்தகம், ஒரு ராக் கலைஞரின் சுயசரிதை, சில அறிவியல் நூல்கள் ஆகியவை அதில் இருந்தன. அட்டையில் ஒரு சுறாவின் படத்தோடு இருந்த நேஷனல் ஜியோகிரா∴பிக் பத்திரிகையும் அங்கு இருந்தது.

அந்த அறையில் ஒரு கிண்ணமும் பூனை உணவும் இருந்தன.

அவள் அந்த வீட்டின் எல்லா இடங்களிலும் தேடிவிட்டு மீண்டும் தன்னுடைய படுக்கையறைக்கு வந்தபோதுதான், தன்னுடைய படுக்கைக்கு அடியில் அப்பூனை இருந்ததை அவள் கண்டுபிடித்தாள்.

"வோல்ட்ஸ்!"

அப்பூனை தான் இருந்த இடத்தைவிட்டு அகலவில்லை. தன் கையை நீட்டி அதைத் தொட முடியவில்லை என்பதால், அவள் கட்டிலை நகர்த்தினாள்.

"வோல்ட்ஸ். வெளியே வா, வோல்ட்ஸ்!" என்று அவள் ஒரு கிசுகிசுப்பான குரலில் அழைத்தாள்.

ஆனால், அப்பூனையின் குளிரான உடலைத் தொட்டவுடன் அவளுக்குப் புரிந்துவிட்டது. உடனே அவளை வருத்தமும் குழப்பமும் வெள்ளமெனச் சூழ்ந்து கொண்டன. தான் நடுநிசி நூலகத்திற்குள் வந்திருந்ததை அவள் உடனே உணர்ந்து கொண்டாள். அவளுக்கு எதிரே எல்ம் இருந்தார். ஆனால் இப்போது எல்ம் ஒரு சௌகரியமான நாற்காலியில் அமர்ந்து கொண்டு, அங்கிருந்த ஒரு புத்தகத்தில் மூழ்கியிருந்தார்.

"எனக்கு ஒன்றுமே புரியவில்லை."

எல்ம் தான் வைத்திருந்த புத்தகத்திலிருந்து தன் கைகளை எடுக்காமலேயே, "இந்தப் பிரபஞ்சத்தில் உன்னால் புரிந்து கொள்ள முடியாத எண்ணற்ற விஷயங்கள் இருக்கத்தான் செய்யும்," என்று கூறினார்.

"வோல்டேர் இன்னும் உயிருடன் இருந்த ஒரு வாழ்க்கையைத்தான் நான் விரும்பினேன்."

"உண்மையில் நீ அப்படி விரும்பியிருக்கவில்லை."

"நீங்கள் என்ன சொல்கிறீர்கள்?"

எல்ம் தன் கையிலிருந்த புத்தகத்தைக் கீழே வைத்தார். "அப்பூனையை வீட்டுக்குள்ளேயே வைத்திருக்கின்ற ஒரு வாழ்க்கையைத்தான் நீ விரும்பினாய். அது முற்றிலும் வேறுபட்ட ஒன்று."

"அப்படியா சொல்கிறீர்கள்?"

"ஆமாம். முற்றிலும் வேறுபட்ட ஒன்று. அந்தப் பூனை உயிரோடு இருக்கின்ற ஒரு வாழ்க்கை வேண்டும் என்று நீ கேட்டிருந்தால், நான் அது சாத்தியமில்லை என்று உன்னிடம் கூறியிருந்திருப்பேன்."

"ஏன் அப்படி?"

“ஏனெனில், அப்படிப்பட்ட ஒன்று இருக்கவில்லை.”

“எல்லா வாழ்க்கைகளும் இருக்கின்றன என்றுதான் நான் நினைத்திருந்தேன்.”

“இல்லை. சாத்தியக்கூறுள்ள வாழ்க்கைகள் மட்டுமே இருக்கின்றன. எல்ம் தன் கையில் வைத்திருந்த புத்தகத்திலிருந்து படித்தார்: ‘வோல்டேருக்கு உண்மையில் இதயத்தசை நோய் இருந்தது. பிறவியிலேயே அதற்கு அந்நோய் இருந்தது. இளம் வயதிலேயே ஓர் உயிரைக் காவு வாங்கக்கூடிய ஒரு நோய் அது.’ ”

“ஆனால், வோல்டேர் ஒரு காரில் அடிபட்டு அல்லவா இறந்து போனது?”

“இல்லை. சாலையில் இறப்பதற்கும், காரில் அடிபட்டு இறப்பதற்கும் இடையே ஒரு வேறுபாடு இருக்கிறது. உன்னுடைய முந்தைய வாழ்க்கையில், வோல்டேர், மற்ற எல்லா வாழ்க்கைகளையும்விட நீண்டகாலம் வாழ்ந்திருந்தது. நீ சற்று முன் அனுபவித்திருந்த வாழ்க்கை மட்டுமே அதற்கு விதிவிலக்கு. அதில் அப்பூனை மூன்று மணி நேரத்திற்கு முன்புதான் இறந்திருந்தது. அப்பூனையின் ஆரம்பகால வாழ்க்கை கடினமானதாக இருந்தாலும், உன்னோடு அது இருந்த ஓராண்டுதான் அதன் வாழ்க்கையிலேயே மிகச் சிறந்த ஆண்டு. வோல்டேர் இதைவிட மிக மோசமான வாழ்க்கைகளை வாழ்ந்திருந்தது என்பது எனக்குத் தெரியும்.”

“சற்று நேரத்திற்கு முன்புவரை நீங்கள் அப்பூனையின் பெயரைக்கூட அறிந்திருக்கவில்லை. ஆனால் இப்போது அதற்கு இதயத்தசை நோய் என்று கூறுகிறீர்களே?”

“எனக்கு அதனுடைய பெயர் முன்பே தெரியும்.”

“அப்படியானால், நீங்கள் ஏன் என்னிடம் பொய் சொன்னீர்கள்?”

“நான் பொய்யேதும் சொல்லவில்லை. உன்னுடைய பூனையின் பெயர் என்ன என்றுதான் நான் உன்னிடம் கேட்டேன். உன்னுடைய பூனையின் பெயர் எனக்குத் தெரியாது என்று நான் கூறவில்லை. இரண்டுக்கும் இடையேயுள்ள வித்தியாசத்தை உன்னால் புரிந்து கொள்ள முடிகிறதா? அப்பூனையின் பெயரை நீயே சொல்ல வேண்டும் என்று நான் விரும்பினேன். அது உன்னிடம் அப்பூனை குறித்த உணர்வைத் தோற்றுவிக்கும் என்பதுதான் அதற்குக் காரணம்.”

இதைக் கேட்டு நோரா கொந்தளித்தாள். “இது இன்னும் மோசம்! நான் செல்லவிருந்த வாழ்க்கையில் வோல்ட்ஸ் உயிரோடு இருக்காது என்பதை அறிந்திருந்தும் நீங்கள் என்னை அங்கு அனுப்பினீர்கள். வோல்ட்ஸ் ஏற்கனவே இறந்து போயிருந்தது. அப்படியானால் எதுவும் மாறியிருக்கவில்லை.”

எல்மின் கண்கள் மினுமினுத்தன. “உன்னைத் தவிர!”

“நீங்கள் என்ன சொல்கிறீர்கள்?”

“இனியும் நீ ஒரு மோசமான பூனை வளர்ப்பாளி என்று

உன்னைக் கருதிக் கொண்டிருக்க முடியாது. ஒருவரால் எந்த அளவுக்குச் சிறப்பாக அதைப் பராமரித்திருக்க முடியுமோ அந்த அளவுக்கு அதை நீ சிறப்பாகப் பராமரித்திருந்தாய். நீ அதை எந்த அளவுக்கு நேசித்திருந்தாயோ, அதுவும் அந்த அளவுக்கு உன்னை நேசித்திருந்தது. ஒருவேளை, தான் இறப்பதை நீ பார்க்க வேண்டாம் என்று அது நினைத்திருக்கலாம். தம்முடைய காலம் எப்போது முடிவடையும் என்பது பூனைகளுக்குத் தெரியும். தான் இறக்கவிருந்தது உன்னுடைய பூனைக்குத் தெரிந்திருந்ததால்தான் அது வெளியே போனது.''

இவை அனைத்தையும் கிரகித்துக் கொள்ள நோரா முயன்றாள். இப்போது நினைத்துப் பார்த்தபோது, தன்னுடைய பூனையின் உடலில் காயங்கள் ஏதும் ஏற்பட்டிருக்கவில்லை என்பது அவளுக்குப் புரிந்தது. ஆஷ் அவசர அவசரமாக எந்த முடிவுக்கு வந்திருந்தானோ, அதே முடிவுக்கு அவளும் வந்திருந்தாள். சாலையில் ஒரு பூனை இறந்து கிடந்தால், அதற்கு அந்தச் சாலைதானே பொறுப்பாக இருக்க முடியும்? ஒரு மருத்துவர் அந்த ரீதியில் சிந்தித்தால், ஒரு சாதாரண மனுஷியாலும் அப்படித்தானே யோசிக்க முடியும்? இரண்டும் இரண்டும் சேர்ந்தால் கார் விபத்து.

''பாவம், வோல்ட்ஸ்!'' என்று நோரா துக்கம் கொண்டாடுவதுபோல முணுமுணுத்தாள்.

தன் மாணவிக்கு ஒரு பாடம் புரிந்துவிட்டதைக் கண்டு மகிழ்ச்சியடைகின்ற ஓர் ஆசிரியரைப்போல எல்ம் புன்னகைத்தார்.

''அப்பூனையும் உன்னை நேசித்தது. ஒருவரால் அதை எந்த அளவுக்குச் சிறப்பாகக் கவனித்துக் கொள்ள முடியுமோ அந்த அளவுக்கு அதை நீ அக்கறையுடன் கவனித்துக் கொண்டாய். இப்போது, பின்வருத்தங்கள் புத்தகத்தின் கடைசிப் பக்கத்தைப் புரட்டிப் பார்.''

அப்புத்தகம் தரையில் கிடந்ததை நோரா அப்போதுதான் கவனித்தாள். அவள் அதனருகே தரையில் மண்டியிட்டு அமர்ந்தாள்.

''நான் அதை மீண்டும் திறக்க விரும்பவில்லை,'' என்று அவள் கூறினாள்.

''கவலைப்படாதே. இம்முறை ஆபத்தில்லை. ஆனால், கடைசிப் பக்கத்தைப் படிப்பதோடு நிறுத்திக் கொள்.''

அவள் கடைசிப் பக்கத்தைப் புரட்டினாள். அங்கு இடம் பெற்றிருந்த அவளுடைய கடைசிப் பின்வருத்தங்களில் ஒன்றான, ''நான் வோல்டேரை ஒழுங்காக கவனித்துக் கொள்ளவில்லை,'' என்ற வாசகம், உருவங்கள் மூடுபனியில் மறைவதைப்போல மெதுவாக அப்புத்தகத்திலிருந்து மறைந்தது.

வேறு ஏதாவது மோசமான உணர்வு தனக்குள் தோன்றிவிடக்கூடாது என்று நோரா அவசர அவசரமாக அப்புத்தகத்தை மூடினாள்.

“இப்போது உனக்குப் புரிகிறதா? சில நேரங்களில் பின்வருத்தங்கள் உண்மைகளின் அடிப்படையில் அமைந்திருப்பதில்லை. சில நேரங்களில் பின்வருத்தங்கள்...” என்று கூறிவிட்டு, சரியான சொற்கள் வசப்படுவதற்காக ஒரு கணம் காத்திருந்துவிட்டு, “வெறும் அபத்தக் களஞ்சியங்களாக இருக்கக்கூடும்,” என்று எல்ம் கூறி முடித்தார்.

“வோல்ட்ஸ் எப்படியும் இறந்துவிடும் என்பதை நீங்கள் அறிந்திருந்தும் என்னை ஏன் அங்கு அனுப்பினீர்கள் என்பதை இன்னும் என்னால் புரிந்து கொள்ள முடியவில்லை. இதை நீங்களே சொல்லியிருந்திருக்கலாம். நான் ஒரு மோசமான பூனை வளர்ப்பாளி அல்ல என்பதை நீங்களே என்னிடம் கூறியிருந்திருக்கலாமே? நீங்கள் ஏன் அப்படிச் செய்யவில்லை?”

“ஏனெனில், சில நேரங்களில் கற்றுக் கொள்வதற்கான ஒரே வழி வாழ்வதுதான்.”

“உங்கள் கூற்றைப் புரிந்து கொள்வது கடினமாக இருக்கிறது.”

“ஒரு நாற்காலியில் உட்கார். இப்படித் தரையில் முட்டுப் போட்டு நிற்காதே,” என்று எல்ம் கூறினார். நோரா திரும்பிப் பார்த்தபோது, அவளுக்குப் பின்னால் ஒரு நாற்காலி இருந்தது. அதற்கு முன்பு அதை அங்குப் பார்த்திருந்ததாக அவளுக்கு ஞாபகம் இருக்கவில்லை. அது ஒரு பழங்காலத்து நாற்காலி. கருவாலி மரத்தால் செய்யப்பட்டிருந்த அந்த நாற்காலியின் இருக்கை தோலால் மூடப்பட்டிருந்தது. அதன் ஒரு கைப்பிடியோரம் ஒரு புத்தகந்தாங்கி இருந்தது. “இதில் உட்கார்ந்து உன்னை ஒரு கணம் ஆசுவாசப்படுத்திக் கொள்.”

நோரா அதில் அமர்ந்தாள்.

அவள் தன் கைக்கடிகாரத்தைப் பார்த்தாள். ஆனால் அப்போதும் அது நள்ளிரவையே காட்டிக் கொண்டிருந்தது.

“இப்போதும் எனக்கு இது பிடிக்கவில்லை. சோககரமான ஒரே ஒரு வாழ்க்கை போதும். அதை ஏன் மேலும் முயற்சி செய்து பார்க்க வேண்டும்?”

“சரி,” என்று கூறி எல்ம் தன் தோள்களைக் குலுக்கினார்.

“என்ன?”

“அப்படியானால், நாம் எதையும் செய்யாமல் சும்மா உட்கார்ந்திருக்கலாம். நீ தேர்ந்தெடுப்பதற்கு ஏகப்பட்ட வாழ்க்கைகளைத் தன்னுடைய அலமாரியில் அடுக்கி வைத்துக் கொண்டு காத்துக் கொண்டிருக்கின்ற இந்த நூலகத்தில் நீ எதையும் தேர்ந்தெடுக்காமல் அப்படியே வெறுமனே உட்கார்ந்திரு.”

எல்ம் தன்னுடன் இப்போதும் ஏதோ ஒரு விளையாட்டை விளையாடிக் கொண்டிருந்தார் என்பது அவளுக்குப் புரிந்தது. ஆனால், தானும் அந்த விளையாட்டில் பங்குக் கொள்ள அவள் தீர்மானித்தாள்.

“சரி.”

நோரா அப்படியே அமர்ந்திருக்க, எல்ம் தான் பாதியில் விட்டிருந்த

புத்தகத்தை மீண்டும் தன் கையில் எடுத்துக் கொண்டார்.

தான் படித்துக் கொண்டிருந்த வாழ்க்கைகளுக்குள் நுழையாமல் எல்மால் வெறுமனே ஒரு புத்தகத்தைப் படிக்க முடிந்தது நியாயமற்றதாக நோராவுக்குத் தோன்றியது.

நேரம் கரைந்து கொண்டிருந்தது.

அதிகாரபூர்வமாகப் பார்த்தால், நேரம் அப்படியேதான் இருந்தது.

பசிக்காமல், தாகம் எடுக்காமல், களைப்படையாமல் நோராவால் எவ்வளவு நேரம் வேண்டுமென்றாலும் அப்படியே அங்கு உட்கார்ந்திருக்க முடியும். ஆனால், அவளால் சலிப்படையாமல் இருக்க முடியவில்லை.

நேரம் அப்படியே நிலைகொண்டு நின்று கொண்டிருந்தபோது, தன்னைச் சுற்றியிருந்த வாழ்க்கைகளைப் பற்றித் தெரிந்து கொள்ள வேண்டும் என்ற ஆர்வம் அவளுக்குள் மெதுவாக வளர்ந்து கொண்டிருந்தது. ஒரு நூலகத்தில் இருந்து கொண்டு, அங்கு அடுக்கி வைக்கப்பட்டிருந்த நூல்களை உருவிப் படிக்க விரும்பாமல் இருப்பது கிட்டத்தட்ட இயலாத காரியமாக இருந்தது.

"ஒரு நல்ல வாழ்க்கை என்று நீங்கள் கருதுகின்ற ஒன்றை நீங்களாகவே ஏன் எனக்குப் பரிந்துரைக்கக்கூடாது?" என்று நோரா திடீரென்று கேட்டாள்.

"இந்த நூலகம் அப்படி வேலை செய்வதில்லை."

நோராவிடம் மற்றொரு கேள்வியும் இருந்தது.

"என்னுடைய பெரும்பாலான வாழ்க்கையில் இந்நேரத்தில் நான் தூங்கிக் கொண்டிருக்க வேண்டும், அப்படித்தானே?"

"பலவற்றில் அப்படித்தான்."

"அப்படியானால், என்ன நிகழும்?"

"நீ தூங்குவாய். அந்த வாழ்க்கையில் விழித்தெழுவாய். இதில் கவலைப்படுவதற்கு எதுவுமில்லை. ஆனால், அது குறித்து நீ பதற்றமாக இருந்தால், நேரம் வேறாக இருக்கின்ற வாழ்க்கை ஒன்றை நீ முயன்று பார்க்கலாம்."

"நீங்கள் என்ன சொல்ல வருகிறீர்கள்?"

"உலகிலுள்ள எல்லா இடங்களிலும் இது இரவு நேரம் கிடையாது, சரிதானே?"

"என்ன சொல்கிறீர்கள்?"

"உன்னால் வாழ முடிகின்ற வாழ்க்கைகளுக்கு எல்லையே கிடையாது என்றிருக்கும்போது, அவை அனைத்தும் கிரீன்விச் நேரத்தில்தான் இயங்கிக் கொண்டிருக்கின்றன என்று நீ கூற வருகிறாயா?"

"இல்லை," என்று நோரா கூறினாள். அடுத்து தான் மற்றொரு வாழ்க்கையைத் தேர்ந்தெடுப்பதற்கு ஒத்துக் கொள்ளவிருந்தது அவளுக்குத் தெரிந்தது. அவளுக்கு உடனே கூனல்முதுகுத்

திமிங்கலம்தான் நினைவுக்கு வந்தது. தான் பதிலளிக்காமல் விட்டிருந்த குறுஞ்செய்தியை அவள் ஞாபகப்படுத்திக் கொண்டாள். “நான் இஸ்ஸியுடன் ஆஸ்திரேலியாவுக்குச் சென்றிருந்தால் நன்றாக இருந்திருக்கும் என்று நினைக்கிறேன். நான் அந்த வாழ்க்கையை அனுபவிக்க விரும்புகிறேன்.”

“நல்ல தேர்ந்தெடுப்பு.”

“ஏன் அப்படிக் கூறுகிறீர்கள்? அது ஒரு நல்ல வாழ்க்கையா?”

“ஓ! நான் அப்படிச் சொல்லவில்லை. தேர்ந்தெடுப்பதில் நீ மேம்பட்டுக் கொண்டிருக்கிறாய் என்று நான் நம்புகிறேன் என்ற தொனியில் நான் அப்படிக் கூறினேன்.”

“அப்படியானால், அது ஒரு மோசமான வாழ்க்கையா?”

“நான் அப்படியும் சொல்லவில்லை.”

அலமாரிகள் மீண்டும் வேகமாக நகரத் துவங்கின. ஒரு சில நொடிகளுக்குப் பிறகு அவற்றின் நகர்வு நின்றது.

“ஓ! இது இங்கு இருக்கிறது,” என்று கூறியவாறு, தன் முன் இருந்த அலமாரியில் கீழ்த்தட்டுக்கு முந்தைய தட்டிலிருந்து ஒரு புத்தகத்தை எல்ம் எடுத்தார். அதை அவர் உடனடியாக அடையாளம் கண்டுகொண்டது நோராவுக்கு விநோதமாக இருந்தது. ஏனெனில், அதைச் சுற்றியிருந்த அனைத்துப் புத்தகங்களும் அதைப்போலவே இருந்தன.

ஒரு பிறந்தநாள் பரிசைக் கொடுப்பதுபோல அதை அவர் நோராவிடம் வாஞ்சையுடன் கொடுத்தார்.

“உனக்கு என்ன செய்ய வேண்டும் என்று இப்போது தெரியும், இல்லையா?”

நோரா ஒரு கணம் தயங்கினாள்.

“ஒருவேளை நான் இறந்திருந்தால்?” என்று அவள் கேட்டாள்.

“என்ன சொல்கிறாய்?”

“இன்றைய தினத்திற்கு முன்பாகவே நான் இறந்து போய்விட்டப் பல வாழ்க்கைகளும் இருக்கலாம் அல்லவா?”

எல்ம் அவளை ஆர்வக் குறுகுறுப்புடன் பார்த்தார். “அதைத்தானே நீ விரும்பினாய்?”

“ஆமாம். ஆனால், வந்து–”

“இன்றைய தினத்திற்கு முன்பாக நீ எண்ணற்ற முறை இறந்துள்ளாய் என்பது உண்மைதான். கார் விபத்து, அளவுக்கதிகமான போதை மருந்துப் பயன்பாடு, நீரில் மூழ்குதல், உணவில் நச்சுக்கலப்பு, தொண்டைக்குழியில் ஏதாவது உணவுப் பொருள் மாட்டி மூச்சுத்திணறல் ஏற்படுதல், வியாதிகள் போன்றவை அவற்றில் அடங்கும். எந்தெந்த வழிகளிலெல்லாம் ஒருவரால் இறக்க முடியுமோ, அந்த வழிகளிலெல்லாம் நீ இறந்துள்ளாய். எந்தக் காலகட்டத்திலெல்லாம் ஒருவரால் இறக்க முடியுமோ, அந்தக் காலகட்டங்களிலெல்லாம் நீ

இறந்துள்ளாய்.”

“அப்படியானால், ஏதாவது ஒரு புத்தகத்தைத் திறந்து படித்துவிட்டு என்னால் இறந்துவிட முடியுமா?”

“நீ உடனடியாக இறப்பதற்குச் சாத்தியமில்லை. நீ குதிக்கவிருக்கும் வாழ்க்கையில் உன்னால் இறக்க முடியும். ஆனால், நீ அதற்குள் இறங்குவதற்கு முன்பு இறந்திருக்க மாட்டாய். ஏனெனில், இந்த நடுநிசி நூலகம் ஆவிகளுக்கானது அல்ல. இது பிணங்களுக்கான நூலகம் அல்ல. இது சாத்தியக்கூறுகளுக்கான நூலகம். இறப்பு என்பது சாத்தியக்கூறுகளுக்கு நேரெதிரானது. நான் சொல்வது உனக்குப் புரிகிறதா?”

“புரிகிறது.”

தன்னிடம் கொடுக்கப்பட்டப் புத்தகத்தை நோரா உற்றுப் பார்த்தாள். அது இலைப்பச்சை நிறத்தில் வழுவழுப்பாக இருந்தது. அதன் அட்டையில் ‘என் வாழ்க்கை’ என்ற அர்த்தமற்றத் தலைப்பு பொறிக்கப்பட்டிருந்தது.

அவள் அதைத் திறந்தாள். அதன் முதல் பக்கம் காலியாக இருந்தது. அதனால், இம்முறை என்ன நிகழவிருந்தது என்ற எதிர்பார்ப்புடன் அவள் அடுத்தப் பக்கத்திற்குச் சென்றாள். “அந்த நீச்சல் குளம் வழக்கத்திற்கு மாறாகக் கூட்டமாக இருந்தது...”

அடுத்தக் கணம் அவள் அங்கு இருந்தாள்.

நெருப்பு

திடீரென்று அவளைப் பல உணர்வுகள் சூழ்ந்து கொண்டன. அவளைச் சுற்றிலும் ஒரே சத்தமாக இருந்தது. அவள் நீரில் இருந்தாள். அவளுடைய வாய் திறந்திருந்தது. உப்பு நீரின் ருசியும் எரிச்சலும் அவளைத் தாக்கின.

அந்த நீச்சல் குளத்தின் தரையைத் தொடுவதற்கு அவள் தன் கால்களை நீட்டினாள். ஆனால், அவள் ஆழமான பகுதியில் இருந்ததால், அவளால் தரையைத் தொட முடியவில்லை. அதனால் அவள் நீந்தத் துவங்கினாள்.

அது ஒரு நீச்சல் குளம்தான். ஆனால் அதிலிருந்த நீர் உவர்ப்பாக இருந்தது. கடலுக்கு அருகில் ஒரு திறந்த வெளியில் அது இருந்தது. கடற்கரைக்கு அருகேயிருந்த பாறைகளிலிருந்து அது குடையப்பட்டிருந்தது. சற்றுத் தள்ளி அவளால் கடலைப் பார்க்க முடிந்தது. சூரியன் வானின் உச்சியில் இருந்தது. நீர் குளிராக இருந்தது. வெளியேயிருந்த சூட்டைக் கருத்தில் கொண்டபோது அந்தக் குளிர் இதமாக இருந்தது.

முன்னொரு காலத்தில் அவள் பெட்ஃபோர்டிலேயே தலைசிறந்த பதினான்கு வயது நீச்சல் வீராங்கனையாக இருந்தாள்.

அவள் தன்னுடைய வயதிற்குரிய போட்டிகளில் கலந்து கொண்டு இரண்டு முறை தேசிய சாம்பியனாக ஆனாள். அவளுடைய அப்பா தினந்தோறும் உள்ளூர் நீச்சல் குளத்திற்கு அவளை அழைத்துச் சென்றார். சில நேரங்களில் பள்ளி துவங்குவதற்கு முன்பும், பள்ளி விட்டப் பிறகும் இரண்டு முறை அவர் அவளை அழைத்துச் சென்றார். அப்போதுதான் அவளுடைய அண்ணன் கிதார் வாசிக்கக் கற்றுக் கொண்டிருந்தான். அதைப் பார்த்து அவள் தானாகவே கிதார் வாசிக்கக் கற்றுக் கொண்டு அதில் நல்ல தேர்ச்சியும் பெற்றாள். தன்னுடைய

அண்ணனின் கற்பனையில் லாபிரிந்த்ஸ் குழு உதயமாவதற்கு வெகு காலத்திற்கு முன்பே அவள் தன்னுடைய சொந்த இசையை உருவாக்கத் துவங்கியிருந்தாள்.

ஆனால், அதற்காக அவள் நீச்சலிலிருந்து விலகவில்லை. போட்டிகளின் மூலம் ஏற்பட்ட அழுத்தங்களிலிருந்துதான் அவள் விலகியிருந்தாள்.

அவள் நீச்சல் குளத்தின் ஒரு பக்கத்தை அடைந்து, சுற்றுமுற்றும் பார்த்தாள். சற்று தூரத்தில் கடற்கரை தெரிந்தது. கடற்கரைக்கு அப்பால் ஒரு புல்வெளி இருந்தது. அதையொட்டி மரங்களுடன்கூடிய ஒரு பூங்கா இருந்தது. அதில் சிலர் தங்களுடைய நாய்களைப் பிடித்தவாறு நடந்து சென்று கொண்டிருந்தனர்.

அதற்கு அப்பால் வீடுகளும் அதிக உயரமில்லாத அபார்ட்மென்டுகளும் இருந்தன. ஒரு சாலையில் கார்கள் விரைந்து கொண்டிருந்தன. அவள் பைரன் விரிகுடாவின் புகைப்படங்களைப் பார்த்திருந்தாள். ஆனால் அவள் கண்ட காட்சி அப்படங்களைப்போல இருக்கவில்லை. இந்த இடம் அதிகமான கட்டுமானங்களோடும் நகர்புறத்தனத்தோடும் இருந்தது.

அவள் மீண்டும் தன் கவனத்தை நீச்சல் குளத்தை நோக்கித் திருப்பினாள். அங்கு நீந்திக் கொண்டிருந்த ஒரு நபர் அவளை நோக்கிப் புன்னகைத்தார். தனக்கு அந்த மனிதரைத் தெரியுமா என்று அவள் யோசித்தாள். அது அவளுக்குத் தெரியாததால், அவள் அந்த நபரை நோக்கி பதிலுக்கு ஒரு சிறு புன்னகையை உதிர்த்தாள்.

அவள் நின்று கொண்டிருந்த இடத்தை நோக்கி நீந்தி வந்து கொண்டிருந்த வயதான ஒரு பெண்மணி அவளை நோக்கிப் புன்முறுவல் செய்தார்.

நீச்சலை நிறுத்தாமலேயே அவர் அவளிடம், "காலை வணக்கம், நோரா," என்று கூறினார்.

நோரா அங்கு வழக்கமாக வந்த ஒரு நபர் என்பதை அந்த விசாரிப்பு வெளிப்படுத்தியது.

நோராவும் பதிலுக்கு, "காலை வணக்கம்!" என்று கூறினாள்.

ஓர் இடக்குமடக்கான உரையாடலில் மாட்டிக் கொள்வதைத் தவிர்ப்பதற்காக, நோரா தன் பார்வையைக் கடல் பக்கமாகத் திருப்பினாள். அலைச்சறுக்கு வீரர்கள் பலர் அதில் விளையாடிக் கொண்டிருந்தனர்.

தன்னுடைய ஆஸ்திரேலிய வாழ்க்கை இப்படி நல்லவிதமாகத் துவங்கியிருந்தது குறித்து நோரா மகிழ்ச்சியடைந்தாள். அவள் தன் கைக்கடிகாரத்தைப் பார்த்தாள். அது ஒரு மலிவான கேசியோ கடிகாரம். அது ஒரு பிரகாசமான ஆரஞ்சு நிறத்தில் இருந்தது. அந்தப் பிரகாசமான நிறம் மகிழ்ச்சியின் வெளிப்பாடாக அவளுக்குப் பட்டதால், அங்குள்ள வாழ்க்கையும் மகிழ்ச்சிகரமாக இருக்கும்

என்றே அவள் நம்பினாள். அங்கு அப்போது காலை ஒன்பது மணி. அவளுடைய கைக்கடிகாரத்திற்கு அருகே அவளுடைய கையில் ஒரு பிளாஸ்டிக் 'ரிஸ்ட்பேண்ட்' கட்டப்பட்டிருந்தது. அதில் ஒரு சாவி பிணைக்கப்பட்டிருந்தது.

அப்படியானால், இதுதான் அவளுடைய காலை நேரப் பழக்கமாக இருக்க வேண்டும். கடற்கரையை ஒட்டியிருந்த ஒரு திறந்த வெளி நீச்சல் குளத்திற்கு அவள் தினமும் வந்து கொண்டிருந்தாள். தான் மட்டும் தனியாக அங்கு வந்திருந்தோமோ என்று அவள் யோசித்தாள். அங்கு இஸ்ஸி இருந்தாளா என்று அவள் தன் பார்வையை ஓடவிட்டாள். ஆனால், இஸ்ஸி அவளுடைய பார்வையில் தென்படவில்லை.

அவள் மேலும் சிறிது நேரம் நீந்தினாள்.

நீச்சல் குறித்து அவளுக்குப் பிடித்திருந்த விஷயம் அது அளித்த அசாத்தியமான கவனக்குவிப்புதான். நீரில் இருக்கின்றபோது அவளுடைய கவனம் முழுவதும் அதில் இருக்கும் என்பதால், அவள் வேறு எதையும் சிந்திக்க மாட்டாள். பள்ளி மற்றும் வீட்டுக் கவலைகள் எதுவும் அப்போது இருக்காது. இதுபோன்ற நடவடிக்கைகளில் நீங்கள் ஈடுபட்டிருக்கின்றபோது, நீங்கள் யாராக இருக்கிறீர்களோ அதையே நீங்கள் மறக்கிறீர்கள், நீங்கள் அந்த நடவடிக்கையின் நீட்சியாக ஆகிறீர்கள்.

ஆனால், இப்போது அவளுடைய கைகளும் நெஞ்சும் வலித்ததால் அவளால் நீச்சலில் அந்த அளவுக்கு கவனம் செலுத்த முடியவில்லை. ஒருவேளை அவள் நீண்ட நேரமாக நீந்திக் கொண்டிருந்ததால் ஏற்பட்ட விளைவாக அது இருக்கலாம். அதனால் அவள் நீச்சல் குளத்திலிருந்து வெளியேற முடிவு செய்தாள். நீச்சல் குளத்தை ஒட்டி ஒரு பெயர்ப்பலகை இருந்தது. அதில் 'புரான்டே கடற்கரை நீச்சல் குளம்' என்று எழுதப்பட்டிருந்தது. அவளுக்கு டேனைப் பற்றிய நினைவு மங்கலாக இருந்தது. டேன் படித்து முடித்துவிட்டு வேலைக்குச் சேர்வதற்கு முன்பு ஒரு முறை ஆஸ்திரேலியாவுக்குச் சென்றிருந்தான். அப்போது இந்தக் கடற்கரையைப் பற்றி அவன் குறிப்பிட்டிருந்தது அவளுடைய நினைவுக்கு வந்தது.

அவளுக்கு உடனே ஒரு சந்தேகம் உதித்தது.

புரான்டே கடற்கரை சிட்னியில் இருந்தது. ஆனால் சிட்னி பைரன் விரிகுடாவில் இல்லை.

அப்படியானால், ஒன்று, இஸ்ஸி இந்த வாழ்க்கையில் பைரன் விரிகுடாவில் இல்லாமல் இருக்கலாம். அல்லது, நோரா இஸ்ஸியுடன் இல்லாமல் இருக்கலாம்.

தன் தோல் வெளுத்துக் காணப்பட்டதை நோரா கவனித்தாள்.

இப்போது அவள் முன் இருந்த பிரச்சனை, அவள் தன்னுடைய உடைகளை எங்கு வைத்திருந்தாள் என்பது அவளுக்குத் தெரியவில்லை என்பதுதான். அப்போது, தன் கையிலிருந்த பிளாஸ்டிக் ரிஸ்ட்பேண்டும்

அதனுடன் பிணைக்கப்பட்டிருந்த சாவியும் அவளுடைய நினைவுக்கு வந்தன.

அதில் 57 என்று குறிப்பிடப்பட்டிருந்தது. அது தன்னுடைய லாக்கர் எண்ணாக இருக்க வேண்டும் என்று அவள் ஊகித்தாள். அவள் உடை மாற்றுவதற்கான இடத்திற்குச் சென்று, அங்கிருந்த லாக்கரைத் திறந்தாள். அங்கிருந்த தன்னுடைய உடையையும் கைக்கடிகாரத்தையும் வைத்து, இப்போது தன்னுடைய வாழ்க்கை ஓரளவு வண்ணமயமாக இருந்ததை அவள் கண்டுகொண்டாள். அந்த லாக்கரில், ஏராளமான அன்னாசிப்பழங்களின் படம் அச்சிடப்பட்டிருந்த ஒரு டி-ஷர்ட், செவ்வூதா நிறத்தில் ஒரு டெனிம் ஷார்ட்ஸ், ஒரு ஸ்லிப்-ஆன் ஷூ ஆகியவை இருந்தன.

“நான் இப்போது யார்?” என்று அவள் யோசித்தாள். குழந்தைகளுக்கான தொலைக்காட்சி நிகழ்ச்சித் தொகுப்பாளரா?

சூரிய ஒளியிலிருந்து பாதுகாக்கின்ற கிரீம், செம்பருத்தி வாசனையுடன்கூடிய உதட்டுப் பூச்சு ஆகியவையும் அந்த லாக்கரில் இருந்தன. வேறு மேக்கப் சமாச்சாரங்கள் எதுவும் அதில் இருக்கவில்லை.

அவள் அந்த டி-ஷர்ட்டை அணிந்து கொண்டாள். அவளுடைய முன்னங்கைகளில் சில தழும்புகள் இருந்தன. அவை ஒருவேளை தான் தனக்குத் தானே ஏற்படுத்திக் கொண்ட காயங்களாக இருக்குமோ என்று அவள் சந்தேகப்பட்டாள். அவளுடைய தோள்பட்டைக்குச் சற்றுக் கீழே நெருப்பு மற்றும் ஒரு பீனிக்ஸ் பறவையின் உருவம் பச்சை குத்தப்பட்டிருந்தது. அது மோசமாக வரையப்பட்டிருந்தது. இந்த வாழ்க்கையில் அவளுடைய இரசனை சொல்லிக் கொள்ளும்படியாக இருக்கவில்லை. ஆனால், இரசனைக்கும் மகிழ்ச்சிக்கும் எப்போதுதான் நேரடித் தொடர்பு இருந்திருக்கிறது?

அவள் உடையணிந்து கொண்டவுடன், தன் ஷார்ட்ஸில் ஓர் அலைபேசி இருந்ததைக் கவனித்தாள். மதுவிடுதி வாழ்க்கையில் அவளிடம் இருந்த அலைபேசியைவிடப் பழைய மாடலாக அது இருந்தது. அதிர்ஷ்டவசமாக, அதை இயக்குவதற்கு அவளுடைய பெருவிரல் பதிவே போதுமானதாக இருந்தது.

அவள் உடை மாற்றுவதற்கான அறையிலிருந்து வெளியேறி, கடற்கரையை ஒட்டிச் சென்ற ஒரு பாதையில் நடக்கலானாள். அன்று வெளியே வெப்பமாக இருந்தது. இங்கிலாந்தோடு ஒப்பிடுகையில் இங்கு அனைத்தும் வண்ணமயமாகவும் துடிப்புடனும் ஜீவனுடனும் இருந்ததுபோல அவளுக்குத் தோன்றியது.

அங்கிருந்த ஒரு மரத்தில் ஒரு வண்ணக்கிளி அமர்ந்திருந்ததை அவள் பார்த்தாள். அதை ஒரு சில சுற்றுலாப் பயணிகள் புகைப்படம் எடுத்துக் கொண்டிருந்தனர். கையில் ஒரு ஐஸ்கிரீமுடனும் உதட்டில் ஒரு புன்னகையுடனும் ஒரு சைக்கிளோட்டி அவளைக் கடந்து

சென்றான்.

இது நிச்சயமாக பெட்ஃபோர்டு அல்ல என்று அவள் நினைத்துக் கொண்டாள்.

தன் முகத்தில் ஏதோ மாற்றம் நிகழ்ந்து கொண்டிருந்ததை நோரா கவனித்தாள். அவள் புன்னகைத்துக் கொண்டிருந்தாள். யாருடைய எதிர்பார்ப்புக்காகவோ அல்லாமல் அவள் தன்னிச்சையாகவும் இயல்பாகவும் புன்னகைத்துக் கொண்டிருந்தாள்.

பின்னர் சுவரோரம் வரையப்பட்டிருந்த சுவர் வாசகங்களை அவள் கவனித்தாள். ஒன்று, "உலகம் நெருப்பில் குளித்துக் கொண்டிருக்கிறது!" என்று முழங்கியது. மற்றொன்று, "ஒரே ஓர் உலகம் = ஒரே ஒரு வாய்ப்பு" என்று எச்சரித்தது. உடனே அவளுடைய புன்னகை மங்கி மறைந்தது. இது வேறொரு வாழ்க்கையாக இருக்கலாம். ஆனால், அதற்காக அவள் வேறொரு கிரகத்திற்கு வந்திருக்கவில்லை.

தான் எங்கு வசித்தோம் என்பது குறித்தும், தான் என்ன வேலை செய்து கொண்டிருந்தோம் என்பது குறித்தும், நீந்தி முடித்ததும் தான் எங்குச் செல்ல வேண்டும் என்பது குறித்தும் அவளுக்கு எந்தவிதமான யோசனையும் இருக்கவில்லை. ஆனால், அது அவளுக்கு ஒருவிதமான சுதந்திர உணர்வைக் கொடுத்தது. தன்னுடைய சொந்த எதிர்பார்ப்புகள் உட்பட எந்தவிதமான எதிர்பார்ப்புகளும் இல்லாமல் இருந்தது அவளுக்கு ஒருவிதமான பரவச உணர்வைக் கொடுத்தது. அவள் நடந்து கொண்டே தன்னுடைய அலைபேசியில் கூகுளில் தன் பெயரோடு சிட்னி என்று சேர்த்துத் தட்டச்சு செய்தாள்.

கூகுள் அவளுக்கு அளித்திருந்த பதில்களைப் பார்ப்பதற்கு முன்பாக அவள் நிமிர்ந்து பார்த்தபோது, அவள் நடந்து கொண்டிருந்த அதே பாதையில் அவளை நோக்கி நடந்து வந்து கொண்டிருந்த ஒரு நபர் அவளைப் பார்த்துப் புன்னகைத்தார். அவர் குள்ளமாக இருந்தார். அவர் தன் தலைமுடியைப் பின்னால் ஒரு குதிரைவால்போல அள்ளி முடிந்திருந்தார். அவருடைய கண்கள் கருணையை வெளிப்படுத்திக் கொண்டிருந்தன. அவர் அணிந்திருந்த சட்டையில் பொத்தான்கள் சரியாகப் போடப்பட்டிருக்கவில்லை.

அவர் அவளருகே வந்ததும், "ஹாய், நோரா," என்றார்.

தன் குழப்பத்தை வெளிக்காட்டிக் கொள்ளாமல் இருப்பதற்காக, நோரா பதிலுக்கு, "ஹாய்!" என்று பொதுவாகக் கூறினாள்.

"இன்று எத்தனை மணிக்கு நீங்கள் துவக்குகிறீர்கள்?" என்று அவர் கேட்டார்.

இதற்கு என்ன பதில் சொல்வது? "ஐயய்யோ! சுத்தமாக மறந்து போய்விட்டேனே!"

அவர் சிரித்தார். மறதி என்பது அவளுடைய குணாம்சத்தின் ஒரு பகுதி என்பது போன்ற தொனி அச்சிரிப்பில் இருந்தது.

“நான் கால அட்டவணையில் பார்த்தேன். பதினொரு மணி என்று நினைக்கிறேன்.”

“காலை பதினொரு மணிக்கா?”

இப்போது அவருடைய கனிவான கண்களும் அவருடைய சிரிப்பில் சேர்ந்து கொண்டன. “நீங்கள் எந்த போதை வஸ்துவைப் பயன்படுத்திக் கொண்டிருக்கிறீர்கள்? எனக்கும் கொஞ்சம் தாங்களேன்!”

“ஹா, ஹா! ஒன்றுமில்லை,” என்று அவள் வெடுக்கென்று கூறினாள். “நான் எதையும் புகைத்துக் கொண்டிருக்கவில்லை. ஆனால், காலை உணவை இன்னும் உண்டிருக்கவில்லை.”

“அப்படியானால் நான் உங்களைப் பின்னர் ஆர்வோ-”

“சரி... அங்கு சந்திக்கலாம். அந்த இடம் எங்கிருக்கிறது என்று சொன்னீர்கள்?” என்று நோரா கேட்டாள்.

அவர் தன் புருவங்களை உயர்த்தியவாறு சிரித்தார். பின்னர் தொடர்ந்து நடந்து சென்றார். ஒருவேளை அவள் சிட்னியிலிருந்து இயங்குகின்ற திமிங்கலச் சுற்றுலாப் படகு ஒன்றில் வேலை பார்த்துக் கொண்டிருக்கலாம். அதிலேயே இஸ்ஸியும் பணியாற்றிக் கொண்டிருக்கலாம்.

தான் அல்லது தாங்கள் எங்கு வசித்துக் கொண்டிருந்தோம் என்பது நோராவுக்குத் தெரியவில்லை. கூகுள் தேடலிலும் ஒன்றும் அகப்படவில்லை. ஆனால், கடற்கரையிலிருந்து நேர் எதிர்ப்புறம் செல்வதுதான் சரியான திசையாக இருக்கும் என்று அவளுக்குத் தோன்றியது. ஒருவேளை அவள் உள்ளூர்க்காரியாக இருக்க வேண்டும். அவள் இங்கு நடந்து வந்திருக்கலாம். அல்லது நீச்சல் குளத்திற்கு வெளியே நிறுத்தி வைக்கப்பட்டிருந்த சைக்கிள்களில் ஒன்று அவளுடையதாக இருக்கலாம். அவள் தன் பாக்கெட்டுகளைத் தடவினாள். அதில் ஒரு வீட்டின் சாவி மட்டும் இருந்தது. அப்படியானால், அவள் சைக்கிளில் வந்திருக்கவில்லை. ஒன்று, அவள் நடந்து வந்திருக்க வேண்டும் அல்லது பேருந்தில் வந்திருக்க வேண்டும். வீட்டுச் சாவியோடு வேறு எந்த விபரங்களும் இணைக்கப்பட்டிருக்கவில்லை. அதனால் அவள் அந்தப் பாதையின் ஓரமாக இருந்த ஒரு பெஞ்சில் அமர்ந்தாள். அவளுடைய கழுத்தின் பின்புறம் வெயில் சுள்ளென்று அடித்தது. அவள் தன் அலைபேசியின் குறுஞ்செய்திச் செயலியைத் திறந்தாள்.

அவளுக்குப் பரிச்சயமில்லாத பல பெயர்கள் அதில் இருந்தன.

அமி. ரோத்ரி. பெல்லா. லாசி பி. கெமலா. லூக். லூசி எம்.

யார் இவர்கள்?

பயனில்லாத மற்றொரு பெயரும் அதில் இடம் பெற்றிருந்தது: ‘வேலை.’ சமீபத்தில் அதிலிருந்து ஒரே ஒரு செய்திதான் வந்திருந்தது. அதில் இப்படிக் குறிப்பிடப்பட்டிருந்தது:

“நீங்கள் எங்கே இருக்கிறீர்கள்?”

அவள் மேலும் துழாவினாள். ஒரு பெயரை அவளால் அடையாளம் கண்டுகொள்ள முடிந்தது.

டேன்.

அவளுக்குச் சுருதி மொத்தமாக இறங்கிவிட்டது. அவனிடமிருந்து வந்திருந்த சமீபத்திய செய்திமீது அவள் தட்டினாள்.

> *“ஹாய், நோரா! ஆஸ்திரேலியா உன்னைச் சிறப்பாகக் கவனித்துக் கொள்கிறது என்று நான் நம்புகிறேன். இது உனக்கு விநோதமாகப் படலாம். ஆனாலும் நான் அதைப் பற்றி உன்னிடம் சொல்லியே ஆக வேண்டும். சில நாட்களுக்கு முன்பு நம்முடைய மதுவிடுதியைப் பற்றி நான் ஒரு கனவு கண்டேன். அது ஒரு நல்ல கனவு. அங்கு நாம் மிகவும் மகிழ்ச்சியாக இருக்கிறோம். இந்த விநோதச் செய்தியை அலட்சியப்படுத்திவிடு. மே மாதம் நான் எங்கே பயணிக்க உள்ளேன் தெரியுமா? ஆஸ்திரேலியா! பத்தாண்டுகளுக்குப் பிறகு முதன்முறையாக! வேலை விஷயமாக வருகிறேன். அச்சமயத்தில் நீ அங்கு இருந்தால், நான் உன்னைச் சந்திக்க விரும்புகிறேன். சிறிது நேரச் சந்திப்பாக இருந்தால்கூடப் பரவாயில்லை. அன்புடன், டேன்.”*

அது மிகவும் விநோதமாக இருந்ததால் அவளுக்குச் சிரிப்பு வந்தது. ஆனால் வெளிப்பட்டபோது அது இருமலாக மாறிப் போனது. ஒருவேளை அவள் இந்த வாழ்க்கையில் போதிய அளவு ஆரோக்கியத்துடன் இருக்கவில்லை போலும். தங்களுடைய கனவுகள் மெய்ப்பட்டால், அவ்விஷயங்களை வெறுக்கக்கூடிய எத்தனை டேன்கள் இந்த உலகில் இருந்தனர்? அவர்களில் எத்தனை பேர் மகிழ்ச்சி குறித்தத் தங்களுடைய மாயையான யோசனைக்குள் பிறரை இழுத்துவிட்டுக் கொண்டிருந்தனர்?

இன்ஸ்டாகிராம் மட்டும்தான் அவள் இங்குப் பயன்படுத்திக் கொண்டிருந்த ஒரே சமூக ஊடகம்போலும். அதிலும், கவிதைகள் அடங்கிய படங்களை மட்டுமே அவள் தரவேற்றம் செய்தாள்.

அவற்றில் ஒன்றை அவள் படிக்கத் துவங்கினாள்.

நெருப்பு

பள்ளி மைதானத்தில் உதிர்க்கப்பட்டிருந்த சிரிப்பாலோ
அல்லது பெரியவர்களின் அறிவுரையாலோ
மாறிவிட்டிருந்த, உதிர்ந்துவிட்டிருந்த
அவளுடைய ஒவ்வொரு பகுதியும்
எப்போதோ மறைந்துவிட்டிருந்தன.
நண்பர்களின் வலியும் மரித்துவிட்டிருந்தது.
செதுக்கி வீசப்பட்டிருந்த மரத்தூள்களைப்போல

அவற்றை அவள் தரையில் கூட்டிப் பெருக்கினாள்.
அவற்றை எரிபொருளாக்கி நெருப்புக்குள் எறிந்து எரித்தாள்.
என்றென்றைக்கும் பார்த்துக் கொண்டிருக்கின்ற விதத்தில்
அது பிரகாசமாக எரிந்தது.

அது அவளுக்கு அசௌகரியமளித்தது. ஆனால் அது வெறும் ஒரு கவிதைதானே என்று அவள் அதை அலட்சியம் செய்தாள். பின் மின்னஞ்சல்களைப் பார்த்துக் கொண்டிருந்தபோது, சார்லட்டிற்கு அவள் அனுப்பியிருந்த ஒரு மின்னஞ்சல் அவளுடைய கண்களில் பட்டது. நோரா ஸ்ட்ரிங் தியரி கடையில் வேலை பார்த்து வந்தபோது, அங்கு அவளுக்கு இருந்த ஒரே தோழி சார்லட்தான். அவள் புல்லாங்குழல் வாசிப்பதில் தேர்ச்சி பெற்றவள். பின்னர் அவளும் தன் சொந்த இடமான ஸ்காட்லாந்துக்குத் திரும்பிச் சென்றுவிட்டாள்.

ஹாய், சார்ல்!

அங்கு எல்லாம் சிறப்பாக இருக்கும் என்று நான் நம்புகிறேன்.

உன்னுடைய பிறந்தநாள் கொண்டாட்டம் சிறப்பாக அமைந்தது அறிந்து மகிழ்ச்சி. என்னால் அங்கு வர முடியாமல் போனதற்கு வருந்துகிறேன். எப்போதும் வெளிச்சமாக இருக்கின்ற சிட்னியில் எல்லாம் நலம். ஒருவழியாக நான் ஒரு புதிய இடத்திற்குக் குடிபெயர்ந்துவிட்டேன். அது, அழகான புரான்டே கடற்கரைக்கு அருகே இருக்கிறது. அதைச் சுற்றி ஏராளமான சிற்றுண்டிக் கடைகள் இருக்கின்றன. இப்போது நான் ஒரு புதிய வேலையில் இருக்கிறேன்.

நான் தினந்தோறும் காலையில் உவர்ப்புநீர் நீச்சல் குளத்தில் நீந்தச் செல்கிறேன். மாலையில் வெயிலில் அமர்ந்து கொண்டு ஆஸ்திரேலிய ஒயினைச் சுவைக்கிறேன். வாழ்க்கை நன்றாக இருக்கிறது.

என்னுடைய முகவரி:

2/29, டார்லிங் தெரு,

புரான்டே

நியூ சவுத் வேல்ஸ் 2024

ஆஸ்திரேலியா

நோரா

அந்த மின்னஞ்சல் மகாமட்டமாக இருந்தது. அதன் தொனி பொத்தம் பொதுவாக இருந்தது. வெகுநாள் கழித்துக் கண்டுபிடித்திருந்த அத்தை ஒருத்திக்கு எழுதியிருந்த மடல்போல அது இருந்தது. பயணப் புத்தகங்களில் இடம்பெறும் ஓரிடம் பற்றிய விவரணம்போல அது இருந்தது. அவள் சார்லட்டிடம், சரியாகச் சொல்ல வேண்டுமென்றால், எவரிடமும் அப்படிப் பேசுவதில்லை.

அந்த மின்னஞ்சலில் இஸ்ஸியைப் பற்றிக் குறிப்பிடப்படவேயில்லை. சார்லட்டுக்கு இஸ்ஸியைத் தெரியும். அப்படியிருக்கும்போது, தான் ஏன் அவளைப் பற்றி அதில் குறிப்பிடவில்லை என்று நோரா யோசித்தாள்.

விரைவில் அதை அவள் கண்டுபிடிப்பாள். இருபது நிமிடங்கள் கழித்து அவள் தன் அபார்ட்மென்டுக்குள் நின்று கொண்டிருந்தாள். அங்கு நான்கு குப்பைப் பைகள் கட்டி வைக்கப்பட்டிருந்த நிலையில் இருந்தன. வரவேற்பறை சிறியதாகவும் சோகத்தைத் தூண்டுவதாகவும் இருந்தது. அங்கிருந்த சோபா பழையதாகவும் அசிங்கமாகவும் இருந்தது. அந்த வீட்டுக்குள்ளிருந்து ஒருவிதமான மக்கிப் போன வாடை வந்து கொண்டிருந்தது.

ஒரு வீடியோ விளையாட்டின் போஸ்டர் ஒன்று சுவரில் ஒட்டப்பட்டிருந்தது. இ-சிகரெட் பேனா ஒன்று ஒரு முக்காலியின் மேல் இருந்தது. சோபாவில் ஒரு பெண் உட்கார்ந்து கொண்டு, தொலைக்காட்சித் திரையில் வீடியோ விளையாட்டு ஒன்றை ஆடிக் கொண்டிருந்தாள்.

அந்தப் பெண்ணின் குட்டையான தலைமுடி நீல நிறத்தில் இருந்தது. அது இஸ்ஸியாக இருக்கும் என்று ஒரு கணம் நோரா நினைத்துவிட்டாள்.

"ஹாய்!" என்று நோரா கூறினாள்.

அப்பெண் திரும்பினாள். அது இஸ்ஸி அல்ல. சொக்கிப் போயிருந்த அவளுடைய கண்கள் வெறுமையாக இருந்தன. ஒரு காலத்தில் அவள் ஒரு பாங்குடைய பெண்ணாக இருந்திருக்க வேண்டும். ஆனால், இப்போது அவள் அப்படித் தோன்றவில்லை. அவள் புன்னகைத்தாள்.

"உன்னுடைய புதிய கவிதை எப்படி வந்து கொண்டிருக்கிறது?"

"ஓ! அதுவா? நன்றாகவே வந்து கொண்டிருக்கிறது. நன்றி."

ஒருவிதமான மோன நிலையில் அவள் அந்த அபார்ட்மென்டைச் சுற்றினாள். ஏதோ ஒரு கதவைத் திறந்தாள். அது குளியலறை. அதைப் பயன்படுத்த வேண்டிய தேவை அவளுக்கு இருக்கவில்லை என்றாலும், சிந்திப்பதற்கு அவளுக்கு அவகாசம் தேவைப்பட்டது. அதனால் அவள் அதற்கு உள்ளே புகுந்து கதவை அடைத்துக் கொண்டாள். பின் அவள் தன் கைகளைக் கழுவினாள்.

அவள் குளியல் பகுதியைப் பார்த்தாள். அங்கு ஓர் அழுக்கான திரைச்சீலை தொங்கிக் கொண்டிருந்தது. பொதுவாக மாணவர்கள் தங்குமிடங்கள் இப்படித்தான் இருக்கும். இந்த வீடு அப்படிப்பட்ட ஒன்றைத்தான் அவளுக்கு நினைவுபடுத்தியது. அவளுக்கு முப்பத்தைந்து வயது. ஆனாலும், அவள் இந்த வாழ்க்கையில், மாணவர்கள் வசிக்கின்ற அபார்ட்மென்ட் போன்ற ஓரிடத்தில் வாழ்ந்து கொண்டிருந்தாள். வாஷ்பேசினுக்குப் பக்கத்தில், மனத்தளர்ச்சிக்குப்

பரிந்துரைக்கப்படும் மருந்து பாட்டில்கள் இருந்தன. அவள் அந்தப் பாக்கெட்டை எடுத்துப் பார்த்தாள். அதிலிருந்த மருந்துச் சீட்டில், நோயாளியின் பெயர் நோரா ஸீட் என்று எழுதப்பட்டிருந்தது. அவள் மீண்டும் தன்னுடைய கையிலிருந்த காயத்தைப் பார்த்தாள். அந்த மருந்தை ஊசி மூலம் செலுத்தியிருந்த காயம் அது. ஒரு மர்மத்திற்கான விடை ஒருவருக்குத் தன்னுடைய உடலிலேயே இருப்பது உண்மையிலேயே விநோதம்தான்.

குப்பைத் தொட்டிக்கு அருகே நேஷனல் ஜியோகிரா∴பிக் இதழ் ஒன்று கிடந்தது. அதன் அட்டையில் ஒரு கருந்துளையின் படம் இடம் பெற்றிருந்தது. மற்றொரு வாழ்வில் உலகின் மறுபுறத்தில் நேற்றுதான் அதை அவள் பார்த்துக் கொண்டிருந்தாள். அது தன்னுடைய பத்திரிகைதான் என்று அவள் நம்பினாள். அதன் இணையத்தள வடிவில் இடம் பெற்றிருக்கின்ற புகைப்படங்களால் அச்சு வடிவில் இருக்கின்ற புகைப்படங்களுக்கு அருகே ஒருபோதும் நெருங்க முடியாது என்பதால், அப்பத்திரிகையை அவள் அவ்வப்போது கடைகளில் வாங்கிக் கொண்டிருந்தாள்.

அவளுக்குப் பதினொரு வயதாக இருந்தபோது, அவளுடைய அப்பா வாங்கி வைத்திருந்த நேஷனல் ஜியோகிரா∴பிக் பத்திரிகை ஒன்றை அவள் பார்த்தாள். அதில் ஆர்க்டிக் கடலிலிருந்த ஸ்வால்பார்டு என்ற நார்வே நாட்டுத் தீவுக்கூட்டத்தைப் பற்றிய ஒரு கட்டுரை வெளிவந்திருந்தது. அந்த அளவுக்கு வெகு தள்ளியிருந்த ஓரிடத்தை அவள் அதற்கு முன்பு பார்த்திருக்கவில்லை. பிற்காலத்தில், அங்கு ஆய்வு செய்து கொண்டிருந்த அறிவியலறிஞர்களைப்போலத் தன்னாலும் ஆக முடிந்தால் எப்படியிருக்கும் என்று அவள் கற்பனை செய்தாள். அதிலிருந்த படங்களை வெட்டித் தன் படுக்கையறையில் அவள் ஒட்டி வைத்துக் கொண்டாள். பள்ளியில் அறிவியல் மற்றும் புவியியல் பாடங்களில் அவள் கவனம் செலுத்தினாள்.

அவளுடைய அப்பா இறந்த பிறகு அவள் நீட்சேயின் 'பியான்ட் குட் அன்ட் ஈவில்' நூலைப் படித்தப் பிறகு, இரண்டு விஷயங்களை அவள் தீர்மானித்தாள். ஒன்று, அறிவியலை விட்டுவிட்டுத் தத்துவத்தைப் படிப்பது; மற்றொன்று, ஓர் அறிவியலறிஞராக ஆவதற்குப் பதிலாக ஒரு ராக் ஸ்டாராக ஆவது.

* * *

குளியலறையைவிட்டு வெளியேறியவுடன் அவள் நேராக அந்த மர்மமான அறைத் தோழியிடம் சென்றாள்.

நோரா அந்தப் பெண்ணின் அருகே சோபாவில் அமர்ந்து கொண்டாள். ஒரு சில நொடிகள், அந்தப் பெண் விளையாடிக் கொண்டிருந்த விளையாட்டை அவள் பார்த்துக் கொண்டிருந்தாள்.

அந்த விளையாட்டில் இடம்பெற்றிருந்த அந்தப் பெண்ணின் அவதாரம் சுட்டுவீழ்த்தப்பட்டது.

"ஓடிவிடுங்கள்! ஸோம்பிச் சனியன்களே!" என்று அந்தப் பெண் உறுமினாள்.

பின் அந்தப் பெண் அந்த முக்காலியிலிருந்து இ-சிகரெட்டைக் கையில் எடுத்துக் கொண்டாள். அந்தப் பெண்ணைத் தனக்கு எப்படித் தெரியும் என்று நோரா யோசித்தாள். தாங்கள் அந்த வீட்டில் ஒன்றாகத் தங்கியிருந்ததாக அவள் அனுமானித்துக் கொண்டாள்.

அந்தப் பெண் நோராவிடம், "நீ அன்று பேசியிருந்த விஷயம் குறித்து நான் யோசித்துக் கொண்டிருந்தேன்," என்று கூறினாள்.

"நான் கூறியிருந்த எந்த விஷயத்தைப் பற்றி இப்போது நீ பேசுகிறாய்?" என்று நோரா கேட்டாள்.

"அந்தப் பூனை விவகாரத்தைப் பற்றித்தான். நீ அந்தப் பூனையை கவனித்துக் கொள்ள விரும்புவதாகக் கூறியிருந்தாய், இல்லையா?"

"ஓ! அதுவா? ஆமாம். எனக்கு நினைவிருக்கிறது."

"அது ஒரு மோசமான யோசனை."

"ஏன் அப்படிச் சொல்கிறாய்?"

"பூனைகளிடம் ஓர் ஒட்டுண்ணி உண்டு என்று நான் கேள்விப்பட்டுள்ளேன். டாக்ஸோ என்று தொடங்கும்."

நோராவுக்குப் பருவ வயதிலிருந்தே அதைப் பற்றித் தெரியும். ஏனெனில், அவள் விலங்குகள் மீட்பு மையத்தில் வேலை பார்த்திருந்தாள்.

"டாக்ஸோபிளாஸ்மோசிஸ்."

"ஆமாம். அதுதான். நான் வலையொலிப் பதிவு ஒன்றைக் கேட்டுக் கொண்டிருந்தேன். இப்படி ஒரு கோட்பாடு உலா வந்து கொண்டிருக்கிறது. உலகக் கோடீஸ்வரர்கள் அடங்கிய குழு ஒன்று இந்த ஒட்டுண்ணியைப் பூனைகளிடம் பரவச் செய்கிறதாம். பின்னர் அந்த ஒட்டுண்ணி பூனைகளிடமிருந்து மனிதர்களுக்குத் தொற்றி அவர்களுடைய மூளையை மழுங்கடித்துவிடுமாம். பூனைகள் எல்லா இடங்களிலும் இருக்கின்றன. நான் இதைப் பற்றி ஜாரெட்டிடம் பேசிக் கொண்டிருந்தேன். அவன் இதைக் கேட்டுவிட்டு, 'ஜோஜோ, உனக்கு வெட்டுக்கிளிகளின் தற்கொலைக் கதையைப் பற்றித் தெரியுமா?' என்று கேட்டான்."

"அது என்ன கதை?"

"வெட்டுக்கிளிகள் கூட்டங்கூட்டமாகத் தற்கொலை செய்து கொண்டிருக்கின்றனவாம். ஏனெனில், இந்த ஒட்டுண்ணி அவற்றுக்குள்ளும் வளர்ந்து கொண்டிருக்கிறது. அது வெட்டுக்கிளிகளின் மூளைக்குள் புகுந்து அவற்றைக் கட்டுப்படுத்தி, அவற்றுக்கு நீரைப் பிடிக்கும் என்று நம்ப வைக்கின்றன. பின் வெட்டுக்கிளிகளும் நீர்நிலைகளைப் பார்த்தவுடன் அவற்றுக்குள்

குதித்து இறந்துவிடுகின்றனவாம். நான் என்ன சொல்ல வருகிறேன் என்றால், பெரும் பணக்காரர்கள் பூனைகளின் வழியாக நம்மைக் கொல்லத் திட்டம் தீட்டியுள்ளனர். அதனால் நாம் பூனைக்கு அருகில்கூடப் போகக்கூடாது.''

இந்த வாழ்க்கையும் தான் கற்பனை செய்து வைத்திருந்ததைப்போல இருக்கவில்லை என்ற நினைப்பை நோராவால் ஒதுக்கித் தள்ள முடியவில்லை. அவளும் இஸ்ஸியும் பைரன் விரிகுடாவுக்குப் பக்கத்தில் ஒரு படகில் உட்கார்ந்து கொண்டு, கூனல்முதுகுத் திமிங்கலத்தை இரசித்துக் கொண்டு இருந்ததுபோல நோரா கற்பனை செய்திருந்தாள். ஆனால், அவள் சிட்னியிலிருந்த, நாற்றமெடுத்த அபார்ட்மென்ட் ஒன்றில், பூனையின் பக்கமே தன்னை நெருங்கவிடாத, சதிக் கோட்பாடு கொள்கைகளைப் பூசித்த ஒருத்தியுடன் வசித்துக் கொண்டிருந்தாள்.

“இஸ்ஸிக்கு என்னவாயிற்று?''

தன்னை அறியாமலேயே தான் அந்தக் கேள்வியை வாய்விட்டுக் கேட்டுவிட்டோம் என்பதைத் தாமதமாகவே நோரா உணர்ந்தாள்.

அதைக் கேட்டு ஜோஜோ குழப்பமடைந்தாள். “இஸ்ஸி? உன்னுடைய பழைய தோழி இஸ்ஸியைப் பற்றிக் கேட்கிறாயா?''

“ஆமாம்.''

“அவளுக்கென்ன? அவள்தான் செத்துப் போய்விட்டாளே?''

செய்திகள் படுவேகமாக வந்து கொண்டிருந்ததால் அவற்றைச் சீரணிக்க முடியாமல் நோரா தடுமாறினாள்.

“என்ன சொல்கிறாய்?''

“அவள்தான் அந்தக் கார் விபத்தில் இறந்துவிட்டாளே?''

“என்ன! கார் விபத்திலா?''

இப்போது ஜோஜோவின் குழப்பம் மேலும் அதிகரித்தது. “உனக்கு என்னவாயிற்று? இந்த இ-சிகரெட் வேண்டுமா?''

“எனக்கு வேண்டாம். நான் சரியாகத்தான் இருக்கிறேன். நன்றி.''

ஜோஜோ மென்மையாக நகைத்தவாறு, “இதை ஓர் இழுப்பு இழுத்தால் உனக்குக் கொஞ்சம் தெளியும்,'' என்று கூறினாள்.

நோரா தன்னுடைய அலைபேசியை எடுத்து இணையத்திற்குள் புகுந்தாள். ‘இஸபெல் ஹிர்ஷ்’ என்று தட்டச்சு செய்துவிட்டு, ‘செய்தி’ என்பதைச் சொடுக்கினாள்.

உடனே ஒரு செய்தி தோன்றியது. அதில் ஒரு புன்னகையுடன் இருந்த இஸ்ஸியின் படமும் இடம்பெற்றிருந்தது.

நியூ சவுத் வேல்ஸ் சாலை விபத்தில்
பிரிட்டிஷ் பெண்மணி மரணம்

நேற்றிரவு பசிபிக் நெடுஞ்சாலையில் இரண்டு கார்கள்

ஒன்றோடொன்று மோதிக் கொண்ட விபத்தில், 33 வயது மதிக்கத்தக்க ஒரு பெண்மணி கொல்லப்பட்டார். அந்த விபத்தில் சிக்கிய கார்களில் ஒன்றை அவர் ஓட்டிக் கொண்டு வந்திருந்தார். அவருடைய காருடன் மோதிய காரில் பயணம் செய்த மூன்று பேர் மருத்துவமனையில் அனுமதிக்கப்பட்டுள்ளனர். இறந்து போன பெண்மணியின் பெயர் இஸபெல் ஹிர்ஷ். அவர் பிரிட்டனைச் சேர்ந்தவர்.

அந்தப் பெண்மணியுடன் ஒரே அபார்ட்மென்டில் வசித்து வந்த நோரா ஸீட், தன்னுடைய பிறந்தநாள் விழாவில் கலந்து கொள்வதற்காக இஸபெல் பிரிஸ்பேனிலிருந்து பைரன் விரிகுடாவுக்குத் திரும்பிக் கொண்டிருந்ததாகத் தெரிவித்தார். இஸபெல் சமீபத்தில்தான் பைரன் விரிகுடா திமிங்கலக் காட்சிச் சுற்றுலா நிறுவனத்தில் வேலைக்குச் சேர்ந்திருந்தார்.

"நான் மிகவும் மனமுடைந்து போயுள்ளேன்," என்று நோரா ஸீட் கூறினாள். "நாங்கள் இருவரும் ஒரு மாதத்திற்கு முன்புதான் இங்கு வந்தோம். இஸபெல் தன் புதிய வேலை குறித்து மிகவும் பரவசமாக இருந்தாள். எவ்வளவு காலம் முடியுமோ அவ்வளவு காலம் இங்குத் தங்கியிருக்க அவள் முடிவு செய்திருந்தாள். அவள் இல்லாத உலகத்தை என்னால் கற்பனை செய்துகூடப் பார்க்க முடியவில்லை."

அந்த விபத்தை நேரில் கண்ட சாட்சிகள் யாரேனும் இருந்தால், நேரில் வந்து விபரங்களைப் பகிர்ந்து கொண்டு தங்களுக்கு உதவுமாறு நியூ சவுத் வேல்ஸ் காவல்துறையினர் கேட்டுக் கொண்டிருந்தனர்.

"ஐயோ! கடவுளே!" என்று நோரா தனக்குத் தானே அரற்றிக் கொண்டிருந்தாள். அவளுக்கு மயக்கம் வரும்போல இருந்தது. "ஐயோ, இஸ்ஸி!"

இஸ்ஸி எல்லா வாழ்க்கையிலும் இவ்வளவு இளவயதில் இறந்து போயிருக்கவில்லை என்பதை நோரா அறிந்திருந்தாள். ஆனால் இந்த வாழ்க்கையில் அவள் சீக்கிரமாகவே இறந்து போயிருந்தாள். அவளுடைய இறப்புக் குறித்து நோராவுக்கு ஏற்பட்டிருந்த துக்கம் நிஜமானதாக இருந்தது. அவளுக்கு மிகவும் பழக்கப்பட்டிருந்த, குற்றவுணர்வுடன்கூடிய துக்கமாக அது இருந்தது.

இவை அனைத்தையும் சீரணித்துக் கொள்வதற்கு முன்பாக அவளுடைய அலைபேசி ஒலித்தது. அழைத்திருந்தவரின் பெயர் 'வேலை' என்று அது காட்டியது.

அது ஓர் ஆணின் குரல். அவர் இழுத்து இழுத்துப் பேசினார். "நீங்கள் எங்கே இருக்கிறீர்கள்?"

“என்ன?”

“அரை மணி நேரத்திற்கு முன்பாகவே நீங்கள் இங்கு இருந்திருக்க வேண்டும்.”

“எங்கு?”

“சுற்றுலாப் படகுகள் புறப்படுகின்ற இடம். பயணச்சீட்டுகள் விற்பனைதான் உங்களுடைய வேலை. இது சரியான எண்தானா? நான் நோரா ஸீடுடன்தான் பேசிக் கொண்டிருக்கிறேனா?”

“ஆமாம். அவர்களில் ஒருத்தியுடன்!” என்று கூறி நோரா பெருமூச்சுவிட்டாள். அடுத்தக் கணம் அவள் அங்கிருந்து மெதுவாகக் கரைந்து போனாள்.

மீன் தொட்டி

நோரா நடுநிசி நூலகத்திற்கு மீண்டும் வந்தபோது, எல்ம் தன்னுடைய சதுரங்க ஆட்டத்தில் தீவிரமாக ஈடுபட்டிருந்தார். அவர் நோராவை நிமிர்ந்துகூடப் பார்க்கவில்லை.

"இந்த முறை மிகவும் மோசமாக இருந்தது."

அதைக் கேட்டு எல்ம் புன்னகை புரிந்தார். "அது உனக்குக் காட்டுகிறது, சரிதானே?"

"அது எனக்கு எதைக் காட்டுகிறது?

"உன்னால் தேர்ந்தெடுப்புகளை மட்டுமே மேற்கொள்ள முடியும், அதன் விளைவுகளை அல்ல என்பதைத்தான். ஆனால், நான் முன்பு கூறியதை இப்போதும் வழிமொழிகிறேன். இது ஒரு நல்ல தேர்ந்தெடுப்பு. ஆனால், நீ விரும்பிய விளைவுகள் ஏற்படவில்லை, அவ்வளவுதான்."

நோரா எல்மின் முகத்தை உற்றுப் பார்த்தாள். இதை எல்ம் இரசித்துக் கொண்டிருந்தாரா?

"நான் ஏன் ஆஸ்திரேலியாவில் தொடர்ந்து இருந்தேன்? அவள் இறந்த பிறகு நான் ஏன் இங்கிலாந்துக்குத் திரும்பி வரவில்லை?" என்று நோரா கேட்டாள்.

எல்ம் தன் தோள்களைக் குலுக்கிவிட்டு, "நீ அங்கு மாட்டிக் கொண்டாய். நீ துக்கம் அனுசரித்துக் கொண்டிருந்தாய். நீ மனத்தளர்ச்சிக்கு ஆளாகியிருந்தாய். உனக்கு ஏற்கனவே மனத்தளர்ச்சியின் தீவிரத்தைப் பற்றித் தெரியும்," என்று கூறினார்.

நோராவால் இதைப் புரிந்து கொள்ள முடிந்தது. மீன்கள் பற்றி அவள் எங்கோ படித்திருந்த ஆய்வு ஒன்று அவளுக்கு நினைவுக்கு வந்தது. மீன்கள் பெருமளவுக்கு மனிதர்களைப் போன்றவை. இது பலருக்குத் தெரியாது.

மீன்களும் மனத்தளர்ச்சியால் பாதிக்கப்படும். அந்த ஆய்வாளர்கள் வரிக்குதிரை மீன்களை வைத்து ஓர் ஆய்வை மேற்கொண்டனர். அவர்கள் ஒரு மீன் தொட்டிக்குள் அந்த வகை மீன்களைப் போட்டனர். பின்னர் அந்தத் தொட்டியின் வெளியே, பாதியளவில் ஒரு மார்க்கர் பேனாவால் ஒரு கோடு போட்டனர். மனத்தளர்ச்சியால் பாதிக்கப்பட்டிருந்த மீன்கள் தொட்டியில் அந்தக் கோட்டுக்குக் கீழே மட்டும் நீந்திக் கொண்டிருந்தன. மனத்தளர்ச்சிக்கு அளிக்கப்படுகின்ற மாத்திரைகள் அவற்றுக்குக் கொடுக்கப்பட்டவுடன் அவை நீரின் மேற்பகுதிக்கு வந்து துள்ளி விளையாடின.

ஊக்கமளிக்கும் விஷயங்கள் இல்லாதிருந்தபோது, அவை மனத்தளர்ச்சியால் பாதிக்கப்பட்டன. அவை வெறுமனே ஒரு மீன்தொட்டிக்குள் இருந்தபோது ஊக்கமிழந்திருந்தன.

இஸ்ஸி போன பிறகு, ஒருவேளை ஆஸ்திரேலியா நோராவின் மீன்தொட்டியாக இருந்திருக்கலாம். ஒரு மட்டத்திற்கு மேல் நீந்த அவளுக்கு உத்வேகம் எதுவும் இல்லாதிருந்திருக்கலாம். மனத்தளர்ச்சி மருந்துகள் எடுத்துக் கொண்டதுகூட அவளுக்குப் பெரிதாக உதவியிருக்கவில்லை. அதனால் அவள் ஆஸ்திரேலியா அனுமதிக்கின்றவரை ஜோஜோவுடன் அந்த படுமோசமான அபார்ட்மென்டில் அடைந்து கிடந்தாள்.

தற்கொலைகூட ஒருவிதமான செயல்நடவடிக்கையை உள்ளடக்கியதுதான். சில வாழ்க்கையில் நீங்கள் வெறுமனே, எதையும் எதிர்பார்க்காமல், எதையும் மாற்ற முயற்சிக்காமல் அடிமட்டத்தில் நீந்திக் கொண்டிருக்கக்கூடும்.

தனக்குத் தானே உரையாடிக் கொண்டிருந்த நோரா, திடீரென்று, "ஆமாம்," என்று சத்தமாகச் சொன்னாள். "ஒருவேளை நான் அங்கு மாட்டிக் கொண்டிருந்திருக்கலாம். ஒருவேளை எல்லா வாழ்க்கையிலும் நான் மாட்டிக் கொண்டிருந்திருக்கலாம். அதுதான் உண்மையான நானாக இருக்கக்கூடும். ஒரு நட்சத்திர மீன் எல்லா வாழ்க்கையிலும் ஒரு நட்சத்திர மீனாகவே இருக்கிறது. எந்தவொரு வாழ்க்கையிலும் ஒரு நட்சத்திர மீன் ஒரு பேராசிரியராகவோ, ஒரு விமானப் பொறியாளராகவோ ஆவதில்லை. நான் சிக்கிக் கொண்டிராத வாழ்க்கை என்று எதுவும் இல்லாதிருக்கலாம்."

"உன் கணிப்பு தப்பு என்று நான் நினைக்கிறேன்."

"சரி, அப்படியே வைத்துக் கொள்வோம். நான் சிக்கிக் கொள்ளாததொரு வாழ்க்கையை நான் வாழ விரும்புகிறேன். அது எந்த வாழ்க்கையாக இருக்கும்?"

"அதைக் கூற வேண்டியவள் நீதான்."

எல்ம் ஒரு இராணியை நகர்த்தி ஒரு சிப்பாயை வெட்டிச் சாய்த்துவிட்டு, சதுரங்கப் பலகையை நேரெதிராகத் திரும்பினார். "இங்கு நான் ஒரு வெறும் நூலகர் மட்டும்தான்."

"நூலகர்கள் அறிவார்ந்தவர்கள். அவர்கள் சரியான புத்தகங்களுக்கு உங்களை இட்டுச் செல்வர். சரியான உலகங்களை உங்களுக்கு அறிமுகப்படுத்துவர். அவர்கள் சிறப்பான இடங்களைக் கண்டுபிடித்துத் தருவர். ஆத்மாவுடன்கூடிய ஒரு தேடுபொறியைப்போல!"

"நீ சொல்வது முற்றிலும் சரி. ஆனால் உனக்கு என்ன பிடிக்கும் என்பதை நீயும் அறிந்திருக்க வேண்டும், இல்லையா? தேடு பொறியின் தேடுதல் இடத்தில் எதைத் தட்டச்சு செய்ய வேண்டும் என்பதை நீ அறிந்திருக்க வேண்டும், அப்படித்தானே? சில நேரங்களில் ஒருவர் சில விஷயங்களை முயன்று பார்க்க வேண்டும். அதன் பிறகு விஷயங்கள் அவருக்குத் தெளிவாகலாம்."

"அதற்கான தெம்பு என்னிடம் இல்லை. என்னால் இதைத் தொடர முடியுமென்று எனக்குத் தோன்றவில்லை."

"கற்றுக் கொள்வதற்கான ஒரே வழி வாழ்தல்தான்."

"இதைத்தான் நீங்கள் கீறல் விழுந்த ரிக்கார்டுபோல மீண்டும் மீண்டும் கூறிக் கொண்டிருக்கிறீர்களே."

நோரா பெருமூச்சுவிட்டாள். அந்த நூலகத்தில் இருந்தபோது தன்னால் சுவாசிக்க முடிந்ததும், தன் உடலில் தான் இருந்ததைத் தன்னால் உணர முடிந்ததும், தன்னால் அங்கு இயல்பாக இருக்க முடிந்ததும் அவளுக்கு சுவாரசியமாக இருந்தது. ஏனெனில், இந்த இடம் கண்டிப்பாகச் சாதாரணமானது அல்ல. உண்மையான உடல்ரீதியாக அவள் அங்கு இருக்கவில்லை. அப்படி இருப்பது சாத்தியமில்லை. ஆனாலும் அதுதான் அங்கு நடந்து கொண்டிருந்தது. புவியீர்ப்பு விசை இங்கும் இருந்ததுபோல அவள் தரையில் கால் பதித்து நின்று கொண்டிருந்தாள்.

"சரி. வெற்றிகரமாகத் திகழ்கின்ற ஒரு வாழ்க்கையை வாழ நான் விரும்புகிறேன்."

எல்ம் அதை ஏற்றுக் கொள்ளாதது போன்ற ஒரு பார்வையை அவளை நோக்கி வீசினார். "நீ ஏராளமான புத்தகங்களைப் படித்துள்ள ஒருத்தியாக இருந்தும், உன் வார்த்தைத் தேர்ந்தெடுப்புகள் குறிப்பானவையாக இல்லை."

"என்ன சொல்கிறீர்கள்?"

"வெற்றி? உன்னைப் பொறுத்தவரை வெற்றி என்பதற்கு என்ன அர்த்தம்? பணமா?"

"இருக்கலாம். ஆனால், அது வெற்றியை நிர்ணயிக்கின்ற ஒன்றாக இருக்க முடியாது."

"சரி, அப்படியானால் வெற்றி என்றால் என்ன?"

வெற்றி என்றால் என்ன என்பது குறித்து நோராவுக்கு எந்த யோசனையும் இருக்கவில்லை. நீண்டகாலமாகவே அவள் தன்னை ஒரு தோல்வியாளராகவே கருதி வந்திருந்தாள்.

எல்ம் ஒரு புன்னகையுடன் பொறுமையாகக் காத்திருந்தார்.

"பின்வருத்தங்கள் புத்தகத்தை மீண்டும் புரட்டிப் பார்க்க நீ விரும்புகிறாயா? வெற்றி என்று நீ நினைத்துக் கொண்டிருந்த ஒன்றிலிருந்து உன்னைத் திசை திருப்பியுள்ள மோசமான தீர்மானங்களை அசைபோட்டுப் பார்க்க நீ ஆசைப்படுகிறாயா?"

ஒரு நாய் தன் தலையிலிருக்கும் நீரை உதறித் தள்ளுவதுபோல, நோரா தன் தலையை வேகமாக ஆட்டினாள். தன் வாழ்க்கையில் தான் எதிர்கொண்டிருந்த கணக்கிலடங்காத தவறுகள் மற்றும் தவறான திசை மாற்றங்கள் குறித்த விபரங்களை மீண்டும் எதிர்கொள்ள அவள் விரும்பவில்லை. இப்போதே அவள் மனத்தளர்ச்சியின் உச்சத்தில்தான் இருந்தாள். அதோடு, அவளுடைய பின்வருத்தங்கள் பற்றி அவளுக்கு மனப்பாடமாகத் தெரியும். பின்வருத்தங்கள் அகலுவதில்லை. அவை கொசுக்கடிகள் அல்ல. காலாகாலத்திற்கும் அவை அரித்துக் கொண்டேயிருக்கும்.

அவளுடைய மனத்தைப் படித்துக் கொண்டிருந்த எல்ம், "அவை காலாகாலத்திற்கும் இருக்காது. நீ உன்னுடைய பூனையைச் சரியாகப் பராமரிக்கவில்லை என்ற பின்வருத்தமோ அல்லது ஆஸ்திரேலியாவுக்குப் போகாமல் இருந்துவிட்டோமே என்ற பின்வருத்தமோ இப்போது உன்னிடம் இல்லை, சரிதானே?" என்று கேட்டார்.

ஆமாம் என்பதுபோல நோரா தலையாட்டினாள். எல்ம் கூறியதில் அர்த்தம் இருந்தது.

ஆஸ்திரேலியாவில் புரான்டே கடற்கரையிலிருந்த நீச்சல் குளத்தில் தான் நீந்தியதை நோரா நினைத்துப் பார்த்தாள். அது அவளுக்கு நல்ல உணர்வைக் கொடுத்திருந்தது.

"நீ ஒரு சிறுமியாக இருந்தபோதிலிருந்தே நீந்துவதற்கு நீ ஊக்கப்படுத்தப்பட்டு வந்தாய், இல்லையா?" என்று எல்ம் கேட்டார்.

"ஆமாம்."

"உன்னை நீச்சல் குளத்திற்கு அழைத்துச் செல்வதில் உன் அப்பா எப்போதும் மகிழ்ச்சி கொண்டிருந்தார், சரிதானே?"

"அவருக்கு மகிழ்ச்சி ஏற்படுத்திய ஒரு சில விஷயங்களில் அதுவும் ஒன்று," என்று நோரா அதை நினைவுகூர்ந்தாள்.

நீச்சலை அவள் தன்னுடைய அப்பாவின் அங்கீகாரத்தோடு முடிச்சுப் போட்டு வைத்திருந்தாள். அதோடு, நீச்சல் குளம் அவளுக்கு வீட்டில் கிடைக்காத அமைதியைக் கொடுத்தது. ஏனெனில், வீட்டில் அவளுடைய அப்பாவும் அம்மாவும் எப்போதும் ஒருவரையொருவர் வசைபாடிக் கொண்டேயிருந்தனர்.

"நீ ஏன் நீச்சலை விட்டுவிட்டாய்?"

"நீச்சல் போட்டிகளில் நான் வெற்றி பெறத் துவங்கியதும் எல்லோருடைய பார்வையும் என்மேல் விழத் தொடங்கியது. நான் அதை விரும்பவில்லை. குறிப்பாக, என்னை நீச்சல் உடையில்

பிறர் பார்ப்பதை நான் விரும்பவில்லை. அந்த வாலிப வயதில்தான் ஒருவருக்குத் தன்னுடைய உடல் குறித்த சுயபிரக்ஞை அதிகமாக இருக்கும். என்னுடைய தோள்கள் ஓர் இளைஞனின் தோள்கள்போல இருந்ததாக ஒருவர் கூறினார். அதை நான் பெரிதாக எடுத்துக் கொண்டது முட்டாள்தனம்தான். ஆனால் அப்போது என் வயது அப்படி. என்னுடைய பருவ வயதில் நான் பிறர் கண்களில் படாமல் இருந்தபோது மகிழ்ச்சியாக இருந்தேன். பலர் என்னை 'மீன் குஞ்சு' என்று அழைத்தனர். அதை அவர்கள் ஒரு பாராட்டுரையாக வழங்கவில்லை. என்னுடைய கூச்ச சுபாவத்தைத்தான் அவர்கள் அப்படிக் கேலி செய்தனர். விளையாட்டு வெளிகளில் இருப்பதைக் காட்டிலும் ஒரு நூலகத்தில் இருப்பதை நான் தேர்ந்தெடுத்ததற்கு அதுதான் காரணம். அது ஒரு சிறிய விஷயம்தான். ஆனால் அந்த இடம் எனக்குப் பெருமளவு உதவியது."

"சிறிய விஷயங்களின் பெரிய முக்கியத்துவத்தை ஒருபோதும் குறைத்து மதிப்பிட்டுவிடாதே. இதை நீ எப்போதும் நினைவில் வைத்திருக்க வேண்டும்."

நோரா பின்னோக்கி யோசித்துப் பார்த்தாள். ஆனால் நீச்சல் தொடர்பாக அவளை எவரும் ஒருபோதும் சீண்டியதில்லை. அதற்கு அவளுடைய அண்ணனும் ஒரு காரணம். அவன் ஒரு ஜாலியான பேர்வழியாக இருந்தான், எல்லோராலும் கொண்டாடப்பட்டான். அதனால் அவனுடைய சொந்தபந்தங்களுக்குப் பிறரிடமிருந்து பாதுகாப்பு கிடைத்து வந்தது.

அவள் முதலில் உள்ளூரிலும், பின்னர் தேசிய அளவிலும் பல போட்டிகளில் வென்றாள். அவள் தன்னுடைய பதினைந்தாவது வயதை அடைந்தபோது, காரியங்கள் அவளால் தாக்குப்பிடிக்க முடியாத அளவுக்கு விசுவரூபம் எடுத்திருந்தன. தினசரிப் பயற்சிகளும், நீச்சல் குளத்தின் ஒரு முனையிலிருந்து மறுமுனைக்குச் செல்வதும் வருவதும், அவளால் பொறுத்துக் கொள்ள முடியாத ஒரு நிலையை அடைந்திருந்தன.

"அதனால் நீச்சலைவிட்டு விலகுவதைத் தவிர எனக்கு வேறு வழி இருக்கவில்லை."

எல்ம் அதை ஆமோதிக்கும் விதமாகத் தலையசைத்தார். "அதன் காரணமாக, நீ உன்னுடைய அப்பாவுடன் உருவாக்கி வைத்திருந்த நெருக்கம் திடீரென்று துண்டிக்கப்பட்டுவிட்டது, இல்லையா?"

"ஆமாம். முழுமையாக."

நோரா அந்தக் காட்சியைத் தன் மனக்கண் முன்னால் கொண்டு வந்தாள். அது ஒரு ஞாயிறு காலை. பெட்ஃபோர்டு பொழுதுபோக்கு மையத்திற்கு வெளியே அவர்கள் நின்று கொண்டிருந்தனர். இனி தான் நீச்சல் போட்டிகளில் கலந்து கொள்ளப் போவதில்லை என்று அவள் தன் அப்பாவிடம் கூறினாள். அவருடைய முகத்தில் உடனே

பெரும் ஏமாற்றமும் விரக்தியும் படர்ந்தன.

அப்போது அவர் அவளிடம் கூறிய வார்த்தைகள் அவளுக்கு நன்றாக நினைவிருந்தன. "நீச்சலைத் தொடர்வதன் மூலம் உன்னால் வாழ்க்கையில் பெரும் வெற்றியடைய முடியும். நீ ஒருபோதும் ஒரு பிரபலமான 'பாப்' நட்சத்திரமாக ஆகப் போவதில்லை. ஆனால், இது சாத்தியமாகக்கூடியது. இது உனக்கு முன்னால் காத்துக் கொண்டிருக்கிறது. நீ தொடர்ந்து பயிற்சி எடுத்துக் கொண்டால், கண்டிப்பாக ஒலிம்பிக்வரை செல்வாய். அதை நான் அறிவேன்."

அவர் அப்படிச் சொன்னதற்காக அவள் அவர்மீது கடும் கோபம் கொண்டாள். மகிழ்ச்சியான வாழ்க்கைக்கான பாதை மிக மிகக் குறுகலானதுபோலவும், அவர் அவளுக்காகத் தேர்ந்தெடுத்து வைத்திருந்த பாதை ஒன்று மட்டும்தான் அவளை அங்குக் கொண்டு போய்ச் சேர்க்கும் என்பதுபோலவும் அவர் நடந்து கொண்டதாக அவள் கருதினாள். வாழ்க்கையில் அவளாக எந்த முடிவு எடுத்தாலும் அது தவறாகத்தான் போகும் என்று அவர் சொல்லாமல் சொல்லியதாக அவள் அதற்கு அர்த்தம் கற்பித்துக் கொண்டாள். ஆனால் அந்தப் பதினைந்து வயதில் அவள் புரிந்து கொள்ளாமல் இருந்த விஷயம், வாழ்க்கையில் பின்வருத்தங்கள் எந்த அளவுக்குத் தாக்கம் மிக்கதாக இருக்கும் என்பதும், அதோடு, அவருடைய கனவு கைக்கெட்டும் தூரத்தில் இருந்தபோது அது தட்டிப் பறிக்கப்பட்டுவிட்டது அவருக்கு எந்த அளவுக்கு வலி ஏற்படுத்தியிருக்கும் என்பதும்தான்.

நோராவின் அப்பா ஒரு கடினமான மனிதராகவே இருந்தார்.

நோரா நம்பிய அனைத்தையும், விரும்பிய அனைத்தையும், செய்த அனைத்தையும், அது நீச்சல் தொடர்பாக இல்லாவிட்டால், அவர் கடுமையாக விமர்சித்தார். அவருக்குக் காலில் ஏற்பட்ட ஒரு காயத்தின் காரணமாக அவர் தன்னுடைய கால்பந்து விளையாட்டைத் தொடர முடியாமல் போனதிலிருந்து, மொத்த உலகமும் அவருக்கு எதிராகச் சதி செய்ததாக அவர் உறுதியாக நம்பினார். தான் நீச்சலைத் தொடரப் போவதில்லை என்பதை அவரிடம் தெரிவித்தக் கணத்திலிருந்து, தான் அவருடைய கால்வலியின் நீட்சியாக ஆகிவிட்டிருந்ததாக நோரா நம்பினாள். அவர் முன் நடமாடிக் கொண்டிருந்த காயமாக அவள் மாறியிருந்தாள்.

வருங்காலத்தில் என்ன நடக்கும் என்பதை ஒருவேளை அவர் அறிந்திருந்திருக்க வேண்டும். அதோடு, எப்படி ஒரு பின்வருத்தம் பிற பின்வருத்தங்களைத் துணைக்கு அழைத்து வரும் என்பதையும் அவர் அறிந்திருந்திருக்க வேண்டும். இறுதியில் அவள் பின்வருத்தங்களின் மொத்த உருவமாக மாறிப் போனாள். பின்வருத்தங்கள் மட்டுமே அடங்கிய ஒரு முழுப் புத்தகமாக அவள் ஆனாள்.

"சரி. என் அப்பாவின் விருப்பத்தின்படி நான் நடந்து கொண்டிருந்த வாழ்க்கையில் என்ன நடந்தது என்பதைத் தெரிந்து கொள்ள நான்

விரும்புகிறேன். என்னால் எந்த அளவுக்குக் கடினமாகப் பயிற்சி எடுக்க முடியுமோ அந்த அளவுக்கு நான் கடுமையாகப் பயிற்சிகளில் ஈடுபட்டிருந்த என்னுடைய அந்த வாழ்க்கையில் என்ன நடந்தது என்பதைத் தெரிந்து கொள்ள நான் விரும்புகிறேன். காலையில் ஐந்து மணிக்குத் தொடங்குவதற்கோ அல்லது இரவு ஒன்பது மணிக்கு முடிப்பதற்கோ நான் சலித்துக் கொள்ளாமல் இருந்த என்னுடைய அந்த வாழ்க்கையில் என்ன நடந்தது என்பதைத் தெரிந்து கொள்ள நான் விரும்புகிறேன். தினந்தோறும் நீந்திக் கொண்டு, அதிலிருந்து விலகுவது குறித்து ஒருபோதும் சிந்தித்திராமல் இருந்த என்னுடைய அந்த வாழ்க்கையில் என்ன நடந்தது என்பதைத் தெரிந்து கொள்ள நான் விரும்புகிறேன். இசை, எழுத்து போன்றவற்றில் என் கவனத்தைச் சிதறவிடாமல் வைத்திருந்த என்னுடைய அந்த வாழ்க்கையில் என்ன நடந்தது என்பதைத் தெரிந்து கொள்ள நான் விரும்புகிறேன். நீச்சல் பதக்க மேடைக்காக நான் மற்ற அனைத்தையும் தியாகம் செய்திருந்த என்னுடைய அந்த வாழ்க்கையில் என்ன நடந்தது என்பதைத் தெரிந்து கொள்ள நான் விரும்புகிறேன். ஒலிம்பிக்கை அடைய வேண்டும் என்ற நோக்கில் அனைத்தையும் செய்து கொண்டிருந்த என்னுடைய அந்த வாழ்க்கையில் என்ன நடந்தது என்பதைத் தெரிந்து கொள்ள நான் விரும்புகிறேன். அந்த வாழ்க்கையில் இப்போது நான் இருக்குமிடத்திற்கு என்னை அனுப்பி வையுங்கள்.''

தன்னுடைய இந்தக் குட்டிச் சொற்பொழிவை எல்ம் துளிகூடக் கேட்டுக் கொண்டிருக்கவில்லை என்ற உணர்வு நோராவுக்கு ஏற்பட்டது. அந்தச் சதுரங்க ஆட்டத்தில் தன்னைத் தானே எப்படி வெற்றி கொள்வது என்பது குறித்து எல்ம் தீவிரமாக ஆலோசித்துக் கொண்டிருந்ததுபோல அவளுக்குத் தோன்றியது.

``சதுரங்க விளையாட்டில் எனக்குப் பிடித்தக் காய் கோட்டைதான். பொதுவாக அதைப் பற்றி அலட்டிக் கொள்ள வேண்டாம் என்றுதான் இந்த விளையாட்டை விளையாடுபவர்கள் நினைப்பர். அதன் இயக்கம் நேரானது. அரசி, அமைச்சர், குதிரை போன்ற காய்கள் தந்திரமானவை என்பதால் அவற்றின்மீது எப்போதும் ஒரு கண் வைத்திருக்க வேண்டும் என்று நீ நினைப்பாய். ஆனால் பெரும்பாலான சமயங்களில் கோட்டைதான் உன்னைக் காலி செய்யும். நேரடித்தன்மை என்பது உண்மையில் அது எப்படிக் காட்சியளிக்கிறதோ அப்படி இருப்பதில்லை.''

எல்ம் வெறும் சதுரங்கத்தைப் பற்றி மட்டும் பேசிக் கொண்டிருக்கவில்லை என்பது நோராவுக்குப் புரிந்தது. இப்போது புத்தக அலமாரிகள் வேகமாக நகர்ந்து கொண்டிருந்தன.

``நீ கேட்டிருந்த இந்த வாழ்க்கை, மதுவிடுதிக் கனவையும் ஆஸ்திரேலிய சாகசத்தையும் தாண்டி வெகு தொலைவில் இருக்கிறது. அவை இரண்டும் அருகேயிருந்த வாழ்க்கைகள். இந்த

வாழ்க்கை ஏராளமான வேறுபட்டத் தேர்ந்தெடுப்புகளை உள்ளடக்கிய ஒன்றாக இருப்பதால், அதை அடைவதற்குக் காலத்தில் கூடுதலாகப் பின்னோக்கிச் செல்ல வேண்டியிருக்கிறது. அதனால் அப்புத்தகமும் தள்ளி இருக்கிறது," என்று எல்ம் விவரித்தார்.

"ஓ, அப்படியா?"

"நூலகங்களுக்கென்று ஓர் அமைப்புமுறை இருக்க வேண்டுமல்லவா?"

அலமாரியின் அசைவு வேகம் குறைந்தது. "ஓ, இதோ வந்துவிட்டது."

இம்முறை எல்ம் தன் இடத்திலிருந்து எழுந்திருக்கவேயில்லை. அவர் வெறுமனே தன் இடது கையை உயர்த்தினார். அந்தப் புத்தகம் அவரை நோக்கிப் பறந்து வந்தது.

"இதை எப்படிச் செய்தீர்கள்?"

"எனக்குத் தெரியாது. நீ கேட்ட வாழ்க்கை இதோ. கிளம்பு."

நோரா அந்தப் புத்தகத்தைப் பெற்றுக் கொண்டாள். அது புதிதாகவும், கனமற்றும், பச்சை எலுமிச்சை நிறத்திலும் இருந்தது. அவள் அதன் முதல் பக்கத்தைப் புரட்டினாள். இம்முறை அவளுக்கு எந்தவிதமான உணர்வுகளும் தோன்றவில்லை.

வாழ்க்கைக்கும் மரணத்திற்கும் இடைப்பட்ட இடத்தை அடைவதற்கு முன்பாக நோரா எழுதியிருந்த கடைசிக் குறிப்பு

எனக்கு என் பூனையைத் தேடுகிறது. நான் மிகவும் களைப்பாக இருக்கிறேன்.

வெற்றிகரமான வாழ்க்கை

அவள் தூங்கிக் கொண்டிருந்தாள்.

ஆழமான, கனவுகளற்றத் தூக்கம். அலைபேசியின் அலாரச் சத்தம் கேட்டு அவள் கண் விழித்தாள். ஆனால், தான் எங்கு இருந்தோம் என்பது அவளுக்குத் தெரியவில்லை.

காலை 6.30 மணி என்று அலைபேசி அறிவித்தது. அலைபேசியின் ஒளிர்வில் படுக்கைக்கு அருகே ஒரு விளக்கு சுவிட்ச் இருந்தது தெரிந்தது. அதை அவள் 'ஆன்' செய்தபோது, தான் ஓர் ஓட்டல் அறையில் இருந்தது அவளுக்குப் புரிந்தது. அது ஓர் ஆடம்பரமான ஓட்டல் என்பது பார்த்தவுடனேயே புலப்பட்டது.

சுவரில் ஓர் ஓவியம் மாட்டப்பட்டிருந்தது. படுக்கைக்கு அருகே, பாதி குடிக்கப்பட்டிருந்த தண்ணீர் பாட்டில் ஒன்று இருந்தது. பிரிக்கப்படாத பிஸ்கெட் பாக்கெட் ஒன்றும் இருந்தது. அச்சிடப்பட்டு, ஸ்டேப்லர் அடிக்கப்பட்டிருந்த காகிதத் தொகுப்பு ஒன்றும் அங்கு இருந்தது. அது ஏதோ ஒரு நிகழ்ச்சி நிரல்போல இருந்தது.

அவள் அதை எடுத்துப் படித்தாள்.

கல்லிவர் ஆய்வு நிறுவனத்தின்
உத்வேகமளிக்கும் வெற்றி

சிறப்புப் பேச்சாளர் நோரா ஸீட் ஓபிஇ
அவர்களின் நிகழ்ச்சி நிரல்

காலை *8.45:* பிரியா நவுலூரி (கல்லிவர் ஆய்வு மையம்), ரோரி லாங்ஃபோர்டு (செலிப்ரிட்டி ஸ்பீக்கர்ஸ் அமைப்பு), ஜே ஆகியோருடன் இன்டர்கான்டினென்டல் ஓட்டலின்

வரவேற்பறையில் சந்திப்பு

காலை *9.00:* ஒலி சரிபார்ப்பு

காலை *9.05:* தொழில்நுட்பச் சரிபார்ப்பு

காலை *9.30:* நோரா விஜபி பகுதியில் காத்திருக்கலாம் அல்லது முக்கிய அரங்கில் முதல் நபரின் ('மீடைம்' செயலியின் கண்டுபிடிப்பாளரும் 'உங்கள் கட்டளைப்படி உங்கள் வாழ்க்கை' நூலின் ஆசிரியருமான ஜேபி பிளைத்) சொற்பொழிவைக் கேட்கலாம்.

காலை *10.15:* நோராவின் சொற்பொழிவு

காலை *10.45:* பார்வையாளர்களின் கேள்விகளுக்கு நோரா பதிலளித்தல்

காலை *11.00:* பார்வையாளர்களுடன் சந்திப்பு

காலை *11.30:* நிறைவு

நோரா ஸீட், ஓபிஇ!

உத்வேகமளிக்கும் வெற்றி!

அப்படியானால், அவள் ஒரு வெற்றியாளராக இருந்திருக்கின்ற ஒரு வாழ்க்கையும் இருந்திருந்தது. அது குறிப்பிடத்தக்கது.

அதில் குறிப்பிடப்பட்டிருந்த 'ஜே' யார், ஓட்டலின் வரவேற்பறையில் தான் சந்திக்கவிருந்த பிற நபர்கள் யார் என்று நோரா யோசித்தாள். பின் அவள் அந்தக் காகிதங்களை வைத்துவிட்டுப் படுக்கையிலிருந்து எழுந்தாள். அவளுக்கு ஏராளமான நேரம் இருந்தது. அவள் ஏன் 6.30 மணிக்கே எழுந்து கொண்டிருந்தாள்? ஒருவேளை அவள் தினமும் அதிகாலையில் நீச்சலில் ஈடுபடக்கூடும். அப்படி யோசித்தது அர்த்தமுள்ளதாக இருந்தது. அவள் ஒரு பட்டனை அழுத்தினாள். சன்னலின் திரைச்சீலைகள் ஒரு இலேசான சத்தத்துடன் விலகின. அவளுடைய கண்களுக்கு முன்னால், நீரும், விண்ணுயர அடுக்குமாடிக் கட்டடங்களும், ஓ2 அரினா அரங்கின் வெள்ளைக் கூரையும் தென்பட்டன. அவள் இதற்கு முன்பு லண்டனின் இந்த இடத்திலிருந்து இந்தக் கோணத்தில் இந்தக் காட்சியைப் பார்த்திருக்கவில்லை. அதாவது, சுமார் இருபது மாடி உயரத்திலிருந்து!

அவள் குளியலறைக்குச் சென்றாள். வெள்ளைத் துண்டுகள், பெரிய குளியல் இடம் என்று அது மிகவும் நேர்த்தியாக இருந்தது. பொதுவாகக் காலை வேளைகளில் தான் உணர்ந்ததைப்போல இப்போது அவ்வளவு மோசமாக உணரவில்லை என்பதை அவள் கவனித்தாள். அந்தக் குளியலறையின் ஒரு சுவரின் பாதி அளவில் ஒரு கண்ணாடி பதிக்கப்பட்டிருந்தது. அதில் தெரிந்த தன் உருவத்தைக்

கண்டு அவள் வியந்தாள். பின்னர் அதைப் பார்த்துச் சிரித்தாள். அதில் அவள் நம்ப முடியாத அளவு ஆரோக்கியத்துடன் இருந்தாள். அதோடு, அவள் வலுவாகவும் தோன்றினாள். ஆனால் அவள் அணிந்திருந்த இரவு ஆடை, இந்த வாழ்க்கையில் அவளுடைய மோசமான இரசனையை வெளிப்படுத்தியது.

அந்தக் குளியலறை மிகவும் பெரிதாக இருந்தது. முழுமையாகத் தரையில் படுத்த நிலையில் கைகளை ஊன்றித் தண்டால் எடுக்கும் அளவுக்கு விசாலமாக இருந்தது அது. அவள் தொடர்ந்து பத்துத் தண்டால்கள் எடுத்தாள். அவளுக்கு லேசாகக்கூட மூச்சு வாங்கவில்லை.

அவள் வேறு சில கடினமான உடற்பயிற்சிகளையும் மேற்கொண்டாள். எல்லாவற்றையும் அனாயாசமாக அவளால் செய்ய முடிந்தது.

"ஆஹா!"

பிறகு அவள் எழுந்து நின்று, உள்ளடங்கிப் போயிருந்த, உறுதியாக இருந்த தன் வயிற்றைத் தடவினாள். தன்னுடைய முந்தைய வாழ்க்கையில் வெறுமனே நடப்பதற்கே தனக்கு மூச்சு வாங்கியதை அவள் நினைத்துப் பார்த்தாள்.

பருவ வயதிற்குப் பிறகு இந்த அளவு உடற்தகுதியுடன் இருந்த உணர்வு அவளுக்கு இப்போதுதான் ஏற்பட்டிருந்தது. இன்னும் சொல்லப் போனால், தன் உடலைப் பற்றி அவள் இவ்வளவு சிறப்பாக உணர்ந்தது அதுதான் முதல் முறை.

ஃபேஸ்புக்கில் 'இஸபெல் ஹிர்ஷ்' என்று அவள் தேடினாள். இந்த வாழ்க்கையில் தன்னுடைய முன்னாள் நெருங்கிய தோழி உயிருடன் இருந்தாள் என்பதையும், அவள் இன்னும் ஆஸ்திரேலியாவில்தான் வசித்துக் கொண்டிருந்தாள் என்பதையும் அறிந்து கொண்டபோது அவள் மிகவும் மகிழ்ச்சியடைந்தாள். அவர்கள் இருவரும் சமூக ஊடகங்களில்கூடத் தோழிகளாக இருக்கவில்லை என்பதைத் தெரிந்து கொண்டபோதும் அவள் அதைப் பற்றி அலட்டிக் கொள்ளவில்லை. இந்த வாழ்க்கையில் அவள் ஒருவேளை பிரிஸ்டல் பல்கலைக்கழகத்திற்கேகூடச் செல்லாமல் இருந்திருக்கலாம். அப்படியே சென்றிருந்தாலும், அவள் அதே பாடத்தை எடுத்துப் படிக்காமல் இருந்திருக்கலாம். இந்த இஸபெல் இந்த வாழ்க்கையில் நோராவை ஒருபோதும் சந்தித்திராமல் இருந்தபோதிலும், அவள் நோராவின் முந்தைய வாழ்க்கையில் எதைச் செய்து கொண்டிருந்தாளோ அதையே செய்து கொண்டிருந்ததைக் கண்டபோது நோராவுக்குள் அடக்கம் தோன்றியது.

நோரா டேனைப் பற்றிய செய்திகளையும் தேடினாள். அவன் இப்போது ஜீனா என்ற பெண்ணைத் திருமணம் செய்து கொண்டு மகிழ்ச்சியாக வாழ்ந்து கொண்டிருந்தான். அவர்களுடைய திருமணம் இத்தாலியிலுள்ள சிசிலியில் ஆடம்பரமாக நடந்திருந்தது.

அடுத்து அவள் 'நோரா ஸீட்' என்று கூகுளில் தேடினாள்.

அவளுடைய விக்கிப்பீடியா பக்கம் (ஆஹா! அவளுடைய பெயரில் ஒரு விக்கிபீடியா பக்கமே இருந்தது!) அவள் உண்மையிலேயே ஓர் ஒலிம்பிக் வீராங்கனையாக ஆகியிருந்ததைத் தெரிவித்தது. அதுவும், ஒரு முறையல்ல, இரண்டு முறை அவள் ஒலிம்பிக்கில் பதக்கங்களைப் பெற்றிருந்தாள். ஒரு முறை தங்கப் பதக்கத்தையும், மற்றொரு முறை வெள்ளிப் பதக்கத்தையும் அவள் வென்றிருந்தாள்.

இந்தச் சாதனைகளை அவள் தன்னுடைய இருபத்து இரண்டாம் வயதில் நிகழ்த்தியிருந்தாள். பின்னர் அவள் தன்னுடைய இருபத்தாறாவது வயதில், ரிலே நீச்சல் போட்டியில் வெள்ளிப் பதக்கம் ஒன்றையும் பெற்றிருந்தாள். உலக நீச்சல் சேம்பியன்ஷிப் 400 மீட்டர் போட்டியில் அவள் ஏற்படுத்தியிருந்த சாதனை ஒரு குறுகிய காலத்திற்கு முறியடிக்கப்படாமல் இருந்தது. பின்னர் அவள் சர்வதேசப் போட்டிகளிலிருந்து ஓய்வு பெற்றாள்.

அவள் தன்னுடைய இருபத்தெட்டாவது வயதில் ஓய்வு பெற்றிருந்தாள்.

இப்போது அவள் நீச்சல் போட்டிகள் நடைபெற்ற சமயங்களில் பிபிசிக்காக வேலை பார்த்துக் கொண்டிருந்தாள். விளையாட்டு தொடர்பான பல பிரபலமான தொலைக்காட்சி நிகழ்ச்சிகளில் அவள் பங்கேற்றிருந்தாள். அவள் ஒரு சுயசரிதைகூட எழுதியிருந்தாள். நீச்சல் கற்றுக் கொடுத்த ஓர் உதவிப் பயிற்றுவிப்பாளராகவும் அவள் செயல்பட்டிருந்தாள். அவள் இன்றளவும் தினமும் இரண்டு மணிநேரம் நீந்தினாள்.

தொண்டு நிறுவனங்களுக்கு அவள் ஏராளமான பணம் கொடுத்தாள். தொண்டு நிறுவனங்களுக்கு நிதி திரட்டுகின்ற நிகழ்வுகளையும் அவள் ஏற்பாடு செய்தாள். தொழில்முறைரீதியாக நீச்சல் போட்டிகளிலிருந்து ஓய்வு பெற்றப் பிறகு அவள் ஆங்கிலக் கால்வாயை இரண்டு முறை நீந்திக் கடந்திருந்தாள்.

விளையாட்டுகளில் தாக்குப்பிடிக்கின்ற திறன், பயிற்சி மற்றும் வாழ்க்கை பற்றி அவள் ஒரு டெட் சொற்பொழிவு ஆற்றியிருந்தாள். அதைப் பத்து இலட்சத்திற்கும் அதிகமானவர்கள் பார்த்திருந்தனர். அவள் அந்த வீடியோவைப் பார்க்கத் தொடங்கியவுடன், தான் வேறு யாரோ ஒருத்தியைப் பார்த்துக் கொண்டிருந்தது போன்ற உணர்வு அவளுக்கு ஏற்பட்டது. திரையில் தோன்றிய அந்தப் பெண்மணி, தன்னம்பிக்கை மிக்கவளாக இருந்தாள்; பார்வையாளர்களைக் கவர்ந்தாள்; அவளுடைய தோரணை சிறப்பாகவும் அவளுடைய புன்னகை இயல்பாகவும் இருந்தன; அவள் தன் இயல்பான பேச்சால் கூட்டத்தினரைச் சிரிக்க வைத்தாள், கை தட்ட வைத்தாள், தலையாட்ட வைத்தாள்.

தன்னால் அப்படிப்பட்ட ஒருத்தியாக ஆக முடியும் என்று அவள்

ஒருக்காலும் நினைத்திருந்ததில்லை. அவள் அந்தப் புதிய நோராவின் பேச்சை மனப்பாடம் செய்ய முயன்றாள். ஆனால் அது அவளுக்குச் சாத்தியப்படவில்லை.

"தாக்குப்பிடிக்கும் திறனுடன் இருக்கின்ற நபர்கள் மற்றவர்களிடமிருந்து வேறுபட்டுப் படைக்கப்பட்டிருக்கவில்லை," என்று அந்தப் பேச்சில் அவள் கூறிக் கொண்டிருந்தாள். "அவர்கள் தெளிவான இலக்குகளையும் அங்குச் சென்றடைவதற்கான உறுதியையும் கொண்டிருந்தனர். கவனக்குவிப்புக்குத் தாக்குப்பிடிக்கும் திறன் இன்றியமையாதது. உங்களுடைய மனமும் உடலும் தம் கடைசி எல்லையை அடைந்திருக்கும்போதும் தொடர்ந்து செயல்படுவதற்கான திறன் அது; நீச்சல் குளத்தில் உங்களுக்கு ஒதுக்கப்பட்டுள்ள பாதையில், உங்களை யார் முந்தப் போகிறார்கள் என்று சுற்றுமுற்றும் பார்த்துக் கொண்டிருக்காமல் தலையைக் குனிந்தவாறு நீந்திச் சென்று கொண்டிருப்பதற்கான திறன் அது..."

யார் இந்தப் பெண்மணி?

அவள் மேலும் தொடர்ந்து பார்த்தாள்.

"நீங்கள் யாராக இல்லையோ, அந்த நபராக ஆக நீங்கள் முயற்சித்தால் கண்டிப்பாக அதில் தோற்பீர்கள். நீங்கள் யாராக இருக்கிறீர்களோ, அந்த நபரைப்போலச் சிந்திக்கவும் நடந்து கொள்ளவும் செயல்படவும் முயற்சி செய்யுங்கள். உங்களுடைய தனித்தன்மையை ஆராதியுங்கள், நேசியுங்கள். அதில் கடினமாக உழையுங்கள். மக்கள் அது குறித்து ஏளனம் செய்தாலோ அல்லது அதை எள்ளி நகையாடினாலோ அதைச் சட்டை செய்யாதீர்கள். குத்தல் பேச்சுகள் பெரும்பாலும் மாறுவேடமிட்டுள்ள பொறாமைகளே. உங்களுடைய தலையைக் குனிந்து கொண்டு, உங்களுடைய தாக்குப்பிடிக்கும் திறனைத் தக்கவைத்துக் கொண்டு, தொடர்ந்து நீந்திக் கொண்டே இருங்கள்..."

"தொடர்ந்து நீந்திக் கொண்டே இருங்கள்," என்று நோரா தனக்குள் முணுமுணுத்தாள். அந்த ஓட்டலில் நீச்சல் குளம் இருந்ததா என்று அவள் யோசித்தாள்.

அவளுடைய அலைபேசியில் திடீரென்று வீடியோ காட்சி மறைந்தது. ஒரு நொடிக்குப் பிறகு அவளுடைய அலைபேசி அதிர்ந்தது.

அதில் ஒரு பெயர் தோன்றியது: நாடியா.

அவளுடைய பழைய வாழ்க்கையில் நாடியா என்ற பெயரில் யாரையும் அவளுக்குத் தெரியாது. இந்த வாழ்க்கையிலுள்ள தனக்கு அந்தப் பெயர் நல்ல உணர்வுகளை ஊட்டுமா அல்லது மோசமான உணர்வுகளைத் தோற்றுவிக்குமா என்பது குறித்து அவளுக்கு எந்தவிதமான யோசனையும் இருக்கவில்லை.

அதைக் கண்டுபிடிப்பதற்கு ஒரே ஒரு வழிதான் இருந்தது.

“ஹலோ?”

“நோரா!” அலைபேசியில் ஒலித்தக் குரலை அவளால் அடையாளம் காண முடியவில்லை. அந்தக் குரல் நெருக்கத்தை வெளிப்படுத்தினாலும் அதில் முழுமையான கனிவு இருக்கவில்லை. அப்பெண்மணியின் குரலில் ஓர் அந்நிய வாடை இருந்தது. அது ரஷ்ய மொழியின் தாக்கமாக இருக்கலாம் என்று நோராவுக்குத் தோன்றியது. “நீ நலமாக இருக்கிறாய் என்று நம்புகிறேன்.”

“ஹாய், நாடியா. மிக்க நன்றி. நான் நலமாக இருக்கிறேன். இப்போது நான் ஓட்டலில் இருக்கிறேன். மாநாட்டுக்காக நான் என்னைத் தயார்படுத்திக் கொண்டிருக்கிறேன்.” நோரா தான் குதூகலமாக இருந்தது போன்ற ஒரு பிம்பத்தை உருவாக்க முயன்றாள்.

“ஆமாம். இப்போது நினைவுக்கு வருகிறது. ஒரு சொற்பொழிவுக்குப் பதினைந்தாயிரம் பவுன்ட் பணம் கிடைத்தால் நீ நலமாகத்தானே இருக்க வேண்டும்!”

நோராவுக்கு அத்தொகை நம்ப முடியாததாக இருந்தது. ஆனால் நாடியாவுக்கு அது எப்படித் தெரியும் என்று அவள் யோசித்தாள்.

“ஆமாம்.”

“ஜோ எங்களுக்குச் சொன்னான்.”

“ஜோவா?”

“அது இருக்கட்டும். உன்னுடைய அப்பாவின் பிறந்தநாள் குறித்து நான் உன்னிடம் பேச வேண்டும்.”

“என்ன?”

“நீ வந்து எங்கள் எல்லோரையும் பார்த்தால் அவர் மிகவும் மகிழ்ச்சியடைவார்.”

ஏதோ ஒரு பிசாசைப் பார்த்ததுபோல அவளுடைய உடல் சில்லிட்டது. திடீரென்று அவள் பலவீனமாக உணர்ந்தாள்.

அவளுடைய அப்பாவின் இறுதிச் சடங்கு அவளுக்கு நன்றாக நினைவிருந்தது. அவளும் அவளுடைய அண்ணனும் ஒருவரையொருவர் கட்டிப் பிடித்துக் கொண்டு அழுதனர்.

“என்னுடைய அப்பாவா?”

என்னுடைய அப்பா. செத்துப் போய்விட்ட என்னுடைய அப்பா.

“இப்போதுதான் அவர் தோட்டத்திலிருந்து உள்ளே நுழைகிறார். அவரிடம் பேசுகிறாயா?”

அது அவளுக்குப் பெரும் அதிர்ச்சியாக இருந்தது. நாடியா அதை வெகு இயல்பாகக் கூறினாள்.

“என்ன?”

“அப்பாவுடன் பேசுகிறாயா என்று கேட்டேன்.”

அதைக் கிரகித்துக் கொள்ள நோராவுக்கு ஒரு கணம் ஆனது. அவளுக்குத் திடீரென்று தலைசுற்றியது.

“நான், வந்து–”

அவளால் பேசவே முடியவில்லை. மூச்சுவிடக்கூட முடியவில்லை. என்ன பேசுவது என்று தெரியவில்லை. எல்லாமே உண்மையற்றதுபோலத் தோன்றியது. கால இயந்திரத்தில் பயணித்ததுபோல இருந்தது. காலச்சக்கரத்தில் ஏறி இருபது ஆண்டுகளுக்குப் பின்னால் போய் விழுந்துவிட்டதுபோல இருந்தது.

அவள் யோசித்து முடிப்பதற்குள் காலம் கடந்துவிட்டது. நாடியாவின் குரல் ஒலித்தது: "இதோ நான் அவரிடம் கொடுக்கிறேன்..."

நோரா அந்தத் தொடர்பைத் துண்டித்துவிடலாமா என்று யோசித்தாள். அவள் அதைச் செய்திருந்திருக்க வேண்டும். ஆனால் அவள் அப்படிச் செய்யவில்லை. இப்போது அவருடைய குரலைக் கேட்பது சாத்தியப்பட்டிருப்பதால், அவருடைய குரலை மீண்டும் ஒரு முறை கேட்க அவள் விரும்பினாள்.

முதலில் அவருடைய மூச்சுதான் கேட்டது.

அதையடுத்துக் குரல் வந்தது: "ஹாய், நோரா. நீ எப்படி இருக்கிறாய்?"

அது மிகவும் இயல்பாக இருந்தது. அடிக்கடிப் பேசிக் கொள்கின்ற ஒருவரிடம் பேசுவதுபோல அது இருந்தது. அது அவர்தான். அது அவருடைய குரல்தான். இப்போது அது சிறிது பலவீனமாக இருந்தது, அவ்வளவுதான். பதினைந்து ஆண்டுகள் வயதான குரல் அப்படித்தானே இருக்கும்?

"அப்பா," என்று அவள் ஒரு கிசுகிசுப்பான குரலில் கூறினாள். "நீங்களா?"

"உனக்கு ஒன்றுமில்லையே? தொடர்பு சரியாக இல்லையா? நாம் 'ஃபேஸ்டைமில்' பேசலாமா?"

ஃபேஸ்டைமா? வீடியோ உரையாடல். அவருடைய முகத்தைப் பார்த்துப் பேசலாம். ஆனால், அதற்கு அவள் தயாராக இல்லை. அதை அவளால் தாங்கிக் கொள்ள முடியாது. ஃபேஸ்டைம் செயலி கண்டுபிடிக்கப்பட்டக் காலத்தில்கூட அவளுடைய அப்பா ஒரு வடிவத்தில் உயிருடன் இருந்தார் என்பதைத் தெரிந்து கொண்டபோது அவளுக்கு மலைப்பாக இருந்தது. அவளுடைய அப்பாவின் காலத்தில் சாதாரணமான தொலைபேசி மட்டும்தான் இருந்தது. அவர் இறக்கின்ற தருவாயில்தான், அப்போது புரட்சிகரமானவையாக விளங்கிய மின்னஞ்சல்களோடும் குறுஞ்செய்திகளோடும் அவர் தன்னை இலேசாகப் பரிச்சயப்படுத்திக் கொண்டிருந்தார்.

"தேவையில்லை. நான் வேறு எதையோ யோசித்துக் கொண்டிருந்தேன். மன்னித்துக் கொள்ளுங்கள். நீங்கள் எப்படி இருக்கிறீர்கள்?"

"நன்றாக இருக்கிறேன். நேற்றுதான் சாலியை விலங்கு மருத்துவரிடம் அழைத்துச் சென்றோம்."

சாலி ஒரு நாயாக இருக்க வேண்டும் என்று நோரா

அனுமானித்துக் கொண்டாள். அவளுடைய பெற்றோர் ஒருபோதும் ஒரு நாயையோ அல்லது வேறு ஏதாவது செல்லப் பிராணியையோ வளர்க்கவில்லை. நோரா சிறுமியாக இருந்தபோது, தனக்கு ஒரு நாய்க்குட்டி அல்லது பூனைக்குட்டி வேண்டும் என்று அவளுடைய அப்பாவிடம் மன்றாடினாள். ஆனால், செல்லப் பிராணிகள் ஒருவரை ஓரிடத்தில் கட்டிப்போட்டுவிடும் என்று அவர் கருதியதால், அவர் அவளுடைய வேண்டுகோளை மறுத்துவிட்டார்.

"சாலிக்கு என்ன பிரச்சனை?" அவள் தன் குரலை முடிந்தவரை இயல்பாக வைத்துக் கொள்ள முயன்றாள்.

"மீண்டும் காதுப் பிரச்சனைதான். அந்தத் தொற்று மீண்டும் மீண்டும் வருகிறது."

"ஆமாம். பாவம் சாலி. அப்பா, நான் உங்களை நேசிக்கிறேன். அதை நான் உங்களிடம் கூறுவதற்கு-"

"நோரா, உனக்கு ஒன்றுமில்லையே? நீ சற்று உணர்ச்சிவசப்பட்டவளாகப் பேசுகிறாயே!"

"நான் உங்களை எந்த அளவுக்கு நேசிக்கிறேன் என்பதை நான் உங்களிடம் போதுமான அளவு கூறியிருக்கவில்லை. அப்பா, நான் உங்களை மிகவும் நேசிக்கிறேன். நீங்கள் ஒரு நல்ல அப்பா. இன்னொரு வாழ்வில், நான் நீச்சலைக் கைவிட்டிருந்தேன். அது குறித்து நான் பெரும் பின்வருத்தம் கொண்டுள்ளேன்."

"நோரா?"

அவரிடம் அதைக் கேட்பதற்கு அவளுக்கு அசௌகரியமாக இருந்தது. ஆனாலும் அவளுக்கு அது தெரிந்தாக வேண்டியிருந்தது. அக்கேள்வி, ஊற்று நீர் பீய்ச்சியடிப்பதுபோல அவளுடைய வாயிலிருந்து வெளியேறிவிட்டது.

"அப்பா, நீங்கள் நன்றாக இருக்கிறீர்களா?"

"எனக்கென்னம்மா குறைச்சல்?"

"நீங்கள் முன்பெல்லாம் நெஞ்சு வலி பற்றி மிகவும் கவலைப்படுவீர்களே?"

"நான் அதிலிருந்து முற்றிலும் குணமான பிறகு, அது எனக்கு மீண்டும் வரவேயில்லையே. அது நடந்து பல ஆண்டுகள் ஆகிவிட்டனவே. இன்னுமா அதை நீ நினைவில் வைத்திருக்கிறாய்? என்னுடைய கெட்ட பழக்கங்களிலிருந்து நான் விழித்தெழுவதற்கு என் கன்னத்தில் விடப்பட்ட அறையாக அதை நான் கருதுகிறேன். ஒலிம்பிக் வீராங்கனைகளோடு சேர்ந்து சுற்றிக் கொண்டிருந்தால் ஒருவருடைய ஆரோக்கியம் சிறப்பாக இல்லாமல் வேறு எப்படி இருக்கும்? மீண்டும் கால்பந்து விளையாடும் அளவுக்கு நான் ஆரோக்கியமானவனாக இருக்கிறேன். நான் குடிப்பதை நிறுத்திப் பதினாறு ஆண்டுகள் ஆகிவிட்டன. கொலஸ்ட்ரால், இரத்த அழுத்தம் போன்ற எல்லாம் சரியாக இருப்பதாக மருத்துவர் கூறியுள்ளார்."

“ஆமாம் அப்பா. அது எனக்கு நன்றாக நினைவிருக்கிறது.” அப்போது அவளிடம் இன்னொரு கேள்வி முளைத்தது. ஆனால் அதை அவரிடம் எப்படிக் கேட்பது என்று அவளுக்குத் தெரியவில்லை. அதனால் அவள் நேரடியாகவே கேட்டுவிட்டாள்.

“நாடியாவுடன் நீங்கள் எவ்வளவு காலமாக இருக்கிறீர்கள்?”

“உனக்கு என்ன ஏதாவது ஞாபக மறதிப் பிரச்சனையா?”

“அப்படியெல்லாம் இல்லை. சமீப காலமாக நான் வாழ்க்கையைப் பற்றி அதிகமாக யோசித்துக் கொண்டிருக்கின்றேன், அவ்வளவுதான்.”

“அப்படியானால், இப்போது நீ ஒரு தத்துவ மேதையாகிவிட்டாயா?”

“நான் அதைப் படித்திருக்கிறேன்.”

“எப்போது?”

“அதை விடுங்கள். நீங்களும் நாடியாவும் எப்போது சந்தித்துக் கொண்டீர்கள் என்பது எனக்கு மறந்துவிட்டது.”

மறுமுனையில் ஓர் அசௌகரியமான பெருமூச்சு வெளிப்பட்டது நோராவுக்குக் கேட்டது. அவர் திடீரென்று இறுக்கமடைந்ததுபோலத் தோன்றியது. “நாங்கள் எப்படிச் சந்தித்தோம் என்பது உனக்குத் தெரியும். இப்போது அதை ஏன் நீ கிளறுகிறாய்? உளவியல் சிகிச்சைகள் இப்படிப் பழைய விஷயங்களைத் தூண்டிவிட்டுவிடுமா? அது குறித்து நான் எப்படி உணர்கிறேன் என்பதை நீ நன்கு அறிவாய்.”

ஓ! நான் ஓர் உளவியல் மருத்துவரை வேறு பார்த்துக் கொண்டிருந்தேனா?

“என்னை மன்னித்துவிடுங்கள், அப்பா.”

“பரவாயில்லை, நோரா.”

“நீங்கள் மகிழ்ச்சியாக இருக்கிறீர்களா என்பதை நான் தெரிந்து கொள்ள விரும்பினேன், அவ்வளவுதான்.”

“அதிலென்ன சந்தேகம்? என் மகள் ஒரு பெரிய ஒலிம்பிக் வீராங்கனை. ஒருவழியாக என் அன்புக்குரியவளை நான் கண்டுபிடித்துவிட்டேன். நீ மீண்டும் உன் சொந்தக் காலில் நிற்கத் துவங்கிவிட்டாய். மனரீதியாக. போர்ச்சுக்கல் நிகழ்வுக்கு அப்புறம்.”

போர்ச்சுக்கலில் என்ன நடந்தது என்பதைத் தெரிந்து கொள்ள அவள் விரும்பினாள். ஆனால், அதற்கு முன் அவள் தன் அப்பாவிடம் கேட்பதற்கு வேறொரு கேள்வி அவளிடம் இருந்தது.

“அம்மா எப்படி? அவர் உங்களுடைய அன்புக்குரியவர் இல்லையா?”

“நெடுங்காலத்திற்கு முன்பாக இருந்தாள். காலம் உருண்டோடுகின்றபோது விஷயங்கள் மாறுகின்றன, நோரா. இப்போது நீ ஒரு வளர்ந்த பெண்.”

“நான்-”

நோரா தன் அப்பாவின் அலைபேசி அழைப்பை ஸ்பீக்கர்போனுக்கு மாற்றிவிட்டு, மீண்டும் தன்னுடைய விக்கிப்பீடியா பக்கத்திற்குள்

நுழைந்தாள். அவளுடைய அப்பா, யேகோர் வான்கோ என்ற உக்ரேனிய நீச்சல் வீரரின் அம்மாவான நாடியா வான்கோவுடன் ஒரு கள்ளத் தொடர்பை உருவாக்கிக் கொண்ட பிறகு, அவளுடைய அப்பாவும் அம்மாவும் விவாகரத்துப் பெற்றுக் கொண்டனர். 2011 இல் அவளுடைய அம்மா இறந்தும் போயிருந்தார்.

இவை அனைத்திற்கும் காரணம், அந்த பெட்ஃபோர்டு பொழுதுபோக்கு மையத்திற்கு வெளியே, தான் இனி நீச்சல் போட்டிகளில் பங்கேற்கப் போவதில்லை என்று நோரா அவரிடம் சொல்லாமல் விட்டதுதான்.

இப்போது அவளிடம் அந்தப் பழைய பரிச்சயமான உணர்வு தோன்றியது. அவள் மீண்டும் மறையத் துவங்குவது போன்ற உணர்வு அவளிடம் ஏற்பட்டது. இந்த வாழ்க்கை தனக்கானது அல்ல என்பதை உணர்ந்து கொண்டு மீண்டும் நடுநிசி நூலகத்திற்கு அவள் திரும்பிக் கொண்டிருந்தது போன்ற உணர்வு அது. ஆனால் அப்படி நிகழவில்லை. அவள் ஓட்டலிலேயே நின்று கொண்டிருந்தாள். அவள் தன் தந்தையுடனான உரையாடலை முடித்துக் கொண்டு அவரிடமிருந்து விடைபெற்றுக் கொண்டாள். பின் தன்னைப் பற்றிப் படிப்பதை அவள் தொடர்ந்தாள்.

இப்போது அவள் ஒரு தனிக்கட்டையாக இருந்தாள். ஆனால், ஒலிம்பிக் பதக்கம் வென்ற அமெரிக்க டைவரான ஸ்காட் ரிச்சர்ட்ஸ் என்பவரை அவள் மூன்றாண்டுகள் காதலித்தாள். அப்போது சில காலம் அவள் கலிபோர்னியாவில் அவருடன் வசித்து வந்தாள். இப்போது அவள் மேற்கு லண்டனில் வசித்தாள்.

அவள் அதை முழுவதுமாகப் படித்து முடித்தப் பிறகு, அலைபேசியைக் கீழே வைத்துவிட்டு, அந்த ஓட்டலில் நீச்சல் குளம் இருந்ததா என்பதைக் கண்டுபிடிக்கத் தீர்மானித்தாள். இந்த வாழ்க்கையில் அவள் எப்படி நீந்தினாள் என்பதைக் கண்டுபிடிக்க அவள் ஆர்வமாக இருந்தாள். உரையில் என்ன பேச வேண்டும் என்பதை நீரின் அண்மை தனக்கு அளிக்கக்கூடும் என்று அவள் நினைத்தாள்.

அது ஒரு நல்ல நீச்சலாக இருந்தது. அது அவளுடைய பேச்சுக்குத் தேவையான உத்வேகம் எதையும் அளிக்கவில்லை என்றபோதிலும், அவளுடைய இறந்து போன அப்பாவுடன் நடத்திய உரையாடல் அனுபவத்திற்குப் பிறகு அவளுக்கு ஏற்பட்டிருந்த பதற்றத்தைத் தணிக்க அது உதவியது. அந்த நீச்சல் குளத்தில் யாரும் இல்லாததால் அவளால் தன் இஷ்டத்திற்கு நீந்த முடிந்தது. அவளுடைய உடல் வலு, தாக்குப்பிடிக்கின்ற திறன், நீரின்மீது அவள் செலுத்திய ஆதிக்கம் ஆகியவை அவளுக்கு ஒரு நல்லவிதமான உணர்வை அளித்ததால், அவள் தன் அப்பாவைப் பற்றியும், தான் அளிக்க வேண்டியிருந்த சொற்பொழிவைப் பற்றியும் தற்காலிகமாக

மறந்துவிட்டாள்.

ஆனால், நீந்த நீந்த அவளுடைய மனநிலை மாறத் துவங்கியது. அவளுடைய வீட்டில் அவளுடைய அப்பாவின் கை ஓங்கிக் கொண்டும், அவளுடைய அம்மாவின் கை கீழிறங்கிக் கொண்டும் இருந்த காலகட்டங்களை அவள் நினைத்துப் பார்த்தபோது அவளுக்குக் கோபம் அதிகரித்துக் கொண்டே சென்றது. அதற்கேற்ப அவளுடைய நீச்சலின் வேகமும் அதிகரித்துக் கொண்டே சென்றது. விவாகரத்துப் பெற்றுக் கொள்வதை அவளுடைய பெற்றோர் ஒரு தாழ்வான விஷயமாகக் கருதியதால், அவர்களுக்குப் பரஸ்பரம் ஒருவர்மீது ஒருவருக்கு இருந்த வெறுப்பை அவர்கள் தங்களுடைய குழந்தைகளிடம், குறிப்பாக, தன்னிடம் காட்டினர் என்று நோரா கருதினாள். நீச்சலில் பங்கேற்பது ஒன்றே அவர்களுடைய அங்கீகாரத்தைப் பெறுவதற்கான ஒரே வழியாக அவளுக்கு அமைந்துவிட்டது.

ஆனால், இந்த வாழ்க்கையில் அவள் தன்னுடைய தந்தையைக் குளிர்விப்பதற்காக அவளுக்குப் பிடிக்காத ஒன்றில் முழுமூச்சாய்க் குதித்திருந்தாள்; அதற்காகத் தன்னுடைய உறவுகள், தன்னுடைய இசைக் கனவு போன்ற அனைத்தையும் அவள் தியாகம் செய்திருந்தாள். ஆனால் பதிலுக்கு அவளுடைய அப்பாவோ, இந்த நாடியாவுடன் முதலில் கள்ள உறவு வைத்திருந்து, பின்னர் தன் மனைவியைத் தூக்கியெறிந்துவிட்டு நாடியாவைத் திருமணமும் செய்து கொண்டிருந்தார். இவ்வளவு காலத்திற்குப் பிறகும், அவளுடைய அம்மா இறந்து போன பிறகும், அவர் அவளிடம் நல்லவிதமாகப் பேசவில்லை.

அவர் எக்கேடும் கெட்டுப் போகட்டும்.

அவள் தொடர்ந்து நீந்திக் கொண்டிருந்தபோது, பொதுவாகப் பெற்றோர் தங்களுடைய குழந்தைகளின்மீது நிபந்தனையற்ற விதத்தில் பாசம் பொழிவதுபோலத் தன் தந்தை தன்மீது ஒருபோதும் பாசம் பொழியாமல் இருந்தது தன் தவறு அல்ல என்பது நோராவுக்குப் புரிந்தது. அதேபோல, அவளுடைய இரண்டு காதுகளும் சீராக இல்லாமல் இருந்தது போன்ற தன்னுடைய குறைபாடுகளின்மீது அவளுடைய அம்மா அளவுக்கதிகமாகத் தன்னுடைய கவனத்தைக் குவித்ததும் தன் தவறு அல்ல என்பதையும் அவள் உணர்ந்தாள். சொல்லப் போனால், அவள்மீது தவறு கண்டுபிடிப்பது அதற்கு முன்பாகவே தொடங்கிவிட்டிருந்தது. அவளுடைய பெற்றோரின் உறவு தடுமாற்றத்துடன் இருந்தபோதுதான் நோரா அவர்களுடைய உலகிற்குள் வந்து குதித்திருந்தாள். அவளுடைய அம்மா மனத்தளர்ச்சிக்கு ஆளானார். அவளுடைய அப்பா மதுக்கடலில் மூழ்கினார்.

நோரா மேலும் முப்பது முறை நீந்திவிட்டுக் கரையேறியபோது, அவளுடைய மனம் அமைதியடைந்திருந்தது.

பின் அவள் தன் அறைக்குத் திரும்பிச் சென்று, அங்கிருந்த ஒரே சுத்தமான ஆடையை அணிந்து கொண்ட பிறகு, தன்னுடைய பயணப் பெட்டியில் இருந்த பொருட்களைப் பார்க்கத் துவங்கினாள். தாங்கிக் கொள்ள முடியாத தனிமையுணர்வு அவளுக்குள் பீறிட்டுக் கிளம்பியது. அவளுடைய சுயசரிதையின் பிரதி ஒன்று அப்பெட்டியில் இருந்தது. அதன் அட்டையில் அவள் நீச்சல் உடையில் இருந்தாள். அவள் அதன் முதல் பக்கத்தைத் திருப்பினாள். அப்புத்தகத்தை அவள் அமேன்டா சேன்ட்ஸ் என்ற இன்னொரு நபருடன் சேர்ந்து எழுதியிருந்தாள் என்று அதில் குறிப்பிடப்பட்டிருந்தது.

அமேன்டா சேன்ட்ஸ் யாரென்று அறிந்து கொள்வதற்காக அவள் இணையத்தில் தேடினாள். அமேன்டா பல விளையாட்டுப் பிரபலங்களுக்காகப் பல நூல்களை எழுதிக் கொடுத்திருந்ததாக அது காட்டியது.

பின் நோரா தன் கைக்கடிகாரத்தைப் பார்த்தாள். ஓட்டலின் வரவேற்பறைக்குச் செல்வதற்கான நேரம் வந்துவிட்டிருந்தது.

* * *

அவளுக்காக மூன்று பேர் அங்குக் காத்துக் கொண்டிருந்தனர். அவர்களில் இருவர் யார் என்பது அவளுக்குத் தெரியவில்லை. மூன்றாவது நபரை அவள் நன்கு அறிவாள். அவன் கோட், சூட் அணிந்தும், நன்றாகச் சவரம் செய்யப்பட்ட முகத்துடனும், நேர்த்தியான சிகையலங்காரத்துடனும் மிடுக்காக இருந்தான். அது ஜோ. அவளுடைய அண்ணன்.

"ஜோ?"

இதில் சிறப்பு என்னவென்றால், அவன் அவளை நோக்கி ஒரு புன்னகையை உதிர்த்தான். அது ஒரு பெரிய, சகோதரப் பாசத்துடன்கூடிய, சிக்கலற்றப் புன்னகையாக இருந்தது.

அவள் அவனைக் கட்டியணைத்தாள். அது சராசரிக்கும் அதிகமான நேரம் நீடித்ததைக் கண்டு ஜோ ஒருசேர வியப்பும் அசௌகரியமும் அடைந்தான். "குட் மார்னிங், நோரா!"

அவளுடைய அணைப்பிலிருந்து விடுபட்டதும், அவன் தன்னுடன் இருந்த இருவரை அவளுக்கு அறிமுகம் செய்து வைத்தான்.

"இது கல்லிவர் ஆய்வு நிறுவனத்தைச் சேர்ந்த பிரியா. இது செலிப்ரிட்டி ஸ்பீக்கர்ஸ் அமைப்பைச் சேர்ந்த ரோரி."

"ஹாய், பிரியா. ஹாய், ரோரி. உங்களைச் சந்தித்ததில் எனக்கு மிக்க மகிழ்ச்சி."

"நீங்கள் இங்கு வந்துள்ளது குறித்து நாங்களும் மகிழ்ச்சியடைகிறோம்," என்று பிரியா கூறினாள்.

ரோரி நோராவிடம், "நாம் இருவரும் இதற்கு முன்பு ஒருபோதும்

சந்தித்துக் கொண்டதில்லை என்பதுபோல இருக்கிறது உங்களுடைய பேச்சு," என்று கூறிவிட்டுப் பெரிதாகச் சிரித்தான்.

நோரா பின்வாங்கினாள். "நாம் கண்டிப்பாக இதற்கு முன்பு சந்தித்திருக்கிறோம். சும்மா வேடிக்கைக்காக நான் அப்படிச் சொன்னேன். என்னுடைய நகைச்சுவை உணர்வுதான் உங்களுக்குத் தெரியுமே!"

"என்ன இப்படி அடித்துவிடுகிறீர்கள்? உங்களுக்கு நகைச்சுவை உணர்வா?"

"இது நல்ல ஜோக், ரோரி!"

"சரி, நீ அந்த இடத்தைப் பார்க்க விரும்புகிறாயா?" என்று ஜோ அவளிடம் கேட்டான்.

அவளால் புன்னகைப்பதை நிறுத்த முடியவில்லை. அவளுடைய அண்ணன் அவளுக்கு முன் நின்று கொண்டிருந்தான். இரண்டு ஆண்டுகளாக அவள் பார்த்திராதவன் அவள் முன்பாக நின்று கொண்டிருந்தான். அவளை உண்மையிலேயே நேசித்தவன்போல அவனுடைய தோற்றம் இருந்தது. "எந்த இடம்?"

"அரங்கம். நீ பேசவிருக்கின்ற இடம்."

"அங்கு எல்லாம் தயார் நிலையில் இருக்கிறது," என்று பிரியா கூறினாள்.

"இந்த அரங்கம் அநியாயத்திற்குப் பெரியதாக இருக்கிறது," என்று ரோரி கூறினான்.

நோரா அங்குச் செல்ல ஒப்புக் கொண்டதும் அவர்கள் ஒரு பெரிய அரங்கத்திற்குள் நுழைந்தனர். அது ஓராயிரம் பேர் அமர்வதற்கு ஏற்றதாக வடிவமைக்கப்பட்டிருந்தது. அதன் மேடை பெரிதாக இருந்தது. தொழில்நுட்ப நபர் ஒருவர் நோராவிடம் வந்து, "உங்களுக்கு என்ன வேண்டும்? லேப்பல்? ஹெட்செட்? அல்லது ஹேன்ட்ஹெல்டு?"

"என்ன கேட்கிறீர்கள்?"

"உங்களுக்கு எந்த மாதிரியான மைக் வேண்டும் என்று கேட்கிறேன்."

"ஓ!"

"ஹெட்செட்," என்று அவள் சார்பாக ஜோ கூறினான்.

"ஆமாம். ஹெட்செட்," என்று நோராவும் ஒத்து ஊதினாள்.

"கார்டிஃபில் நீ அந்தப் பிரச்சனையைச் சந்தித்தப் பிறகு, ஹெட்செட்டைத்தான் நீ விரும்புவாய் என்று நான் நினைத்தேன்."

"ஆமாம். நீ சொல்வது சரிதான்."

பிரியா அவளை நோக்கிப் புன்னகை செய்தாள். பின் நோராவிடம், "நீங்கள் புரொஜெக்டரைப் பயன்படுத்தப் போவதில்லையா?" என்று கேட்டாள்.

"உம். வந்து–"

ஜோவும் ரோரியும் அவளைச் சிறிது கவலையுடன் பார்த்தனர். இதற்கான பதில் கண்டிப்பாக அவளிடம் இருந்திருக்க வேண்டும். ஆனால், அவளுக்கு அது குறித்து எந்த யோசனையும் இருக்கவில்லை.

"ஆமாம்," என்று கூறியவள், ஜோவின் முகபாவத்தைப் பார்த்ததும் உடனடியாகப் பல்டியடித்தாள். "இல்லை, நான் பயன்படுத்தப் போவதில்லை."

அவளுக்கு ஏதோ சரியில்லை என்பதுபோல அவர்கள் அவளை விநோதமாகப் பார்த்தனர். ஆனால் அவள் ஒரு புன்னகையைத் தன் உதடுகளில் மலரவிட்டதன் மூலம் அதைக் கடந்து சென்றாள்.

புதினா தேநீர்

பத்து நிமிடங்கள் கழித்து, அந்த ஓட்டலிலிருந்த ‘விஐபி பிசினஸ் லவுஞ்சில்’ நோரா தன் அண்ணனுடன் அமர்ந்திருந்தாள். அது ஒரு சிறிய அறை. அதில் சில நாற்காலிகளும் தாழ்வான குட்டி மேசைகளும் போடப்பட்டிருந்தன. அன்றைய தினசரிகள் சில அங்கு வைக்கப்பட்டிருந்தன. இரண்டு நபர்கள் ஓர் ஓரமாக அமர்ந்து தங்களுடைய மடிக்கணினிகளில் தட்டச்சு செய்து கொண்டிருந்தனர்.

இக்கட்டத்தில், தான் தொழில்முறை நீச்சல் போட்டிகளிலிருந்து விலகிய பிறகு, கடந்த ஏழு ஆண்டுகளாகத் தன்னுடைய அண்ணன்தான் தன்னுடைய மேலாளராகச் செயலாற்றி வந்திருந்தான் என்பதை நோரா தெரிந்து கொண்டிருந்தாள்.

ஜோ அங்கிருந்த காபி இயந்திரத்திலிருந்து இரண்டு ‘கப்’களைக் கொண்டு வந்தான். ஒரு கப்பில் வெந்நீர் இருந்தது. அவன் அதை நோராவிடம் கொடுத்துவிட்டு, ஒரு சிறிய பாக்கெட்டைப் பிரித்து அதிலிருந்த ‘பெப்பர்மின்ட் தேநீர் சாஷே’ ஒன்றை எடுத்து நோராவின் வெந்நீர்க் கப்பில் போட்டான்.

அவள் அதற்கு முன்பு தன் வாழ்நாளில் பெப்பர்மின்ட் தேநீரை ஒரு தடவைகூடக் குடித்திருக்கவில்லை. “இது எனக்கா?” என்று அவள் அவனிடம் கேட்டாள்.

“ஆமாம். இங்கு வேறு எந்த மூலிகைத் தேநீரும் இல்லை.”

அவன் கையில் வைத்திருந்த கப்பில் காபி இருந்தது. நோரா இரகசியமாக அதற்காக ஏங்கினாள். ஒருவேளை இந்த வாழ்க்கையில் அவள் காபி பருகுவதில்லைபோலும்.

“இது உனக்குப் பிடித்திருக்கிறதா?” என்று ஜோ அவளிடம் கேட்டான்.

“நீ எதைப் பற்றிக் கேட்கிறாய்?”

"இன்றைய சொற்பொழிவைப் பற்றித்தான்."

"ஓ! உம். பிடித்திருக்கிறது. இது எவ்வளவு நேரம் என்று சொன்னாய்?"

"நாற்பது நிமிடங்கள்."

"சரி."

"இதற்கு அவர்கள் ஏராளமான பணம் கொடுக்கின்றனர். நான் பேரம் பேசி, பத்திலிருந்து இந்த அளவுக்கு உயர்த்தியிருக்கிறேன்."

"நீ நன்றாகத்தான் செயல்பட்டிருக்கிறாய்."

"இதில் எனக்கு இருபது சதவீதம் கமிஷன் கிடைக்கிறது, இல்லையா? இதில் என் சுயநலமும் கலந்திருக்கிறது."

தங்கள் இருவருடைய கூட்டு வரலாற்றைப் பற்றி எப்படித் தெரிந்து கொள்வது என்று நோரா யோசித்தாள். தங்கள் இருவருக்கும் எப்படி இவ்வளவு நன்றாக ஒத்துப் போனது என்பதை எப்படிக் கண்டுபிடிப்பது? பணம் ஒரு காரணமாக இருக்கலாம். ஆனால், பொதுவாக, ஜோ பணத்தின் பின்னால் அலைந்ததில்லை. அவள் லாபிரிந்த்ஸ் இசைக்குழுவுக்குக் கிடைத்திருந்த ஒப்பந்தத்திலிருந்து விலகிக் கொள்ள முடிவு செய்தபோது, அது குறித்து அவன் அவள்மீது கடும் கோபம் கொண்டிருந்தான். அதற்குக் காரணம், பணம் கிடைக்காமல் போய்விடுமே என்பதல்ல. மாறாக, ஒரு ராக் ஸ்டாராக ஆக முடியாமல் போய்விடுமே என்ற மன உளைச்சல்தான் அதற்குக் காரணமாக இருந்தது.

"நான் என்னுடைய நீச்சலைத் தொடர்ந்திருக்காவிட்டால் நம்முடைய வாழ்க்கை எப்படி இருந்திருக்கும் என்று எப்போதாவது நீ நினைத்துப் பார்த்ததுண்டா?"

"இல்லை."

"நீ என்னுடைய மேலாளராக இல்லாதிருந்திருந்தால் நீ வேறு என்ன செய்து கொண்டிருந்திருப்பாய் என்று நீ நினைக்கிறாய்?"

"நான் உன்னைத் தவிர வேறு சிலருக்கும் பணியாற்றிக் கொண்டிருக்கிறேன் என்பதுதான் உனக்குத் தெரியுமே!"

"ஆமாம்."

"ஆனால், இப்போது நினைத்துப் பார்த்தால், நான் உன்னுடைய மேலாளராக இல்லாமல் இருந்திருந்தால், நான் வேறு எவருக்கும் பணியாற்றிக் கொண்டிருப்பேன் என்று நான் நினைக்கவில்லை. நீதான் முதலில் என்னைச் சேர்த்துக் கொண்டாய். நீதான் பின்னர் கய், நட்டாலே, எல்லே என்று வரிசையாக மற்றவர்களையும் எனக்கு அறிமுகப்படுத்தி வைத்தாய்," என்று ஜோ கூறினான்.

தனக்கு என்னமோ அவன் கூறியிருந்தவர்களையெல்லாம் தெரியும்போல அவள் தலையாட்டினாள். "நான் அறிமுகப்படுத்தியிருக்காவிட்டால், அவர்களை நீ வேறு வழியில் சென்றடைந்திருப்பாய்."

"யாருக்குத் தெரியும்! ஒருவேளை நான் மான்செஸ்டரிலேயே இப்போதும் இருந்து கொண்டிருந்திருக்கலாம். எனக்குத் தெரியவில்லை."

"மான்செஸ்டரிலா?" என்று நோரா கேட்டாள்.

"நான் அந்த இடத்தை எவ்வளவு விரும்பினேன் என்பதுதான் உனக்குத் தெரியுமே. குறிப்பாக, நான் படித்தப் பல்கலைக்கழகம்!"

அவளுடைய முந்தைய வாழ்க்கையில் அவளுடைய அண்ணன் மான்செஸ்டர் பல்கலைக்கழகத்தில் வரலாற்றைப் பாடமாக எடுத்துப் படிக்க விரும்பியிருந்தான். ஆனால், பள்ளி இறுதி வகுப்புத் தேர்வில் அவன் போதுமான மதிப்பெண்கள் பெறாததால் அவனுக்கு அங்கு இடம் கிடைக்கவில்லை. அதற்கு அவனும் ரவியும் சேர்ந்து போதை வஸ்துகளைப் புகைத்துக் கொண்டிருந்ததுதான் காரணம் என்பதை நோரா அறிவாள்.

அவர்கள் தொடர்ந்து பொதுவான விஷயங்களைப் பற்றிப் பேசினர்.

ஒரு கட்டத்தில் ஜோவுக்கு அவனுடைய அலைபேசியில் ஓர் அழைப்பு வந்தது. அதை எடுத்து அவன் பேசினான்.

அவனுடைய அலைபேசியில் ஸ்கிரீன்சேவராக ஓர் அழகான, வசீகரமான ஆணின் படம் இடம் பெற்றிருந்ததை நோரா கவனித்தாள். அதற்கு முன்பு அவள் அந்த நபரைப் பார்த்ததில்லை. ஜோவின் விரலில் திருமண மோதிரம் ஒன்று இடம் பெற்றிருந்ததையும் இப்போது அவள் கவனித்தாள்.

பின் அவள் தன் முகத்தைச் சாதாரணமாக வைத்துக் கொண்டு, "உன்னுடைய மணவாழ்க்கை எப்படிப் போகிறது?" என்று கேட்டாள்.

அதைக் கேட்டு அவன் புன்னகை புரிந்தான். நிஜமான மகிழ்ச்சியை வெளிப்படுத்திய ஒரு புன்னகை அது. அப்படி அவன் புன்னகைத்து அவள் பார்த்துப் பல ஆண்டுகள் ஆகியிருந்தன. பழைய வாழ்க்கையில் ஜோ தன்பால் ஈர்ப்புக் கொண்டிருந்தவனாக இருந்து வந்தபோதிலும், தன்னுடைய இருபத்திரண்டாவது வயதில்தான் அதை அவன் வெளியுலகிற்கு அறிவித்தான். அவன் பல ஆண் நண்பர்களோடு சுற்றித் திரிந்தபோதிலும், காதல் மட்டும் அவனுக்குக் கைகூடி வரவில்லை.

"உனக்கு இவானைத் தெரியுமல்லவா?" என்று ஜோ கேட்டான்.

அவனைத் தனக்கு நன்றாகத் தெரியும் என்பதுபோல அவள் புன்னகைத்தாள். "உங்கள் இருவரைக் குறித்தும் எனக்கு மிகவும் சந்தோஷம்."

அதைக் கேட்டு அவன் சிரித்தான். "நாங்கள் மணம் புரிந்து ஐந்து ஆண்டுகள் ஆகிவிட்டன. நீ என்னவோ, நாங்கள் இப்போதுதான் ஒன்றாகச் சேர்ந்துள்ளதுபோலப் பேசுகிறாய்."

"நீ ஒரு நல்ல அதிர்ஷ்டக்காரன் என்று நான் சில சமயங்களில்

நினைப்பதுண்டு.”

அவன் சிரித்தான். “எந்த வகையான நாய் வாங்குவது என்று இப்போது எனக்கும் இவானுக்கும் இடையில் ஒரு பெரும் வாக்குவாதம் நடந்து கொண்டிருக்கிறது. எனக்கு நாய் வளர்ப்பதில் பிரச்சனை இல்லை. நான் முரட்டு நாயை விரும்புகிறேன். அவன் மென்மையான நாய்க்கு ஆசைப்படுகிறான்.”

நோரா வோல்ட்டேரை நினைத்துக் கொண்டாள். “விலங்குகள் ஒரு நல்ல துணைதான்.”

“நாய் வளர்க்கின்ற ஆசை இப்போதும் உனக்கு இருக்கிறதா?”

“ஆமாம். அல்லது ஒரு பூனை.”

“பூனைகள் கீழ்ப்படிதல் இல்லாதவை,” என்று கூறியபோது, அவன் அவளுடைய பழைய அண்ணனை அவளுக்கு நினைவுபடுத்தினான். “தம்முடைய இடம் எது என்பது நாய்களுக்குத் தெரியும்.”

“கீழ்ப்படியாமைதான் சுதந்திரத்தின் உண்மையான அடித்தளம். கீழ்ப்படிகின்றவர்கள் நிச்சயமாக அடிமைகளாகத்தான் இருக்க வேண்டும்.”

அதைக் கேட்டு அவன் திகைத்துப் போனான். “எங்கிருந்து வந்தது அது? அது என்ன மேற்கோளா?”

“ஆமாம். ஹென்றி டேவிட் தோரோ. எனக்கு மிகவும் பிடித்தமான தத்துவவியலாளர்.”

“எப்போதிருந்து நீ தத்துவத்திற்குள் குதித்தாய், நோரா?”

இந்த வாழ்க்கையில் அவள் தத்துவத்தில் பட்டம் வாங்கியிருக்கவில்லை. அவளுடைய பழைய அவதாரத்தில், தோரோ, லாகூ, சார்த்தர் போன்றவர்களைப் பற்றி அவள் பிரிஸ்டலில் படித்துக் கொண்டிருந்தபோது, இன்றைய நோரா ஒலிம்பிக் மேடைகளில் பதக்கங்களைப் பெற்றுக் கொண்டிருந்தாள். தன்னுடைய பழைய வாழ்க்கையில் தான் ஒலிம்பிக் போட்டிகளில் பங்கேற்காமல் போனது குறித்து நோரா எந்த அளவு வருத்தம் அடைந்திருந்தாளோ, இந்தப் பிறவியில் அவள் தோரோவின் ‘வால்டன்’ நூலையோ அல்லது மார்க்கஸ் அரீலியஸின் ‘மெடிடேஷன்ஸ்’ நூலையோ படிக்காமல் போயிருந்தது குறித்தும் அதே அளவு வருத்தம் கொண்டிருந்தாள்.

“இதை நான் இணையத்தில் பார்த்தேன்,” என்று நோரா கூறினாள்.

“அவர் யார் என்று நான் பார்க்கிறேன். இது போன்ற விஷயங்களை நீ உன்னுடைய உரையில் புகுத்தினால் நன்றாக இருக்கும்.”

“இன்று நான் வித்தியாசமாக எதையாவது செய்யலாம் என்று இருக்கிறேன். போகிற போக்கில் மாற்றிக் கொள்ளலாம் என்று யோசனை.”

போகிற போக்கில் மேம்படுத்திக் கொள்கின்ற திறனை அவள் நன்றாகவே வளர்த்துக் கொண்டிருந்தாள்.

“நோரா, நான் சமீபத்தில் கிரீன்லாந்தைப் பற்றிய ஓர்

ஆவணப்படம் பார்த்தேன். அதைப் பார்த்தபோது, நீ பள்ளியில் படித்துக் கொண்டிருந்தபோது ஆர்க்டிக் குறித்து நீ பேரார்வம் கொண்டிருந்ததும், உன்னுடைய அறையில் துருவக் கரடிகள் போன்றவற்றின் படங்களை நீ ஒட்டி வைத்திருந்ததும் என் நினைவுக்கு வந்தன.''

''ஆமாம். ஆர்க்டிக்கில் ஆய்வு செய்வதற்குச் சிறந்த வழி ஒரு பனியியலாளராக ஆவதுதான் என்று திருமதி எல்ம் கூறியிருந்தார். அந்த வயதில் நான் அப்படிப்பட்டதொரு கனவைத்தான் கொண்டிருந்தேன்.''

''யார் அந்த எல்ம்? எங்கோ கேட்ட பெயராக இருக்கிறதே?''

''நம்முடைய பள்ளி நூலகர் அவர்.''

''ஓ, இப்போது நினைவுக்கு வருகிறது. நீ எப்போதும் அந்த நூலகத்தில்தானே பழியாய்க் கிடந்தாய்?''

''ஆமாம்.''

''நீ மட்டும் நீச்சலைத் தொடராமல் இருந்திருந்தால் இப்போது கிரீன்லாந்தில் இருந்திருப்பாய்.''

''ஸ்வால்பார்டு.''

''என்ன சொன்னாய்?''

''அது நார்வே நாட்டிலுள்ள ஒரு தீவுக்கூட்டம். அது ஆர்க்டிக் கடல்வரை பரவியுள்ளது.''

''அப்படியானால், நீ நார்வேயில் இருந்திருப்பாய் என்று வைத்துக் கொள்ளலாம்.''

''அப்படியும் இருக்கலாம். அல்லது, நான் பெட்ஃபோர்டிலேயே வேலையில்லாமல் திண்டாடிக் கொண்டும், வாடகை கொடுக்கத் திணறிக் கொண்டும் இருந்திருக்கலாம்.''

''மடத்தனமாக உளறாதே. நீ எப்படியும் ஏதாவது பிரம்மாண்டமான ஒன்றைக் கண்டிப்பாகச் சாதித்திருந்திருப்பாய்.''

தன் அண்ணனின் அறியாமையைக் கண்டு அவள் புன்னகைத்துக் கொண்டாள். ''சில பிறவிகளில் நாம் ஒருவரோடு ஒருவர் ஒத்துப் போகாமல் இருந்திருக்கக்கூடும்.''

''அபத்தம்.''

''அது அபத்தமாக இருக்க வேண்டும் என்றுதான் நான் விரும்புகிறேன்.''

அவர்கள் பேசிக் கொண்டிருந்த பேச்சின் திசை அவனுக்கு அசௌகரியம் ஏற்படுத்தியது. அதனால் அவன் பேச்சை மாற்ற விரும்பினான்.

''நான் சில நாட்களுக்கு முன்பு ஒருவரைச் சந்தித்தேன். அவர் யாரென்று உன்னால் ஊகிக்க முடியுமா?''

நோரா வெறுமனே தன் தோள்களைக் குலுக்கினாள். அந்நபர் தனக்கு ஏற்கனவே தெரிந்தவராக இருக்க வேண்டும் என்று அவள் தன் மனத்திற்குள் வேண்டிக் கொண்டாள்.

“ரவி. அவனை உனக்கு நினைவிருக்கிறதா?”

ரவியின் நினைவு அவளுக்கு வந்தது. நேற்றுதான் அவள் அவனைச் சந்தித்திருந்தாள். “ஓ, நினைவிருக்கிறதே.”

“நேற்று எதிர்பாராதவிதமாக நான் அவனைச் சந்தித்தேன்.”

“எங்கே? பெட்ஃபோர்டிலா?”

“அடக் கடவுளே! இருந்திருந்தும் அங்கே போயா? நான் அங்கே சென்று பல ஆண்டுகள் ஆகிவிட்டன. நான் அவனை பிளாக்பிரியர்ஸ் இரயில் நிலையத்தில் வைத்துச் சந்தித்தேன். நான் அவனைப் பார்த்துப் பத்து ஆண்டுகளுக்கு மேல் இருக்கும். அவன் ஒரு மதுவிடுதிக்கு என்னை அழைத்தான். நான் மது அருந்துவதைச் சுத்தமாக நிறுத்திவிட்டேன் என்று அவனிடம் கூறினேன். அதன் காரணமாக, நான் எப்படி மதுவுக்கு அடிமையானேன் என்பதையும் நான் அவனிடம் விவரிக்க வேண்டியதாயிற்று.” அது அவள் ஏற்கனவே கேள்விப்பட்டிருந்த விஷயம் என்பதுபோல நோரா தலையாட்டினாள். “அம்மா இறந்த பிறகு நான் இதற்குள் மாட்டிக் கொண்டேன் என்பதை அவனிடம் கூறினேன். அவன் என்னை விநோதமாகப் பார்த்தான். அவன் இப்போது ஒரு கேமராமேனாக வேலை பார்த்துக் கொண்டிருக்கிறான். நேரம் கிடைக்கும்போது இசையிலும் ஈடுபட்டுக் கொண்டிருக்கிறான். ராக் இசையெல்லாம் கிடையாது. வெறுமனே ரேடியோ ஜாக்கி வேலை. பல ஆண்டுகளுக்கு முன் நானும் அவனும் சேர்ந்து வைத்திருந்த அந்த இசைக் குழு உனக்கு நினைவிருக்கிறதா? லாபிரிந்த்ஸ்.”

சரியாக நினைவில்லை என்பதுபோல நடிப்பது இப்போது அவளுக்கு எளிதாகிக் கொண்டிருந்தது. “இலேசாக நினைவிருக்கிறது.”

“ரவி அந்தக் காலத்தை நினைத்து இப்போதும் ஏங்கிக் கொண்டிருக்கிறான் என்பது எனக்குப் பிடிபட்டது. அது படுமோசமானதொரு குழு. எனக்குச் சரியாகப் பாடக்கூட வராது.”

“நீ எப்படி? லாபிரிந்த்ஸ் இசைக் குழு பிரபலமாகியிருந்தால் எப்படி இருந்திருக்கும் என்று நீ எப்போதாவது கற்பனை செய்ததுண்டா?”

அவன் சிரித்தான். அதில் இலேசான வருத்தம் இழையோடியது. “அது ஒரு பெரிய நிலையை எட்டியிருந்திருக்குமா என்பது எனக்குத் தெரியவில்லை.”

“உங்கள் குழுவிற்கு ஒரு மூன்றாவது நபர் தேவைப்பட்டிருந்திருக்கலாம். அம்மாவும் அப்பாவும் உனக்கு வாங்கிக் கொடுத்திருந்த கீபோர்டில், நீ இல்லாத நேரம் நான் வாசிப்பேன்.”

“அப்படியா? உனக்கு எங்கே அதற்கு நேரம் இருந்தது?”

இசை இல்லாத ஒரு வாழ்க்கை. அவள் மிகவும் நேசித்தப் புத்தகங்கள் இல்லாத ஒரு வாழ்க்கை.

அதே நேரத்தில், தன்னுடைய அண்ணனுடன் இசைவானதோர் உறவைக் கொண்டிருந்த வாழ்க்கையாகவும், அவனுக்கு ஏமாற்றமளிக்க

வேண்டியிருக்காத ஒரு வாழ்க்கையாகவும் அது இருந்தது.

"ரவி உன்னை விசாரித்ததாகக் கூறச் சொன்னான். பல ஆண்டுகளாகப் பார்க்காமல் இருந்ததால், விட்ட கதை, தொட்ட கதையைப் பற்றிப் பேச அவன் விரும்பினான். அவன் இங்கே பக்கத்தில்தான் இருக்கிறான். அதனால் முடிந்தால் உன் பேச்சைக் கேட்க வருகிறேன் என்று கூறியிருக்கிறான்."

"ரவியா? ஐயோ! அவன் வராமல் இருந்தால் நன்றாக இருக்கும்."

"ஏன்?"

"எனக்கு அவனைப் பிடிக்கவே பிடிக்காது."

ஜோ தன் புருவங்களைச் சுருக்கினான். "நீ அவனைப் பற்றி இதுவரை அப்படிக் கூறியிருந்ததாக எனக்கு நினைவில்லையே. அவன் ஒன்றும் அவ்வளவு மோசமில்லை. முன்பு வேண்டுமானால் அவன் வெட்டியாக இருந்திருக்கலாம். ஆனால், இப்போது ஓரளவு தேறியிருக்கிறான்."

நோராவுக்கு என்ன செய்வதென்றே தெரியவில்லை. "ஜோ?" என்றாள்.

"என்ன? சொல்."

"அம்மா எப்போது இறந்தார் என்பது உனக்கு நினைவிருக்கிறதுதானே?"

"ஆமாம்."

"அப்போது நான் எங்கே இருந்தேன்?"

"என் இப்படிக் கேட்கிறாய்? உனக்கு உடம்புக்கு ஒன்றுமில்லையே? புதிய மாத்திரைகள் வேலை செய்கின்றனவா, இல்லையா?"

"புதிய மாத்திரைகளா?"

அவள் தன் கைப்பைக்குள் கையைவிட்டுத் துழாவினாள். மனத்தளர்ச்சிக்கான மாத்திரைகள் ஒரு சிறிய டப்பாவில் இருந்தன. அவளுக்குச் சுருதி சுத்தமாக இறங்கிவிட்டது.

"நான் இதைத் தெரிந்து கொள்ள விரும்புகிறேன். அம்மா இறப்பதற்கு முன் என்னால் அவரைப் பார்த்துப் பேச முடிந்ததா?"

ஜோ முகம் சுளித்தான். அவன் மாறவேயில்லை. அவனால் இப்போதும் தன்னுடைய தங்கையை அனுமானிக்க முடியவில்லை. இப்போதும் அவன் எதார்த்தத்திலிருந்து நழுவவே பார்த்தான். "நாம் அப்போது அங்கில்லை. எல்லாமே படுவேகமாக நடந்து முடிந்துவிட்டது. தன் உடல்நிலை அந்த அளவுக்கு மோசமாக இருந்ததையே நம் அம்மா நம்மிடமிருந்து மறைத்துவிட்டார். நம்மைப் பாதுகாப்பதற்காகத்தான் அவர் அப்படிச் செய்திருக்க வேண்டும். அல்லது, அவர் குடிப்பதை நிறுத்த வேண்டும் என்று நாம் அவரிடம் சொல்லாமல் இருக்க வேண்டும் என்பதற்காக அவர் அப்படி நடந்து கொண்டிருந்திருக்கலாம்."

"குடிப் பழக்கமா? அம்மாவுக்குக் குடிப் பழக்கம் இருந்ததா?"

இப்போது ஜோவின் கவலை அதிகமானது. "நோரா, உனக்கு ஞாபக மறதி நோய் ஏதாவது வந்துவிட்டதா? நாடியா நம் வாழ்வுக்குள் நுழைந்த கணத்திலிருந்து நம்முடைய அம்மா தினமும் ஒரு ஜின் பாட்டிலைக் காலி செய்து கொண்டிருந்தார்."

"ஆமாம், ஆமாம். இப்போது எனக்கு நினைவுக்கு வருகிறது."

"அதோடு, அப்போதுதான் ஐரோப்பியச் சாம்பியன்ஷிப் போட்டிகள் நடைபெறவிருந்தன. உன் கவனம் அதிலிருந்து திரும்பிவிடக்கூடாது என்றும் அவர் விரும்பினார்."

"கடவுளே! நான் அங்கு இருந்திருக்க வேண்டும். நம்மில் ஒருவராவது அவருடன் இருந்திருக்க வேண்டும். நாம் இருவருமே-" திடீரென்று ஜோவின் முகம் இறுகியது. "நீ எந்தக் காலத்திலும் அம்மாவிடம் நெருக்கமாக இருந்தது கிடையாது. இப்போது எதற்காக இந்தத் திடீர் கரிசனம்-"

"நான் அவருக்கு நெருக்கமானவளாக ஆகியிருந்தேன். அதாவது, அப்படி ஆகியிருந்திருக்கலாம் என்று கூற வந்தேன். நான்-"

"நீ பேசுவதைக் கேட்டு எனக்கு உதறல் எடுக்கிறது. நீ மிகவும் விநோதமாக நடந்து கொள்கிறாய்."

நோரா அதை ஆமோதித்துத் தலையசைத்தாள். "ஆமாம். எனக்கு ... நீ கூறுவது சரிதான்... அந்த மாத்திரைகள் ஏதோ பண்ணுகின்றன என்று நான் நினைக்கிறேன்."

அவளுடைய அம்மா தன்னுடைய கடைசிக் காலத்தில் அவளிடம் கூறியிருந்தது அவளுடைய் நினைவுக்கு வந்தது. "நீ மட்டும் இல்லாமல் இருந்திருந்தால் நான் என்ன பாடு பட்டிருப்பேனோ?" அவர் அதே வார்த்தைகளை ஜோவிடம் கூறியிருந்திருக்கக்கூடும். ஆனால், இந்த வாழ்க்கையில் அவருக்கு அவர்கள் இருவருமே இருக்கவில்லை.

அப்போது பிரியா அந்த அறைக்குள் வந்தாள். வாயெல்லாம் பல்லாக இருந்தது அவளுக்கு.

"நேரம் வந்துவிட்டது."

வாழ்க்கையெனும் மரம்

ஐந்து நிமிடங்கள் கழித்து நோரா அந்த ஓட்டலின் கருத்தரங்கு அரங்கத்தில் இருந்தாள். அங்கு சுமார் ஆயிரம் பேர் அமர்ந்திருந்தனர். முதல் பேச்சாளர் தன் உரையை நிறைவு செய்து கொண்டிருந்தார். மற்றொரு வாழ்க்கையில் அவள் டேனின் படுக்கையறையில் பார்த்திருந்த வணிகப் புத்தகத்தின் நூலாசிரியர் அவர். ஆனால் அவளுக்கு அவருடைய பேச்சு காதில் விழவில்லை. முதல் வரிசையில் அவளுக்கென்று பிரத்தியேகமாகப் போடப்பட்டிருந்த இருக்கையில் அவள் அமர்ந்திருந்தாள். அவள் தன் அம்மா குறித்து மிகவும் வருத்தமடைந்திருந்தாள். தான் அளிக்கவிருந்த சொற்பொழிவு குறித்தும் அவள் பதற்றமாக இருந்தாள். அதனால் அவள் தன் மனத்திற்குள் தோன்றிய வார்த்தைகள் அல்லது வாக்கியங்களைத் தேர்ந்தெடுத்துக் கொண்டிருந்தாள்: 'பரவலாக அறியப்படாத உண்மைகள்'; 'குறிக்கோள்'; 'இது உங்களுக்கு வியப்பளிக்கலாம்'; 'இது என்னால் முடியும் என்றால்'; 'துரதிர்ஷ்டங்கள்.'

அந்த அறையில் மூச்சுவிடுவது கடினமாக இருந்தது. புதிய கம்பளத்தின் வாசனையும், மூக்கைத் துளைத்த ஒரு வாசனைத்திரவியத்தின் நெடியும் அங்குப் பரவியிருந்தன.

அவள் அமைதியாக இருக்க முனைந்தாள்.

அவள் தன் அண்ணனின் பக்கமாகச் சாய்ந்து, "என்னால் இதைச் செய்ய முடியும் என்று எனக்குத் தோன்றவில்லை," என்று கூறினாள்.

"என்ன சொல்கிறாய்?"

"நான் பயங்கரப் பதற்றத்திற்கு ஆளாகியிருக்கிறேன் என்று நினைக்கிறேன்."

ஜோ அவளைத் திரும்பிப் பார்த்தபோது, அவனுடைய உதடுகள் புன்முறுவல் பூத்துக் கொண்டிருந்தாலும், அவனுடைய கண்களில்

ஒருவிதமான தீவிரம் தென்பட்டது. அவர்கள் லாபிரிந்த்ஸ் குழுவில் இருந்தபோது, ஒரு முறை பெட்ஃபோர்டில் ஒரு மதுவிடுதியில் இசைக்கவிருந்ததற்குச் சற்று முன்பாக அவள் திடீரென்று பயங்கரப் பதற்றத்தின் தாக்குதலுக்கு ஆளானாள். அப்போது அவன் அவளிடம் கண்ட அதே பார்வை இப்போதும் அவளுடைய கண்களில் தென்பட்டது. "எல்லாம் சரியாகிவிடும்."

"என்னால் இதைச் செய்ய முடியும் என்று எனக்குத் தோன்றவில்லை. எனக்கு எல்லாம் மறந்துவிட்டது," என்று நோரா பதறினாள்.

"நீ அளவுக்கதிகமாக யோசித்து உன்னை நீயே குழப்பிக் கொள்கிறாய்."

"எனக்குப் பதற்றக் கோளாறு இருக்கிறது. வேறு எந்தவிதமாகவும் என்னால் சிந்திக்க முடியாது."

"தயவு செய்து எங்களைக் கைவிட்டுவிடாதே, நோரா."

எங்களைக் கைவிட்டுவிடாதே?

"ஆனால்-"

அவள் இசையைப் பற்றிச் சிந்திக்க முயன்றாள்.

இசையைப் பற்றிய சிந்தனை எப்போதும் அவளை அமைதிப்படுத்தியது.

அவளுக்கு ஒரு மெல்லிசைப் பாடல் நினைவுக்கு வந்தது. அது 'அழகிய வானம்' பாடல். அதை அவள் தனக்குள் முணுமுணுத்தாள். ஆனாலும் அவளுக்கு ஒருவிதமான குற்றவுணர்வு ஏற்பட்டது. ஏனெனில், அது ஒரு மகிழ்ச்சியான, நம்பிக்கையூட்டுகின்ற பாடல். அதை அவள் வெகுநாட்களாகப் பாடியிருக்கவில்லை. வானம் கருத்துக் கொண்டிருந்தது /நீலத்தைக் கருப்பு விழுங்கிக் கொண்டிருந்தது / ஆனாலும் நட்சத்திரங்கள் துணிகர முயற்சியைக் கைவிடாமலிருந்தன /பிரகாசிக்க-

அப்போது நோராவுக்கு அடுத்த இருக்கையில் அமர்ந்திருந்த ஐம்பது வயது மதிக்கத்தக்க ஒரு பெண்மணி, நோராவின் பக்கம் குனிந்து, ஒரு கிசுகிசுப்பான குரலில், "உங்களுக்கு நிகழ்ந்த சம்பவத்திற்காக நான் வருந்துகிறேன். போர்ச்சுக்கலில் நடந்த விஷயத்தைப் பற்றித்தான் நான் பேசுகிறேன்..."

"எந்த விஷயம்?"

அதற்கு அந்தப் பெண்மணி அளித்த பதில், அவையில் எழுந்த கரகோஷத்தில் அமிழ்ந்து போனது.

"என்ன?" என்று நோரா மீண்டும் கேட்டாள். ஆனால், அதற்குள் காலம் கடந்துவிட்டிருந்தது. நோரா மேடைக்கு அழைக்கப்பட்டிருந்தாள். அவளுடைய அண்ணன் அவளுடைய கையில் லேசாக இடித்தான்.

அவனுடைய குரல் கிட்டத்தட்ட உக்கிரமாக ஒலித்தது: "உன்னைத்தான் அழைக்கிறார்கள். மேடைக்குப் போ."

அவள் மெதுவாக எழுந்து மேடையை நோக்கி நடந்தாள். மேடையில் அவளுக்குப் பின்னால் இருந்த திரையில் ஒரு புரொஜெக்டரிலிருந்து வீசப்பட்டிருந்த அவளுடைய பிரம்மாண்டமான உருவம் அவளைப் பார்த்துக் கொண்டிருந்தது. அந்த உருவத்தின் கழுத்தில் ஒலிம்பிக் தங்கப் பதக்கம் தொங்கிக் கொண்டிருந்தது.

அவள் எப்போதுமே பிறரால் கவனிக்கப்படுவதை வெறுத்தாள்.

"ஹலோ!" என்று அவள் பதற்றத்துடன் தன் முன் இருந்த மைக்கில் பேசினாள். "இன்று நான் உங்கள் முன்னால் நின்று கொண்டிருப்பது குறித்துப் பெரிதும் உவகையடைகிறேன்..."

கண்ணிமைக்காமல் ஆயிரம் முகங்கள் அவளைப் பார்த்துக் கொண்டு அவளுடைய அடுத்த வார்த்தைகளுக்காகக் காத்துக் கொண்டிருந்தன.

அவள் அதற்கு முன்பு இவ்வளவு பெரிய கூட்டத்திற்கு முன்னால் பேசியிருந்ததில்லை. அவள் லாபிரிந்த்ஸ் இசைக்குழுவில் இருந்தபோதுகூட, நூறுபேருக்குக் குறைவாக இருந்த கூட்டங்களிலேயே அவர்கள் தங்களுடைய கச்சேரிகளை நடத்தியிருந்தனர். அப்போதுகூட, பாட்டுகளுக்கு இடையே, எவ்வளவு குறைவாகப் பேச முடியுமோ அவ்வளவு குறைவாகவே அவள் பேசினாள். அவள் ஸ்ட்ரிங் தியரி கடையில் வேலை பார்த்து வந்தபோது, வாடிக்கையாளர்களிடம் ஒற்றைக்கு ஒற்றையாகப் பேசுவதில் அவளுக்கு எந்தப் பிரச்சனையும் இருக்கவில்லை என்றாலும், ஐந்து பேர் அடங்கிய அவர்களுடைய ஊழியர்கள் கூட்டத்தில்கூட அவள் பேசியதில்லை. கல்லூரிக் காலத்தில்கூட, இஸ்ஸி எப்போதுமே விளக்கவுரைகளை எளிதாக அளித்து வந்தாள். ஆனால் நோராவுக்கு அது குறித்துப் பல வாரங்களுக்கு முன்பே பதற்றம் தொற்றிக் கொள்ளும்.

ஜோவும் ரோரியும் அவளைக் குழப்பத்துடன் பார்த்துக் கொண்டிருந்தனர்.

டெட் சொற்பொழிவில் அவள் சந்தித்திருந்த நோரா தான் அல்ல என்பது அவளுக்குப் புரிந்தது. அந்த நோரா எவற்றையெல்லாம் சாதித்திருந்தாளோ அவற்றைச் சாதிக்காமல் தன்னால் அந்த நபராக ஆக முடியாது என்று அவள் நம்பினாள்.

"ஹலோ, என்னுடைய பெயர் நோரா ஸீட்."

அவள் அதை நகைச்சுவைக்காகக் கூறியிருக்கவில்லை என்றாலும், மொத்த அரங்கமும் சிரிப்பால் குலுங்கியது. அவள் தன்னை அறிமுகப்படுத்திக் கொள்ள வேண்டிய தேவையே அங்கு இருக்கவில்லை.

"வாழ்க்கை விநோதமானது," என்று நோரா கூறினாள். "நாம் அவற்றை மொத்தமாக ஒரே நேரத்தில் ஒரு நேர்க்கோட்டில் வாழ்கிறோம். ஆனால் அது முழுமையான படம் அல்ல. ஏனெனில், வாழ்க்கை என்பது நாம் செய்கின்ற காரியங்களால் மட்டும் ஆனது அல்ல; நாம்

செய்யாத காரியங்களாலும் ஆனது. நம்முடைய வாழ்க்கையின் ஒவ்வொரு கணமும் ஒருவிதமான ... திருப்புமுனைதான்."

அதற்கு மேல் எதுவும் உதிக்கவில்லை.

"இதைப் பற்றி யோசித்துப் பாருங்கள். நாம் நம்முடைய வாழ்க்கையை எப்படித் துவக்கினோம் என்று சிந்தியுங்கள். நிலத்தில் நடப்படுகின்ற ஒரு விதையைப்போல நாம் இருக்கிறோம். அதற்குப் பிறகு நாம் வளர்கிறோம் ... வளர்ந்து கொண்டேயிருக்கிறோம் ... முதலில் நாம் மரத்தின் தண்டாக இருக்கிறோம்..."

சுத்தமாக எதுவும் தோன்றவில்லை.

"அதற்குப் பிறகு நாம் மரமாக, வாழ்க்கையெனும் மரமாக ஆகிறோம், கிளைகளை விரிக்கிறோம். வெவ்வேறு உயரங்களில் விரிந்து நிற்கின்ற அனைத்துக் கிளைகளையும் கற்பனை செய்யுங்கள். பின் அந்தக் கிளைகளிலிருந்து விரிகின்ற பிற கிளைகளைப் பற்றி யோசியுங்கள். இவை ஒவ்வொன்றும் வெவ்வேறு இடங்களில் இருக்கின்றன. ஆனாலும் அவை அனைத்தும் ஒரே இடத்திலிருந்து முளைவிட்டவையே. வாழ்க்கையும் அதைப் போன்றதுதான். ஆனால் வாழ்க்கை பிரம்மாண்டமான அளவில் இருக்கிறது. ஒவ்வொரு நாளும், ஒவ்வொரு கணமும் புதிய புதிய கிளைகள் முளைத்துக் கொண்டிருக்கின்றன. நம்முடைய கண்ணோட்டத்தில் அது ஒரு தொடர்ச்சியைப்போலத் தோன்றுகிறது. ஒவ்வொரு கிளையும் ஒரே ஒரு பயணத்தைத்தான் மேற்கொள்கிறது. ஆனால் அவை மேலும் கிளைவிடுகின்றன. உங்களுடைய வாழ்க்கையின் துவக்கத்தில் நீங்கள் வேறு திசைகளைத் தேர்ந்தெடுத்திருந்தால், மற்ற வாழ்க்கைகள் வேறு மாதிரியாக இருந்திருக்கும். இதுதான் வாழ்க்கையெனும் மரம். எண்ணற்ற மதங்களும் தொன்மங்களும் வாழ்க்கையெனும் மரத்தைப் பற்றிப் பேசுகின்றன. இது புத்த மதம், யூத மதம், கிறித்தவ மதம் ஆகியவற்றில் இருக்கிறது. பல தத்துவவியலாளர்களும் எழுத்தாளர்களும் வாழ்க்கையை மரத்திற்கு உருவகப்படுத்திப் பேசியுள்ளனர். சில்வியா பிளாத்துக்கு, இருத்தல் ஓர் அத்தி மரத்தைப்போலத் தோன்றியிருந்தது. அவர் வாழச் சாத்தியமிருந்த வாழ்க்கைகள், அதாவது, மகிழ்ச்சியான மணவாழ்க்கையுடன்கூடிய ஒரு வாழ்க்கை, வெற்றிகரமான கவிதாயினியாக ஒரு வாழ்க்கை போன்ற பல வாழ்க்கைகள் அத்திப்பழத்தைப்போல இனிப்பானவை. ஆனால் சில்வியாவால் அவை அனைத்தையும் சுவைத்து இரசிக்க முடியவில்லை. அதனால் அந்த அத்திப்பழங்கள் எல்லாம் மரத்திலேயே பழுத்து அழுகிக் கீழே விழுந்துவிட்டன. நாம் வாழாமல் இருந்துவிட்டப் பல வாழ்க்கைகளைப் பற்றிச் சிந்திப்பது உங்களை உன்மத்தம் கொள்ளச் செய்யலாம்.

"என்னை எடுத்துக் கொண்டால், என்னுடைய பிற வாழ்க்கைகளில் நான் இப்படி உங்களுக்கு முன்னால் நின்று கொண்டு வெற்றியைப்

பற்றிப் பேசிக் கொண்டிருக்கவில்லை ... பெரும்பாலானவற்றில், நான் ஒலிம்பிக்கில் தங்கப் பதக்கம் வென்ற வீராங்கனையாகவும் இருக்கவில்லை.” அவளுக்குத் திடீரென்று, நடுநிசி நூலகத்தில் வைத்து எல்ம் கூறிய ஒன்று நினைவுக்கு வந்தது. “பெரும்பாலான சமயங்களில் ஒரே ஒரு விஷயத்தை வெவ்வேறு விதமாகச் செய்வது என்பது, எல்லாவற்றையும் வித்தியாசமாகச் செய்வதற்கு ஒப்பானதாக இருக்கிறது. ஒரு வாழ்க்கைக்குள் நாம் எவ்வளவுதான் முயன்றாலும் நம்முடைய செயல்நடவடிக்கைகளை ஒருக்காலும் திருப்பிப் போட முடியாது...”

இப்போது கூட்டத்தினர் கவனமாகக் கேட்கத் துவங்கினர். எல்லோருக்கும் தங்களுடைய வாழ்க்கையில் ஓர் எல்ம் தேவைப்பட்டார் என்பதைத்தான் அது உணர்த்தியது.

“கற்பதற்கான ஒரே வழி வாழ்வதுதான்.”

இதே தொனியில் அவள் மேலும் இருபது நிமிடங்கள் பேசினாள். முடிந்த அளவுக்கு, எல்ம் தன்னிடம் கூறியிருந்த விஷயங்களை நினைவுபடுத்தி அவற்றை அவள் பேசினாள்.

“அதோடு, வெற்றிக்கு உறுதியாக நம்மை அழைத்துச் செல்லும் என்று நாம் நினைத்துக் கொண்டிருக்கின்ற பாதை உண்மையில் அப்படிப்பட்டது அல்ல. ஏனெனில், பெரும்பாலான சமயங்களில் வெற்றி குறித்த நம்முடைய கண்ணோட்டம், ஒலிம்பிக் பதக்கம், கச்சிதமான வாழ்க்கைத்துணை, நல்ல சம்பளம் போன்ற அபத்தமான சாதனைகளை அடைவதைப் பற்றியதாக இருக்கிறது. நம் ஒவ்வொருவரிடமும் இப்படிப்பட்டக் கணிப்பீடுகள் இருக்கின்றன; அவற்றை அடைய நாம் கடுமையாக முயற்சி செய்து கொண்டிருக்கிறோம். வெற்றி என்பது அளக்கப்பட முடியாத ஒன்றாகவும், வாழ்க்கை என்பது உங்களால் வெற்றி பெற முடியாத ஒரு பந்தயமாகவும் இருக்கும்போது இது சாத்தியமில்லை. உண்மையில் இவை வெறும் அபத்தக் களஞ்சியங்கள் மட்டுமே.”

பார்வையாளர்கள் இப்போது அசௌகரியத்தால் நெளிந்தனர். அது கண்டிப்பாக அவர்கள் எதிர்பார்த்திருந்த சொற்பொழிவாக இருக்கவில்லை. அவள் கூட்டத்தினர்மீது தன்னுடைய பார்வையை ஓட்டினாள். அங்கு ஒரே ஒரு முகம் மட்டும் புன்னகையோடு தன்னைப் பார்த்துக் கொண்டிருந்ததை அவள் கண்டாள். அது ரவி என்று கண்டுகொள்ளவே அவளுக்கு ஒரு சில கணங்கள் ஆயின. ஏனெனில், அவன் மிகவும் நேர்த்தியாக உடையணிந்திருந்தான், குறைவான தலைமுடி வைத்திருந்தான். இந்த ரவி தோழமையுடன் இருந்ததுபோலத் தோன்றினான். ஆனால், அந்த இன்னொரு பழைய ரவியை அவளால் அவ்வளவு எளிதாக உதறித் தள்ள முடியவில்லை.

“ ‘வெற்றிக்கான பாதை’ என்ற என்னுடைய டெட் சொற்பொழிவைப் போன்ற ஒன்றை என்னிடமிருந்து எதிர்பார்த்துத்தான் நீங்கள் இங்கு

வந்துள்ளீர்கள் என்பது எனக்குத் தெரியும். உண்மையைக் கூற வேண்டுமென்றால், வெற்றி என்பது ஒரு மாயத்தோற்றம். சில விஷயங்களிலிருந்து நம்மால் மீண்டு வர முடியும் என்பதை மறுக்க முடியாது. எடுத்துக்காட்டாக, எனக்கு மேடை ஏறுவதென்றாலே பயம். ஆனால், நான் இப்போது உங்கள் முன்னால் நின்று கொண்டிருக்கிறேன். என்னுடையது மேடை பயம் அல்ல, என்னுடையது வாழ்க்கை பயம் என்று சமீபத்தில்தான் என்னிடம் ஒருவர் கூறினார். அது உண்மைதான். ஏனெனில், வாழ்க்கை என்பது பயமுறுத்துகின்ற ஒன்றாக இருக்கிறது. அதற்கு ஒரு காரணம் இருக்கிறது. நாம் எந்த வாழ்க்கைக் கிளையில் வசித்து வந்தாலும், நாம் எப்போதும் அழுகிக் கொண்டிருக்கின்ற ஒரு மரத்தோடுதான் ஒட்டிக் கொண்டிருப்போம். நான் என் வாழ்க்கையில் பலவாறாக இருக்க வேண்டும் என்று ஆசைப்பட்டேன். உங்களுடைய வாழ்க்கை சீர்கெட்டிருந்தால், நீங்கள் என்ன செய்தாலும் அது சீர்கெட்ட நிலையில்தான் இருக்கும்...”

ஜோ தன் கையைத் தன் கழுத்துக்குக் குறுக்கே வைத்துத் தன் கழுத்தை அறுப்பதுபோல பாவனை செய்து, உரையை முடிக்குமாறு சைகை செய்தான்.

“எது எப்படியோ, பிறரிடம் அன்பாக நடந்து கொள்ளுங்கள். நான் விடைபெறுவதற்கான வேளை வந்துவிட்டது என்று நினைக்கிறேன். அதற்கு முன், நான் என் அண்ணன் ஜோவை மிகவும் நேசிக்கிறேன் என்பதைச் சொல்லிக் கொள்ள நான் ஆசைப்படுகிறேன். ஜோ, நான் உன்னை நேசிக்கிறேன். இந்த அறையிலுள்ள அனைவரையும் நேசிக்கிறேன். இங்கு என்னை அழைத்தமைக்கு நன்றி.”

அடுத்தக் கணம் அவள் அங்கு இருக்கவில்லை.

கணினி மென்பொருள் இயக்கப் பிழை

நோரா நடுநிசி நூலகத்திற்குத் திரும்பி வந்திருந்தாள்.

இம்முறை அவள் புத்தகங்களிலிருந்து சிறிது தள்ளி இருந்தாள். முன்பு ஒரு முறை அவள் பார்த்திருந்த தற்காலிக அலுவலகப் பகுதி அது. அங்கிருந்த மேசையில் ஒரு கணினியும், சில காகிதங்களும், சில சிறிய அட்டைப்பெட்டிகளும் இருந்தன.

அக்கணினி பழைய காலத்தைச் சேர்ந்த ஒன்றாக இருந்தது. எல்ம் தன்னுடைய பள்ளி நூலகத்தில் பயன்படுத்திக் கொண்டிருந்த ஒன்றை அது ஒத்திருந்தது. எல்ம் விசைப்பலகையில் அவசரமாக எதையோ தட்டச்சு செய்து கொண்டிருந்தார். நோரா அவருக்குப் பின்னால் நின்று கொண்டிருந்தாள்.

அவர்களுடைய தலைக்கு மேலே தொங்கிக் கொண்டிருந்த விளக்குகள் விட்டுவிட்டு எரிந்து கொண்டிருந்தன.

"என்னால்தான் என் அப்பா உயிரோடு இருந்தார். ஆனால் அவர் வேறொரு பெண்ணுடன் ஒரு கள்ளத்தனமான உறவு கொண்டிருந்தார். என் அம்மா முன்னதாகவே இறந்துவிட்டார். நான் என் அண்ணனைக் கைவிடாததால் அவன் என்னிடம் நல்ல உறவைப் பேணி வந்தான். ஆனால், அவன் பழைய மாதிரிதான் இருந்தான், மாறவேயில்லை. அவன் நல்ல பணம் ஈட்ட நான் அவனுக்கு உதவிக் கொண்டிருந்ததால், அவன் என்னை சகித்துக் கொண்டான். இது நான் கற்பனை செய்து வைத்திருந்த ஒலிம்பிக் கனவு அல்ல. நான் ஒரே மாதிரியாகத்தான் இருந்தேன். போர்ச்சுக்கலில் ஏதோ நிகழ்ந்திருந்தது. நான் ஒருவேளை தற்கொலைக்கு முயன்றிருக்கக்கூடும் அல்லது வேறு ஏதாவது செய்திருக்கக்கூடும். உண்மையிலேயே வேறு மாதிரியான வாழ்க்கை ஏதாவது இருக்கிறதா? அல்லது, எல்லாமே வெறும் மேற்பூச்சு மட்டும்தானா?"

ஆனால் அவள் கூறிக் கொண்டிருந்த எதையும் எல்ம் காதுகொடுத்துக் கேட்டுக் கொண்டிருக்கவில்லை. அந்த மேசையிலிருந்த ஒரு பொருள் அவளைக் கவர்ந்தது. அது ஆரஞ்சு நிறத்திலிருந்த ஒரு பழைய பேனா. நோரா பள்ளியில் படித்துக் கொண்டிருந்தபோது வைத்திருந்த அதே மாதிரி பேனா.

"ஹலோ, எல்ம். நான் சொல்வதை நீங்கள் கேட்டுக் கொண்டிருக்கிறீர்களா, இல்லையா?"

ஏதோ சரியில்லை.

எல்மின் முகத்தில் கவலை ரேகைகள் படர்ந்திருந்தன. அவர் கணினித் திரையில் இருந்த எழுத்துகளைத் தனக்குத் தானே படித்துக் கொண்டிருந்தார்: "கணினி மென்பொருள் இயக்கப் பிழை."

"எல்ம்! ஹலோ! உங்களால் என்னைப் பார்க்க முடிகிறதா?"

பின்னர் நோரா எல்மின் தோளில் லேசாகத் தட்டினாள். அது வேலை செய்தது.

எல்ம் பின்னால் திரும்பிப் பார்த்தபோது, அவருடைய முகத்தில் பெரும் ஆசுவாசம் படர்ந்தது. "நோரா, நீ வந்துவிட்டாயா?"

"நான் திரும்பி வர மாட்டேன் என்றே நீங்கள் முடிவு கட்டியிருந்தீர்களா? அந்த வாழ்க்கைதான் நான் வாழ விரும்பிய வாழ்க்கை என்று நீங்களே தீர்மானித்துவிட்டிருந்தீர்களா?"

எல்ம் தலையாட்டினார். ஆனால் அது ஆடியதுபோலவும் தெரியவில்லை.

"அப்படியில்லை. இதில் ஏதோ பிரச்சனை இருப்பதாகத் தெரிகிறது."

"எதில்?"

"இடமாற்றம்."

"எனக்குப் புரியவில்லை."

"புத்தகத்திலிருந்து, நீ இங்குத் தேர்ந்தெடுக்கின்ற வாழ்க்கைக்குச் செல்கின்றபோது நிகழ்கின்ற இடமாற்றத்தில் ஏதோ பிரச்சனை இருப்பதுபோலத் தெரிகிறது. இந்தக் கணினி அமைப்பில் ஏதோ கோளாறு ஏற்பட்டுள்ளது. ஆனால், அது என்னுடைய கட்டுப்பாட்டை மீறியதாக இருக்கிறது. அது வெளியேயிருந்து வருவதுபோலத் தெரிகிறது."

"நீங்கள் என்னுடைய மூல வாழ்க்கையைப் பற்றிக் குறிப்பிடுகிறீர்களா?"

எல்ம் மீண்டும் கணினித் திரைக்குத் திரும்பினார். "ஆமாம். நீ இருப்பதனால்தான் இந்த நடுநிசி நூலகமே இருக்கிறது."

"அப்படியானால், நான் இறந்து கொண்டிருக்கிறேனா?"

எல்ம் எரிச்சலும் விரக்தியும் அடைந்திருந்ததுபோலக் காணப்பட்டார். "அப்படியும் இருக்கலாம்."

நீச்சல் குளத்தில் நீந்திக் கொண்டிருந்தபோது அது

தனக்கு நல்லவிதமான உணர்வைக் கொடுத்திருந்ததை நோரா நினைவுகூர்ந்தாள். அவள் துடிப்பாகவும் ஜீவனுடனும் இருந்ததாக உணர்ந்திருந்தாள். அப்போது அவளுக்குள் ஏதோ ஒன்று நிகழ்ந்தது. அது ஒரு விநோதமான உணர்வு. அவளுடைய வயிற்றைச் சுண்டியிழுத்ததுபோல அது இருந்தது. அது உடல்ரீதியான ஒரு மாற்றம். அவளுக்குள் ஒரு மாற்றம் ஏற்பட்டிருந்தது. இறப்பு என்ற யோசனை அவளைத் திடீரென்று கலக்கியது. அக்கணத்தில், மேலே எரிந்து கொண்டிருந்த விளக்குகள் விட்டுவிட்டு எரிவதை நிறுத்திவிட்டுப் பிரகாசமாக எரியத் துவங்கின.

எல்ம் கணினித் திரையில் தோன்றிய புதிய தகவலைப் பார்த்தவாறே உற்சாகமாகக் கைதட்டினார்.

"ஓ! பிரச்சனை தற்காலிகமாகச் சரியாகிவிட்டது. அதற்கு நீதான் காரணம் என்று நான் நினைக்கிறேன்," என்று கூறிவிட்டு எல்ம் புன்னகைத்தார். நோரா தன் கண்களைச் சிமிட்டினாள். கண்களைத் திறந்தபோது அவர்கள் இருவரும் நூலகத்தின் வேறொரு பகுதியில் இருந்தனர். புத்தக அலமாரிகளுக்கு இடையே ஒருவரையொருவர் பார்த்தபடி அவர்கள் நின்று கொண்டிருந்தனர்.

'இப்போது ஆசுவாசப்படுத்திக் கொள்!' என்று எல்ம் கூறினார். பின் அவர் ஆழமாக சுவாசித்து மூச்சை வெளியே விட்டார். எல்ம் தனக்குத் தானே பேசிக் கொண்டிருந்தார் என்பது நோராவுக்குப் புரிந்தது.

"என்னுடைய அம்மா வெவ்வேறு வாழ்க்கையில் வெவ்வேறு தினங்களில் இறந்திருந்தார். அவர் உயிரோடு இருக்கின்ற ஒரு வாழ்க்கைக்குள் போக நான் விரும்புகிறேன். அப்படி ஒன்று இருக்கும்தானே?"

இப்போது எல்மின் கவனம் நோராவின் பக்கம் திரும்பியது.

"இருக்கலாம்."

"அப்படியானால், நான் அதைத் தேர்ந்தெடுக்க விரும்புகிறேன்."

"ஆனால், உன்னால் அங்குப் போக முடியாது."

"ஏன் போக முடியாது?"

"ஏனெனில், இந்த நூலகம் உன்னுடைய தீர்மானங்களைப் பற்றியது. உன் அம்மா நேற்றைத் தாண்டி உயிருடன் இருப்பதற்கு இட்டுச் செல்லக்கூடிய ஒரு தேர்ந்தெடுப்பை உன்னால் மேற்கொண்டிருக்க முடியாது. என்னை மன்னித்துவிடு."

நோராவின் தலைக்கு மேல் இருந்த விளக்கு விட்டுவிட்டு எரியத் துவங்கியது. அதே சமயம், அந்த நூலகத்தின் பிற பகுதிகளில் இருந்த விளக்குகள் ஒழுங்காக எரிந்து கொண்டிருந்தன.

"நீ வேறு ஏதாவது ஒன்றைப் பற்றி யோசிக்க வேண்டும், நோரா. கடந்த வாழ்க்கையில் உனக்குப் பிடித்திருந்த அம்சம் எது?"

"நீச்சல். எனக்கு நீச்சல் பிடித்திருந்தது. ஆனால் அந்த

வாழ்க்கையில் நான் மகிழ்ச்சியாக இருந்ததாக நான் நினைக்கவில்லை. எந்தவொரு வாழ்க்கையிலும் நான் உண்மையிலேயே மகிழ்ச்சியாக இருக்கிறேனா என்பது எனக்குத் தெரியவில்லை.''

''மகிழ்ச்சிதான் இலக்கா?''

''எனக்குத் தெரியவில்லை. என் வாழ்க்கை ஏதோ ஒரு விதத்தில் அர்த்தமுள்ளதாக இருக்க வேண்டும் என்று நான் ஆசைப்படுகிறேன். நான் ஏதாவது நல்ல விஷயங்களைச் செய்ய வேண்டும் என்று நான் ஆசைப்படுகிறேன்.''

''ஒரு பனியியலாளராக ஆக வேண்டும் என்று நீ ஒரு முறை கூறியிருந்ததாக ஞாபகம்.''

''ஆமாம்.''

''உன்னுடைய மூல வாழ்க்கையில் நீ ஆர்க்டிக் குறித்து ஆர்வம் கொண்டிருந்ததாகக் கூறியபோது, நீ ஒரு பனியியலாளராக ஆகலாம் என்று நான்தான் உன்னிடம் கூறினேன், இல்லையா?''

''எனக்கும் ஞாபகம் இருக்கிறது. அந்த யோசனை உடனடியாக எனக்குப் பிடித்துப் போனது. ஆனால் என் அப்பாவுக்கும் அம்மாவுக்கும்தான் அந்த யோசனை அறவே பிடிக்கவில்லை.''

''ஏன்?''

''அதற்கான காரணம் எனக்குத் தெரியாது. அவர்கள் நீச்சலை ஊக்குவித்தனர். குறிப்பாக, அப்பா அதை வெகுவாக ஊக்குவித்தார். ஆனால், கல்வி சார்ந்த விஷயங்களைப் பொறுத்தவரை அவர்கள் விநோதமாக நடந்து கொண்டனர்.''

நோரா ஓர் ஆழமான வருத்தத்தை உணர்ந்தாள். அவள் பிறந்ததிலிருந்தே அவளுடைய பெற்றோர் அவளை அவளுடைய அண்ணனைப்போல நடத்தாமல் வித்தியாசமாக நடத்தினர்.

''என்னுடைய நீச்சல் தவிர்த்து, ஜோதான் சில விஷயங்களைச் சாதிப்பான் என்ற எதிர்பார்ப்பு என்னுடைய பெற்றோருக்கு இருந்தது. என்னைத் தொலைதூரத்திற்குக் கொண்டு சென்ற எதையும் என் அம்மா விரும்பவில்லை. என்னுடைய அப்பாவைப்போல என் அம்மா என்னை நீச்சலுக்குள் தள்ளவில்லை. நான் என் பெற்றோர் பேச்சைக் கேட்காமல் ஓர் ஆர்க்டிக் ஆய்வாளராக ஆகியிருந்திருக்கக்கூடிய ஒரு வாழ்க்கை இருந்திருக்கும்தானே? எல்லாவற்றிலிருந்தும் விலகி, தொலைதூரத்தில் இருக்கின்ற ஒரு வாழ்க்கை. ஒரு இலட்சிய வாழ்க்கை. இந்தப் பூவுலகைக் காப்பாற்ற உதவுகின்ற ஒரு வாழ்க்கை. காலநிலை மாற்றத்தின் விளைவுகளைப் பற்றி ஆய்வுகளை நடத்திக் கொண்டு களத்தில் நிற்கின்ற ஒரு வாழ்க்கை.''

''அப்படிப்பட்ட ஒரு வாழ்க்கையை என்னைத் தேடித் தரச் சொல்கிறாயா?''

அதைக் கேட்டு நோரா பெருமூச்செறிந்தாள். தனக்கு என்ன வேண்டும் என்பது குறித்து அவளுக்கு இன்னும் எந்தத் தெளிவான

யோசனையும் இருக்கவில்லை. குறைந்தபட்சம் ஆர்க்டிக் பிரதேசம் வித்தியாசமானதாகவாவது இருக்கும் என்று அவள் நினைத்தாள்.

"ஆமாம்."

ஸ்வால்பார்டு

ஒரு படகின் ஒரு சிறு அறையிலிருந்த ஒரு குட்டிக் கட்டிலில் அவள் கண்விழித்தாள். அது ஆடிக் கொண்டிருந்ததை வைத்து அது ஒரு படகாக இருக்க வேண்டும் என்று அவள் கணக்குப் போட்டாள். சொல்லப் போனால், தாலாட்டு போன்ற அதனுடைய அசைவுதான் அவளை எழுப்பியே இருந்தது. அந்த அறை அதிகப் பொருட்களின்றி அடிப்படை வசதிகளோடு மட்டும் இருந்தது. குளிரான இடங்களில் உடல் வெப்பத்தைத் தக்க வைத்துக் கொள்வதற்காக அணியப்படுகின்ற, கம்பளியிலான ஒரே துணியில் தைக்கப்படுகின்ற, உடலை இறுக்கிப் பிடிக்கின்ற பேன்ட் மற்றும் சட்டையை அவள் அணிந்திருந்தாள். அதற்கு மேல், கனத்தக் கம்பளி ஸ்வெட்டர் ஒன்றையும் அவள் அணிந்திருந்தாள். கட்டிலிலிருந்த போர்வையை இழுத்துப் போர்த்தியபோது, தனக்குத் தலைவலி இருந்ததை அவள் உணர்ந்தாள். அவளுடைய வாய் மிகவும் உலர்ந்து போயிருந்தது. அவள் இருமினாள். தன்னுடைய உடலின் ஆரோக்கியம், ஓர் ஒலிம்பிக் வீராங்கனையின் ஆரோக்கியத்திலிருந்து வெகு தூரத்தில் இருந்தது என்பது அவளுக்குப் புரிந்தது. அவளுடைய விரல்களில் புகையிலை நெடி வீசியது. அவள் கட்டிலில் எழுந்து உட்கார்ந்தபோது, அங்கிருந்த மற்றொரு கட்டிலில் அமர்ந்திருந்த, பொன்னிறத் தலைமுடியுடன்கூடிய திடகாத்திரமான ஒரு பெண் அவளை உற்று நோக்கிக் கொண்டிருந்தாள்.

அந்தப் பெண், “காட் மார்ஜென், நோரா,” என்று நார்வீஜிய மொழியில் நோராவுக்குக் காலை வணக்கம் தெரிவித்தாள்.

நோரா அவளை நோக்கிப் புன்னகைத்தாள். இந்த வாழ்க்கையில் தான் நார்வீஜிய மொழியில் சரளமாகப் பேச வராத ஒருத்தியாக இருக்க வேண்டும் என்று அவள் வேண்டிக் கொண்டாள்.

"குட் மார்னிங்."

அந்தப் பெண்ணின் கட்டிலையொட்டி, தரையில் ஒரு வாட்கா பாட்டிலும் ஒரு கோப்பையும் இருந்தன. அவர்கள் இருவருடைய படுக்கைக்கு இடையிலிருந்த சிறு மேடையில், நாய்களின் புகைப்படங்கள் அடங்கிய மாதாந்திர நாட்காட்டி ஒன்று நிறுத்தி வைக்கப்பட்டிருந்தது. அதற்கு அருகே மூன்று ஆங்கிலப் புத்தகங்கள் வைக்கப்பட்டிருந்தன. அந்தப் பெண்ணுக்கு அருகிலிருந்த புத்தகத்தின் பெயர் 'பனியாற்றின் இயக்கவியல் கோட்பாடுகள்.' நோராவின் பக்கம் இரண்டு புத்தகங்கள் இருந்தன: 'ஆர்க்டிக் பகுதிக்கான ஓர் இயற்கையியலாளரின் வழிகாட்டி' அவற்றில் ஒன்று; மற்றொன்று, தொன்மவியல் சார்ந்த ஒரு கதைப் புத்தகம். அவள் மற்றொன்றையும் கவனித்தாள்: குளிர். கடுங்குளிர். உடலை எரிய வைக்கின்ற மாதிரியான குளிர். உங்கள் கைவிரல்களையும் கால்விரல்களையும் காயப்படுத்துகின்ற, உங்களுடைய கன்னங்களை இறுக வைக்கின்ற குளிர். அது உடலுக்குள்ளும் புகுந்து கொண்டதுபோலத் தோன்றியது. அவள் ஒன்றன்மேல் ஒன்றாகப் பல ஆடைகளை அணிந்திருந்தும், அந்த அறையில் இரண்டு சூடேற்றிகள் வைக்கப்பட்டிருந்தும், அவள் வெளிவிட்ட ஒவ்வொரு சுவாசமும் புகையாகத்தான் வெளிவந்தது.

"நோரா, நீ ஏன் இங்கு வந்திருக்கிறாய்?" என்று அந்தப் பெண் கேட்டாள். அவளுடைய ஆங்கிலம் வேற்று மொழிக்காரர்கள் பேசிய விதத்தில் இருந்தது.

'இங்கு' என்றால் 'எங்கு' என்பதே தெரியாதிருந்தபோது அது ஒரு சிக்கலான கேள்வியாக நோராவுக்குத் தோன்றியது.

"தத்துவம் பேசுவதற்கு ஏற்ற நேரமா இது?" என்று கூறிய நோரா, சிறிது பதற்றத்துடன் சிரித்தாள்.

அந்த அறையிலிருந்த வட்டக் கண்ணாடிச் சன்னல் வழியாக வெளியே தெரிந்த பெரும் பனிச்சுவரை அவள் பார்த்தாள். ஒன்று, அவள் வட துருவத்தையொட்டி இருக்க வேண்டும் அல்லது தென் துருவத்தையொட்டி இருக்க வேண்டும். அது தொலைதூரத்திலிருந்த ஒரு பகுதி என்பது மட்டும் அவளுக்குப் புரிந்தது.

அந்தப் பெண் இன்னும் அவளைக் கண்கொட்டாமல் பார்த்துக் கொண்டிருந்தாள். அவர்கள் இருவரும் தோழிகளா இல்லையா என்பது குறித்து நோராவுக்கு எந்த யோசனையும் இருக்கவில்லை. ஒருவேளை, தன்னுடைய அறையைப் பகிர்ந்து கொண்ட ஒரு சுவாரசியமான தோழியாக அவள் இருக்கக்கூடும் என்று நோரா நினைத்தாள்.

"நான் தத்துவத்தைப் பற்றிப் பேசவில்லை. பனியாறு குறித்த ஆய்வுக்குள் நீ எப்படி வந்தாய் என்றுகூட நான் கேட்கவில்லை. ஆனால், ஒருவேளை, நான் கேட்டக் கேள்வியும் இதுவும் ஒன்றாக இருக்கலாம். மனித நாகரிகத்திலிருந்து இவ்வளவு தூரம் வருவதை

நீ ஏன் தேர்ந்தெடுத்தாய் என்றுதான் நான் கேட்டேன். நீ அதை ஒருபோதும் என்னிடம் கூறியதில்லை."

"எனக்குத் தெரியவில்லை. குளிர் எனக்குப் பிடிக்கும்."

"இரத்தத்தை உறைய வைக்கின்ற இந்தக் குளிர் எவருக்கும் பிடிக்காது."

அவள் கூறியதில் அர்த்தமிருந்தது. நோரா படுக்கையில் கிடந்த மற்றொரு ஸ்வெட்டரை எடுத்து, தான் ஏற்கனவே அணிந்திருந்த ஸ்வெட்டரின்மீது அணிந்து கொண்டாள். அதை அணிந்து கொண்டிருந்தபோது, அந்த வாட்கா பாட்டிலுக்கு அருகே, கழுத்தில் அணியப்படுவதற்கான ஓர் அடையாள அட்டை கிடந்ததை அவள் கவனித்தாள். அதில் இவ்வாறு எழுதப்பட்டிருந்தது:

இன்கிரிட் ஸ்கிர்பெக்
புவியறிவியல் பேராசிரியர்
சர்வதேச துருவ ஆய்வு மையம்

"எனக்குத் தெரியவில்லை, இன்கிரிட். எனக்குப் பனியாறுகள் மிகவும் பிடிக்கும். நான் அவற்றைப் புரிந்து கொள்ள விரும்புகிறேன். அவை ஏன் உருகுகின்றன என்பதை நான் தெரிந்து கொள்ள விழைகிறேன்."

இன்கிரிட் தன் புருவங்களை உயர்த்தினாள். நோரா கூறியது துளிகூட ஒரு பனியியலாளரின் சொல்லாடலாக இருக்கவில்லை.

"நீ எப்படி?" என்று நோரா அவளிடம் கேட்டாள்.

இன்கிரிட் பெருமூச்செறிந்தாள். அவள் தன்னுடைய உள்ளங்கையில் தன்னுடைய பெருவிரலைத் தேய்த்துக் கொண்டாள். "பெர் இறந்த பிறகு என்னால் ஆஸ்லோவில் இருக்க முடியவில்லை. நாங்கள் ஒன்றாகச் சேர்ந்து சென்றிருந்த காபிக் கடைகள், பல்கலைக்கழகம் போன்ற இடங்கள் என்னைச் சோதித்தன. நாங்கள் அங்குச் சென்று வெறுமனே அமைதியாக உட்கார்ந்திருப்போம், நாளேடுகளைப் படித்துக் கொண்டிருப்போம், காபி அருந்திக் கொண்டிருப்போம். அதுபோன்ற இடங்களைத் தவிர்ப்பது கடினம். எல்லா இடங்களுக்கும் நாங்கள் நடந்தே செல்வோம். அவனுடைய ஆன்மா எல்லா தெருக்களிலும் உலா வந்து கொண்டிருந்ததைப்போல எனக்குத் தோன்றியது. துக்கம் படுமோசமானது. நான் தொடர்ந்து ஆஸ்லோவில் இருந்திருந்தால், மனிதகுலத்தையே வெறுத்திருந்திருப்பேன். ஸ்வால்பார்டில் ஆய்வுப் பணி ஒன்று இருந்தது தெரிய வந்தவுடன், இது என்னைக் காப்பாற்றும் என்று எனக்குத் தோன்றியது. பெர் ஒருபோதும் சென்றிராத ஓரிடத்திற்கு நான் செல்ல விரும்பினேன். அவனுடைய ஆவியின் துரத்தலை நான் எதிர்கொள்ள வேண்டியிருக்காத ஓரிடமாக அது இருக்க வேண்டும் என்று நான் விரும்பினேன். ஆனால், இது

அரைகுறையாகத்தான் வேலை செய்து கொண்டிருக்கிறது. இடத்தை மாற்றினாலும் நினைவுகளை எப்படி மாற்றுவது? எங்குச் சென்றாலும் வாழ்க்கை அதே மாதிரி மோசமானதாகத்தான் இருக்கிறது."

நோரா அவள் கூறிக் கொண்டிருந்ததை முழுமையாக உள்வாங்கிக் கொண்டாள். இன்கிரிட் பேசியதை வைத்துப் பார்த்தபோது, தனக்கு ஓரளவு பரிச்சயமான ஒருவரிடம் அவள் பேசிக் கொண்டிருந்தது போன்ற ஒரு தொனி அதில் இருந்தது. ஆனால், நோரா உண்மையில் ஓர் அந்நியர்தான். அது விநோதமாகப் பட்டது. அதோடு, அது தவறாகவும் பட்டது. பிறரிடமிருந்து ஏதோ ஒன்றைத் திருடுவதுபோல இருந்தது அது.

இன்கிரிட் புன்னகைத்தாள். அது அவளுடைய சிந்தனையோட்டத்தை அறுத்தது. "நோரா, நேற்று நம்முடைய உரையாடல் நன்றாக அமைந்திருந்தது. இந்தப் படகில் பல மரமண்டைகள் இருக்கின்றன. நீ அப்படியில்லை என்பது குறித்து எனக்கு சந்தோஷம்."

"ஓ! நன்றி. நீயும் அப்படி இல்லாதது குறித்து எனக்கும் மகிழ்ச்சிதான்."

அப்போதுதான் நோரா அந்தத் துப்பாக்கியைப் பார்த்தாள். அந்தப் பெரிய துப்பாக்கி ஒரு சுவரோரமாகச் சாய்த்து வைக்கப்பட்டிருந்தது.

அதைப் பார்த்தது அவளுக்கு ஏனோ மகிழ்ச்சியான உணர்வைக் கொடுத்தது. தன்னுடைய ஏழாவது வயது சுயம் இதைப் பார்த்தால் மிகவும் மகிழ்ச்சியடையும் என்று அவளுக்குத் தோன்றியது. தான் ஒரு சாகசப் பயணத்தில் இருந்ததுபோல அவளுக்குத் தோன்றியது.

ஹியூகோ லெஃபெவ்ரே

முந்தைய இரவில் கண்மண் தெரியாமல் குடித்ததால் விளைந்த தலைவலியுடன் நோரா தன் அறையிலிருந்து வெளியேறி, சற்றுத் தள்ளியிருந்த ஓர் அறையை அடைந்தாள். அது உணவருந்தும் இடம். பல ஆய்வாளர்கள் அங்கே சாப்பிட்டுக் கொண்டிருந்தனர்.

நோரா பழைய ரொட்டித் துண்டுகள் சிலவற்றையும் ஒரு கோப்பை காபியையும் எடுத்துக் கொண்டு அங்கிருந்த ஒரு நாற்காலியில் அமர்ந்தாள்.

வெளியே தெரிந்த காட்சி அவள் தன் வாழ்நாளில் பார்த்திருந்ததிலேயே மிகவும் அழகானதாக இருந்தது. அதே நேரத்தில், அது ஒரு விநோதமான விதத்தில் அச்சுறுத்துவதாகவும் இருந்தது. அங்கு, பனிமூட்டத்திற்கு நடுவே ஆங்காங்கே வெள்ளைத் தீவுகள் காணப்பட்டன. அந்த உணவருந்தும் அறையில் இருந்தவர்களை நோரா எண்ணினாள். அங்குப் பதினேழு பேர் இருந்தனர். நோரா தனியாக ஒரு மேசையில் அமர்ந்திருந்தாள். ஐந்து நிமிடங்களுக்குள், குறைவான தலைமுடியுடனும் லேசான தாடியுடனும் இருந்த ஒரு நபர் அவளுடைய மேசையை நோக்கி வந்தார். அங்கிருந்த மற்றவர்களைப்போலவே, அவரும், தலையையும் சேர்த்து மூடுகின்ற ஜாக்கெட் ஒன்றை அணிந்திருந்தார். ஆனால் அது அவருக்குப் பொருத்தமாக இருக்கவில்லை. ஒரு ஷார்ட்ஸ் மற்றும் டி-ஷர்ட்டில் அவர் வசீகரமாகத் தோன்றியிருப்பார் என்று நோராவுக்குத் தோன்றியது. அந்த நபர் நோராவைப் பார்த்துப் புன்னகைத்தார். நோரா அந்தப் புன்னகையை எடைபோட முயன்றாள். அதை வைத்து, தங்களுக்கு இடையேயான உறவு எத்தகையதாக அமையக்கூடும் என்று அவள் ஊகிக்க எத்தனித்தாள். அவர் ஒரு நாற்காலியை இழுத்துப் போட்டு நோராவுக்கு எதிரே அமர்ந்தார்.

அவருடைய கழுத்தில் அடையாள அட்டை ஏதாவது தொங்கியதா என்று அவள் பார்த்தாள். எதுவும் இல்லை. தனக்கு அந்த மனிதரின் பெயர் ஏற்கனவே பரிச்சயமானதாக இருக்குமா, இருக்காதா என்பதை அவளால் தீர்மானிக்க முடியவில்லை.

"என் பெயர் ஹியூகோ லெஃபெவ்ரே," என்று அவர் தன்னை அறிமுகப்படுத்திக் கொண்டது நோராவுக்கு ஆறுதலளித்தது. "நீங்கள் நோராதானே?" என்று அவர் அவளிடம் கேட்டார்.

"ஆமாம்."

"ஸ்வால்பார்டு ஆய்வு மையத்தில் உங்களை நான் பார்த்தேன். ஆனால் நாம் பரஸ்பரம் ஒருவருக்கொருவர் அறிமுகப்படுத்திக் கொண்டதில்லை. 'துடிக்கும் பனியாறுகள்' குறித்த உங்களுடைய ஆய்வுக் கட்டுரையை நான் படித்தேன். நான் அசந்து போய்விட்டேன்."

"உண்மையாகவா?"

"அந்தப் பனியாறுகள் எப்போதும் என்னை வசீகரித்து வந்துள்ளன. இங்கு இருக்கின்ற பனியாறுகள் மட்டும் ஏன் அப்படி நடந்து கொள்ள வேண்டும்? இது ஒரு விநோதமான போக்காக இருக்கிறது."

"வாழ்க்கை விநோதமான போக்குகளால் நிறைந்துள்ளது."

உரையாடலில் ஈடுபட அவளுக்கு ஆசையாக இருந்தாலும், அதில் ஆபத்து கலந்திருந்தது. நோரா அவரை நோக்கி ஒரு சிறு புன்னகையை வீசிவிட்டு, அங்கிருந்த ஒரு சன்னல் வழியாக வெளியே தன் பார்வையை ஓடவிட்டாள். அங்குத் தீவுகள்போல காணப்பட்டவை உண்மையிலேயே தீவுகள்தாம். சிலவற்றில் பனியில் குளித்திருந்த மலைமுகடுகள் நீட்டிக் கொண்டிருந்தன. அதைத் தாண்டி, பனியாறு ஒன்று வியாபித்திருந்தது. அந்தப் பனியாற்றின் மேற்பகுதி மேகத்தில் மறைந்திருந்தது. மற்ற அனைத்துப் பகுதிகளிலும் பனிமூட்டம் விலகியிருந்தது. அக்காட்சி அவளுடைய மனத்தைக் கொள்ளை கொண்டது.

தொலைக்காட்சியிலோ அல்லது ஒரு புகைப்படத்திலோ பனியாற்றுப் பிரதேசங்களைப் பார்க்கின்றபோது, அவை முழுக்க முழுக்க வெள்ளையாக இருப்பதுபோலத் தெரியும். ஆனால், இங்கு நேரில் பார்த்தபோது, ஒரு மலைப்பகுதியைப்போல, கருப்பு, பழுப்பு, வெள்ளை ஆகிய நிறங்கள் கலந்திருந்த ஒரு பகுதியாக அது இருந்தது. வெள்ளை நிறம்கூடப் பலவிதமான சாயல்களில் இருந்தது. தூய வெள்ளை, நீலம் கலந்த வெள்ளை, கருநீலம் கலந்த வெள்ளை, பொன்னிறம் கலந்த வெள்ளை, வெள்ளி நிறம் கலந்த வெள்ளை என்று அது விதவிதமாக இருந்தது. அவை துடிப்புடனும் அசத்தலாகவும் இருந்தன. அவள் சாப்பிட்டுக் கொண்டிருந்த உணவைவிட அவை அதிக அற்புதமாக இருந்தன.

"மனத்திற்குச் சோர்வளிப்பதாக இருக்கிறது, இல்லையா?" என்று ஹியூகோ கேட்டார்.

"என்ன?"

"பகல் ஒருபோதும் மறைவதில்லை என்ற விஷயத்தைச் சொன்னேன்."

அவருடைய இந்த அவதானிப்பு நோராவுக்கு ஓர் அசௌகரிய உணர்வை ஏற்படுத்தியது. "எந்தக் கண்ணோட்டத்தில் அப்படிக் கூறுகிறீர்கள்?"

அவர் பதிலளிப்பதற்கு முன் சிறிது இடைவெளிவிட்டார்.

"ஒருபோதும் மங்காத இந்த வெளிச்சத்தைப் பற்றிக் கூறினேன்," என்று கூறிய அவர், தன் கைகளில் இருந்த உலர்ந்த ரொட்டியை ஒரு கடி கடித்துக் கொண்டார். "ஏப்ரலிலிருந்து இப்படித்தான். இங்குத் தங்கியிருப்பது என்பது முடிவே இல்லாத ஒரே ஒரு நாளை வாழ்வதுபோல இருக்கிறது. நான் அதை வெறுக்கிறேன்."

"அதைப் பற்றிச் சொல்லுங்கள்."

"இந்தப் படகுக்கு வந்ததிலிருந்து நான் கிட்டத்தட்டத் தூங்கவேயில்லை."

நோரா தலையை ஆட்டினாள். "எவ்வளவு காலம் அது நீடிக்கும் என்று சொன்னீர்கள்?"

அதைக் கேட்டு அவர் வாயை மூடிக் கொண்டு நாகரிகமாகச் சிரித்தார்.

"நேற்று இரவு நான் இன்கிரிட்டுடன் சேர்ந்து நிறைய வாட்கா பருகிவிட்டேன். வாட்கா என் ஞாபகத்தைத் திருடிவிட்டது."

"அதற்கு வாட்காதான் காரணம் என்று நீங்கள் உறுதியாகச் சொல்கிறீர்களா?"

"வேறு என்னவாக இருக்க முடியும்?"

அவருடைய கண்கள் அவளைத் துளைத்தெடுத்தன. அது அவளிடம் தன்னிச்சையாக ஒரு குற்றவுணர்வைத் தோற்றுவித்தது.

அங்கு வேறொரு மேசையில் அமர்ந்திருந்த இன்கிரிட்டை அவள் திரும்பிப் பார்த்தாள். அவள் காபி அருந்திக் கொண்டே தன்னுடைய மடிக்கணினியில் எதையோ தட்டச்சு செய்து கொண்டிருந்தாள். பேசாமல் அவள் இருந்த இடத்திலேயே தானும் உட்கார்ந்திருக்கலாமோ என்று நோராவுக்குத் தோன்றியது.

"இது நம்முடைய மூன்றாவது இரவு," என்று ஹியூகோ கூறினார். ஞாயிற்றுக்கிழமையிலிருந்து நாம் இந்தத் தீவுக்கூட்டங்களைச் சுற்றி வருகிறோம். அன்றுதான் நாம் லாங்யியர்பையெனைவிட்டுப் புறப்பட்டோம்."

இவை அனைத்தும் தனக்கு ஏற்கனவே தெரியும் என்பதைக் காட்டுவதுபோல நோரா தன் முகத்தை வைத்துக் கொண்டாள். "ஏற்கனவே பல நாட்கள் ஆகிவிட்டதுபோலத் தோன்றுகிறது."

படகு திரும்பியதுபோலத் தோன்றியது. நோரா தன் இருக்கையில் லேசாகப் பின்னால் சாய்ந்து உட்கார வேண்டியிருந்தது.

"இருபது ஆண்டுகளுக்கு முன், ஏப்ரல் மாதத்தில ஸ்வால்பார்டில் தண்ணீரே இருக்காது. பனி மட்டும்தான் இருக்கும். ஆனால், இப்போது பாருங்கள். மத்திய தரைக்கடல் பகுதியில் படகில் செல்வதுபோல இருக்கிறது."

நோரா தன் புன்னகை ஆசுவாசமாக இருந்ததைப்போலக் காட்டிக் கொள்ள முனைந்தாள். "அப்படிச் சொல்லிவிட முடியாது."

"இன்று மோசமான வேலை உங்கள் தலையில்தான் விழுந்திருக்கிறது என்று நான் கேள்விப்பட்டேன்."

தனக்கு ஒன்றுமே தெரியாது என்பதுபோலக் காட்டிக் கொள்ள அவள் முயற்சித்தாள். அதற்கு அவள் பெரிதாக முயற்சிக்க வேண்டியிருக்கவில்லை. "உண்மையாகவா?"

"இன்று நீங்கள்தான் அவதானிப்பாளர், அப்படித்தானே?"

அவர் என்ன சொல்லிக் கொண்டிருந்தார் என்பது குறித்து நோராவுக்கு எந்த யோசனையும் இருக்கவில்லை. ஆனால், அவருடைய கண்களின் மினுமினுப்பு, அவர் கூறியிருந்தது உண்மையாகத்தான் இருக்க வேண்டும் என்று சொல்லாமல் சொல்லியது.

"ஆமாம். நான்தான் அவதானிப்பாளர்."

ஹியூகோவின் கண்கள் அதிர்ச்சியால் விரிந்தன. அல்லது அவர் போலியான அதிர்ச்சியை வெளிக்காட்டிக் கொண்டிருக்க வேண்டும். அவர் விஷயத்தில் எது உண்மை அல்லது பொய் என்பதைக் கண்டுபிடிக்க அவளால் முடியவில்லை.

அவர் மீண்டும், "அவதானிப்பாளரா?" என்று கேட்டார்.

"ஆமாம்."

அவதானிப்பாளர் உண்மையிலேயே என்ன செய்வார் என்பதைத் தெரிந்து கொள்ள நோராவுக்கு மிகவும் ஆர்வமாக இருந்தது. ஆனால் கேட்க முடியாத நிலையில் அவள் இருந்தாள்.

"குட் லக்!" என்று அந்நபர் கூறினார்.

"நன்றி," என்று கூறிய நோரா, தான் பத்திரிகைகளில் மட்டுமே பார்த்திருந்த காட்சியின் பக்கம் தன் பார்வையைத் திருப்பினாள். 'நான் ஒரு சாகசத்திற்குத் தயாராக இருக்கிறேன்,' என்று அவள் தனக்குள் சொல்லிக் கொண்டாள்.

வட்டப் பாதையில் நடந்து கொண்டிருத்தல்

ஒரு மணி நேரம் கழித்து, நோரா, பனி போர்த்தியிருந்த ஒரு பாறைப் பகுதியில் நின்று கொண்டிருந்தாள். அது ஒரு குட்டித் தீவு. அவளுக்கு அருகே ஒரு சிறிய மிதவைப் படகு நின்று கொண்டிருந்தது. அவள் தங்கியிருந்த பெரிய படகான 'லேன்ஸ்', கடலில் நங்கூரமிட்டு நிறுத்தப்பட்டிருந்தது. அந்த மிதவைப் படகை ரூன் என்ற ஸ்கேன்டிநேவியர் தனியொருவராக நீரிலிருந்து கரைக்கு இழுத்து வந்திருந்தார். அவர் நன்றாகவே ஆங்கிலம் பேசினார்.

நோராவின் காலடியில், பளபளப்பான மஞ்சள் நிறத்தில் இருந்த ஒரு முதுகுப் பையும், அதனருகே படகில் அவள் தன் அறையில் பார்த்திருந்த வின்செஸ்டர் துப்பாக்கியும் கிடந்தன. அது தன்னுடைய துப்பாக்கி என்பது அவளுக்குப் புரிந்தது. இந்த வாழ்க்கையில் ஒரு துப்பாக்கி அவளுக்குச் சொந்தமாக இருந்தது. அந்தத் துப்பாக்கிக்குப் பக்கத்தில், நீண்ட கைப்பிடியுடன்கூடிய ஒரு பாத்திரம் இருந்தது. அதற்குள் ஒரு கரண்டியும் இருந்தது. அவளுடைய கையில் ஒரு கைத்துப்பாக்கியும் இருந்தது. சுட்டால் வண்ணப்புகையை வான் நோக்கி ஏவி ஒருவர் இருக்கும் இடத்தைத் தெரிவிக்கின்ற துப்பாக்கி அது.

அன்று தான் எதை அவதானிக்க வேண்டும் என்பதை அவள் அறிந்து கொண்டிருந்தாள். அவள் தங்கியிருந்த அதே கப்பலில் இருந்த ஒன்பது அறிவியலறிஞர்கள், அந்தக் குட்டித் தீவில், காலநிலை மாற்றம் தொடர்பான கள ஆய்வுகளில் ஈடுபட்டுக் கொண்டிருக்கின்றபோது, அவர்கள் இருக்கும் பகுதியில் துருவக் கரடி ஏதேனும் சுற்றித் திரிந்ததா என்பதைக் கண்காணிக்கின்ற பணிதான் அது. துருவக் கரடிகள் அங்கு இருப்பதற்கு நிறைய வாய்ப்புகள் இருந்தன. அவள் ஏதேனும் ஒரு துருவக் கரடியைப் பார்த்தால், உடனடியாக அவள்

தன் கையிலிருக்கும் சமிக்கைக் கைத்துப்பாக்கியைப் பயன்படுத்தி வானை நோக்கிச் சுட வேண்டும். அது இரண்டு நோக்கங்களைக் கொண்டிருந்தது. முதலாவது, அச்சத்தம் அந்தத் துருவக் கரடியைப் பயமுறுத்தி அங்கிருந்து ஓடச் செய்துவிடும். இரண்டாவது, அத்தீவில் ஆய்வு நடத்திக் கொண்டிருந்த அறிவியலறிஞர்களுக்கு அது எச்சரிக்கை விடுக்கும்.

தவறு ஏற்பட வாய்ப்பே இல்லாத ஓர் அணுகுமுறை அது என்று கூற முடியாது. ஏனெனில், துருவக் கரடிகளுக்கு மனிதர்கள் நல்ல சுவையான ஒரு விருந்தாக இருப்பர். அதோடு, பொதுவாக, துருவக் கரடிகள் பயப்படுகின்ற இரகம் அல்ல. அதுவும், சமீப காலங்களில் அவற்றின் வசிப்பிடங்கள் சுருங்கி, அவற்றின் உணவு ஆதாரங்கள் மறைந்து கொண்டிருந்த காரணத்தால், அவற்றின் நடவடிக்கைகள் முன்பைவிட அதிக ஆக்ரோஷமாக மாறியிருந்தன.

"நோரா, நீங்கள் சமிக்கைத் துப்பாக்கியைப் பயன்படுத்தியவுடன், நீங்கள் வைத்திருக்கின்ற அந்தப் பாத்திரத்தை அக்கரண்டியைக் கொண்டு பலமாகத் தட்டுங்கள். உங்களுடைய உச்சக் குரலில் கூச்சலிடுங்கள். கூர்மையான கேட்கும் சக்தி அக்கரடிகளுக்கு உண்டு. அந்த விதத்தில் அவை பூனையைப் போன்றவை. பத்தில் ஒன்பது முறை அவை அந்த இடத்தைவிட்டு ஓடிவிடும்," என்று அந்த ஒன்பது அறிவியலறிஞர்களின் குழுவின் தலைவராகச் செயல்பட்டுக் கொண்டிருந்த பீட்டர் என்பவர் நோராவிடம் கூறினார்.

"மீதமுள்ள ஒரு முறை?"

பீட்டர் நோராவின் கையிலிருந்த துப்பாக்கியைச் சுட்டிக்காட்டி, "அக்கரடி உங்களைக் கொல்வதற்கு முன் நீங்கள் அதைச் சுட்டுக் கொன்றுவிடுங்கள்," என்று கூறினார்.

நோர மட்டுமல்லாமல், அங்கிருந்த அனைவரும் ஆளுக்கொரு துப்பாக்கி வைத்திருந்தனர். "ஆயுதம் தரித்த அறிவியலறிஞர்கள்," என்று சொல்லி பீட்டர் சிரித்தார். இன்கிரிட் நோராவின் முதுகில் தட்டிக் கொடுத்தாள்.

"நீ அதற்கு உணவாகிவிட மாட்டாய் என்று நான் நம்புகிறேன்," என்று இன்கிரிட் சிரிப்புக்கு இடையில் கூறினாள். "இச்சமயம் உன்னுடைய மாதவிடாய்க் காலமாக இல்லாதிருந்தால் நீ தப்பிப்பாய்."

"அடக் கடவுளே! இது என்ன புதுக் கூத்து?"

"அக்கரடிகளால் ஒரு மைல் தூரத்திற்கு அப்பாலிருந்தே இரத்த வாடையை மோப்பம் பிடித்துவிட முடியும்."

அக்கூட்டத்திலிருந்த மற்றொருவர் ஒரு கரகரப்பான குரலில் அவளிடம், "குட் லக்!" என்று கூறினார். அவர்கள் அனைவரும் தங்கள் தலைகளையும் முகங்களையும் மூடுகின்ற விதத்தில் பனி ஜாக்கெட்டுகளை அணிந்திருந்ததால், அந்நபர் யாரென்று நோராவால் அடையாளம் காண முடியவில்லை.

“நாங்கள் ஐந்து மணி நேரத்தில் வந்துவிடுவோம்,” என்று பீட்டர் அவளிடம் கூறிவிட்டு மீண்டும் சிரித்தார். அது நகைச்சுவைக்காக இருக்கும் என்று நோரா நம்பினாள். “உடலைச் சூடாக வைத்துக் கொள்ள ஒரு வட்ட வடிவப் பாதையில் நடந்து கொண்டிருங்கள்.”

உடனே அவர்கள் அனைவரும் அங்கிருந்து கிளம்பிவிட்டனர். அவர்கள் பாறைகளில் ஏறிப் பனிமூட்டத்திற்குள் மறைந்துவிட்டனர்.

ஒரு மணி நேரத்திற்கு எதுவும் நிகழவில்லை. பீட்டர் கூறியிருந்தபடி நோரா ஒரு வட்டப் பாதையில் நடந்து கொண்டிருந்தாள். இடது கால், வலது கால் என்று மாற்றி மாற்றித் தாவிக் குதித்துக் கொண்டிருந்தாள். பனிமூட்டம் ஓரளவுக்கு மெல்லியதானது. அதனால் அவளால் அந்த இடத்தை ஓரளவு பார்க்க முடிந்தது. தான் ஏன் இன்னும் நடுநிசி நூலகத்திற்கு வராமல் இருந்தோம் என்று நோரா யோசித்துக் கொண்டிருந்தாள். ஏனெனில், நிலைமை மோசமாகத்தான் இருந்தது. வேறு ஏதாவது ஒரு வாழ்க்கையில் அவள் மிதவெப்பமான ஓரிடத்தில் ஒரு நீச்சல்குளத்திற்கு அருகே உட்கார்ந்து கொண்டிருக்கக்கூடும்; அல்லது இன்னொரு வாழ்க்கையில் இசையை மீட்டிக் கொண்டிருக்கக்கூடும்; அல்லது மெக்சிகோவிலுள்ள ஒரு கடற்கரையில் அமர்ந்து கொண்டு ஒரு புத்தகத்தைப் படித்துக் கொண்டிருக்கக்கூடும்; அல்லது ஓர் உயர்தர உணவகத்தில் சிறந்த உணவு வகைகளை ருசித்துக் கொண்டிருக்கக்கூடும்; அல்லது பாரிஸ் நகரத் தெருக்களில் ஆசுவாசமாக நடந்து கொண்டிருக்கக்கூடும்; அல்லது ரோம் நகரத்தின் தெருக்களில் வழி தெரியாமல் தவித்துக் கொண்டிருக்கக்கூடும்; அல்லது கியோட்டோ நகரின் அமைதியில் திளைத்துக் கொண்டிருக்கக்கூடும்; அல்லது ஒரு சந்தோஷமான உறவின் அணைப்பில் கிறங்கிப் போய்க் கிடந்திருக்கக்கூடும்.

பெரும்பாலான வாழ்க்கைகளில் அவள் உடல்ரீதியாக சௌகரியமாக இருந்திருக்கக்கூடும். ஆனால் இங்கு அவள் முற்றிலும் வித்தியாசமான ஒன்றை அனுபவித்துக் கொண்டிருந்தாள். பனியாறுகளால் சூழப்பட்டிருந்த அந்த நிலம், எல்லாவற்றையும்விட, முதலில் அவள் இந்த பூமியில் வசித்துக் கொண்டிருந்த ஒரு மனுஷி என்பதை அவளுக்கு நினைவுபடுத்தியது. தான் தன் வாழ்க்கையில் செய்திருந்த பிற காரியங்கள் அனைத்தும், தானும் பிற மனிதர்களும் இந்த பூமியில் வசித்து வந்த பல கோடி உயிரினங்களில் ஒரே ஓர் இனம் மட்டுமே என்ற புரிதலிலிருந்து தன்னை வெகுதூரம் அழைத்துச் சென்றிருந்தன என்பதை அவள் உணர்ந்தாள்.

தோரோ ‘வால்டன்’ நூலில் இவ்வாறு எழுதியுள்ளார்: “ஒருவன் தன்னுடைய கனவின் திசை நோக்கித் தன்னம்பிக்கையுடன் நடக்கத் துவங்கி, அவன் கற்பனை செய்து வைத்துள்ள வாழ்க்கையை வாழ முயற்சித்தால், சாதாரணமான நேரங்களில், எதிர்பாராத வெற்றியை அவன் கண்டிப்பாக எதிர்கொள்வான்.” அதோடு, அவனுடைய

தனிமைக்கு அந்த வெற்றியில் ஒரு முக்கியப் பங்கு இருந்தது என்றும் அவர் வலியுறுத்தினார். "வெற்றிக்குத் தனிமையைப்போலத் துணை போகின்ற வேறு எதையும் நான் ஒருபோதும் கண்டதில்லை."

நோராவும் அக்கணத்தில் அதுபோலவே உணர்ந்தாள். அக்கட்டத்தில் அவள் வெறுமனே ஒரு மணி நேரம் மட்டுமே தனிமையில் இருந்திருந்தபோதிலும், இவ்வளவு தனிமையை, அதுவும் முற்றிலும் ஆள் நடமாட்டமே இல்லாத ஓரிடத்தில், அவள் அதற்கு முன்பு ஒருபோதும் அனுபவித்திருக்கவில்லை.

அவள் தற்கொலை முயற்சியில் இறங்கத் தீர்மானித்துக் கொண்டிருந்த நள்ளிரவு வேளையில், தனிமைதான் தன்னுடைய பிரச்சனை என்று அவள் நினைத்துக் கொண்டிருந்தாள். ஆனால் அதை உண்மையான தனிமை என்று கூற முடியாது. மக்கள் நெருக்கமிக்க ஒரு நகர்ப்புறத்தில் அல்லாடிக் கொண்டிருக்கும் ஒரு தனிமை மனம், மனிதத் தொடர்புதான் அனைத்துமே என்று எண்ணிக் கொண்டிருப்பதுதான் அதற்குக் காரணம். இயற்கையெனும் ஊட்டச்சத்து என்று தோரோ அழைத்த, தூய்மையான இயற்கைச் சூழலில் இருக்கும்போது, தனிமை வேறொரு குணாம்சத்தைப் பெறுகிறது. அதுவே ஒரு தொடர்பாக உருவெடுக்கிறது. தனக்கும் இந்த உலகிற்குமான ஒரு தொடர்பாக, தனக்கும் தன் சுயத்திற்குமான ஒரு தொடர்பாக அது மலர்கிறது.

அப்போது, பொழுதுபோக்கிற்காக கிதார் வாசித்த டாக்டரான ஆஷுடன் அவள் நடத்தியிருந்த ஓர் உரையாடல் அவளுடைய நினைவுக்கு வந்தது. அந்த உரையாடலின்போது அவள் ஒரு மருத்துவமனையில் இருந்தாள். அவளுடைய அம்மாவுக்கு கர்ப்பப்பையில் புற்றுநோய் இருந்தது. அதற்கான அறுவை சிகிச்சைக்காக அவர் மருத்துவமனையில் அனுமதிக்கப்பட்டிருந்தார். நோரா தன் அம்மாவின் அறுவை சிகிச்சை முடிவதற்காக மருத்துவமனையின் சிற்றுண்டியகத்தில் காத்துக் கொண்டிருந்தபோது, தற்செயலாக அங்கு வந்த ஆஷ், ஸ்ட்ரிங் தியரி கடையில் தான் அடிக்கடிப் பார்த்த நோரா அங்குக் கவலையுடன் அமர்ந்திருந்ததைப் பார்த்தபோது அவளிடம் ஓரிரு வார்த்தைகள் பேசுவதற்காக வந்தான்.

அந்த மருத்துவமனையில் ஓர் அறுவை சிகிச்சையாளராக அவன் பணியாற்றிக் கொண்டிருந்தான். நோரா அவனிடம் அவனுடைய வேலை தொடர்பான பல கேள்விகளைக் கேட்டாள். அப்போது, அறுவை சிகிச்சைக்குப் பின்னர் மீண்டெழுவதற்கு எவ்வளவு காலம் ஆகும் என்று அவள் அவனிடம் கேட்டாள். அவன் அளித்த பதில் அவளுக்கு நம்பிக்கையூட்டுவதாக இருந்தது. அச்சமயத்தில் அவளுக்குப் பேச்சுத் துணை தேவைப்பட்டதை உணர்ந்த ஆஷ், அவளிடம் வெகுநேரம் பேசிக் கொண்டிருந்தான். நோய்க்குறிகள் மற்றும் அவற்றுக்கான தீர்வுகள் குறித்து அதிகமாக கூகுளில் தேட வேண்டாம் என்று

ஆஷ் அவளுக்கு அறிவுரை கூறினான். அது சமூக ஊடகங்கள் பக்கம் பேச்சைத் திருப்பியது. ஒரு சமுதாயத்தில் மக்கள் எவ்வளவு அதிகமாகச் சமூக ஊடகங்களில் நேரத்தைச் செலவழிக்கிறார்களோ அவ்வளவு அதிகமாக அச்சமுதாயம் தனிமையாக உணரும் என்று அவன் அப்போது கூறினான்.

"அதனால்தான் மக்கள் இப்போதெல்லாம் ஒருவரையொருவர் அதிகமாக வெறுக்கின்றனர். ஏனெனில், நட்பற்ற நண்பர்களோடு அவர்கள் அதிகமான நேரத்தைச் செலவழிக்கின்றனர்," என்று கூறிய ஆஷ், " 'டன்பாரின் எண்' என்ற ஒரு விஷயத்தை நீங்கள் கேள்விப்பட்டிருக்கிறீர்களா?" என்று அவளிடம் கேட்டான்.

பின் அவன் அதை விளக்கினான். "ஆக்ஸ்போர்டு பல்கலைக்கழகத்தைச் சேர்ந்த ராபின் டன்பார் என்ற மானுடவியலாளர், சுமார் நூற்றைம்பது நபர்களோடு மட்டுமே தொடர்பு கொண்டிருக்கின்ற விதத்தில்தான் மனித மூளை பரிணாம வளர்ச்சி அடைந்துள்ளது என்று கண்டுபிடித்திருந்தார். மனிதன் ஒரு வேட்டையாடியாகத் திரிந்து கொண்டிருந்தபோது, அவனுடைய குழுவில் இருந்தவர்களின் சராசரி எண்ணிக்கை கிட்டத்தட்ட நூற்றைம்பதாக இருந்ததுதான் அதற்குக் காரணம்."

அவன் மேலும் தொடர்ந்தான்: "இங்கிலாந்தில் பல நூற்றாண்டுகளுக்கு முன்பு எழுதப்பட்ட 'டூம்ஸ்டே புக்' என்ற நூலில், அக்காலத்தில் ஓர் ஆங்கிலேயச் சமூகத்தில் சுமார் நூற்றைம்பது பேர் இருந்ததாகக் குறிப்பிடப்பட்டுள்ளது. கென்ட் பகுதி மட்டும் அதற்கு விதிவிலக்கு. அங்கிருந்த குழுவில் நூறு பேர் மட்டுமே இருந்தனர். நானும் கென்ட் பகுதியைச் சேர்ந்தவன்தான். சமூக விரோதப் போக்கு எங்களுடைய இரத்தத்திலேயே ஊறிப் போயுள்ளது."

"நீங்கள் சொல்வது உண்மைதான். நானும் கென்ட் பகுதிக்குச் சென்றிருந்தபோது இதைக் கவனித்திருக்கிறேன். ஆனால், இன்ஸ்டாகிராமில் என்னால் ஒரு மணிநேரத்திற்குள்ளாகவே நூற்றைம்பது பேரைத் தொடர்பு கொண்டுவிட முடியுமே?" என்று நோரா எதிர்வாதத்தை முன்வைத்தாள்.

"நீங்கள் சொல்வது நூற்றுக்கு நூறு உண்மை. ஆனால், அது ஆரோக்கியமானதல்ல. நம்முடைய மூளையால் அதைக் கையாள முடியாது. அதனால்தான், முன் எப்போதைக் காட்டிலும் பிறரை நேருக்கு நேர் சந்திக்க நாம் மிகவும் ஏங்கிக் கொண்டிருக்கிறோம். அதனால்தான் நான் என்னுடைய இசை ஆல்பங்களை இணையத்தில் வாங்குவதில்லை," என்று கூறி ஆஷ் சிரித்தான்.

அந்த ஞாபகம் அவளுடைய உதடுகள்மீது ஒரு புன்னகையைத் தோற்றுவித்தது. பின் திடீரென்று கேட்ட ஒரு பலமான சத்தம் அவளை மீண்டும் ஆர்க்டிக் பகுதிக்குள் இழுத்து வந்தது.

அவள் இருந்த இடத்திலிருந்து சில மீட்டர் தூரம் தள்ளி,

கடலுக்குள்ளிருந்து சில பாறைத் தொகுதிகள் துருத்திக் கொண்டிருந்தன. அதற்கு அருகே கடலலைகளின் நுரைகளுக்கு உள்ளேயிருந்து ஏதோ ஒன்று வெளியே வந்து கொண்டிருந்தது. அது மிகவும் பெரிதாக இருந்தது. அதன் கனமான ஈர உடல் பாறையின்மீது பட்டச் சத்தமே பெரிதாக இருந்தது. அதைக் கேட்டு நோராவின் மொத்த உடலும் நடுங்கியது. அவள் தன் கையில் வைத்திருந்த சமிக்கைக் துப்பாக்கியைச் சுடத் தீர்மானித்தபோதுதான் அது துருவக் கரடி அல்ல என்பதை அவள் கவனித்தாள். அது ஒரு வால்ரஸ். குண்டாகவும் உடலில் பழுப்பு நிறச் சுருக்கங்களுடனும் இருந்த அந்த வால்ரஸ், அந்தப் பனித்தரையில் அசைந்து அசைந்து வந்தது. பின் அவளைப் பார்த்ததும் அது அப்படியே நின்றது. பார்ப்பதற்கு அது மிகவும் வயதானதாகத் தோற்றமளித்தது. வால்ரஸ் கூச்சமில்லாமல் ஒருவரை எவ்வளவு நேரம் வேண்டுமானாலும் வெறித்துப் பார்த்துக் கொண்டிருக்கும். நோராவுக்கு உதறலெடுத்தது. வால்ரஸைப் பற்றி அவளுக்கு இரண்டு விஷயங்கள் மட்டும்தான் தெரியும். அவற்றால் முரட்டுத்தனமாக நடந்து கொள்ள முடியும் என்பது ஒன்று. அவை வெகுநேரத்திற்குத் தனியாக இருக்காது என்பது மற்றொன்று.

இன்னும் சிறிது நேரத்தில் ஒரு சிறிய வால்ரஸ் கூட்டமே அங்குக் கரையேறக்கூடும் என்று அவளுக்குத் தோன்றியது.

இப்போது, தன்னுடைய சமிக்கைத் துப்பாக்கியைக் கொண்டு சுட வேண்டுமா, வேண்டாமா என்று அவள் குழம்பினாள்.

அந்த வால்ரஸ் தான் நின்ற இடத்திலேயே நின்று கொண்டிருந்தது. பின்னர் திடீரென்று சூழ்ந்து கொண்ட பனிமூட்டத்தில் அதன் உருவம் மறையத் துவங்கியது. நிமிடங்கள் கரைந்து கொண்டிருந்தன. நோரா ஒன்றன்மீது ஒன்றாகப் பல அடுக்கு உடைகளை அணிந்திருந்தபோதிலும், அவளுடைய இமைகள் கனத்திருந்தன. அவற்றை மூடினால் தன்னால் அவற்றைத் திறக்க முடியாமல் போய்விடும் என்று அவள் பயந்தாள். அவளுடைய சக ஆய்வாளர்களின் குரல் விட்டு விட்டுக் கேட்டது. அவர்களின் உருவங்கள்கூட லேசாகத் தெரிந்து மறைந்தன. அவள் தன் முதுகுப் பையிலிருந்து ஒரு சாக்லெட்டை எடுத்துச் சாப்பிட்டாள். பிறகு அவள் தன்னுடைய அலைபேசியைப் பார்த்தாள். அதில் சிக்னல் இருக்கவில்லை.

அங்குக் கடும் அமைதி நிலவியது.

உலகின் மற்றப் பகுதிகளில் எவ்வளவு அதிகச் சத்தம் இருந்தது என்பதை அந்த அமைதி அவளுக்கு உணர்த்தியது. இங்குச் சத்தங்களுக்கு அர்த்தமிருந்தது. இங்கு நீங்கள் ஏதாவது ஒரு சத்தத்தைக் கேட்டால், நீங்கள் அது குறித்துக் கவனம் கொள்ள வேண்டும்.

அவள் தன் சாக்லெட்டை அசைபோட்டுக் கொண்டிருந்தபோது, இன்னொரு சத்தம் கேட்டது. ஏதோ ஒன்று நீரில் மோதியதைப் போன்ற

சத்தம் அது. ஆனால், அது வேறொரு திசையிலிருந்து வந்தது. பனிமூட்டமும் குறைவான வெளிச்சமும் சேர்ந்து கொண்டதால் அவளால் தெளிவாகப் பார்க்க முடியவில்லை. ஆனால், அது ஒரு வால்ரஸ் அல்ல என்பது அவளுக்குப் புரிந்தது. அவளை நோக்கி வந்து கொண்டிருந்த உருவம் வால்ரஸைவிடப் பெரிதாகவும், மனிதர்களைவிட மிகப் பெரிதாகவும் இருந்தது.

ஆளரவமற்றப் பகுதியில் ஒரு பயங்கரமான நெருக்கடி

“ஐயோ!” என்று நோரா அக்குளிருக்குள் முணுமுணுத்தாள்.

உங்களுக்கு அத்தியாவசியமாகத் தேவைப்படுகின்றபோது ஒரு நூலகத்தைக் கண்டுபிடிக்க முடியாமல் போவதால் ஏற்படும் விரக்தி

பனிமூட்டம் விலகி, ஒரு பெரிய வெள்ளைக் கரடி தன் இரண்டு கால்களில் நிமிர்ந்து நின்று கொண்டிருந்ததை வெளிப்படுத்தியது. பின்னர் அக்கரடி தன்னுடைய முன்னங்கால்களையும் தரையில் பதித்து அவளை நோக்கி வேகமாகவும் பயமுறுத்துகின்ற அழகோடும் நடந்து வரத் துவங்கியது. நோரா எதுவுமே செய்யாமல் அப்படியே நின்று கொண்டிருந்தாள். அவளுடைய மனம் பீதியால் கலங்கிப் போயிருந்தது. அவள் நின்று கொண்டிருந்த உறைந்த நிலத்தைப்போல அவளும் உறைந்து போய் நின்று கொண்டிருந்தாள்.

"ஐயோ!"

"ஐயய்யோ!"

இறுதியில் அவளுடைய உயிர்தப்பிக்கும் உணர்வு அவளை உசுப்பிவிட்டது. அவள் தன் கைத்துப்பாக்கியை வானத்தை நோக்கி உயர்த்திச் சுட்டாள். அதிலிருந்து கிளம்பிய வண்ண ஒளி நேராக நீரில் போய் விழுந்து மறைந்தது. அத்துடன் அவளுடைய நம்பிக்கையும் மங்கியது. அக்கரடி தொடர்ந்து அவளை நோக்கி வந்து கொண்டிருந்தது. அவள் மண்டியிட்டு, தரையில் கிடந்த பாத்திரத்தையும் கரண்டியையும் எடுத்து பலமாக அடிக்கத் துவங்கினாள். அதோடு, அவள் ஒரு பெரும் குரலெடுத்துக் கத்தவும் தொடங்கினாள்.

"கரடி! கரடி! கரடி!"

அக்கரடி ஒரு கணம் அப்படியே நின்றது.

“கரடி! கரடி! கரடி!”

அக்கரடி மீண்டும் அவளை நோக்கி நடக்கத் துவங்கியது.

பாத்திர முரசொலி வேலை செய்யவில்லை. அக்கரடி இப்போது மிகவும் நெருங்கி வந்திருந்தது. தான் இருந்த இடத்திற்குச் சற்றுத் தள்ளிக் கீழே கிடந்த துப்பாக்கியைத் தன்னால் எடுக்க முடியுமா என்று அவள் யோசித்தாள். அக்கரடியின் கருப்புக் கண்கள் அவளை நேராகப் பார்த்துக் கொண்டிருந்தன.

“நூலகம்!” என்று நோரா கத்தினாள். “எல்ம், என்னை மீண்டும் அழைத்துக் கொள்ளுங்கள். இது ஒரு தவறான வாழ்க்கை! இது உண்மையிலேயே மிக மிக மோசமான வாழ்க்கை! என்னை மீண்டும் அழைத்துக் கொள்ளுங்கள்! எனக்கு சாகசங்கள் எதுவும் வேண்டாம். எங்கே நடுநிசி நூலகம்! எனக்கு உடனே நூலகம் தேவை!”

துருவக் கரடியின் கண்களில் வெறுப்பு எதுவும் பிரதிபலிக்கவில்லை. நோரா அதனுடைய உணவு, அவ்வளவுதான். அவளுடைய இதயம் கச்சேரிகளில் வாசிக்கின்ற இறுதிக் கட்ட டிரம்ஸ் ஒலிபோலச் சத்தமாக அடித்துக் கொண்டிருந்தது. பாடல் முடியவிருந்தது. அக்கணத்தில் அவளுக்கு ஒன்று மட்டும் தெள்ளத் தெளிவாகப் புரிந்தது.

தான் சாக விரும்பவில்லை என்பதுதான் அது.

அதுதான் அங்குப் பிரச்சனையே. அவள் சாவை நேருக்கு நேராகச் சந்தித்துக் கொண்டிருந்தபோது, வாழ்க்கை அவளுக்கு மிகவும் வசீகரமானதாகத் தோன்றியது. அப்படியிருக்கும்போது அவளால் எப்படி மீண்டும் நடுநிசி நூலகத்திற்குத் திரும்ப முடியும்? வாழ்க்கை குறித்து வெறுமனே பயந்தால் மட்டும் அவளால் நடுநிசி நூலகத்திற்குத் திரும்பிவிட முடியாது. அவள் இப்போது வாழ்ந்து கொண்டிருந்த வாழ்க்கை குறித்து விரக்தியடைந்தால்தான் அவளால் அங்குத் திரும்பிச் செல்ல முடியும், வேறொரு வாழ்க்கையை முயற்சி செய்ய முடியும்.

வன்முறையுடன்கூடிய, நினைத்துப் பார்த்தாலே குலைநடுங்க வைக்கின்ற சாவு, ஒரு கரடியின் உருவத்தில் அவளுக்கு நேர் எதிரே நின்று கொண்டிருந்தது. அவளுக்குத் தெரிந்திருந்த மற்ற அனைத்து விஷயங்களையும்விட, தான் சாகத் தயாராக இல்லை என்பது அவளுக்கு உறுதியாகத் தெரிந்தது. பசியோடு இருந்த ஒரு துருவக் கரடியை அவள் நேருக்கு நேராக எதிர்கொண்டிருந்த அச்சமயத்தில், அந்தப் புரிதல், பயத்தைவிட மிகவும் பெரிதாகிக் கொண்டிருந்தது. அதனால் அவள் தன் கையிலிருந்த கரண்டியைக் கொண்டு அந்தப் பாத்திரத்தை மீண்டும் மீண்டும் சத்தமாக அடித்துக் கொண்டிருந்தாள். ‘எனக்கு பயமில்லை, எனக்கு பயமில்லை,’ என்று தனக்குத் தானே கூறிக் கொண்டு அவள் அந்தப் பாத்திரத்தை அந்தக் கரண்டியால் அடித்துக் கொண்டிருந்தாள்.

இப்போது அந்தத் துருவக் கரடி அசையாமல் நின்றபடி அவளை

வெறித்துப் பார்த்துக் கொண்டிருந்தது. குண்டுகளுடன் இருந்த துப்பாக்கியின் பக்கம் நோரா தன் பார்வையைத் திருப்பினாள். அதை எடுத்து எப்படிச் சுடுவது என்பதைக் கண்டுபிடிப்பதற்குள் காலம் கடந்துவிடக்கூடும். அதோடு, தன்னால் ஒரு துருவக் கரடியைச் சுட்டுக் கொன்றுவிட முடியும் என்றும் அவள் நம்பவில்லை. அதனால், அவள் மீண்டும் மீண்டும் பலமாக அந்தக் கரண்டியால் அந்தப் பாத்திரத்தின்மீது அடித்துக் கொண்டிருந்தாள்.

அவள் அந்தச் சத்தத்தை எழுப்பிக் கொண்டிருந்தபோது, தன் கண்களை மூடிக் கொண்டு, தான் இப்போது நடுநிசி நூலகத்தில் இருந்தால் எவ்வளவு நன்றாக இருக்கும் என்று அவள் நினைத்தாள். அவள் தன் கண்களைத் திறந்தபோது, அந்தக் கரடி நீரை நோக்கிப் போய்க் கொண்டிருந்ததை அவள் பார்த்தாள். அது மறைந்த பிறகும்கூட அவள் தொடர்ந்து தட்டிக் கொண்டிருந்தாள். ஒரு நிமிடம் கழித்து அவளுடைய பெயரைச் சொல்லி யாரோ அழைத்துக் கொண்டிருந்ததைப் பனிமூட்டத்தின் ஊடாக அவள் கேட்டாள்.

தீவு

அவள் அதிர்ச்சியில் மூழ்கியிருந்தாள். அதற்கான காரணம், அந்த மிதவைப் படகில் அவளுடன் இருந்தவர்கள் அனுமானித்திருந்ததற்கு நேர் எதிராக இருந்தது. அவள் சாவுக்கு மிக அருகில் வந்திருந்ததற்காக அதிர்ச்சி அடைந்திருக்கவில்லை. தான் உண்மையில் வாழ விரும்பினோம் என்ற புரிதல்தான் அவளுக்கு உண்மையில் அதிர்ச்சி ஏற்படுத்தியிருந்தது.

இயற்கை எழில் கொஞ்சி விளையாடிக் கொண்டிருந்த ஒரு தீவை அவர்கள் கடந்து சென்றனர். பாறைகளில் படர்ந்து வளர்கின்ற 'லைக்கென்' என்ற ஒருவிதமான பூஞ்சைத் தாவரம் அங்கிருந்த பாறைகள்மீது பரவிக் கிடந்தது. 'ஆக்,' 'ஃபின்' ஆகிய பறவைகள் அந்த ஆர்க்டிக் குளிரைச் சமாளிப்பதற்காக ஒன்றோடொன்று நெருக்கமாக நின்று கொண்டிருந்தன. கடுமையான இயற்கைக்கு எதிரான வாழ்க்கைப் போராட்டமாக அது இருந்தது.

ஹியூகோ தன்னுடைய ஃபிளாஸ்க்கிலிருந்து ஊற்றிக் கொடுத்தக் காபியை நோரா அருந்திக் கொண்டிருந்தாள். அவள் தன் கைகளில் மூன்று கையுறைகளை அணிந்திருந்தபோதிலும், அவளுடைய கைகள் குளிர்ந்திருந்தன.

இயற்கையின் அங்கமாக இருத்தல் என்பது வாழ்வதற்கான மனவுறுதியின் அங்கமாக இருத்தலாகும்.

நீங்கள் ஓரிடத்தில் நீண்டகாலம் தங்கிவிடுகின்றபோது, இந்த உலகம் எவ்வளவு பெரியது என்பதும், எவ்வளவு பரந்துபட்டது என்பதும் உங்களுக்கு மறந்துவிடுகிறது. ஆனால் அந்த எல்லையற்றப் பரப்பை நீங்கள் உணர்கின்றபோது, உங்களுக்குப் பிடித்திருக்கிறதோ இல்லையோ, அது உங்களோடு ஒட்டிக் கொள்கிறது.

நிலத்தடி உறைபனி

ஸ்வால்பார்டு பகுதியின் வெப்ப உயர்வு, உலகின் சராசரி வெப்ப உயர்வைப்போல இரு மடங்கு இருந்தது. உலகிலுள்ள எந்தவொரு பகுதியைவிடவும் ஸ்வால்பார்டு பகுதியில் காலநிலை மாற்றம் வெகுவேகமாக ஏற்பட்டுக் கொண்டிருந்தது.

அவர்களுடைய மிதவைப் படகிலிருந்த ஒரு பெண், கடலில் மிதந்து கொண்டிருந்த பனிமலைகள் தலைகுப்புறக் கவிழ்ந்ததைத் தான் பார்த்திருந்ததைப் பற்றி விளக்கிக் கொண்டிருந்தாள். கடல்நீரின் வெப்ப அதிகரிப்பு, கடலுக்குள் மூழ்கியிருந்த அந்தப் பனிமலையின் கீழ்ப்பகுதியைக் கரைத்துவிட்டிருந்ததால், அதன் மேற்பகுதி கனம் தாங்காமல் தலைகுப்புறக் கவிழ்ந்துவிட்டிருந்ததுதான் அதற்குக் காரணம்.

சூட்டின் காரணமாக நிலத்தடிப் பனி உருகுவதால் அந்த நிலத்தின் மேற்பகுதி மிருதுவாகிவிடுவது அப்பிரதேசம் எதிர்கொண்டிருந்த மற்றொரு பிரச்சனையாகும். அதன் காரணமாக ஏற்பட்ட நிலச்சரிவுகளும் பனிச்சரிவுகளும், லாங்யியர்பையென் நகரிலிருந்த மர வீடுகளுக்கும் அங்கு வசித்து வந்த மக்களுக்கும் ஆபத்தை உண்டாக்கியிருந்தன.

அப்பகுதியில் இருந்த பனியாறுகள் மற்றும் அங்கு நிலவிய காலநிலை குறித்து ஆராய்ந்ததன் மூலம், நம்முடைய கிரகத்திற்குத் துல்லியமாக என்ன நடந்து கொண்டிருந்தது என்பதைக் கண்டுபிடிக்க முயற்சி செய்து கொண்டிருந்த அந்த அறிவியலறிஞர்களுடன் இருந்தது நோராவுக்கு உத்வேகமளிப்பதாக இருந்தது.

ஆய்வுக் குழுவினர் தாங்கள் தங்கியிருந்த பெரிய படகுக்கு வந்து சேர்ந்த பிறகு, நோரா அங்கிருந்த உணவருந்தும் அறையில் உட்கார்ந்து கொண்டாள். அவளுடைய கரடி அனுபவம் குறித்து ஒருவர் பின்

ஒருவராக வந்து அவளிடம் துக்கம் விசாரித்துக் கொண்டிருந்தனர். அந்த அனுபவம் குறித்துத் தான் நன்றியுடையவளாக இருந்ததை அவளால் அவர்களிடம் சொல்ல முடியவில்லை. அவர்களிடம் அவள் ஒரு நாகரிகமான புன்னகையை உதிர்த்துவிட்டு, முடிந்த அளவு உரையாடலைத் தவிர்த்தாள்.

இந்த வாழ்க்கை, சமரசம் செய்து கொள்ளாத, தீவிரமானதொரு வாழ்க்கையாக இருந்தது. அப்போது அங்கு மைனஸ் பதினேழு டிகிரி குளிர் நிலவியது. நோரா கிட்டத்தட்ட ஒரு துருவக் கரடிக்கு விருந்தாகவிருந்தாள். அதைக் கணக்கில் எடுத்துக் கொண்டு பார்த்தபோது, தன்னுடைய மூல வாழ்க்கையின் பிரச்சனை அதன் சுவாரசியமற்றத்தன்மை என்பது அவளுக்குப் புரிந்தது.

அந்த வாழ்க்கையில், சராசரித்தனமும் விரக்தியும்தாம் தன்னுடைய தலைவிதி போலும் என்று அவள் கற்பனை செய்திருந்தாள்.

இன்னும் சொல்லப் போனால், தன்னுடைய ஒவ்வொரு தலைமுறையிலும் எதிரொலித்ததாகத் தோன்றிய பல பின்வருத்தங்கள் மற்றும் நசுக்கப்பட்ட நம்பிக்கைகளிலிருந்து வந்தவள் தான் என்ற உணர்வு நோராவிடம் எப்போதுமே இருந்து வந்தது.

எடுத்துக்காட்டாக, அவளுடைய அம்மாவழித் தாத்தா லோரென்ஸோ கான்டே, 1960களில் இத்தாலியிலிருந்து லண்டனுக்குக் குடிபெயர்ந்திருந்தார். அவர் இருந்த இடத்திலிருந்து வந்திருந்த வேறு சிலரைப்போல அவரும் லண்டன் பிரிக் கம்பெனி என்ற நிறுவனத்தில் வேலைக்குச் சேர்வதற்காக வந்திருந்தார். ஆனால், வேலை முடிந்த பிறகு, இசைக்குப் பெயர்போன லண்டன் நகரில் சுவாரசியமாகப் பொழுதுபோக்கலாம் என்ற அவருடைய கனவு அவர் வந்திறங்கியவுடன் கலைந்து போனது. ஏனெனில், அந்தச் செங்கல் நிறுவனம் லோரென்ஸோ எதிர்பார்த்திருந்தபடி லண்டனில் இருக்கவில்லை. அது லண்டனிலிருந்து அறுபது மைல் தள்ளி இருந்த பெட்ஃபோர்டில் இருந்தது. அந்த ஊர் லோரென்ஸோ எதிர்பார்த்திருந்தபடி இல்லாமல் இருந்தபோதிலும், அவர் தன் கனவுகளுடன் சமரசம் செய்து கொண்டு அங்கேயே நிரந்தரமாகக் குடியேறிவிட்டார். அவருடைய வேலை பகட்டானதாக இருக்கவில்லை என்றபோதிலும், அது அவருக்குத் தேவையான பணத்தை அளித்து வந்தது.

உள்ளூர் ஆங்கிலேயப் பெண்மணியான பெட்ரிசியா பிரவுன் என்பவரை லோரென்ஸோ மணமுடித்துக் கொண்டார். பெட்ரிசியாவும் தன் கனவுகளைத் தொலைத்தவர்தாம். ஒரு நடிகையாக வேண்டும் என்று கனவு கண்டிருந்த அவர், தன்னுடைய ஏமாற்றங்களை விழுங்கிக் கொண்டு, தன்னுடைய குடும்பத்திற்குச் சமைத்துக் கொட்டுகின்ற ஓர் இல்லத்தரசியாக ஆனார். எப்போதும் கண்கொத்திப் பாம்பாகத் தன்னை அவதானித்துக் கொண்டிருந்த தன் மாமியாரின்

மேற்பார்வையில் இத்தாலிய உணவுப் பதார்த்தங்களையும் அவர் சமைத்துத் தொலைக்க வேண்டியிருந்தது. ஆனாலும் தன் அம்மாவின் கைப்பக்குவம் பெட்ரிசியாவுக்கு இல்லை என்ற ஆதங்கம் லோரென்ஸோவுக்கு இருந்து வந்தது.

அவர்களுக்குத் திருமணம் முடிந்து ஓராண்டுக்குள் அவர்களுக்கு ஒரு பெண் குழந்தை பிறந்தது. அக்குழந்தையை அவர்கள் டோனா என்று அழைத்தனர். அதுதான் நோராவின் அம்மா.

எப்போதும் எல்லாவற்றுக்கும் சண்டை போட்டுக் கொண்டிருந்த தன் பெற்றோரைப் பார்த்து வளர்ந்து வந்த டோனாவுக்கு, திருமணம் என்பது தவிர்க்கப்பட முடியாத, அதே நேரத்தில் பரிதாபகரமான ஒன்று என்ற எண்ணம் ஏற்பட்டதில் வியப்பில்லை. டோனா முதலில் உள்ளூர் சட்ட நிறுவனத்தில் ஒரு செயலாளராக ஆனார். பின்னர் பெட்ஃபோர்ட் கவுன்சிலில் அவர் ஓர் அதிகாரியாகப் பணியாற்றினார். அதற்குப் பிறகு அவருக்கு ஏற்பட்ட ஓர் அனுபவத்தை டோனா ஒருபோதும் நோராவுடன் விவாதித்ததில்லை. அவர் ஏதோ ஒருவிதமான தொடர் மனஉளைச்சலுக்கு ஆளானதால் தன்னுடைய வேலையை விட்டுவிட்டு வீட்டில் இருக்க வேண்டியதாயிற்று. பின்னர் அவர் அந்த மனஉளைச்சலிலிருந்து மீண்டுவிட்டபோதிலும், அவர் மீண்டும் வேலைக்குச் செல்லவில்லை.

கண்களுக்குப் புலப்படாத தோல்வியெனும் சீதனத்தை டோனா நோராவுக்கு அளித்திருந்ததுபோலத் தோன்றியது. நோராவும் அதை வெகு நாட்களுக்குத் தூக்கித் திரிந்து கொண்டிருந்தாள். அவள் பலவற்றைத் துறந்ததற்கு ஒருவேளை அதுதான் காரணமாக இருந்திருக்க வேண்டும். அவள் தோல்வியடைந்தாக வேண்டும் என்பது அவளுடைய மரபணுவிலேயே பதிவு செய்யப்பட்டிருந்ததுபோலும்.

நோராவின் படகு ஆர்க்டிக் கடலுக்கு ஊடாக ஊர்ந்து கொண்டிருந்தபோது, அவள் இவற்றைப் பற்றி நினைத்தாள். அப்படகுக்கு மேலே, நீலச் சிறகுகளுடன் இருந்த கடற்பறவைகள் கூட்டமாகப் பறந்து கொண்டிருந்தன.

நோராவின் தந்தையான ஜெஃப், தன் இலக்குகளைத் தவறவிட்டுக் கொண்டிருந்த ஒரு வாழ்க்கையை வாழ்ந்து கொண்டிருந்தார் என்பது வெளிப்படை. நோராவின் தந்தைவழியிலும் தாய்வழியிலும், வாழ்க்கை என்பது மனிதனை ஈவிரக்கமின்றிப் பழிவாங்குகின்ற ஒன்று என்ற நம்பிக்கை வேரூன்றியிருந்தது.

நோராவின் அப்பாவழித் தாத்தா, அவளுடைய அப்பாவுக்கு இரண்டு வயதாக இருந்தபோதே இறந்துவிட்டிருந்ததால், நோராவின் அப்பா ஜெஃப் தன்னுடைய அம்மாவுடன் வளர்ந்து வந்தார். அயர்லாந்தில் பிறந்திருந்த நோராவின் அப்பாவழிப் பாட்டி, இங்கிலாந்துக்குக் குடிபெயர்ந்து ஒரு பள்ளிக்கூடத்தில் ஒரு துப்புரவுப் பணியாளராக ஆனார். அவர் சாப்பாட்டுக்கே கஷ்டப்பட்டுக்

கொண்டிருந்தார்.

ஜெஃப் துவக்கக் காலத்தில் பிறரால் துன்புறுத்தல்களுக்கு ஆளானபோதிலும் விரைவிலேயே உயரமானவராகவும் திடகாத்திரமானவராகவும் ஆனதால், அத்தொல்லையிலிருந்து விடுபட்டார். அவர் கடினமாக உழைத்துக் கால்பந்தாட்டத்தில் திறமை மிக்கவராக ஆனார். உள்ளூர் குழுவில் சிறந்த ஆட்டக்காரராகத் திகழ்ந்த அவர், தன்னுடைய காலில் ஏற்பட்ட ஒரு காயத்தின் காரணமாக அந்த விளையாட்டைத் துறக்க வேண்டியதாயிற்று. பின்னர் அவர் ஓர் உடற்பயிற்சி ஆசிரியராக ஆனார். ஆனாலும் அவர் இவ்வுலகின்மீது கடுமையான வெறுப்பு கொண்டிருந்தார். பயணம் செய்ய வேண்டும் என்ற கனவு அவருக்கு இருந்தபோதிலும், ஒரே ஒரு முறை மட்டும் நேக்சோஸ் என்ற கிரேக்கத் தீவுக்கு அவர் சென்று வந்திருந்தார். மற்றபடி, நேஷனல் ஜியோகிராஃபிக் பத்திரிகைக்குச் சந்தா செலுத்துவதோடு அவர் தன் கனவுக்குக் கடிவாளம் போட்டுக் கொண்டார்.

ஒருவேளை எல்லா வாழ்க்கையும் அப்படித்தான் இருக்கும்போலும். வெளிப்பார்வைக்குக் கச்சிதமான தீவிரத்துடனோ அல்லது அர்த்தம் மிக்கதாகவோ இருப்பதுபோலத் தோன்றுகின்ற ஒரு வாழ்க்கைகூட இறுதியில் இப்படி உணரக்கூடும். ஏக்கர் கணக்கில் ஏமாற்றங்களும், சலிப்பும், மனக்காயங்களும், போட்டிகளும், பொறாமைகளும், அவற்றோடு, அத்தி பூத்தாற்போல அழகும் வியப்பும் அடங்கியதுதான் வாழ்க்கையோ? நோராவின் பெற்றோரைப் பொறுத்தவரை, அவளும் அவளுடைய அண்ணனும் வாழ்க்கையில் எதையும் சாதிக்காமல் இருந்தது அவர்களுக்கு மகிழ்ச்சியின்மையைத் தோற்றுவித்திருக்கவில்லை; மாறாக, நோராவும் ஜோவும் சாதிக்க வேண்டும் என்று அவர்கள் கொண்டிருந்த எதிர்பார்ப்புதான் அவர்களுடைய மகிழ்ச்சியின்மைக்குக் காரணமாக இருந்தது. இவை எதைப் பற்றியும் நோராவுக்கு எந்த யோசனையும் இருக்கவில்லை. ஆனால், அந்தப் படகில் அவளுக்கு ஒரு விஷயம் புரிந்தது. அவள் அறிந்திருந்ததைக் காட்டிலும் அவள் தன்னுடைய பெற்றோரை அதிகமாக நேசித்து வந்திருந்தாள் என்பதுதான் அது. அக்கணமே அவள் தன்னுடைய பெற்றோரை மனப்பூர்வமாகவும் பூரணமாகவும் மன்னித்துவிட்டாள்.

லாங்யியர்பையெனில் ஓர் இரவு

லாங்யியர்பையெனிலிருந்து ஒரு சின்னஞ்சிறு துறைமுகத்தை வந்தடைய அவர்களுக்கு இரண்டு மணி நேரம் ஆனது. அதுதான் உலகின் வடகோடியிலிருந்த கடைக்கோடிச் சிறுநகரம். அந்த நார்வே நகரில் சுமார் இரண்டாயிரம் மக்கள் வசித்து வந்தனர்.

தன்னுடைய மூல வாழ்க்கையிலிருந்து அந்த ஊரைப் பற்றிய இதுபோன்ற சில அடிப்படை விஷயங்களை நோரா அறிந்து வைத்திருந்தாள். என்னதான் இருந்தாலும் அவளுடைய பதினொன்றாவது வயதிலிருந்தே அவள் இப்பிரதேசம் குறித்து ஈடுபாடு காட்டி வந்திருந்தாள், இல்லையா? ஆனால், அவளுடைய அறிவு அவள் படித்திருந்த பத்திரிகைகளுக்கு அப்பால் செல்லவில்லை என்பதால், அவள் பிறரிடம் உரையாட அஞ்சினாள்.

அந்த நகரை நோக்கிய படகுப் பயணம் சுமூகமாகவே அமைந்திருந்தது. தாங்கள் சேகரித்திருந்த பாறைகள், பனிக்கட்டிகள், மற்றும் தாவர மாதிரிகளைப் பற்றிய விவாதங்களிலும், துறைசார் சொற்கள் நிறைந்திருந்த உரையாடல்களிலும் நோரா கலந்து கொள்ளாமல் இருந்ததற்கு அவளுடைய கரடி அனுபவம்தான் காரணம் என்று அவளுடன் பயணித்த ஆய்வாளர்கள் அர்த்தம் கற்பித்துக் கொண்டனர்.

அவள் அதிர்ச்சியடைந்திருந்தாள் என்பது உண்மைதான். ஆனால் அது அவளுடைய சகாக்கள் கற்பனை செய்திருந்த அதிர்ச்சி அல்ல. அவளுக்கு ஏற்பட்டிருந்த அதிர்ச்சி, தான் சாகவிருந்தோம் என்ற நினைப்பினால் உருவாகியிருந்த அதிர்ச்சி அல்ல. அவள் எப்போது முதன்முதலாக நடுநிசி நூலகத்திற்குள் நுழைந்தாளோ, அப்போதிலிருந்தே சாவு அவளுக்காகக் காத்துக் கொண்டிருந்தது. தான் வாழவிருந்தோம் என்ற நினைப்புதான் அவளுக்கு அதிர்ச்சியைக்

கொடுத்திருந்தது. குறைந்தபட்சம் தான் மீண்டும் உயிரோடு இருக்க விரும்புவது குறித்து அவளால் கற்பனை செய்ய முடியும். அந்த வாழ்க்கையில் எதையாவது உருப்படியாகச் செய்ய அவள் விரும்பினாள்.

ஸ்காட்லாந்தைச் சேர்ந்த டேவிட் ஹியூம் என்ற தத்துவமேதையின் கருத்துப்படி, பிரபஞ்சத்தைப் பொறுத்தவரை ஒரு மனித வாழ்க்கை என்பது ஒரு கடற்சிப்பியின் வாழ்க்கையைவிட அதிக முக்கியத்துவம் வாய்ந்தது அல்ல.

ஆனால், அந்த எண்ணத்தை எழுதி வைக்க வேண்டும் என்று ஹியூமுக்குத் தோன்றும் அளவுக்கு அது முக்கியமானதாக இருந்திருப்பதால், இந்த வாழ்க்கையை வைத்துக் கொண்டு ஏதாவது நல்லது செய்ய வேண்டும் என்ற இலக்கை வரித்துக் கொள்ள வேண்டியதும் முக்கியமானதாகத்தான் இருக்க வேண்டும். எந்த வடிவில் இருந்தாலும், அனைத்து உயிர்களையும் பாதுகாக்க உதவுவது அதில் ஒன்று.

இந்தப் புதிய நோராவும் அவளுடைய சக அறிவியலறிஞர்களும், இப்பிராந்தியத்தில் பனியாறுகளும் பனியும் உருகிய வேகத்தைத் தீர்மானித்து, அதன் மூலம் காலநிலை மாற்றத்தை அது எந்த அளவு முடுக்கிவிடும் என்பதைக் கணிக்கும் பணியில் ஈடுபட்டிருந்தனர் என்பது நோராவுக்குப் புரிந்தது. விஷயங்கள் இதற்கு மேலும் இருக்கலாம், ஆனால் அடிப்படையில் இதுதான் என்பது நோராவின் கண்ணோட்டமாக இருந்தது.

அதாவது, நோரா இந்த வாழ்க்கையில், இந்தக் கிரகத்தைக் காக்கின்ற பணியில் ஒரு சிறிய பங்கை ஆற்றிக் கொண்டிருந்தாள். உலகம் எதிர்கொள்ளவிருந்த சுற்றுச்சூழல் நெருக்கடி குறித்த உண்மைத் தரவுகளைக் கொண்டு மக்களை எச்சரிப்பதற்காக, இந்த பூமி சீர்கேடு அடைந்து கொண்டிருந்ததைக் கண்காணிப்பதற்கு அவள் உதவிக் கொண்டிருந்தாள். உலகம் சீர்கெட்டுக் கொண்டிருந்தது என்ற எண்ணம் நம்பிக்கையூட்டுவதாக இல்லை என்றாலும், இறுதியில் மனநிறைவை அளிக்கின்ற ஒன்றாக அது இருக்கும் என்று அவள் கற்பனை செய்தாள். இதில் ஒரு நோக்கம் இருந்தது, ஓர் அர்த்தம் இருந்தது.

அவளுடைய சகாக்களும் அவள் துருவக் கரடியை எதிர்கொண்டிருந்த விதம் குறித்து வியந்திருந்தனர். அதன் மூலம் அவர்கள் மத்தியில் அவளுக்கு ஒருவிதமான கதாநாயகி அந்தஸ்து கிடைத்திருந்தது. அதை ஒலிம்பிக் நீச்சல் சேம்பியன் அந்தஸ்தோடு ஒப்பிட முடியாது என்றாலும், இது வேறொரு விதத்தில் அதே அளவுக்கு அவளுக்குத் திருப்தியளித்தது.

இன்கிரிட் நோராவின் தோள்மீது கையைப் போட்டாள். “நீ ஒரு கொதிகலப் பாத்திரப் போராளி. உன்னுடைய வீரதீரத்தையும் நம்முடைய

அசாத்தியமான கண்டுபிடிப்புகளையும் ஓர் உணவகத்திற்குச் சென்று கொண்டாடலாம். கொஞ்சம் வாட்காவுடன். என்ன சொல்கிறீர்கள், பீட்டர்?" என்று கேட்டாள்.

"நல்ல உணவு? லாங்யியர்பையெனிலா? அதெல்லாம் இங்கு இருக்கிறதா?"

இருக்கிறது என்பது பின்னர் நிரூபணமானது.

அவர்கள் அந்த ஊரிலிருந்த கிருவெலகெரெட் என்ற உணவகத்திற்குச் சென்றனர். நோரா அங்கு ஆர்க்டிக் பீரைக் குடித்தாள். அவள் களைப்பாகத் தோன்றியிருக்க வேண்டும். ஏனெனில், அங்கிருந்த பலர் அப்படித் தெரிவித்தனர். தன்னம்பிக்கையுடன் அவர்களுடைய உரையாடல்களில் பங்கேற்பதற்கு அங்கு வாய்ப்பு குறைவாக இருந்தது அதற்கு ஒரு காரணமாக இருக்கலாம். புதிதாகக் கார் ஓட்டக் கற்றுக் கொண்டிருக்கின்ற ஓர் ஓட்டுநர், போக்குவரத்து நெரிசல் நிறைந்த ஓர் இடத்தில் மாட்டிக் கொண்டு, நெரிசல் குறைவதற்காகக் காத்துக் கொண்டிருப்பதுபோல அவள் உணர்ந்தாள்.

ஹியூகோவும் அங்கு இருந்தார். தேவைக்கு அதிகமாகவே அவர் அவளை உற்றுப் பார்த்துக் கொண்டிருந்தது நோராவுக்கு ஒருவிதமான அசௌகரிய உணர்வைக் கொடுத்தது.

உண்டு முடித்ததும் அவர்கள் தாங்கள் தங்கியிருந்த இடத்தை நோக்கி நடக்கத் துவங்கினர். அந்த இடம் பல்கலைக்கழகத் தங்கும் விடுதியைப்போல இருந்ததாக நோராவுக்குத் தோன்றியது. பின்னால் வந்து கொண்டிருந்த ஹியூகோ, மெதுவோட்டமாக வந்து நோராவுடன் சேர்ந்து கொண்டார்.

"அது சுவாரசியமாக இருந்தது," என்று ஹியூகோ கூறினார்.

"எது?"

"இன்று காலையில் நாம் உணவருந்திக் கொண்டிருந்தபோது நீங்கள் என்னை அடையாளம் கண்டுகொள்ளாமல் போனது."

"ஏன் அப்படிச் சொல்கிறீர்கள்? உங்களுக்கும்தான் நான் யாரென்று தெரிந்திருக்கவில்லை."

"நீங்கள் யார் என்பதை நான் ஏற்கனவே அறிந்து வைத்திருந்தேன். நேற்று நாம் சுமார் இரண்டு மணி நேரம் பேசிக் கொண்டிருந்தோம்."

தான் ஏதோ ஒரு பொறிக்குள் மாட்டிக் கொண்டிருந்ததுபோல நோரா உணர்ந்தாள். "என்ன சொல்கிறீர்கள்? நாம் பேசிக் கொண்டிருந்தோமா?"

"இன்று காலையில் உணவருந்துவதற்காக உங்கள் முன் வந்து உட்கார்வதற்கு முன்பாக, நான் தள்ளி நின்று உங்களை அவதானித்துக் கொண்டிருந்தேன். இன்று நீங்கள் வித்தியாசமாக இருந்ததை என்னால் கண்டுபிடிக்க முடிந்தது."

"நீங்கள் கூறுவது எனக்கு மிகவும் அசௌகரியம் ஏற்படுத்துகிறது. பெண்களைத் தள்ளி நின்று அவதானிக்கின்ற செயல் பெருமைக்குரிய

ஒன்றல்லவே."

"அப்போது நான் சிலவற்றைக் கவனித்தேன்."

நோரா தன் தலையில் கட்டியிருந்த முக்காட்டுத் துணியை இழுத்து முகம் முழுவதையும் மூடிக் கொண்டாள். "எனக்கு மிகவும் குளிர்கிறது. நாம் நாளை காலையில் பேசலாமா?"

"நீங்கள் பேசிக் கொண்டிருந்தபோதே சுதாரித்துக் கொண்டு நிலைமைக்கு ஏற்றவாறு உங்களை மாற்றிக் கொண்டிருந்ததை நான் கவனித்தேன். இன்று நாள் முழுவதும் நீங்கள் பட்டும் படாமலுமே எல்லாவற்றுக்கும் பதிலளித்து வந்திருந்தீர்கள்."

"அது உண்மையல்ல. நான் அதிர்ச்சியில் இருந்தேன். கரடியிடம் நான் மாட்டிக் கொண்டதுதான் உங்களுக்குத் தெரியுமே."

"நான் கூறுவது கரடிச் சம்பவத்திற்கு முன்பு."

"நீங்கள் என்ன பேசிக் கொண்டிருக்கிறீர்கள் என்பது குறித்து எனக்கு எந்த யோசனையும் இல்லை–"

"உங்களுடைய பார்வை. அதை நான் பலரிடம் பார்த்திருக்கிறேன். பார்த்த உடனேயே அதை என்னால் அடையாளம் கண்டுகொள்ள முடியும்."

"உண்மையிலேயே நீங்கள் என்ன பேசிக் கொண்டிருக்கிறீர்கள் என்பது எனக்குத் தெரியவில்லை."

"பனியாறுகள் ஏன் துடிக்கின்றன?"

"என்ன?"

"அதைப் பற்றித்தான் நீங்கள் ஆய்வு செய்திருந்தீர்கள். அதுதான் உங்களை இங்கு அழைத்து வந்துள்ளது. சரிதானே?"

"இது குறித்து அறிவியல் இன்னும் ஒரு முழுமையான உடன்பாட்டுக்கு வந்திருக்கவில்லை."

"பரவாயில்லை. இங்குள்ள பனியாறுகளில் ஏதாவது ஒன்றை எனக்குக் காட்டுங்கள். பனியாறுகளுக்குப் பெயர் இருக்கிறது, இல்லையா? ஏதாவது ஒரு பனியாறு எங்கிருக்கிறது என்று எனக்குக் காட்டுங்கள். கோங்ஸ்பிரீன்? நேட்ஹார்ஸ்ட்பிரீன்? எங்காவது கேள்விப்பட்டப் பெயர்போலத் தோன்றுகிறதா?"

"நான் இந்த உரையாடலைத் தொடர விரும்பவில்லை."

"ஏனெனில், நீங்கள் நேற்று இருந்த அதே நபர் அல்லர், சரிதானே?"

"இங்குள்ள எவருமே நேற்று இருந்த அதே நபர்கள் அல்லர்," என்று நோரா சீறினாள். "நம்முடைய மூளை மாறுகிறது. அதற்கு நரம்பியல் உருமாறுதன்மை என்று பெயர். ஹியூகோ, நீங்கள் ஒரு பனியியலாளருக்குப் பனியைப் பற்றி பாலபாடம் எடுக்கின்ற ஆசானாக மாறுவதை நிறுத்திக் கொள்ளுங்கள்."

ஹியூகோ சிறிது பின்வாங்கியதுபோலத் தோன்றினார். அவளுக்கு உடனே சிறிது குற்றவுணர்வு ஏற்பட்டது. அவர்களுக்கு இடையே ஒரு

நிமிட நேரம் மௌனம் நிலவியது. அவர்களுடைய காலடி பட்டுப் பனி நொறுங்கிய சத்தம் மட்டுமே கேட்டுக் கொண்டிருந்தது. அவர்கள் கிட்டத்தட்டத் தாங்கள் தங்கியிருந்த இடத்தை நெருங்கியிருந்தனர். மற்றவர்களும் அவர்களை நெருங்கிக் கொண்டிருந்தனர்.

அப்போதுதான் ஹியூகோ அதைச் சொன்னார்.

"நானும் உங்களைப்போலத்தான், நோரா. என்னுடையது அல்லாத வாழ்க்கைகளுக்கு நான் விஜயம் செய்து வருகிறேன். இந்த வாழ்க்கையில் நான் ஐந்து நாட்களாக இருக்கிறேன். ஆனால், இதற்கு முன்பு பல வாழ்க்கைகளுக்கு நான் சென்றிருக்கிறேன். இப்படிப்பட்டதோர் அபூர்வமான வாய்ப்பு எனக்குக் கொடுக்கப்பட்டிருந்தது. நீண்டகாலமாகவே நான் இப்படிப் பல வாழ்க்கைகளுக்குள் புகுந்து புறப்பட்டுக் கொண்டிருக்கிறேன்."

இன்கிரிட் நோராவின் கையைப் பிடித்து இழுத்தாள்.

அவர்கள் தங்கியிருந்த அறையின் வாசலை நெருங்கியபோது, "என்னிடம் இன்னும் சிறிதளவு வாட்கா மிச்சமிருக்கிறது," என்று கூறிய இன்கிரிட், தன் கையிலிருந்த சாவி கார்டை அக்கதவின் அருகேயிருந்த ஸ்கேனரின் முன் ஆட்டினாள்.

கதவு திறந்து கொண்டது.

"நீங்கள் இதைப் பற்றிக் கூடுதலாகத் தெரிந்து கொள்ள விரும்பினால், ஐந்து நிமிடங்களில் பொது உணவறைக்கு வாருங்கள்," என்று ஹியூகோ நோராவிடம் இரகசியமாக முணுமுணுத்தார்.

நோராவின் இதயம் படபடவென அடித்துக் கொள்ளத் தொடங்கியது. ஆனால், இப்போது அவளிடம் கோதிகலனோ அல்லது அதை அடிப்பதற்கு ஒரு கரண்டியோ இருக்கவில்லை. அவளுக்கு இந்த ஹியூகோ ஆசாமியையும் பிடிக்கவில்லை. ஆனால், அவர் என்ன சொல்லவிருந்தார் என்பதைத் தெரிந்து கொள்ளும் ஆவல் அவளிடம் வெகுவாக அதிகரித்தது. அதோடு, அவர் நம்பத் தகுந்த ஒரு நபரா என்பதைத் தெரிந்து கொள்ளவும் அவள் விரும்பினாள்.

"சரி, நான் வருகிறேன்," என்று நோரா கூறினாள்.

எதிர்பார்ப்பு

தன்னை ஏற்றுக் கொள்வதில் நோராவுக்கு எப்போதுமே பிரச்சனை இருந்து வந்திருந்தது. அவளுக்கு நினைவு தெரிந்த நாளிலிருந்தே, தான் போதுமானவள் அல்லள் என்ற உணர்வு அவளிடம் இருந்து வந்திருந்தது. அவளுடைய பெற்றோர் இருவருமே தங்களுடைய சொந்தப் பாதுகாப்பின்மை உணர்வால் அவதிப்பட்டு வந்ததால், அவளிடமிருந்த இந்த யோசனையை அவர்கள் ஊட்டி வளர்த்தனர்.

தன்னை முழுமையாக ஏற்றுக் கொள்வது என்பது எப்படியிருக்கும் என்று இப்போது நோரா யோசித்தாள். தான் இதுவரை செய்திருந்த தவறுகள், தன்னுடைய உடலில் இருந்த தழும்புகள், தான் அடைந்திராத கனவுகள், தான் அனுபவித்திருந்த வலிகள், தான் அடக்கி வைத்திருந்த ஏக்கங்கள் போன்றவற்றைத் தான் ஏற்றுக் கொண்டால் எப்படியிருக்கும் என்று அவள் கற்பனை செய்தாள்.

இயற்கையை, பனியாற்றை, ஒரு பஃபின் பறவையை, ஆழ்கடலில் துள்ளிக் குதிக்கின்ற திமிங்கலத்தை தான் ஏற்றுக் கொண்டதுபோல, தான் அவை அனைத்தையும் ஏற்றுக் கொண்டால் எப்படியிருக்கும் என்று அவள் சிந்தித்தாள்.

இயற்கையின் மற்றோர் அற்புதமான விகாரமாக, தன்னால் முடிந்த அளவு சிறப்பாகச் செயல்பட முயன்று கொண்டிருந்த ஒரு விலங்காக அவள் தன்னைக் கற்பனை செய்து பார்த்தாள்.

அப்படிச் செய்ததன் மூலம், சுதந்திரமாக இருத்தல் என்பது எப்படியிருக்கும் என்றும் அவள் கற்பனை செய்தாள்.

வாழ்க்கை, இறப்பு மற்றும் குவாண்டம் அலைச் செயல்பாடு

ஹியூகோவைப் பொறுத்தவரை, அது ஒரு நூலகமாக இருக்கவில்லை.

அவர்கள் அந்த உணவருந்தும் அறையில் சந்தித்துக் கொண்டபோது, "அது ஒரு வீடியோ கடை," என்று ஹியூகோ கூறினார். "நான் எப்போதும் செல்கின்ற வீடியோ கடை அது. அதன் பெயர் வீடியோ லூமியர். அது நான் பிறந்து வளர்ந்த லியோன் என்ற பிரெஞ்சு நகரின் புறநகர்ப் பகுதியில் இருந்தது. லியோன் நகரின் கதாநாயகர்களாக விளங்கிய லூமியர் சகோதரர்களின் பெயர் ஏகப்பட்ட இடங்களுக்கு வைக்கப்பட்டிருந்தது. திரைப்படத்தை அவர்கள் அங்கேதான் கண்டுபிடித்திருந்தனர். அது கிடக்கட்டும். நான் தேர்ந்தெடுக்கின்ற ஒவ்வொரு வாழ்க்கையும் அந்தக் கடையில் நான் ஓடவிடுகின்ற ஒரு பழைய விஎச்எஸ் டேப்தான். அதில் படம் ஓட ஆரம்பித்தக் கணத்தில் நான் அங்கிருந்து மறைந்துவிடுவேன்."

நோரா தனக்குள் பீறிட்டெழுந்த சிரிப்பைக் கஷ்டப்பட்டு அடக்கிக் கொண்டாள்.

"இதில் நீங்கள் என்ன வேடிக்கையைக் கண்டீர்கள்?"

"போயும் போயும் ஒரு வீடியோ கடை!"

"ஓ! நூலகம் மட்டும் அர்த்தமுள்ளதாக இருக்கிறதோ?"

"ஆமாம். அதிலென்ன சந்தேகம்? இப்போதும் நீங்கள் புத்தகங்களைப் பயன்படுத்திக் கொண்டிருக்கிறீர்கள். ஆனால், யார் வீடியோக்களைப் பார்த்துக் கொண்டிருக்கின்றனர்?"

"ஓ! இது குறித்துக்கூடக் கிண்டலடிக்க முடியும் என்பதை இப்போதுதான் நான் தெரிந்து கொண்டேன். அதை எனக்குக் கற்றுக் கொடுத்ததற்கு உங்களுக்கு நன்றி!"

“மன்னித்துக் கொள்ளுங்கள், ஹியூகோ. நான் இப்போது உங்களிடம் அர்த்தமுள்ள ஒரு கேள்வியைக் கேட்கிறேன். அந்த வீடியோ கடையில் யாராவது இருந்தார்களா? உங்களுடைய ஒவ்வொரு வாழ்க்கையையும் தேர்ந்தெடுப்பதற்கு உங்களுக்கு உதவுவதற்காக அங்கு யாராவது இருந்தார்களா?”

அவர் அதை ஆமோதித்துத் தலையசைத்தார். “ஆமாம், இருந்தார். அவர் என்னுடைய மாமா பிலிப். அவர் வெகுகாலத்திற்கு முன்பே இறந்துவிட்டிருந்தார். அவர் அதற்கு முன்பு எந்த வீடியோ கடையிலும் வேலை பார்த்திருக்கவில்லை. அது முரண்பாடாக இருந்தது.”

நோரா எல்மைப் பற்றிக் கூறினாள்.

“பள்ளி நூலகரா? இதுகூடத்தான் வேடிக்கையாக இருக்கிறது,” என்று ஹியூகோ அவளைக் கிண்டலடித்தார்.

நோரா அவரை அலட்சியப்படுத்தினாள். “இவர்கள் யார் என்று நீங்கள் நினைக்கிறீர்கள்? பேய்களா? வழிகாட்டும் ஆவிகளா? இரட்சிக்க வந்த தேவதைகளா? இவர்கள் யார்?”

அறிவியல் நிறுவனம் ஒன்றின் மையத்தில் வைத்து அவர்கள் இப்படிப் பேசிக் கொண்டிருந்தது பரிகாசத்திற்குரியதாக இருந்தது.

“அவர்கள்,” என்று துவங்கிய ஹியூகோ, சரியான வார்த்தையைத் தேடிக் கொண்டிருந்ததுபோலச் சிறிது இடைவெளிவிட்டார். பின்னர், “விளக்கவியலாளர்கள்,” என்று அவர் கூறினார்.

“விளக்கவியலாளர்களா?”

“நம்மைப் போன்ற பலரை நான் சந்தித்திருக்கிறேன்,” என்று ஹியூகோ கூறினார். “நான் இந்த இடைப்பட்ட நிலையில் வெகுகாலமாக இருந்து வந்துள்ளேன் என்று உங்களிடம் ஏற்கனவே கூறியிருந்தேனல்லவா? அப்போது நான் நம்மைப் போன்ற ‘நழுவிகள்’ சிலரைச் சந்தித்தேன். நான் நம்மைப் போன்றவர்களை அப்படித்தான் அழைக்கிறேன். நம்முடைய மூல வாழ்க்கையில் நாம் இப்போது பிரக்ஞையற்ற நிலையில் கிடந்து கொண்டிருப்போம். வாழ்வுக்கும் சாவுக்கும் இடையில் ஊசலாடிக் கொண்டிருந்துவிட்டு ஓரிடத்தை வந்தடைகிறோம். அது எப்போதும் வித்தியாசமான ஓரிடமாக இருக்கிறது. ஒரு நூலகம், ஒரு வீடியோ கடை, ஓர் ஓவியக் கண்காட்சியகம், ஒரு சூதாட்ட அரங்கு, ஓர் உணவகம் … இப்படி. இவை உங்களுக்கு எதை உணர்த்துகின்றன?”

நோரா தன் தோள்களைக் குலுக்கினாள். பின்னர் அவள் அது குறித்து யோசித்தாள். “அனைத்தும் அபத்தக் களஞ்சியங்கள் என்றும், இவற்றில் எதுவுமே நிஜமல்ல என்றும் உணர்த்துகின்றன.”

“இல்லை. ஏனெனில், இங்கு அடிப்படைகள் ஒரே மாதிரியாகத்தான் இருக்கின்றன. அங்கு எப்போதும் யாரோ ஒரு வழிகாட்டி இருக்கிறார். எப்போதும் ஒரே ஒரு நபர்தான் இருக்கிறார். அந்த நபர், ஒரு திரிசங்கு

நிலையில் இருப்பவரின் வாழ்க்கையின் முக்கியமானதொரு கட்டத்தில் குறிப்பிடத்தக்க விதத்தில் உதவியிருந்திருக்கிறார். அது பெரும்பாலும் உணர்வு சார்ந்த விஷயமாகவே இருந்து வந்திருக்கிறது. அதோடு, மூல வாழ்க்கை குறித்தப் பேச்சும் அங்கு முன்வைக்கப்படுகிறது."

தன்னுடைய அப்பா இறந்து போன சமயத்தில் எல்ம் தன்னைத் தேற்றியதை நோரா நினைவுகூர்ந்தாள். எல்ம் அவளுடனேயே இருந்து அவளுக்கு ஆறுதலளித்திருந்தார். நோராவின் வாழ்க்கையில் எல்ம் அளவுக்கு வேறு எவரும் அவளிடம் அவ்வளவு கனிவோடு நடந்து கொண்டதில்லை.

ஹியூகோ தொடர்ந்து பேசினார். "அங்கு இந்த நபர்களுக்கு முன்னால் எப்போதும் எல்லையற்றத் தேர்ந்தெடுப்புகள் இருந்தன. கணக்குவழக்கற்றப் புத்தகங்கள், ஒளிநாடாக்கள், ஓவியங்கள் அல்லது உணவுப் பதார்த்தங்கள் அங்கிருந்தன. நான் ஓர் அறிவியலறிஞன். நான் பலவிதமான அறிவியலறிஞனாக வாழ்ந்திருக்கிறேன். மூல வாழ்க்கையில் நான் உயிரியலில் பட்டம் பெற்றிருந்தேன். மற்றொரு வாழ்க்கையில் நான் நோபல் பரிசு பெற்றிருந்த ஒரு வேதியியலாளராக இருந்தேன். ஆஸ்திரேலியாவுக்கு அருகேயுள்ள பெருந்தடுப்புப் பவளத்திட்டுகளைக் காக்கின்ற முயற்சியில் ஈடுபட்டிருந்த ஒரு கடல்சார் உயிரியலாளராக நான் இருந்துள்ளேன். ஆனால், நான் எப்போதும் ஆர்வம் கொண்டிருந்தது இயற்பியலில்தான். முதலில், எனக்கு என்ன நடந்து கொண்டிருந்தது என்பதை எப்படிக் கண்டுபிடிப்பது என்று தெரியாமல் நான் திணறினேன். ஒரு வாழ்க்கையில் நான் ஒரு பெண்மணியைச் சந்திக்கும்வரை நான் இப்படித்தான் இருந்தேன். அவரும் நம்மைப் போன்றவர்தான். அவருடைய மூல வாழ்க்கையில் அவர் ஒரு குவாண்டம் இயற்பியலாளராக இருந்தார். அவர் பெயர் டொமினிக் பிஸ்ஸெட். அவர் மான்ட்பெல்லியர் பல்கலைக்கழகத்தில் ஒரு பேராசிரியராகப் பணியாற்றிக் கொண்டிருந்தார். அவர்தான் எனக்கு அனைத்தையும் விளக்கினார். பல உலகங்களைப் பற்றிய குவாண்டம் இயற்பியலின் விளக்கத்தை அவர் என்னிடம் எடுத்துரைத்தார். அதாவது–"

கனிவான முகத்தைக் கொண்டிருந்த ஒரு நபர் தன்னுடைய காபிக் கோப்பையைக் கழுவுவதற்காக அந்த உணவருந்தும் அறைக்கு வந்தார். அவர் யாரென்று நோராவுக்குத் தெரியாது. அவர் அவர்கள் இருவரையும் நோக்கிப் புன்னகைத்தார்.

"நாளை காலையில் பார்க்கலாம்," என்று கூறிவிட்டு அவர் அங்கிருந்து சென்றார். அவருடைய உச்சரிப்பிலிருந்து அவர் ஓர் அமெரிக்கராகவோ அல்லது கனேடியராகவோ இருக்க வேண்டும் என்று நோரா ஊகித்தாள்.

"பார்க்கலாம்," என்றாள் நோரா.

"நாளை சந்திக்கலாம்," என்றார் ஹியூகோ. பின்னர் அவர்

நோராவின் பக்கம் திரும்பி, ஒரு கிசுகிசுப்பான குரலில், தான் விட்ட இடத்திலிருந்து தொடர்ந்தார். "குவாண்டம் இயற்பியல் முன்வைக்கின்ற உலகளாவிய அலைச் செயல்பாடு உண்மைதான். அப்படித்தான் பேராசிரியர் பிஸ்ஸெட் கூறினார்."

"அது என்ன?"

ஹியூகோ தன் ஒரு விரலை உயர்த்தினார். ஒரு நிமிடம் பொறுங்கள் என்ற அர்த்தத்தில் உயர்த்தப்பட்டிருந்த அந்த விரலை மடக்கி ஒடிக்க வேண்டும் என்று தனக்குள் தோன்றிய உணர்வை நோரா கட்டுப்படுத்திக் கொண்டாள். "இர்வின் ஷிரோடிங்கர்-"

"அந்தப் பூனைக்காரரா?"

"ஆமாம். அந்தப் பூனை ஆசாமிதான். குவாண்டம் இயற்பியலில் மாற்றுச் சாத்தியக்கூறுகள் அனைத்தும் ஒரே நேரத்தில் நடக்கின்றன என்று அவர் கூறினார். அனைத்தும் ஒரே நேரத்தில். அதுதான் குவாண்டம் மேல்நிலை. பெட்டிக்குள் இருக்கின்ற பூனை ஒரே நேரத்தில் உயிரோடும் இருக்கும், இறந்தும் இருக்கும். நீங்கள் அந்தப் பெட்டியைத் திறந்து பார்த்து அது உயிரோடு இருப்பதைக் காணலாம் அல்லது அது செத்துப் போயிருப்பதைக் காணலாம். ஒவ்வொரு பிரபஞ்சமும் மற்றொரு பிரபஞ்சத்தின்மீது நிலைகொண்டுள்ளது. டிரேசிங் காகிதத்தில் இடம் பெற்றுள்ள இலட்சக்கணக்கான படங்களைப்போல. அப்படங்களுக்கு இடையே மிக நுண்ணியதான வேறுபாடு மட்டுமே இருக்கும். பல உலகங்கள் இருக்கின்றன என்ற கருத்தாக்கத்தை முன்வைக்கின்ற குவாண்டம் இயற்பியல், ஒன்றுக்கொன்று மாறுபட்ட இணைப் பிரபஞ்சங்கள் முடிவிலா எண்ணிக்கையில் இருப்பதாகக் கூறுகிறது. உங்களுடைய வாழ்க்கையின் ஒவ்வொரு கணத்திலும், நீங்கள் மேற்கொள்கின்ற ஒவ்வொரு தீர்மானத்தின் அடிப்படையிலும், ஒரு புதிய பிரபஞ்சத்திற்குள் நீங்கள் அடியெடுத்து வைக்கிறீர்கள். பாரம்பரியமாக, அந்தப் பிரபஞ்சங்கள் நம்மிடமிருந்து ஒரு சில மில்லிமீட்டர் தூரம் மட்டுமே தள்ளி இருந்தாலும்கூட, அவற்றுக்கு இடையே தகவல் பரிமாற்றங்களோ அல்லது வேறுவிதமான பரிமாற்றங்களோ நடைபெறுவதில்லை என்று நம்பப்பட்டு வந்தது."

"நம் விஷயத்தில் அது உண்மை இல்லையே. நாம் அதைத்தானே செய்து கொண்டிருக்கிறோம்."

"சரியாகச் சொன்னீர்கள். நான் இங்கு இருக்கிறேன். அதே நேரத்தில் நான் இங்கு இல்லை என்பதையும் நான் உணர்ந்திருக்கிறேன். நான் பாரிஸிலுள்ள ஒரு மருத்துவமனையில் குருதிநாள அழற்சி நோயால் பாதிக்கப்பட்டுப் படுத்துக் கிடக்கிறேன். அதே நேரத்தில், நான் அரிசோனாவில் வானிலிருந்து பாராசூட் மூலம் குதித்துக் கொண்டிருக்கிறேன். தென்னிந்தியாவில் பயணித்துக் கொண்டிருக்கிறேன். லயானில் ஒயினைச் சுவைத்துக் கொண்டிருக்கிறேன். ஒரு இரம்மியமான தீவுக்கு அருகே ஒரு படகில்

உல்லாசமாக மிதந்து கொண்டிருக்கிறேன்.”

“அது எனக்குத் தெரியும்!”

“உண்மையாகவா?”

ஹியூகோ வசீகரமாக இருந்ததாக நோரா கருதினாள்.

“ஆமாம். ஆர்க்டிக் சாகசத்தைவிட, கேன்ஸ் பகுதியில் ஆசுவாசமாக நடை போடுவது உங்களுக்கு அதிகப் பொருத்தமாக இருக்கும்.”

“ஐந்து நாட்கள்! ஐந்து நாட்களாக நான் இந்த வாழ்க்கையில் இருந்து வருகிறேன். ஒருவேளை, இந்த வாழ்க்கைதான் எனக்கு விதிக்கப்பட்டதுபோலும்.”

“அப்படியானால், நீங்கள் கடுங்குளிரான ஒரு வாழ்க்கையை வாழப் போகிறீர்கள்.”

“யாருக்குத் தெரியும்! நீங்கள்கூட இந்த வாழ்க்கையில் தங்கிவிடக்கூடும். அந்தக் கரடி உங்களை உங்களுடைய நூலகத்திற்கு அனுப்பி வைக்கவில்லை என்பதை வைத்துப் பார்க்கும்போது, எதுவுமே உங்களை அங்கு அழைத்துச் செல்லாது என்றுதான் எனக்கு நினைக்கத் தோன்றுகிறது.” ஹியூகோ அங்கிருந்த கெட்டிலில் நீரை ஊற்றி அடுப்பில் வைத்தார். பின் தொடர்ந்து பேசினார். “வாழ்வுக்கும் சாவுக்கும் இடைப்பட்டத் தெளிவற்றப் பிரதேசம் ஒரு மர்மமான இடமென்று அறிவியல் கூறுகிறது. நாம் இதுவாகவும் இல்லாமல் அதுவாகவும் இல்லாமல் இருக்கின்ற ஓர் ஒற்றைப்புள்ளி இருக்கிறது. அல்லது இரண்டாகவும் இருக்கின்ற புள்ளியாகவும் அது இருக்கலாம். உயிரோடும், அதே சமயத்தில் இறந்தும் இருக்கின்ற நிலை அது. அந்த இரண்டுக்கும் இடைப்பட்ட அக்கணத்தில், சில சமயங்களில் நாம் ஷிரோடிங்கரின் பூனையாக மாறிவிடுகிறோம். உலகளாவிய அலைச் செயல்பாட்டோடு உடன்பட்டு, இருப்பதற்கு வாய்ப்புள்ள அனைத்துச் சாத்தியக்கூறுகளிலும் நாம் இடம் பெற்றிருப்போம். லாங்யியர்பையெனிலுள்ள ஒரு பொதுச் சமையலறையில் உட்கார்ந்து நள்ளிரவு ஒரு மணிக்கு அரட்டையடித்துக் கொண்டிருப்பதும் அதில் அடங்கும்.”

நோரா அவர் கூறிக் கொண்டிருந்த அனைத்தையும் உள்வாங்கிக் கொண்டிருந்தாள். அவள் வோல்ட்ஸைப் பற்றி நினைத்துக் கொண்டாள். அது ஒரே நேரத்தில் சாலையிலும் தன் கட்டிலுக்குக் கீழேயும் அசையாமல் கிடந்திருந்ததை அவள் நினைவுகூர்ந்தாள்.

“சில சமயங்களில் அந்தப் பூனை அங்கும் இறந்திருக்கும், வேறோர் இடத்திலும் இறந்திருக்கும்.”

“நீங்கள் சொல்வது புரியவில்லை.”

“ஒன்றுமில்லை. என்னுடைய வளர்ப்புப் பூனை இறந்துவிட்டது. நான் வேறொரு வாழ்க்கையைத் தேர்ந்தெடுத்தேன். அதிலும் அது இறந்துதான் போயிருந்தது.”

“அது வருத்தத்திற்குரிய விஷயம்தான். என்னுடைய வளர்ப்பு நாய் விஷயத்தில் அப்படி நிகழ்ந்தது. நான் குறிப்பிட முயல்கின்ற விஷயம் இதுதான்: நம்மைப் போன்ற வேறு சிலரும் இருக்கின்றனர். நான் என் வாழ்க்கையில் அப்படிப்பட்டப் பலரைச் சந்தித்திருக்கிறேன். உங்களுடைய உண்மை நிலையை உரக்கச் சொல்வது ஒன்றே உங்களைப் போன்றிருக்கின்ற அவர்களைக் கண்டுபிடிக்கப் போதுமானதாக இருக்கும்.”

“ஆனால், நம்மைப் போன்ற வேறு சிலரும் இருக்கின்றனர் என்ற எண்ணமே தலையைக் கிறுகிறுக்க வைப்பதாக இருக்கிறது. அவர்களுக்கு என்ன பெயர் சொன்னீர்கள்?”

“நழுவிகள்?”

“ஆமாம். அதுதான்.”

“அது சாத்தியம்தான். ஆனால், நாம் அபூர்வமானவர்கள் என்று நான் நினைக்கிறேன். இப்படி வெவ்வேறு வாழ்க்கைகளுக்குள் புகுந்து புறப்பட்டபோது நான் ஒரு விஷயத்தைக் கவனித்துள்ளேன். அச்சமயங்களில் நான் சந்தித்திருந்த சுமார் ஒரு டஜன் நபர்கள் அனைவரும் கிட்டத்தட்ட நம்முடைய வயதை ஒத்த வயதுடையவர்களாக இருந்தனர். அவர்கள் அனைவருமே தங்களுடைய வாழ்க்கையில் விஷயங்களை வித்தியாசமாகச் செய்திருந்திருக்கலாம் என்று ஆழமாக விரும்பியிருந்தனர். அவர்களுக்குப் பின்வருத்தங்கள் இருந்தன. தாங்கள் இறந்து போனால் நன்றாக இருக்கும் என்று நினைத்த அவர்கள், அதே நேரத்தில், தங்களுடைய வாழ்க்கையின் வேறுபட்டதோர் அவதாரத்தை வாழவும் வெகுவாக விரும்பினர்.”

“ஷிரோடிங்கரின் வாழ்க்கை. ஒரே நேரத்தில் ஒருவர் தன் மனத்தில் உயிரோடும் இறந்தும் இருக்கின்ற நிலை.”

“ஆமாம். சரியாகச் சொன்னீர்கள். பின்வருத்தங்கள் நம்முடைய மூளையில் ஏற்படுத்துகின்ற வேதி மாற்றங்கள் இந்த இரட்டை நிலைக்கான ஏக்கத்தை நம்மிடம் தோற்றுவித்து, இப்போது நாம் இருக்கின்ற நிலைக்குள் நம்மைத் தள்ளிவிடுகின்றன.”

கெட்டிலில் நீர் சூடாகத் தொடங்கியதால் அது சத்தம் போடத் தொடங்கியது. நோராவின் எண்ணங்களைப்போலவே அதுவும் குமிழிடத் துவங்கியது.

“வாழ்வுக்கும் சாவுக்கும் நடுவே நாம் ஊசலாடிக் கொண்டிருக்கின்றபோது, நூலகம், வீடியோ கடை போன்ற, நாம் சென்றடைகின்ற இடங்களில், நாம் எப்போதும் ஏன் ஒரே ஒருவரை மட்டுமே சந்திக்கிறோம்?”

ஹியூகோ தன் தோள்களைக் குலுக்கினார். “எனக்கு மத நம்பிக்கை இருந்தால், அந்த நபரை நான் கடவுள் என்று கூறுவேன். கடவுள் நம்மால் பார்க்க முடியாத ஒரு நபராகவும், நம்மால் புரிந்து கொள்ள முடியாத ஒருவராகவும் இருப்பதால், நம்முடைய வாழ்க்கையில்

நமக்கு நல்லதைச் செய்திருந்த ஒருவரின் வடிவத்தில் அவர் நம் முன் காட்சியளித்திருக்கலாம். ஆனால் எனக்குக் கடவுள் நம்பிக்கை கிடையாது. அதனால் நான் அதை இப்படிப் புரிந்து கொள்கிறேன்: மிக மிகச் சிக்கலான குவாண்டம் அலைச் செயல்பாட்டுக் கோட்பாட்டை நம்முடைய மூளையால் புரிந்து கொள்ள முடியாததால், நம் மூளை, நம்மால் புரிந்து கொள்ள முடிகின்ற ஒன்றாக அதைக் குறுக்குகிறது. நூலகத்திலுள்ள ஒரு நூலகர், வீடியோ கடையிலுள்ள ஒரு மாமா போன்றவர்கள் இதற்கான எடுத்துக்காட்டுகள்."

நோராவுக்குப் 'பல பிரபஞ்சங்கள்' கோட்பாட்டைப் பற்றி ஓரளவு தெரியும். உளவியலிலுள்ள முழுநிலைக் கோட்பாட்டைப் பற்றியும் அவள் தெரிந்து வைத்திருந்தாள். அக்கோட்பாட்டின்படி, மனித மூளை சிக்கலான விஷயங்களைக் கிரகித்துக் கொண்டு, நம்மால் புரிந்து கொள்ள முடிகின்ற ஒரு விதத்தில் அவற்றை எளிமையாக்கிக் கொடுக்கிறது. சிக்கலான கிளைகளையும் இலைகளையும் கொண்ட பெரிய பருப்பொருள் ஒன்றை எளிமையாக 'மரம்' என்று நமக்கு விளக்கிக் கொடுக்கிறது. தொடர்ந்து இந்த உலகிலுள்ள அனைத்து விஷயங்களையும் எளிமையாகக் குறுக்குவது மனிதச் செயல்களில் முக்கியமானது.

மனிதர்கள் பார்க்கின்ற அனைத்தும் எளிமையாகக் குறுக்கப்பட்டவைதாம் என்பதை நோரா அறிவாள். மனிதர்கள் இந்த உலகை முப்பரிமாணத்தில் மட்டுமே பார்க்கின்றனர். அதுவே எளிமையாக்கல்தான். மனிதர்கள், அடிப்படையில் எல்லாவற்றையும் பொதுமைப்படுத்துகின்ற, குறுக்கிக் கொள்கின்ற, அனிச்சையாக இயங்குகின்ற, வளைவான தெருக்களைத் தங்களுடைய மனத்திற்குள்ளாகவே நேர்ப்படுத்திக் கொள்கின்ற ஜீவன்கள். அவர்கள் எப்போதும் எதையோ பறிகொடுத்ததுபோல இருப்பதில் வியப்பில்லை.

"மனிதர்கள் தங்களுடைய கைக்கடிகாரத்தில் மணி பார்க்கின்றபோது, அதிலுள்ள நொடி முள்ளை ஒருபோதும் பார்க்காமல் இருப்பதற்கு ஒப்பானது இது," என்று நோரா கூறினாள்.

"நீங்கள் என்ன சொல்கிறீர்கள்?"

ஹியூகோ தன் கையில் பழைய கைக்கடிகாரம் ஒன்றைக் கட்டியிருந்ததை நோரா பார்த்தாள். "நான் சொன்னதை உங்களுடைய கைக்கடிகாரத்தில் முயற்சி செய்து பாருங்கள். உங்களால் முடியாது. தன்னால் கையாள முடியாத விஷயங்களை மனித மனங்கள் ஒருபோதும் பார்ப்பதில்லை."

தன் கைக்கடிகாரத்தை உற்றுப் பார்த்த ஹியூகோ, அதை ஒப்புக் கொள்வதுபோலத் தலையாட்டினார்.

"அதனால், பிரபஞ்சங்களுக்கு இடையே இருப்பது நூலகமாக இல்லாதிருக்கலாம். ஆனால், நாம் புரிந்து கொள்வதற்கான எளிய

வழி அது. இதுதான் என்னுடைய அனுமானம். உண்மையின் எளிமையாக்கப்பட்ட ஒரு வடிவத்தை நான் பார்க்கிறேன். இங்கு நூலகர் என்பவர் ஒருவிதமான மன உருவகம். இன்னும் சொல்லப் போனால், இது எல்லாவற்றுக்கும் பொருந்தும்."

"இது சுவாரசியமாக இருக்கிறது, இல்லையா?" என்று ஹியூகோ கேட்டார்.

நோரா பெருமூச்செறிந்தாள். "என்னுடைய சமீபத்திய வாழ்க்கையில், செத்துப் போன என்னுடைய அப்பாவுடன் நான் பேசினேன்."

ஹியூகோ அங்கிருந்த ஒரு டப்பாவிலிருந்து காபிப் பொடியை இரண்டு கோப்பைகளில் போட்டு, கெட்டிலிலிருந்த வெந்நீரை அக்கோப்பைகளில் ஊற்றினார்.

"அப்போது நான் காபி குடிக்கவில்லை. பெப்பர்மின்ட் தேநீரைக் குடித்தேன்."

"கேட்கவே கஷ்டமாக இருக்கிறது."

"அது ஒன்றும் அவ்வளவு மோசமாக இருக்கவில்லை."

"நோரா, இதிலுள்ள மற்றொரு விநோதமான விஷயம் என்னவென்று உங்களுக்குத் தெரியுமா? நம்முடைய இந்த வாழ்க்கையில் எந்தவொரு கணத்திலும் நீங்களோ அல்லது நானோ திடீரென்று மறைந்துவிடக்கூடும்."

ஹியூகோ தன்னிடம் நீட்டிய காபிக் கோப்பையை வாங்கிக் கொண்ட நோரா, "அப்படி ஏதாவது உங்களுக்கு நடந்திருக்கிறதா?" என்று கேட்டாள்.

"ஆமாம். சில முறை அப்படி நடந்திருக்கிறது. அது பயமுறுத்துகின்ற ஒரு விதத்தில் விநோதமாக இருக்கும். ஆனால், அதை அங்கிருக்கின்ற வேறு எவராலும் கண்டுபிடிக்க முடியாது. இந்த வாழ்க்கையில் அதைத் தொடர்கின்ற நபரைப் பொறுத்தவரை, முந்தைய நாள் ஞாபகம் சிறிது மங்கலாக இருக்கும். நீங்கள் இக்கணத்தில் உங்களுடைய நடுநிசி நூலகத்திற்குத் திரும்பிச் சென்றுவிடுகிறீர்கள் என்று வைத்துக் கொள்வோம். அப்போது நான் உங்களுடன் இதே இடத்தில் பேசிக் கொண்டிருப்பேன். நீங்கள் என்னிடம், 'என்னுடைய மனம் திடீரென்று வெறுமையாகிவிட்டது போன்ற உணர்வு எனக்கு ஏற்பட்டுள்ளது,' என்ற ரீதியில் பேசுவீர்கள். 'இப்போது நாம் என்ன பேசிக் கொண்டிருந்தோம்?' என்று நீங்கள் என்னிடம் கேட்பீர்கள். அப்போது, என்ன நடந்தது என்பது சட்டென்று எனக்குப் புரிந்துவிடும். நான் உங்களிடம், 'நாம் இப்போது பனியாறுகளைப் பற்றிப் பேசிக் கொண்டிருந்தோம். அவற்றைப் பற்றிய புள்ளிவிபரங்களையும் தகவல்களையும் அள்ளி வீசி நீங்கள் என்னைத் திணறடித்துக் கொண்டிருந்தீர்கள்,' என்று கூறுவேன். உங்களுடைய மூளை, இடைப்பட்டக் காலத்தில் நிகழ்ந்தவற்றை

ஊகித்து, மறந்து போனவற்றை இட்டு நிரப்பிவிடும்."

"நான் நடுநிசி நூலகத்திற்குச் சென்ற பிறகு, எனக்கு - அதாவது, என்னுடைய அந்த இன்னொரு அவதாரத்திற்கு - துருவக் கரடிச் சம்பவமும் இரவு விருந்தும் நினைவிருக்குமா?"

"இருக்க வேண்டும் என்ற அவசியமில்லை. அப்படி இருந்திருந்ததை நான் பார்த்திருக்கிறேன். விட்டுப் போன விஷயங்களை இட்டு நிரப்புகின்ற மூளையின் செயல்பாடு வியப்பானது. அதே சமயம், சிலவற்றை மறப்பதற்குத் தயாராக இருக்கின்ற அதன் திறனும் குறிப்பிடத்தக்கது."

"அப்படியானால், இதைச் சொல்லுங்கள். நான் இங்கு வருவதற்கு முன்பு, நேற்று இரவு இங்கிருந்த நோரா எப்படி இருந்தாள்?"

ஹியூகோ நோராவைக் கண்ணோடு கண் பார்த்தார். அவை அழகான கண்கள் என்று நோராவுக்குத் தோன்றியது. பூமியைச் சுற்றி வருகின்ற துணைக்கோளைப்போல ஒரு கணத்திற்கு நோரா அவருடைய சுற்றுப்பாதைக்குள் இழுக்கப்பட்டாள்.

"நேர்த்தியாகவும், வசீகரமாகவும், புத்திசாலியாகவும், அழகாகவும் இருந்தாள் - இப்போது இருப்பதைப்போல!"

ஒரு சிரிப்பின் மூலம் நோரா அதை ஒதுக்கித் தள்ளினாள். "ஒரு பிரெஞ்சுக்காரரைப்போல நடந்து கொள்வதை நிறுத்திக் கொள்ளுங்கள்."

அவர்களுக்கு இடையே ஓர் அசௌகரியமான மௌனம் நிலவியது.

இறுதியாக நோரா, "நீங்கள் எத்தனை வாழ்க்கைகளை வாழ்ந்துள்ளீர்கள்?" என்று கேட்டாள்.

"நிறைய. சுமார் முந்நூறு இருக்கும்."

"அடேயப்பா! முந்நூறா?"

"நான் பலவாறாக இருந்திருக்கிறேன். இந்த பூமியிலுள்ள அனைத்துக் கண்டங்களிலும் நான் வாழ்ந்திருக்கிறேன். ஆனாலும் எனக்கு மிகவும் பிடித்தமானதொரு வாழ்க்கையை நான் இன்னும் கண்டுபிடித்திருக்கவில்லை. நான் இப்படியேதான் காலத்தை ஓட்ட வேண்டியிருக்கும், வேறு வழியில்லை என்ற முடிவுக்கு நான் வந்துள்ளேன். நான் நிரந்தரமாக வாழ விரும்புகின்ற ஒரு வாழ்க்கை எனக்கு வாய்க்காது. நான் அளவுக்கதிகமாக ஆர்வக் குறுகுறுப்பு கொள்கிறேன். வேறொரு விதத்தில் வாழ்வதற்கு நான் அதீதமாக ஏங்குகிறேன். நீங்கள் உங்களுடைய முகத்தை அப்படி வைத்துக் கொள்ள வேண்டிய தேவையில்லை. இது ஒன்றும் வருத்தமான விஷயமல்ல. இப்படி, அடுத்து என்ன நடக்கும் என்று தெரியாத நிலையை நான் மகிழ்ச்சியாகவே கழிக்கிறேன்."

"ஒரு நாள் வீடியோ கடையே இல்லையென்றால்?" என்று நோரா கேட்டாள். நடுநிசி நூலகத்தில் எல்ம் தன்னுடைய கணினியில்

ஏற்பட்டிருந்த பிழை குறித்துத் தவித்ததையும், அங்கிருந்த அனைத்து விளக்குகளும் விட்டு விட்டு எரிந்ததையும் அவள் நினைத்துக் கொண்டாள். "நீங்கள் விரும்புகின்ற ஒரு வாழ்க்கையை நீங்கள் கண்டுபிடிப்பதற்கு முன்பாக ஒரு நாள் நீங்கள் நிரந்தரமாக மறைந்துவிட்டால் நீங்கள் என்ன செய்வீர்கள்?"

ஹியூகோ தன் தோள்களைக் குலுக்கினார். "அப்படி நேரும்போது நான் இறந்துவிடுவேன். என்னுடைய மூல வாழ்க்கையில் எப்படியும் மரணம் எனக்குச் சம்பவித்திருக்கும்தானே? இப்படி ஒரு நழுவியாக இருப்பது எனக்குப் பிடித்திருக்கிறது. இதிலுள்ள கச்சிதமின்மையை நான் விரும்புகிறேன். தேர்ந்தெடுக்கப்படக்கூடிய விஷயங்களில் இறப்பும் இடம் பெற்றிருப்பதை நான் வரவேற்கிறேன். ஓரிடத்தில் நிலையாக இருக்க வேண்டிய நிலை இல்லாமல் இருப்பது எனக்குப் பிடித்திருக்கிறது."

"ஆனால், என் சூழ்நிலை வேறுபட்டது என்று நான் கருதுகிறேன். என்னுடைய இறப்பு வெகு விரைவில் நிகழப் போகிறது என்று நான் நினைக்கிறேன். நான் விரும்புகின்ற ஒரு வாழ்க்கையை என்னால் உடனடியாகக் கண்டுபிடிக்க முடியாவிட்டால் என் வாழ்க்கை முடிந்துவிடும் என்று நான் நம்புகிறேன்," என்று நோரா கூறினாள்.

கடந்த முறை நடுநிசி நூலகத்திற்குத் திரும்பியபோது தனக்கு ஏற்பட்டச் சிக்கல்கள் குறித்து நோரா அவரிடம் கூறினாள்.

"அது மோசமானதாக இருக்கலாம். அப்படி இல்லாமலும் இருக்கலாம். இங்கு எண்ணற்றச் சாத்தியக்கூறுகள் இருக்கின்றன என்பதை நீங்கள் உணர்ந்துள்ளீர்களா? 'பல பிரபஞ்சங்கள்' கோட்பாடு என்பது வெறுமனே பிரபஞ்சங்களின் எண்ணிக்கையைப் பற்றியது மட்டும் அல்ல. இன்னும் சரியாகச் சொல்ல வேண்டுமென்றால், அது விரல்விட்டு எண்ணிவிடப்படக்கூடிய ஒரு சில பிரபஞ்சங்களைப் பற்றியதோ அல்லது பல கோடிக்கணக்கான பிரபஞ்சங்களைப் பற்றியதோ அல்ல. அது எண்ணிக்கையற்றப் பிரபஞ்சங்களைப் பற்றியது. அவற்றில் எதுவொன்றில் வேண்டுமானாலும் உங்களால் இருக்க முடியும். உங்களுடைய கற்பனை மட்டுமே அதற்கு எல்லை. உங்களுடைய பின்வருத்தங்களை எப்படித் திருத்திக் கொள்வது என்பது குறித்து நீங்கள் விதவிதமாக, புதிது புதிதாகச் சிந்திக்கலாம். என்னுடைய மூல வாழ்க்கையில், நான் பருவ வயதில் இருந்தபோது எனக்கிருந்த ஓர் ஆசை நிறைவேறாமல் போய்விட்டது குறித்து நான் பின்வருத்தம் கொண்டிருந்தேன். விண்வெளிப் பொறியியல் படிப்புப் படித்து ஒரு விண்வெளி வீரராக ஆக வேண்டும் என்ற விருப்பம்தான் அது. அதனால், என்னுடைய ஒரு வாழ்க்கையில் நான் ஒரு விண்வெளி வீரனாக ஆனேன். அந்த வாழ்க்கையில் நான் விண்வெளிக்குச் செல்லவில்லை. ஆனால், விண்வெளிக்குச் சென்றிருந்த ஒருவனாக ஆகியிருந்தேன். நமக்குக் கிடைத்திருப்பது ஓர் அருமையான,

அரிதான வாய்ப்பு என்பதை மட்டும் நீங்கள் மறக்கக்கூடாது. நம்முடைய மூல வாழ்க்கையில் நாம் செய்திருந்த எந்தத் தவறையும் நம்மால் இப்போது சரி செய்து கொள்ள முடியும், நாம் விரும்புகின்ற எந்தவொரு வாழ்க்கையையும் நம்மால் வாழ முடியும். அதனால், பெரிதாகக் கனவு காணுங்கள். நீங்கள் விரும்புகின்ற எதுவாகவும் உங்களால் ஆக முடியும். ஏனெனில், ஏதோ ஒரு வாழ்க்கையில் நீங்கள் அப்படித்தான் இருக்கிறீர்கள்."

நோரா காபியை ஒரு மடக்குக் குடித்தாள். "நீங்கள் சொல்வது எனக்குப் புரிகிறது."

"ஆனால், வாழ்க்கைக்கான அர்த்தம் என்ன என்று நீங்கள் தேடிக் கொண்டிருந்தால் உங்களால் ஒருபோதும் வாழ முடியாது," என்று ஹியூகோ கூறினார்.

"இது ஆல்பெர் காம்யுவின் மேற்கோளல்லவா?"

"நீங்கள் என்னைக் கையும் களவுமாகப் பிடித்துவிட்டீர்கள்."

இப்போது ஹியூகோ அவளைக் கண்ணிமைக்காமல் பார்த்துக் கொண்டிருந்தார். அதன் தீவிரத்தன்மையை இப்போது அவள் பொருட்படுத்தவில்லை. ஆனால், அவர்மீதான தன்னுடைய சொந்தப் பார்வையைக் குறித்துத்தான் அவள் கவலை கொண்டிருந்தாள். பின்னர் அவள் தன்னுடைய கண்களைத் தாழ்த்தியபடி, "நான் கல்லூரியில் தத்துவத்தைப் பாடமாக எடுத்துப் படித்திருந்தேன்," என்று தன்னால் முடிந்த அளவு உணர்ச்சியற்றக் குரலில் கூறினாள்.

இப்போது ஹியூகோ அவளை நெருங்கி வந்திருந்தார். அது வசீகரமாக இருந்த அதே நேரத்தில், எரிச்சலூட்டுவதாகவும் இருந்தது. அவருடைய முகத்தைப் பார்த்தால், ஒன்று, அடிக்க வேண்டும்போல இருந்தது அல்லது முத்தமிடத் தூண்டியது.

"ஒரு வாழ்க்கையில் நாம் ஒருவரையொருவர் பல ஆண்டுகளாக அறிந்திருந்தோம், திருமணமும் புரிந்திருந்தோம்," என்று ஹியூகோ கூறினார்.

நோரா இப்போது அவரை நேருக்கு நேர் பார்த்து, "பெரும்பாலான வாழ்க்கையில் நான் உங்களை அறிந்திருக்கவில்லை," என்று கூறினாள்.

"அது வருத்தத்திற்குரிய விஷயம்."

"நான் அப்படி நினைக்கவில்லை."

"உண்மையாகவா?"

"ஆமாம்," என்று கூறி நோரா புன்னகைத்தாள்.

"நாம் தனித்துவமானவர்கள், நோரா. நாம் தேர்ந்தெடுக்கப்பட்டவர்கள். எவருமே நம்மைப் புரிந்து கொள்வதில்லை."

"எவரும் எவரையும் புரிந்து கொண்டிருப்பதில்லை. நாம் தேர்ந்தெடுக்கப்பட்டவர்கள் அல்லர்."

“நான் இந்த வாழ்க்கையில் தொடர்ந்து இருப்பதற்குக் காரணம் நீங்கள்தான்–”

நோரா முன்னோக்கிப் பாய்ந்து அவரை முத்தமிட்டாள்.

எனக்கு ஏதாவது நேர்ந்து கொண்டிருந்தால், நான் அங்கிருக்க விரும்புகிறேன்

நோராவுக்கு அது ஓர் இனிமையான உணர்வாக இருந்தது. முதலாவது, முத்தம் கொடுத்த உணர்வு. இரண்டாவது, தன்னால் இவ்வளவு முற்போக்குத்தனமாக நடந்து கொள்ள முடியும் என்ற விஷயம். அவளுக்கு என்னவெல்லாம் நடக்க முடியுமோ அவை அனைத்தும் ஏதோ ஒரு பிரபஞ்சத்தில் நடந்து கொண்டிருந்தது என்ற புரிதல் ஒருவிதத்தில் தீர்மானங்கள் எடுப்பதிலிருந்து அவளை விடுவித்திருந்தது. உலகளாவிய அலைச் செயல்பாட்டுக் கோட்பாட்டின் எதார்த்தம் அது. இப்போது நடந்து கொண்டிருந்த அனைத்திற்குமான பழியைக் குவாண்டம் இயற்பியலின்மீது போட்டுவிடலாம் என்று அவள் நினைத்தாள்.

"நான் என் அறையை வேறு யாருடனும் பகிர்ந்து கொள்வதில்லை," என்று ஹியூகோ கூறினார்.

இப்போது அவள் பயமின்றி வெறித்துப் பார்த்தாள். அது, துருவக் கரடியை அவள் எதிர்கொண்டது, அதற்கு முன்பு அவள் ஒருபோதும் உணர்ந்திராத, பிறர்மீது ஆதிக்கம் செலுத்துகின்ற ஒரு திறனை அவளுக்கு அளித்திருந்திருந்ததுபோல இருந்தது. "சரி, ஹியூகோ, உங்களுடைய அந்தப் பழக்கத்தை முறியடிக்க இப்போது நேரம் வந்துள்ளது."

ஆனால், அவர்களுடைய கலவி அவளுக்கு ஏமாற்றத்தைத்தான் அளித்தது. அப்போது அவளுக்கு ஆல்பெர் காம்யுவின் மற்றொரு மேற்கோள் நினைவுக்கு வந்தது.

"எவை எனக்கு சுவாரசியமளிக்கும் என்பது குறித்து நான் உறுதியாக அறியாமல் இருக்கலாம். ஆனால், எவை எனக்கு

சுவாரசியமளிக்காது என்பதை நான் நன்றாகவே அறிவேன்.”

தாங்கள் கூடியிருந்த அந்த நேரத்தில் இதுபோன்ற இருத்தலியல் கோட்பாட்டை வலியுறுத்திய ஒரு மேற்கோள் தன் நினைவுக்கு வந்தது ஒரு நல்ல அறிகுறியல்ல என்று நோராவுக்குத் தோன்றியது. ஆனால், “எனக்கு ஏதாவது நேரவிருந்தால், அப்போது நான் அங்கிருக்க விரும்புகிறேன்,” என்று அதே காம்யுதானே கூறியிருந்தார்?

இறுதியில், ஹியூகோ ஒரு விநோதப் பிறவி என்ற முடிவுக்கு நோரா வந்தாள். ஹியூகோ தன்னுடைய பேச்சில் காட்டியிருந்த நெருக்கத்தைத் தன்னுடைய செயலில் காட்டவில்லை. அவர் பற்றற்ற நிலையில்தான் இருந்தார். நீங்களும் அவர் அளவுக்கு ஏராளமான வாழ்க்கைகளை வாழ்ந்திருந்தால், நீங்களும் உங்களுடன் மட்டுமே ஒரு நெருக்கமான உறவைக் கொண்டிருக்கக்கூடும். தான் அங்கு இருந்திருக்கவேயில்லை என்ற உணர்வு அவளுக்கு ஏற்பட்டது.

அடுத்தச் சில கணங்களில் நிஜமாகவே அவள் அங்கே இருக்கவில்லை.

கடவுளும் இதர நூலகர்களும்

"நீங்கள் யார்?"

"உனக்குத்தான் என்னுடைய பெயர் தெரியுமே? லூயிஸ் இஸபெல் எல்ம்."

"நீங்கள் கடவுளா?"

எல்ம் புன்னகைத்தார். "நான் யாராக இருக்கிறேனோ, அதுதான் நான்."

"அது யார்?"

"ஒரு நூலகர்."

"ஆனால், நீங்கள் நிஜமான நபர் அல்லர். நீங்கள் ... நீங்கள் வெறுமனே ஓர் இயந்திரநுட்பம், அவ்வளவுதான்."

"நாம் எல்லோருமே அப்படித்தானே?"

"இல்லை. என்னுடைய மனத்திற்கும் பல பிரபஞ்சங்களுக்கும் இடையே உறவாடுவதற்கான ஒரு விநோதமான இடைக்கருவி நீங்கள். குவாண்டம் அலைச் செயல்பாட்டின் எளிமையாக்கப்பட்ட ஏதோ ஒரு வடிவம் நீங்கள்."

அதைக் கேட்டுக் கலக்கமடைந்த எல்ம், அவளிடம், "உனக்கு என்னவாயிற்று?" என்று கேட்டார்.

நோரா துருவக் கரடியுடனான தன் எதிர்கொள்ளலைப் பற்றி நினைத்துப் பார்த்தாள். "நான் கிட்டத்தட்ட இறந்து போயிருந்தேன்."

"நீ ஏதாவது ஒரு வாழ்க்கையில் இறந்துவிட்டால் இந்த நூலகத்திற்கு உன்னால் திரும்பி வர முடியாது என்பதை நீ ஒருபோதும் மறக்கக்கூடாது."

"அது நியாயமல்ல."

"இந்த நூலகத்திற்கென்று சில திட்டவட்டமான விதிமுறைகள் இருக்கின்றன. இங்குள்ள புத்தகங்கள் மதிப்பு வாய்ந்தவை. அவற்றை

நீ கவனமாகக் கையாள வேண்டும்."

"ஆனால், இவை வேறு வாழ்க்கைகள்தானே? என்னின் மாற்றுருவங்கள்தானே? அவை உண்மையான நான் இல்லையே!"

"அவற்றை நீதானே அனுபவித்துக் கொண்டிருக்கிறாய்? அப்படியானால், அதற்கான விலையையும் நீதானே கொடுத்தாக வேண்டும்.?"

"இதில் நியாயம் இருப்பதாக எனக்குத் தோன்றவில்லை."

எல்மின் புன்னகை விரிந்தது. "இது சுவாரசியமாக இருக்கிறது."

"எது சுவாரசியமாக இருக்கிறது?"

"இறத்தல் குறித்த உன்னுடைய அபிப்பிராயத்தை நீ முழுக்க முழுக்க மாற்றிக் கொண்டிருப்பதைத்தான் நான் குறிப்பிடுகிறேன்."

"என்ன சொல்கிறீர்கள்?"

"நீ இறக்க விரும்பினாய். ஆனால், இப்போது நீ இறக்க விரும்பவில்லை."

எல்ம் ஒரு முக்கியமான விஷயத்தைச் சுட்டிக்காட்டிக் கொண்டிருந்தது நோராவுக்குப் புரிந்தது. ஆனாலும் நோரா எல்மிடம் தொடர்ந்து வாதிட்டாள். "என்னுடைய மூல வாழ்க்கை வாழ்வதற்குத் தகுதியானது அல்ல என்றுதான் நான் இப்போதும் நினைத்துக் கொண்டிருக்கிறேன். சமீபத்திய அனுபவம் அதை உறுதி செய்துள்ளது."

எல்ம் அதை மறுக்கும் விதமாகத் தலையாட்டினார். "நீ அப்படி நினைப்பதாக நான் நினைக்கவில்லை."

"நான் அப்படித்தான் நினைத்துக் கொண்டிருக்கிறேன். அதனால்தான் நான் அப்படிச் சொன்னேன்."

"இல்லை. 'பின்வருத்தங்கள் புத்தகத்தின்' கனம் இப்போது குறைந்து கொண்டிருக்கிறது. அதில் ஏராளமான வெள்ளைப் பக்கங்கள் இருக்கின்றன. எப்போதுமே நீ நினைப்பது ஒன்றாகவும் சொல்வது வேறொன்றாகவும் இருக்கிறது. உனக்குத் தடையாக இருக்கின்ற விஷயங்களில் இதுவும் ஒன்று."

"தடைகளா?"

"ஆமாம். உன்னிடம் எண்ணற்றத் தடைகள் இருக்கின்றன. உண்மையைப் பார்ப்பதிலிருந்து அவை உன்னைத் தடுக்கின்றன."

"எந்த உண்மையை?"

"உன்னைப் பற்றிய உண்மையை. அதை அறிந்து கொள்வதற்கு நீ அதற்கு உண்மையிலேயே முயற்சிக்க வேண்டும். ஏனெனில், அது இன்றியமையாதது."

"தேர்ந்தெடுப்பதற்குக் கணக்கிலடங்கா வாழ்க்கைகள் இருப்பதாக அல்லவா நான் நினைத்துக் கொண்டிருந்தேன்?"

"அகரீதியாக நீ எந்த வாழ்க்கையில் மிக மிக மகிழ்ச்சியாக இருக்கக்கூடுமோ, அந்த வாழ்க்கையை நீ தேர்ந்தெடுக்க வேண்டும்.

இல்லையெனில், விரைவில், தேர்ந்தெடுப்பதற்கு உனக்கு எதுவும் இல்லாமல் போய்விடும்.''

''இதை நீண்டகாலமாகச் செய்து கொண்டிருக்கின்ற ஒரு நபரை நான் என்னுடைய சமீபத்திய விஜயத்தில் சந்தித்தேன். அவருக்குத் திருப்திகரமாகத் தோன்றுகின்ற ஒரு வாழ்க்கையை அவர் இன்னும் கண்டுபிடித்திருக்கவில்லை.''

''ஹியூகோவிற்கு இருக்கின்ற அனுகூலம் உனக்கு வாய்க்காமல் போகலாம்.''

''அவர் பெயர் உங்களுக்கு எப்படி-''

தனக்குத் தெரிந்திருக்க வேண்டியதைவிட அதிகமான விஷயங்களை எல்ம் தெரிந்து வைத்திருந்தார் என்பது நோராவுக்குச் சட்டென்று நினைவுக்கு வந்தது.

எல்ம் தொடர்ந்து பேசினார். ''நீ உன் தேர்ந்தெடுப்புகளைக் கவனமாகத் தேர்ந்தெடுக்க வேண்டும். ஒரு நாள் இந்த நூலகம் இங்கு இருக்காது. நீயும் ஒரேயடியாகக் காணாமல் போய்விடுவாய்.''

''எனக்கு இன்னும் எத்தனை வாழ்க்கைகள் மிச்சமிருக்கின்றன?''

''இது ஒன்றும் அலாவுதீன் விளக்கல்ல. நான் உன் பூதமும் அல்ல. இவ்வளவுதான் என்று அறுதியிட்டுக் கூறக்கூடிய எண் என்று எதுவும் கிடையாது. அது ஒன்றாகவும் இருக்கலாம், நூறாகவும் இருக்கலாம். இந்த நடுநிசி நூலகத்தில் நேரம் அப்படியே நின்று கொண்டிருக்கின்றவரை, அதாவது, அது நள்ளிரவைக் காட்டிக் கொண்டிருக்கின்றவரை, தேர்ந்தெடுப்பதற்கு உனக்கு எல்லையற்ற வாழ்க்கைகள் இருக்கின்றன. இங்கு நேரம் நள்ளிரவிலேயே நின்று கொண்டிருக்கின்றபோது, உன்னுடைய மூல வாழ்க்கை, உயிர் வாழ்தலுக்கும் இறப்புக்கும் இடைப்பட்டப் பகுதியில் எங்கோ இருந்து கொண்டிருக்கும். இங்கு நேரம் நகரத் துவங்கினால், தீர்மானமான ஏதோ ஒன்று நிகழ்ந்துள்ளது என்று அர்த்தம். அது இந்த நடுநிசி நூலகத்தை நம்மோடு சேர்த்து இடித்துத் தரைமட்டமாக்கிவிடும். அதனால், நான் உனக்காக ஒரு பாதுகாப்பான வழியையே தேர்ந்தெடுக்கிறேன். நீ என்னவாக ஆக விரும்புகிறாய் என்பது குறித்து நான் ஆழமாகச் சிந்திக்க முயல்கிறேன். ஒன்றை மட்டும் என்னால் உறுதியாகச் சொல்ல முடியும். நீ நல்ல முன்னேற்றம் கண்டுள்ளாய். ஒரு சரியான வாழ்க்கையை உன்னால் கண்டுபிடிக்க முடியும் பட்சத்தில் வாழ்க்கை என்பது வாழ்வதற்கு ஏற்றதுதான் என்ற புரிதல் உனக்கு ஏற்பட்டுள்ளதுபோலத் தோன்றுகிறது. ஆனால், நீ அதற்குள் நுழைவதற்கு முன்பாக அந்தக் கதவு மூடிவிடாதிருக்க வேண்டும்.''

அவர்கள் இருவரும் நீண்டநேரம் மௌனமாக இருந்தனர். நோரா தன்னைச் சுற்றியிருந்த புத்தகங்களை அவதானித்தாள். அனைத்து விதமான சாத்தியக்கூறுகள். அந்தப் புத்தக அலமாரிக்கு

அருகே அவள் அமைதியாகவும் மெதுவாகவும் நடந்து கொண்டு, அங்கிருந்த ஒவ்வொரு புத்தகத்திற்கு உள்ளேயும் என்ன இருக்கும் என்று யோசித்தாள். அது குறித்தத் துப்பு எதுவும் அப்புத்தகங்களின் முதுகுப் பகுதியிலிருந்து தனக்குக் கிடைக்காதா என்று அவள் ஏங்கினாள்.

“இப்போது உனக்கு எந்தப் புத்தகம் வேண்டும்?” என்று எல்ம் பின்னாலிருந்து கேட்டார்.

சமீபத்திய வாழ்க்கையில் ஹியூகோ அவளிடம் கூறியிருந்த வார்த்தைகள் அவளுடைய நினைவுக்கு வந்தன.

“பிரம்மாண்டமாகக் கற்பனை செய்!”

எல்ம் நோராவைத் துளைத்துவிடுவதுபோலப் பார்த்தார். “நோரா ஸீட் யார்? அவளுக்கு என்ன வேண்டும்?”

தான் எப்போது மகிழ்ச்சிக்கு மிக அருகே சென்றிருந்தோம் என்று நோரா யோசித்துப் பார்த்தாள். அது இசை என்பது அவளுக்குப் புலனாகியது. இப்போதும் அவள் பியானோவும் கீபோர்டும் வாசித்துக் கொண்டிருந்தாள் என்பது உண்மைதான் என்றாலும், இசையைப் படைப்பதை அவள் எப்போதோ நிறுத்திவிட்டிருந்தாள். பாடுவதையும் அவள் நிறுத்தியிருந்தாள். துவக்கக் காலங்களில் மதுவிடுதிகளில் ‘அழகிய வானம்’ பாடலைப் பாடிக் கொண்டு தான் மகிழ்ச்சியாக இருந்த நேரத்தை அவள் நினைவுபடுத்திக் கொண்டாள். அவளும் ரவியும் எல்லாவும் இருந்த மேடையையே அவளுடைய அண்ணன் சுற்றி வந்து கொண்டிருந்ததும் அவளுடைய நினைவுக்கு வந்தது.

துல்லியமாக எந்தப் புத்தகத்தைத் தான் கேட்க வேண்டும் என்பது இப்போது அவளுக்குத் தெளிவாகியிருந்தது.

பிரபலத்துவம்

அவளுக்கு வியர்த்துக் கொட்டியிருந்தது. அதுதான் அவள் முதலில் அவதானித்த விஷயம். அவளுடைய உடை அவளுடைய உடலோடு ஒட்டிக் கொண்டிருந்தது. அவளுடைய உடம்பிற்குள் அட்ரீனலின் பாய்ந்து சென்று கொண்டிருந்தது. அவளைச் சுற்றிப் பலர் நின்று கொண்டிருந்தனர். அவர்களில் சிலருடைய கைகளில் கிதார் இருந்தது. அந்த இடம் சத்தமாக இருந்தது. பரவலான, ஆற்றல்மிக்க மனித ஓசை அது. வாழ்வின் கர்ஜனைபோல இருந்த அச்சத்தம் மெதுவாக ஒரு வடிவத்தையும் சுருதியையும் பெற்றுக் கொண்டிருந்தது. அது ஒரு கோரஸாக மாறிக் கொண்டிருந்தது.

அவளுக்கு முன்னால் ஒரு பெண் நின்று கொண்டு ஒரு துவாலையால் நோராவின் முகத்தில் ஒற்றிக் கொண்டிருந்தாள்.

நோரா புன்னகைத்தபடி அவளிடம், "நன்றி," என்று கூறினாள்.

கடவுளே நேரில் வந்து தன்னிடம் பேசியதுபோல அப்பெண் திடுக்கிட்டாள்.

டிரம்ஸ் குச்சிகளுடன் நின்று கொண்டிருந்த நபரைப் பார்த்தவுடன் நோரா அவனை அடையாளம் கண்டு கொண்டாள். அது ரவி. அவன் தன் தலைமுடிக்கு வெள்ளைச் சாயம் பூசியிருந்தான். அவன் நீல நிற சூட் ஒன்றை அணிந்திருந்தான். மேலே சட்டை எதுவும் அணியாமல் வெற்று மார்புடன் இருந்தான். பெட்ஃபோர்டு பத்திரிகைக் கடையில் நேற்று அவள் பார்த்திருந்த ரவியைப்போலவோ அல்லது இன்டர்கான்டினென்டல் ஓட்டலில் அவள் வழங்கியிருந்த சொதப்பலான சொற்பொழிவுக்கு நீல நிறத்தில் ஒரு நேர்த்தியான உடையில் வந்திருந்த ரவியைப்போலவோ அவன் இருக்கவில்லை. அவன் இப்போது முற்றிலும் வித்தியாசமாக இருந்தான்.

"ரவி, நீ அமர்க்களமாக இருக்கிறாய்!" என்று நோரா அவனிடம்

கூறினாள்.

"என்ன?"

"ஜோ எங்கே?" என்று அவள் கிட்டத்தட்ட ஓர் உரத்தக் குரலில் கேட்டாள்.

ரவியின் முகத்தில் முதலில் குழப்பம் அல்லது அதிர்ச்சி ரேகைகள் வெளிப்பட்டதைப் பார்த்த நோரா, மிக மோசமான செய்திக்குத் தன்னைத் தயார்படுத்திக் கொண்டாள். நல்லவேளையாக அப்படி எதுவும் வரவில்லை.

"வழக்கம்போல அந்நியப் பத்திரிகையாளர்களோடு கொஞ்சிக் குலாவிக் கொண்டிருக்க வேண்டும்," என்று ரவி கூறினான்.

அங்கு என்ன நடந்து கொண்டிருந்தது என்பது குறித்து நோராவுக்கு எந்த யோசனையும் இருக்கவில்லை. அவளுடைய அண்ணன் அவர்களுடைய இசைக் குழுவின் ஓர் அங்கமாக இருந்தாலும், மேடையில் அவர்களோடு சேர்ந்து இருக்கப் போவதில்லை என்பது அவளுக்குப் புரிந்தது. ரவி சொன்னதையும், அதை அவன் சொன்ன விதத்தையும் வைத்துப் பார்த்தபோது, அவளுடைய அண்ணன் அவர்களுடைய குழுவில் இன்னும் தொடர்ந்து கொண்டிருந்தான் என்பது அவளுக்குத் தெளிவானது. அவன் இசையை விட்டுவிட எது காரணமாகியிருந்ததோ, அது, அவன் அவர்களுடைய இசைக் குழுவிலிருந்து முற்றிலுமாகக் காணாமல் போகும்படி செய்யவில்லை. ஆனால் எல்லா அங்கு இருக்கவில்லை. அவள் இருக்க வேண்டிய இடத்தில், மொட்டைத் தலையுடனும் உடலில் பச்சைகளுடனும் வாட்டசாட்டமான ஒருவன் இருந்தான். நோரா பல விஷயங்களைத் தெரிந்து கொள்ள விரும்பினாள். ஆனால் அதற்கு ஏற்ற நேரம் அதுவல்ல.

ரவி தன் இரு கைகளையும் விரித்து நீட்டி அங்கிருந்த பெரிய மேடையைச் சுட்டிக்காட்டினான்.

நோரா உணர்ச்சிக் கொந்தளிப்பால் திக்குமுக்காடியிருந்தாள்.

"இரசிகர்களின் வேண்டுகோளுக்கு இணங்க மீண்டும் பாடுவதற்கான நேரமிது."

நோரா யோசிக்கத் துவங்கினாள். அவள் மேடையேறி மிக நீண்டகாலம் ஆகியிருந்தது. அதுகூட, அவர்களுடைய இசையில் துளிகூட ஆர்வம் காட்டாத, பத்துப் பன்னிரண்டு பேருக்கு முன்னால் ஒரு மதுவிடுதியில் நிகழ்ந்திருந்த ஒரு நிகழ்ச்சிதான்.

ரவி அவள் பக்கமாகச் சாய்ந்து, "நோரா, ஏதாவது பிரச்சனையா?" என்று கேட்டான்.

அவனுடைய குரல் சிறிது பலவீனமாக இருந்ததுபோல நோராவுக்குத் தோன்றியது. நேற்று வேறொரு வாழ்க்கையில் ஒரு பத்திரிகைக் கடையில் வைத்துப் பேசிக் கொண்டிருந்த சமயத்தில் அவன் அவளுடைய பெயரை உச்சரித்தபோது அதில் தொனித்திருந்த

அதே மனக்கசப்பு இப்போது அவன் அவளுடைய பெயரை உச்சரித்தபோதும் வெளிப்பட்டது.

"ரவி, பிரச்சனை ஒன்றும் இல்லை. இப்போது எதைப் பாடுவது என்று நான் யோசித்துக் கொண்டிருந்தேன்."

ரவி தன் தோள்களைக் குலுக்கியவாறு, "எப்போதும் எதைப் பாடினோமோ அதையே இப்போதும் பாடலாம்," என்று கூறினான்.

"உம். சரி." நோரா யோசிக்க முயன்றாள். அவள் அந்த அரங்கத்தை எட்டிப் பார்த்தாள். அங்கிருந்த பிரம்மாண்டமான ஒரு திரையில் 'லாபிரிந்த்ஸ்' என்ற பெயர் மின்னிக் கொண்டும் சுற்றி வந்து கொண்டும் இருந்தது. 'ஆஹா! நாங்கள் மிகப் பெரிதாக வளர்ந்திருக்கிறோம், ஒரு பெரிய மைதானத்தில் இசை நிகழ்ச்சியை நடத்தும் அளவுக்கு நாங்கள் பெரிதாக வளர்ந்திருக்கிறோம்,' என்று அவள் நினைத்தாள். அவளுடைய குழுவினர் மெதுவாக மேடையை நோக்கி நடக்கவிருந்தனர். அவர்களின் பெயர்கள்கூட அவளுக்குத் தெரிந்திருக்கவில்லை.

"நாம் இப்போது எங்கிருக்கிறோம்?" என்று அவள் சற்று உரத்தக் குரலில் கேட்டாள்.

அந்த மொட்டைத் தலை ஆசாமி, "ஸா பாலோ" என்று கூறினான்.

"என்ன, நாம் பிரேசிலில் இருக்கிறோமா?"

அவளுடைய சகாக்கள் அவளுக்கு மரை கழன்றுவிட்டதோ என்ற சந்தேகத்துடன் அவளை நோக்கினர்.

"இந்த நான்கு நாட்களும் நீ எங்கே இருந்தாய்?"

"அழகிய வானம்," என்று அவள் கூறினாள். அதன் வரிகள் இன்னும் தனக்கு நினைவில் இருக்கும் என்ற நம்பிக்கையுடன், "நாம் அந்தப் பாடலைப் பாடலாம்," என்று அவள் கூறினாள்.

"மீண்டுமா?" என்று கூறி ரவி சிரித்தான். அவனுடைய முகம் வியர்வையில் மினுமினுத்தது. "இப்போது பத்து நிமிடங்களுக்கு முன்புதானே அதைப் பாடினோம்?"

"சரி. இப்போது நாம் வித்தியாசமாக எதையாவது செய்தால் என்ன? கலவையான ஒரு பாடலைப் பாடினால் என்ன?"

அக்குழுவிலிருந்த மற்றொருத்தி, "அப்படியானால், 'ஹவுல்' இதற்குப் பொருத்தமாக இருக்கும்," என்று கூறினாள்.

நோரா தன் வாழ்க்கையில் அதற்கு முன்பு ஒருபோதும் 'ஹவுல்' என்ற வார்த்தையைக் கேள்விப்பட்டிருக்கவில்லை.

"ஆமாம். இரசிகர்கள் எதிர்பார்க்காத ஒன்றை இப்போது நாம் அவர்களுக்குக் கொடுக்கலாம், அவர்களை வியப்பில் ஆழ்த்தலாம்."

"நோரா, நீ அளவுக்கதிகமாக யோசிக்கிறாய்!" என்றான் ரவி.

"என்னால் இப்போது வேறு எப்படியும் சிந்திக்க முடியவில்லை."

ரவி மீண்டும் தன் தோள்களைக் குலுக்கினான். "சரி, அப்படியானால் என்ன செய்யலாம்?"

நோரா தடுமாறினாள். அவளுக்குத் திடீரென்று ஆஷின் நினைவு வந்தது. "நாம் இப்போது 'பிரிட்ஜ் ஓவர் த டிரபிள்டு வாட்டர்' பாடலைப் பாடலாம்," என்று கூறினாள்.

அவள் கூறியதை ரவியால் நம்பவே முடியவில்லை. "நோரா, என்ன சொல்கிறாய்?

"இது நம் இரசிகர்களை வியப்பில் ஆழ்த்தும்."

அவர்களுடைய குழுவிலிருந்த பெண் ஒருத்தி, "எனக்கு அப்பாடல் மிகவும் பிடிக்கும். அது எனக்குத் தெரியும்," என்று கூறினாள்.

"இமானி, அப்பாடலை நாம் எல்லோருமே அறிவோம்," என்று அவளை ஒதுக்கித் தள்ளும் விதத்தில் ரவி கூறினான்.

ஒரு ராக் ஸ்டாரைப்போலத் தன் குரல் ஒலிப்பதற்கு முயற்சி செய்தவாறு, "நீ சொல்வது சரிதான். அப்பாடல் நம் எல்லோருக்கும் தெரியும். அதையே பாடலாம்," என்று நோரா கூறினாள்.

பால்வழி மண்டல வெளிச்சம்

நோரா மேடையேறினாள்.

பிரகாசமான விளக்குகள் அவளை நோக்கித் திருப்பப்பட்டிருந்ததால், முதலில் அவளுக்குக் கூட்டத்தில் இருந்தவர்களின் முகங்கள் தெரியவில்லை. அந்த விளக்கு வெளிச்சத்திற்கு அப்பாலிருந்த அனைத்தும் கருப்பாகவே அவளுக்குத் தெரிந்தது. அந்த இருளுக்கு நடுவே பால்வழி மண்டல வெளிச்சத்தைப்போலக் கேமரா ஃபிளாஷ்களும் அலைபேசி ஃபிளாஷ்களும் ஒளிர்ந்து கொண்டிருந்தன.

ஆனால், இரசிகர்களின் சத்தத்தை அவளால் நன்றாகவே கேட்க முடிந்தது.

மக்கள் ஒரு பெருங்கூட்டமாகச் சேர்ந்து ஒத்திசைவாக இயங்குகின்றபோது அவர்கள் முற்றிலும் வேறு மாதிரியாக ஆகிவிடுகின்றனர். கர்ஜனை போன்ற அவர்களுடைய கூட்டுச் சத்தம், முதலில் அவளுக்குள் ஒருவிதமான அச்சத்தைத் தோற்றுவித்தது. பல தலைகளைக் கொண்ட ஒரு பாம்பை எதிர்கொண்ட ஹெர்குலிஸைப்போல அவள் உணர்ந்தாள். ஆனால், அதற்குப் பிறகு, இது தன்னை ஊக்குவிக்கின்ற சத்தம் என்ற நினைப்பு அவளுக்குள் ஏற்பட்டது. அது அவளுக்கு வலிமையைக் கொடுத்தது.

தான் நினைத்திருந்ததைவிட அதிக அளவு திறமையுடன் தன்னால் இயங்க முடியும் என்பது அக்கணத்தில் அவளுக்குப் புரிந்தது.

கட்டற்றும் சுதந்திரமாகவும்

அவள் கீபோர்டுக்கு அருகே சென்று அங்கிருந்த முதுகற்ற நாற்காலியில் உட்கார்ந்து கொண்டு, மைக்கைத் தனக்கு அருகே இழுத்துக் கொண்டாள்.

"நன்றி, ஸா பாலோ! நாங்கள் உங்களை மிகவும் நேசிக்கிறோம்!" என்று அவள் கூறினாள்.

பிரேசில் பதிலுக்கு கர்ஜித்தது.

இதுதான் சக்திபோலும். பிரபலமாயிருத்தலின் சக்தி. சமூக ஊடகங்களில் ஒற்றை வார்த்தையை உதிர்த்துவிட்டுப் பல இலட்சம் 'லைக்'குகளை அள்ளிக் கொண்டு செல்கின்ற பாப் ஸ்டார்களிடம் குடிகொண்டிருந்த சக்தி அது. ஒரு கதாநாயகனாக, ஒரு தலைவனாக, ஒரு மேதையாகக் காட்சியளிப்பதற்கு மிகக் குறைந்த அளவு முயற்சியே தேவைப்படுகின்ற ஒரு கட்டத்தை அடைவது என்பது முழுமையான பிரபலத்துவத்தை அடைவதாகும். ஆனால், இதிலுள்ள மிகப் பெரிய சிக்கல் இதன் நிச்சயமின்மைதான். இவ்வளவு உச்சிக்குச் சென்ற பிறகு அதிலிருந்து வழுக்கி விழுந்து ஒரு வில்லனாகக் காட்சியளிப்பது மிக மிக எளிது.

மிக உயரமான ஓரிடத்தில் கட்டப்பட்டிருந்த ஒரு கயிற்றின்மீது நடக்கவிருந்த ஒரு கழைக்கூத்தாடிபோல நோரா உணர்ந்தாள். அவளுடைய இதயம் படபடவென அடித்துக் கொண்டது.

இப்போது, அக்கூட்டத்திலிருந்த சில முகங்களை அவளால் பார்க்க முடிந்தது. அந்த ஆயிரக்கணக்கான பேர் இருட்டிலிருந்து மெதுவாக வெளியே வந்ததுபோல இருந்தது. அவர்கள் வெகுதூரத்தில் இருந்ததால் அவர்களுடைய உருவங்கள் மிகச் சிறியவையாகத் தெரிந்தன. அவள் சுமார் இருபதாயிரம் பேரை வெறித்துக் கொண்டிருந்தாள்.

அவளுடைய வாய் உலர்ந்து போயிருந்தது. அவளால் பேசவே முடியவில்லை. இந்த இலட்சணத்தில் அவள் எப்படிப் பாடப் போகிறாள்? அவள் டேனுக்காகப் பாடியபோது அவன் அதை எள்ளி நகையாடியதை அவள் நினைத்துக் கொண்டாள்.

கூட்டத்தின் சத்தம் மெல்ல அடங்கியது.

வேளை வந்துவிட்டிருந்தது.

"சரி. இதற்கு முன்பு நீங்கள் கேட்டிருந்திருக்கக்கூடிய ஒரு பாடல் இதோ!"

அப்படிச் சொல்வது முட்டாள்தனமான செயல் என்பதை அவள் உணர்ந்தாள். அவர்கள் இப்பாட்டுகளை முன்பு கேட்டிருந்த காரணத்தால்தான் காசு கொடுத்து நுழைவுச்சீட்டுகள் வாங்கி இங்கு வந்து அமர்ந்திருந்தனர்.

"இந்தப் பாட்டு எனக்கும் என்னுடைய அண்ணனுக்கும் மிகவும் முக்கியமான ஒன்று."

ஏற்கனவே அந்த இடம் எரிமலைபோல வெடித்துக் கொண்டிருந்தது. கூட்டத்தினர் கத்தினர், கர்ஜித்தனர், கைதட்டினர். அவள் கூறியதற்குக் கிடைத்த வரவேற்பு பிரம்மாண்டமாக இருந்தது. ஒரு கணம், தான் கிளியோபாட்ரா என்பதுபோல அவள் உணர்ந்தாள். வெலவெலத்துப் போயிருந்த ஒரு கிளியோபாட்ரா!

அவள் தன் கைகளைக் கீபோர்டுக்கு அருகே கொண்டு சென்றபோது, முடியே இல்லாமல் வழவழப்பாக இருந்த அவளுடைய கைகளில் ஒன்றில் அழகிய எழுத்துகளில் பச்சை குத்தப்பட்டிருந்த வார்த்தைகளால் ஒரு கணம் அவளுடைய கவனம் சிதறியது. அது ஹென்ரி டேவிட் தோராவின் மேற்கோள். "அனைத்து நல்ல விஷயங்களும் கட்டற்றவை, சுதந்திரமானவை." அவள் தன் கண்களை மூடிக் கொண்டாள். பாடலைப் பாடி முடிக்கின்றவரை கண்களைத் திறப்பதில்லை என்று அவள் தனக்குள் சபதம் செய்து கொண்டாள்.

இசை மேதை சோபின் இருட்டில் அமர்ந்து கொண்டு இசைப்பதை ஏன் விரும்பினார் என்பது அப்போது அவளுக்குப் புரிந்து. இப்படிச் செயல்படுவது எளிதாக இருந்தது.

'கட்டற்று இருத்தல், சுதந்திரமாக இருத்தல்,' என்று தனக்குத் தானே அவள் முணுமுணுத்துக் கொண்டாள்.

அவள் பாடப் பாட, அவள் ஜீவனுடனும் துடிப்புடனும் உணர்ந்தாள். ஒலிம்பிக் பதக்கம் பெற்றிருந்த உடலோடு நீந்திக் கொண்டிருந்தபோது உணர்ந்ததைவிட இப்போது அதிக ஜீவனுடனும் துடிப்புடனும் அவள் உணர்ந்தாள்.

ஒரு கூட்டத்திற்கு முன்னால் பாடுவதற்குத் தான் ஏன் இவ்வளவு பயந்தோம் என்று அவள் யோசித்தாள். அது ஓர் அற்புதமான உணர்வு.

அப்பாட்டு முடிவடைந்தவுடன் அவளருகே வந்த ரவி, "மிகப் பிரமாதம், நீ அசத்திவிட்டாய்," என்று அவளுடைய காதில் கத்தினான்.

“எனக்கும் பிடித்திருந்தது,” என்றாள் அவள்.

“அப்படியானால், முத்தாய்ப்பாக ஒரு ‘ஹவுலோடு’ இக்கச்சேரியை நிறைவு செய்யலாம்.”

அவள் அதை மறுத்துத் தலையாட்டினாள். வேறு எவரும் எதையும் கூறுவதற்கு முன், அவசர அவசரமாக அவள் தன் மைக்கில், “இங்கு வந்துள்ள உங்கள் அனைவருக்கும் நன்றி. இன்றைய மாலைப் பொழுது உங்களுக்கு இனிதாகக் கழிந்திருக்கும் என்று நான் நம்புகிறேன். வீட்டிற்குப் பத்திரமாகச் சென்று சேருங்கள்,” என்று அறிவித்தாள்.

* * *

ஒரு சொகுசுப் பேருந்தில் அவர்கள் தங்களுடைய ஓட்டலுக்குத் திரும்பிக் கொண்டிருந்தபோது, ரவி அவளிடம், “விடைபெறுவதற்கு முன்பு நீ என்ன சொன்னாய்? ‘வீட்டிற்குப் பத்திரமாகச் சென்று சேருங்கள்!’” ரவி இந்த அளவு இடித்துரைக்கின்ற விதத்தில் இதற்கு முன்பு நடந்து கொண்டதாக அவளுக்கு நினைவிருக்கவில்லை. அது குறித்து அவன் மகிழ்ச்சியற்று இருந்ததாக அவளுக்குப் பட்டது.

“அதில் என்ன தவறு?”

“அது உன்னுடைய வழமையான பாணி கிடையாது.”

“அப்படியா?”

“சிகாகோவிற்கு நேர் எதிர்ப்பதமாக இருந்தது.”

“ஏன் அப்படிச் சொல்கிறாய்? சிகாகோவில் நான் என்ன செய்தேன்?”

ரவி சிரித்தான். “உனக்கு உண்மையிலேயே மறை கழன்றுவிட்டிருக்கிறது.”

அவள் தன் கையிலிருந்த அலைபேசியைப் பார்த்தாள். இந்த வாழ்க்கையில் அவள் மிகச் சமீபத்திய மாடல் ஒன்றை வைத்திருந்தாள்.

இஸ்ஸியிடமிருந்து ஒரு செய்தி வந்திருந்தது.

முந்தைய ஒரு வாழ்க்கையில் அவள் டேனுடன் இருந்தபோது இஸ்ஸியிடமிருந்து அவளுக்கு வந்திருந்த அதே செய்தி. அதைச் செய்தி என்று கூற முடியாது. அது ஒரு திமிங்கலத்தின் புகைப்படம். இஸ்ஸி முன்பு அனுப்பியிருந்த புகைப்படத்திலிருந்து அது சிறிது வேறுபட்டிருந்தது. அது அவளுக்கு சுவாரசியமாக இருந்தது. அவள் தன்னுடைய மூல வாழ்க்கையில் இஸ்ஸியுடன் நட்புறவாக இல்லாமல் இருந்தபோது, இந்த வாழ்க்கையில் அவள் ஏன் நட்புறவுடன் இருந்தாள்? இந்த வாழ்க்கையில் தான் டேனைத் திருமணம் செய்து கொண்டிருக்கவில்லை என்று உறுதியாக அவள் நம்பினாள். அவள் தன் கையைப் பார்த்தாள். மோதிர விரலில் திருமண மோதிரம் எதுவும் இல்லாதிருந்தது குறித்து அவள் ஆசுவாசமடைந்தாள்.

இஸ்ஸி ஆஸ்திரேலியாவுக்குச் செல்லத் தீர்மானிப்பதற்கு வெகுகாலம் முன்பே தான் மிகவும் பிரபலமாகியிருந்திருக்க வேண்டும் என்று நோரா ஊகித்தாள். அதனால் அவளும் இஸ்ஸியுடன் ஆஸ்திரேலியாவுக்குச் செல்லாமல் இருக்கத் தீர்மானித்திருந்த செயல் அவளுக்கு ஏற்புடையதாக இருந்திருக்க வேண்டும். அல்லது ஒரு பிரபலத்தின் தோழியாக இருக்கின்ற யோசனை இஸ்ஸிக்குப் பிடித்திருந்திருக்க வேண்டும்.

திமிங்கலப் படத்தைத் தொடர்ந்து, சில வாக்கியங்கள் அடங்கிய ஒரு செய்தியை இஸ்ஸி அனுப்பினாள்.

"அனைத்து நல்ல விஷயங்களும் கட்டற்றவை, சுதந்திரமானவை."

தன்னுடைய கையில் பச்சை குத்தப்பட்டிருந்த வாக்கியங்களை அவள் அறிந்திருந்தாள்போலும்.

அதையடுத்து மற்றொரு செய்தியும் இஸ்ஸியிடமிருந்து வந்தது.

"பிரேசில் பிரமாதமாக இருந்திருக்கும் என்று நம்புகிறேன். நீ சிறப்பாகப் பாடியிருப்பாய் என்பதை நான் அறிவேன். பிரிஸ்பேன் டிக்கெட் பிரச்சனையைத் தீர்த்தமைக்கு நன்றி. நான் மிகவும் பரவசமாக இருக்கிறேன்."

அதன் இறுதியில், திமிங்கலங்கள், இதயங்கள், நன்றி கூறுகின்ற கைகள், ஒரு மைக், சில இசைக் குறிப்புகள் ஆகியவற்றின் படங்கள் அடங்கிய எமோஜிக்கள் இடம் பெற்றிருந்தன.

நோரா தன்னுடைய இன்ஸ்டாகிராம் பக்கத்தைத் திறந்தாள். இந்த வாழ்க்கையில் அவளை 1.13 கோடி மக்கள் பின்தொடர்ந்து கொண்டிருந்தனர்.

அதில் இடம் பெற்றிருந்த புகைப்படத்தில் அவள் அமர்க்களமாக இருந்தாள். இயல்பாகவே கருப்பாக இருந்த அவளுடைய தலைமுடியில் வெள்ளைக் கோடுகள் இடம் பெற்றிருந்தன. 'வேம்பயர் ஒப்பனை.' உதட்டில் ஒரு புல்லாக்கு தொங்கிக் கொண்டிருந்தது. அதில் அவள் களைப்பாகத் தோன்றினாள். அது நெடும் பயணத்தில் ஈடுபட்டிருந்ததால் வந்த களைப்பாக இருக்கும் என்று அவள் எண்ணிக் கொண்டாள். ஆனால் அது ஒரு வசீகரமான களைப்பாக இருந்தது என்பதை மறுப்பதற்கில்லை.

அவள் தன் அலைபேசியில் ஒரு 'செல்ஃபி' எடுத்துக் கொண்டாள். அவளுடைய சமூக ஊடகப் புகைப்படத்தில் இருந்ததுபோலன்றி, அவள் அதீத ஒப்பனையுடன் காணப்படவில்லை. அது ஒரு பத்திரிகைக்காக எடுக்கப்பட்டிருந்த புகைப்படம். ஆனால், அந்த செல்ஃபியில் அவள் அசத்தலாக இருந்தாள். அவள் தன்னைப் பற்றிக் கற்பனை செய்து வைத்திருந்ததைவிட அதிக அழகாக இருந்தாள். அவளுடைய ஆஸ்திரேலிய வாழ்க்கையைப்போல இந்த வாழ்க்கையிலும் அவள் சமூக ஊடகங்களில் கவிதைகளை வெளியிட்டிருந்தாள். அதற்கும் இதற்கும் இருந்த ஒரே வேறுபாடு,

இந்த வாழ்க்கையில் அவள் எழுதியிருந்த ஒவ்வொரு கவிதைக்கும் இலட்சக்கணக்கான 'லைக்குகள்' கிடைத்திருந்தன, அவ்வளவுதான். அவற்றில் ஒரு கவிதையின் தலைப்பு 'நெருப்பு.' ஆனால் அதன் வரிகள் வேறுபட்டு இருந்தன.

அவளுக்குள் ஒரு நெருப்பு கனன்று கொண்டிருந்தது.
அது அவளுக்குச் சூடேற்றுவதற்காக இருந்ததா
அல்லது அவளை அழிப்பதற்காக இருந்ததா
என்று புரியாமல் அவள் தவித்தாள்.
பிறகு அவளுக்குப் புரிந்தது,
நெருப்புக்கு நோக்கங்கள் எதுவும் இல்லையென்பது.
அவளுக்கு மட்டும்தான் அது இருக்க முடியும்.
அந்த அதிகாரம் அவளுடையது.

அந்தப் பேருந்தில் அவளுக்கு அருகே ஒரு பெண்மணி இருந்தார். அவர் அவர்களுடைய இசைக் குழுவில் இடம் பெற்றிருக்கவில்லை. ஆனால், அவர் ஏதோ ஒரு விதத்தில் முக்கியத்துவம் வாய்ந்தவராகத் தோன்றினார். அவருக்கு சுமார் ஐம்பது வயதிருக்கும். அவர் அக்குழுவின் மேலாளராக இருக்கக்கூடும். அல்லது ஏதாவது ஓர் இசை நிறுவனத்தின் பிரதிநிதியாக இருக்கக்கூடும். கண்டிப்பான ஓர் அம்மாவைப் போன்ற ஒரு தோரணை அவரிடமிருந்து வெளிப்பட்டது. அவர் ஒரு புன்னகையுடன் பேசத் துவங்கினார்.

"அந்த 'பிரிட்ஜ் ஓவர் த டிரபிள்டு வாட்டர்' பாடல் ஓர் அபாரமான யோசனை. இப்போது நீங்கள் தென்னமெரிக்கா முழுவதும் 'டிரென்ட்' ஆகிக் கொண்டிருக்கிறீர்கள்."

"நல்லது."

"உங்களுடைய கணக்கில் அதை நான் பதிவு செய்திருந்தேன்."

அதை அவர் மிகவும் இயல்பான ஒரு விஷயம்போலத் தெரிவித்தார். 'சரி. சரி."

"இன்று சில கடைசி நேர ஊடகப் பேட்டிகளை ஓட்டலில் ஏற்பாடு செய்துள்ளேன். நாளை காலை நாம் சீக்கிரமாகக் கிளம்ப வேண்டும். நாம் முதலில் விமானத்தில் ரியோ செல்கிறோம். அதைத் தொடர்ந்து எட்டு மணி நேரத்தை நீங்கள் பத்திரிகையாளர்களுடன் செலவிடவிருக்கிறீர்கள். எல்லாமே அந்த ஓட்டலில்தான் ஏற்பாடு செய்யப்பட்டுள்ளது."

"ரியோவிலா?"

"இந்த வாரப் பயண நிகழ்ச்சி நிரல் உங்களுக்குத் தெரியும்தானே?"

"ஓரளவு தெரியும். அதை எனக்காக மீண்டும் ஒரு முறை சொல்ல முடியுமா?"

இப்படி மறப்பது ஒன்றும் நோராவுக்குப் புதிதல்ல என்பதுபோல, வில்லங்கமற்ற விதத்தில் அவர் பெருமூச்செறிந்தார். "கண்டிப்பாக.

நாளைக்கு ரியோ. நாம் அங்கே இரண்டு இரவுகள் தங்குகிறோம். பிரேசிலின் கடைசி இரவை நாம் போர்ட்டோ அலிகிரேயில் கழிக்கிறோம். அதையடுத்து, சிலியின் தலைநகர் சான்டியாகோ, அர்ஜென்டினாவின் தலைநகர் புவனஸ் ஐரிஸ், பெருவின் தலைநகர் லிமா ஆகிய இடங்களுக்கு நாம் பயணிக்கிறோம்.

"அடுத்த வாரம் நாம் ஆசியப் பயணத்தைத் தொடங்குகிறோம். ஜப்பான், ஹாங்காங், பிலிப்பைன்ஸ், தாய்வான் ஆகிய இடங்களுக்கு நாம் செல்கிறோம்."

"பெருவா? நாம் அங்குக்கூடப் பிரபலமாக இருக்கிறோமா என்ன?"

"நோரா, நீங்கள் கடந்த ஆண்டு பெருவுக்குச் சென்றிருந்தது உங்களுக்கு நினைவில்லையா? அப்போது அங்கிருந்த பதினைந்தாயிரம் பேரும் கிறங்கிப் போனார்கள். இப்போதும் அதே இடத்தில்தான் நிகழ்ச்சி. ரேஸ்கோர்ஸில்."

"ஓ! ஆமாம். ரேஸ்கோர்ஸ். எனக்கு நினைவிருக்கிறது. அது ஓர் அருமையான இரவு. உண்மையிலேயே அது அற்புதமாக இருந்தது."

இந்த வாழ்க்கையும் அப்படித்தான் இருந்து கொண்டிருக்க வேண்டும். ஒரு பெரிய ரேஸ்கோர்ஸ்போல. இதில் தான் குதிரையா அல்லது குதிரையை ஓட்டிக் கொண்டிருந்த ஜாக்கியா என்று அவள் யோசித்தாள்.

ரவி அந்தப் பெண்மணியின் தோளில் தட்டி, "ஜோனா, நாளைக்கு அந்தப் 'பாட்காஸ்ட்' எத்தனை மணிக்கு?" என்று கேட்டான்.

"ஐயோ! அது இன்று இரவுதான். மன்னித்துக் கொள்ளுங்கள். நான் சொல்ல மறந்துவிட்டேன். அவர்கள் நோராவுடன் மட்டும்தான் பேசவிருக்கிறார்கள். நீங்கள் விரும்பினால், சீக்கிரமாகத் தூங்கச் செல்லலாம்."

ரவி விரக்தியுடன் தன் தோள்களைக் குலுக்கிவிட்டு, "சரி," என்றான்.

ஜோனா பெருமூச்செறிந்தார். "எய்தவன் எங்கோ இருக்க, அம்பைக் குறை சொல்லாதீர்கள். ஆனால் இதற்கு முன்பு நீங்கள் அதற்குத் தயங்கியதில்லை."

தன்னுடைய அண்ணன் எங்கிருந்தான் என்பதைத் தெரிந்து கொள்ள நோரா விரும்பினாள். ஆனால், ஜோனாவுக்கும் ரவிக்கும் இடையே நிகழ்ந்து கொண்டிருந்த பனிப்போருக்கு நடுவே தன் அண்ணனைப் பற்றிக் கேட்பது அவளுக்கு முட்டாள்தனமானதாகத் தோன்றியது. குறிப்பாக, அவனுடைய சகோதரியான தனக்கு அது தெரிந்திருக்க வேண்டும் என்று அவர்கள் நினைத்துக் கொண்டிருந்ததைக் கணக்கில் எடுத்துக் கொண்டபோது! அதனால், ஒரு நெடுஞ்சாலையில் பயணித்துக் கொண்டிருந்த அந்தப் பேருந்தின் சன்னல் வழியாக அவள் வெளியே பார்த்தாள். முன்னால் சென்று

கொண்டிருந்த வாகனங்களுக்குப் பின்னாலிருந்த சிவப்பு விளக்குகள் இருட்டில் கண்காணித்துக் கொண்டிருந்த கண்களைப்போலத் தோன்றின. தூரத்தில், இருண்ட வானத்தின் பின்புலத்தில் தெரிந்த வானுயர்ந்த கட்டடங்களின் அறைகளிலிருந்து சதுர வடிவில் ஒளி வெளிப்பட்டுக் கொண்டிருந்தது. அந்த நெடுஞ்சாலையின் இருபுறங்களிலும் நடுவிலும் மரங்கள் அணிவகுத்து நின்றன.

நாளை மாலைவரை அவள் இந்த வாழ்க்கையில் தொடர்ந்து இருந்தால், ஒரு முழு நீள இசைக் கச்சேரியில் அவள் பாட வேண்டியிருக்கும். அவளுக்குத் தெரிந்திராத பாடல்கள் பல அதில் இடம் பெற்றிருக்கும். அந்தப் பாடல்கள் என்னென்னவென்று தன்னால் எவ்வளவு விரைவில் கண்டுபிடிக்க முடியும் என்று அவள் யோசித்துக் கொண்டிருந்தாள்.

அப்போது அவளுடைய அலைபேசி ஒலித்தது. அது ஒரு வீடியோ அழைப்பு. அழைத்தவரின் பெயர் ரயன் என்று அந்த அலைபேசி காட்டியது.

ஜோனா அதில் தெரிந்த பெயரைப் பார்த்துவிட்டு ஒரு நமுட்டுச் சிரிப்பை உதிர்த்தார். "நீங்கள் அந்த அழைப்பை ஏற்றுக் கொள்வது நல்லது."

நோராவும் அவ்வாறே செய்தாள். அந்த ரயன் யாரென்றே அவளுக்குத் தெரியாது. அதோடு, அவளுடைய அலைபேசியில் காட்சியளித்த உருவம் தெளிவற்று இருந்தது.

பின் அந்த உருவம் தெளிவடைந்தது. அது அவளுக்குப் பரிச்சயமான ஒரு முகம். திரைப்படங்களிலும் தன் கற்பனைகளிலும் அவள் பல முறை அந்த முகத்தைப் பார்த்திருந்தாள்.

"ஹாய், பேபி. சும்மாதான் கூப்பிட்டேன். நாம் இப்போதும் நண்பர்களாகத்தானே இருக்கிறோம்?"

அவளுக்கு அந்தக் குரலையும் தெரியும்.

அமெரிக்கர். வசீகரமானவர். பிரபலமானவர்.

ஜோனா அந்தப் பேருந்திலிருந்த யாரோ ஒருவரிடம், "அவள் ரயன் பெய்லியுடன் பேசிக் கொண்டிருக்கிறாள்," என்று கூறியது நோராவின் காதுகளில் விழுந்தது.

ரயன் பெய்லி

ரயன் பெய்லி.

அதே ரயன் பெய்லி. அவளுடைய பகற்கனவுகளில் இடம் பெற்றிருந்த அதே ரயன் பெய்லி. அவனுடைய ஹாலிவுட் வீட்டில் பிளாட்டோவைப் பற்றியும் ஹெய்டெக்கரைப் பற்றியும் அவனுடன் விவாதித்ததுபோல அவள் கற்பனை செய்திருந்த அதே ரயன் பெய்லி.

"நோரா உனக்கு என்னவாயிற்று? நீ பயந்து போயுள்ளதுபோலத் தெரிகிறதே?"

"ஓ! நான் ... இங்கு ... ஒரு பேருந்தில் ... இருக்கிறேன் ... ஒரு பெரிய பயணத்தின் நடுவே. ஹாய்!"

"நான் எங்கு இருக்கிறேன் என்று உன்னால் ஊகிக்க முடியுமா?"

அதற்கு என்ன பதில் சொல்வதென்று அவளுக்குத் தெரியவில்லை. "நீயே சொல்."

ரயன் தன் அலைபேசியைத் தன்னைச் சுற்றிலும் வட்ட வடிவில் திருப்பினான். அது ஒரு மாளிகை வீடு. அந்த வீடு பிரமாதமாக வடிவமைக்கப்பட்டிருந்தது. அதன் படுக்கையறையில் ஒரு கொசுவலை சகிதமாக மிகப் பெரிய படுக்கை ஒன்று இருந்தது.

"நயாரிட், மெக்சிகோ." அவள் திரையில் பார்த்திருந்த ரயன்போல அவன் இருக்கவில்லை. அவனுடைய உடல் சற்றுப் பருமனாக இருந்தது, வாய் அதிகமாகக் குழறியது. அவன் ஒரு மிடாக்குடியனாக இருக்கலாம், யார் கண்டது? "நயாரிட்டில் என்னுடைய திரைப்படம் ஒன்று தயாராகிக் கொண்டிருக்கிறது. சலூன் 2 திரைப்படம்."

"நான் சலூன் 1ஐப் பார்க்க விரும்புகிறேன்."

அவள் ஒரு பயங்கரமான நகைச்சுவையைக் கூறியதுபோல ரயன் சிரித்தான்.

"எப்போதும்போல வறட்சியாகவே இருக்கிறாய், நோனோ!"

நோனோவா?

அவன் தொடர்ந்து பேசினான்.

“நான் இப்போது ‘காசா டி மிட்டாவில்’ தங்கியிருக்கிறேன். உனக்கு நினைவிருக்கிறதா? நாம் இருவரும் ஒரு வார இறுதியில் அங்குத் தங்கியிருந்தோமே? சரி, இப்போது நீ எங்கே இருக்கிறாய்?”

“பிரேசில். ஸா பாலோவில் இப்போதுதான் ஒரு நிகழ்ச்சி நிறைவடைந்தது.”

“அருமை! அப்படியானால், நாம் கிட்டதட்ட அருகருகேதான் இருக்கிறோம்.”

“ஆமாம்.”

“நீ நெருக்கமில்லாமல் பேசுகிறாய்.”

தான் பயணம் செய்து கொண்டிருந்த பேருந்தில் இருந்தவர்களில் பாதிப் பேர் தன்னுடைய உரையாடலைக் கேட்டுக் கொண்டிருந்ததை நோரா அறிந்திருந்தாள். ரவி ஒரு கையில் ஒரு பீர் பாட்டிலுடன் அவளை வெறித்துப் பார்த்துக் கொண்டிருந்தான்.

“நான் ... வந்து ... ஒரு பேருந்தில் இருக்கிறேன் ... இதில் என்னுடன் நிறையப் பேர் இருக்கின்றனர்.”

“மக்கள்,” என்று கூறி ரயன் பெருமூச்செறிந்தான். அந்த வார்த்தையை அவன் ஒரு கெட்ட வார்த்தையைப்போல உச்சரித்தான். “எப்போதும் நம்மைச் சுற்றி மக்கள் இருந்து கொண்டுதான் இருப்பார்கள். அது குறித்து நம்மால் எதுவும் செய்ய முடியாது. இன்னொரு விஷயம். ஜிம்மி ஃபேலன் குறித்து நீ கூறியவற்றைச் சமீப காலங்களில் நான் தீவிரமாக அசைபோட்டுக் கொண்டிருக்கிறேன்.”

“நான் என்ன சொன்னேன்?”

“ ‘எல்லாமே ஒரு கட்டத்தில் முடிவுக்கு வந்துவிடும்’ என்று நீ குறிப்பிட்டிருந்த மேற்கோளைப் பற்றிச் சொல்கிறேன். நம் உறவு ஒரு முடிவுக்கு வந்திருந்தது குறித்தும் அது தொடர்பாக உனக்கு எந்தவிதமான மனக்கசப்பும் இல்லையென்றும் நீ சொல்லியிருந்தாய், இல்லையா? அதை நீ வெளிப்படையாகச் சொல்லியதற்கு நான் உனக்கு நன்றி தெரிவித்துக் கொள்கிறேன். பழகுவதற்கு நான் ஒரு கடினமான நபர் என்பதை நான் ஒத்துக் கொள்கிறேன். அதை நான் அறிவேன். அதைச் சரி செய்யும் முயற்சியில் நான் இறங்கியுள்ளேன். எனக்கு இப்போது உளவியல் சிகிச்சை அளித்துக் கொண்டிருக்கின்ற மருத்துவர் உண்மையிலேயே மிகச் சிறப்பாகச் செயல்பட்டுக் கொண்டிருக்கிறார்.”

“மகிழ்ச்சி.”

“நாம் சேர்ந்து இருந்தபோது நிகழ்ந்த பல நல்ல சம்பவங்களை நான் அசைபோட்டுக் கொண்டிருக்கிறேன். சிற்றின்பத்தைத் தாண்டியும் வாழ்க்கை இருக்கிறது, இல்லையா?”

நோரா தறிகெட்டு அலைய முயன்ற தன் மனத்திற்குக் கடிவாளம்

இட்டவாறு, "ஆமாம். கண்டிப்பாக," என்று கூறினாள்.

"நாம் இருவருமே சிறப்பானவர்கள். ஆனால், நம் உறவை நீ ஒரு முடிவுக்குக் கொண்டு வந்தது சரியான செயல்தான். அது பிரபஞ்சத் திட்டப்படி நடந்துள்ளது. இங்கு மறுதலிப்பது என்ற ஒன்று இல்லை. வேறு திசை நோக்கி நாம் நகர்ந்து கொண்டிருக்கிறோம், அவ்வளவுதான். நான் இப்போதெல்லாம் பிரபஞ்சத் திட்டம் குறித்து நிறையச் சிந்தித்துக் கொண்டிருக்கிறேன். பிரபஞ்ச அலைவரிசையோடு ஒத்திசைவாக இருக்க முயன்று கொண்டிருக்கிறேன். என் பிரச்சனைகளையெல்லாம் நான் ஒரு முடிவுக்குக் கொண்டுவர வேண்டும் என்று பிரபஞ்சம் எனக்குக் கட்டளையிட்டுக் கொண்டிருக்கிறது. நமக்கு ஒரு சமநிலை தேவை. நம்முடைய உறவு மிக மிகத் தீவிரமான ஒன்றாக இருந்தது, நம்முடைய வாழ்க்கையும் தீவிரமானதாக இருந்தது. அது 'ஒவ்வொரு செயலுக்கும் சம அளவிலான ஓர் எதிர்வினை உண்டு' என்ற டார்வினின் மூன்றாவது இயக்க விதியைப்போல இருந்தது. எதையாவது ஒன்றை விட்டுக்கொடுத்தாக வேண்டிய நிலையில் நாம் இருந்தோம். அதை நீதான் சரியாக இனம் கண்டு கொண்டாய். இப்போது நாம் இப்பிரபஞ்சத்தில் அலைந்து கொண்டிருக்கின்ற துகள்கள்போல இருக்கிறோம். என்றாவது ஒரு நாள் ஹாலிவுட்டில் அவை மீண்டும் ஒன்றுசேரக்கூடும்."

இதற்கு என்ன பதில் கூறுவதென்றே அவளுக்குத் தெரியவில்லை. "அது நியூட்டன் என்று நான் நினைக்கிறேன்."

"என்ன?"

"மூன்றாவது இயக்க விதி."

குழம்பிப் போயிருந்த ஒரு நாயைப்போல ரயன் தன் கழுத்தைத் திருப்பினான். "என்ன?"

"அதை விட்டுத்தள்ளு. அது ஒன்றும் முக்கியமானதல்ல."

ரயன் பெருமூச்செறிந்தான்.

"சரி. நான் இப்போது என் கையிலுள்ள மதுவைக் குடித்து முடித்துவிட்டுத் தூங்கப் போகிறேன். நாளை காலையில் சீக்கிரமாக எழுந்து உடற்பயிற்சி செய்ய வேண்டும். இப்போது எனக்குப் புதிய பயிற்றுவிப்பாளர் ஒருவர் கிடைத்துள்ளார். அவர் ஒரு முன்னாள் எம்எம்ஏ வீரர்."

"ஓ!"

"அப்புறம், நோனோ..."

"சொல்."

"நீ எப்போதும் என்னைச் செல்லமாக அழைப்பாயே! இப்போது ஒரு முறை என்னை அப்படிக் கூப்பிடு."

"உம்-"

"நான் எதைச் சொல்கிறேன் என்பது உனக்குத் தெரியும்தானே?"

"அதிலென்ன சந்தேகம்?" அது என்னவாக இருக்கும் என்று

அவள் தன் மண்டையைக் குடைந்தாள். 'ரை-ரை? ரே ரொட்டி? பிளாட்டோ?'

"என்னால் முடியாது."

"ஏன்? உன்னைச் சுற்றிலும் மக்கள் இருப்பதாலா?"

அவள் தன்னைச் சுற்றி ஒரு நோட்டம் விடுவதுபோலப் பார்த்தாள். "ஆமாம். மக்கள். இப்போது நாம் வெவ்வேறு பாதைகளில் செல்லத் தொடங்கியுள்ளதால், உன்னை அப்படி அழைப்பது ... உம் ... வந்து ... பொருத்தமற்றதாகத் தோன்றுகிறது."

ரயன் ஒரு சோகமான புன்னகையை வெளிப்படுத்தினான். "உன்னுடைய கடைசி நிகழ்ச்சியான லாஸ் ஏஞ்சலீஸ் நிகழ்ச்சிக்கு நான் வரப் போகிறேன். முன்வரிசையில் உட்கார்ந்து கொண்டு உன் நிகழ்ச்சியைக் கண்டு களிக்கப் போகிறேன். அதை உன்னால் தடுத்து நிறுத்த முடியாது, புரிகிறதா?"

"நீ வருவது நன்றாகத்தான் இருக்கும்."

"அப்படியானால், நாம் எப்போதும் நண்பர்களாக இருந்து கொண்டிருக்கலாம், இல்லையா?"

"கண்டிப்பாக."

தாங்கள் தங்களுடைய உரையாடலின் இறுதிக் கட்டத்தை நெருங்கிவிட்டிருந்ததை நோரா உணர்ந்து கொண்டாள். திடீரென்று, அவனிடம் ஒன்றைக் கேட்க வேண்டும் என்று அவளுக்குத் தோன்றியது.

"தத்துவத்தின்மீது உனக்கு உண்மையிலேயே ஆர்வம் உண்டா?"

ரயன் ஓர் ஏப்பம் விட்டான். ரயன் உண்மையில் வாயுவை உற்பத்தி செய்யக்கூடிய ஒரு மனித உடலுடன்கூடிய ஒரு மனித ஜீவன்தான் என்ற உணர்தல் தனக்கு அதிர்ச்சியளித்தது அவளுக்கு விநோதமாக இருந்தது.

"என்ன?"

"தத்துவம். பல ஆண்டுகளுக்கு முன் நீ ஒரு தொலைக்காட்சித் தொடரில் பிளாட்டோவாக நடித்தாய். அதைத் தொடர்ந்து நடைபெற்றப் பத்தரிகையாளர் சந்திப்பில், 'நான் தத்துவம் குறித்து நிறையப் படிக்கிறேன்,' என்று நீ கூறினாய்."

"நான் வாழ்க்கையைப் படிக்கிறேன். வாழ்க்கை என்பது தத்துவம்தானே?"

ரயன் என்ன பொருளில் அதைச் சொன்னான் என்பது நோராவுக்குப் புரியவில்லை. ஆனால், முன்னணி இடத்தில் இருந்த ஒரு ஹாலிவுட் நடிகனைத் தன் வாழ்க்கையிலிருந்து தூக்கியெறிந்திருந்த, இந்த வாழ்க்கையில் இருந்த நோரா குறித்து அவள் பெருமை கொண்டாள்.

"அந்தப் பேட்டியின்போது, 'நான் மார்ட்டின் ஹெய்டெக்கரைப் படித்துள்ளேன்,' என்று நீ கூறினாய்."

"யார் இந்த மார்ட்டின் ஹாட் டாக்? ஓ! அது பத்திரிகைக்காக நான் அவிழ்த்துவிட்டச் சரடாக இருக்கும். இது பற்றி உனக்குத்தான்

தெரியுமே!"

"ஆமாம். அது சரிதான்."

"சரி, நான் விடைபெற்றுக் கொள்கிறேன், பழைய தோழியே!"

"சரி."

அதைத் தொடர்ந்து ரயன் தன் அலைபேசி இணைப்பைத் துண்டித்தான். அருகே ஜோனா எதுவும் சொல்லாமல் நோராவைப் பார்த்துப் புன்னகைத்துக் கொண்டிருந்தார்.

ஓர் ஆசிரியருக்குரிய மிடுக்கும் ஆறுதலளிக்கும் பாங்கும் ஜோனாவிடம் இருந்ததை நோரா கவனித்தாள். இந்த வாழ்க்கையில் அவளுக்கு ஜோனாவைப் பிடித்திருந்திருக்க வேண்டும். தன்னுடைய இசைக் குழுவின் சார்பில் ஒரு பாட்காஸ்ட் நிகழ்ச்சிக்குத் தான் ஒரு பேட்டியளிக்க வேண்டியிருந்தது அப்போது அவளுடைய நினைவுக்கு வந்தது. தன் குழுவில் இருந்தவர்களில் பலரின் பெயர்கள்கூட அவளுக்குத் தெரிந்திருக்கவில்லை. அவர்களுடைய கடைசி ஆல்பத்தின் தலைப்பும் அவளுக்குத் தெரியாது. இன்னும் சொல்லப் போனால், அவர்களுடைய எந்தவொரு ஆல்பத்தின் பெயரும் அவளுக்குத் தெரியாது.

அவர்களுடைய பேருந்து, அந்நகரின் எல்லையிலிருந்த, பிரம்மாண்டமாகக் காட்சியளித்த ஒரு ஓட்டலின் முன்னால் வந்து நின்றது. ஆடம்பரமான சொகுசுக் கார்கள் பல அங்கு நின்று கொண்டிருந்தன. அந்த ஓட்டலின் நடைபாதையின் இருபுறமும் அழகான பனை மரங்கள் விளக்கொளியுடன் அணிவகுத்து நின்றன. அதன் கட்டட வேலைப்பாடு ஏதோ வேற்றுலகத்தைச் சேர்ந்ததுபோலத் தோன்றியது.

"இது ஒரு முன்னாள் அரண்மனை," என்று ஜோனா கூறினார். "தலைசிறந்த பிரேசிலியக் கட்டடவியலாளர் ஒருவரால் வடிவமைக்கப்பட்டது இது. அவருடைய பெயரை நான் மறந்துவிட்டேன்." ஜோனா தன் அலைபேசியில் தேடி, "அவர் பெயர் ஆஸ்கர் நிமெயர்," என்று தெரிவித்தார். "பிரேசிலில் உள்ள ஓட்டல்களிலேயே தலைசிறந்தது இது ..."

அப்போது, சிலர் அங்குக் குழுமியிருந்ததை நோரா பார்த்தாள். அவர்கள் பிச்சைப் பாத்திரங்களை நீட்டுவதுபோலத் தங்களுடைய அலைபேசிகளை நீட்டி அவளுடைய வருகையைப் படம்பிடித்துக் கொண்டிருந்தனர்.

உங்களிடம் எல்லாம் இருந்தும் எதையும் உணர முடியாமல் இருக்கலாம்.

@நோராலாபிரிந்த்ஸ், 74.8கே மறுடுவீட்டுகள், 485.3கே லைக்குகள்.

வெள்ளித் தட்டில் தேன் கேக்குகள்

'பல பிரபஞ்சங்கள்' கோட்பாட்டு எதார்த்தத்தில் இந்த வாழ்க்கையும் ஒரு பக்கம் நிகழ்ந்து கொண்டிருந்தது என்ற நினைப்பே கற்பனைக்கு மிஞ்சியதாக இருந்தது.

ஒரு வாழ்க்கையில் வாடகை கொடுப்பதற்கே தான் தவித்துக் கொண்டிருந்தபோது, மற்றொரு வாழ்க்கையில் உலகெங்குமிருந்த மக்களிடம் தான் இவ்வளவு பரவசத்தைத் தோற்றுவித்துக் கொண்டிருந்ததை நோராவால் நம்ப முடியவில்லை.

அந்த ஓட்டல் வாசலில் அவளுடைய வருகையைப் புகைப்படங்கள் எடுத்த அவளுடைய இரசிகர்களில் சிலர் அவளிடம் கையெழுத்து வாங்குவதற்காகக் காத்துக் கொண்டிருந்தனர். அவர்கள் அவளுடைய குழுவிலிருந்த மற்றவர்களைத் தொந்தரவு செய்யவில்லை. ஆனால் அவளிடம் உறவாட வேண்டும் என்று அவர்கள் துடித்துக் கொண்டிருந்தனர்.

பேருந்திலிருந்து இறங்கிய நோரா, அச்சிறு கூட்டத்தை நோக்கி நடந்தாள். அதிலிருந்த ஒரு பெண் தன் தலைமுடியை நோராவைப்போலவே அலங்கரித்திருந்தாள்.

"நோரா! நோரா! ஹாய்! எங்கள் இதய இராணியே, நாங்கள் உங்களை நேசிக்கிறோம்! பிரேசிலுக்கு வந்ததற்கு நன்றி. நீங்கள் கலக்கிக் கொண்டிருக்கிறீர்கள்," என்று அப்பெண் உற்சாகமாகக் கூறினாள். உடனே அங்கிருந்த அனைவரும், "நோரா, நோரா, நோரா!" என்று பஜனையில் இறங்கிவிட்டனர்.

தன் இரசிகர்களுக்கு அவள் கையெழுத்துப் போட்டுக் கொடுத்துக் கொண்டிருந்தபோது, சுமார் இருபது வயது மதிக்கத்தக்க இரசிகன் ஒருவன் தன் டி-ஷர்ட்டைக் கழற்றிவிட்டு, தன் தோளில் கையெழுத்திடுமாறு அவளிடம் கேட்டான்.

“இது பச்சை குத்திக் கொள்வதற்காக,” என்று அவன் கூறினான்.

“உண்மையாகவா?” என்று கேட்டுவிட்டு, நோரா அந்த இரசிகனின் தோள்மீது கையெழுத்திட்டாள்.

“இது என் வாழ்வின் ஒரு தலைசிறந்த தருணம்,” என்று அந்த இளைஞன் புளகாங்கிதத்துடன் கூறினான். “என்னுடைய பெயர் பிரான்சிஸ்கோ.”

தான் தன்னுடைய பெயரை அவனுடைய தோள்மீது எழுதியது எப்படி அவனுடைய இருத்தலின் தலைசிறந்த தருணமாக இருந்துவிட முடியும் என்று நோரா யோசித்தாள்.

“நீங்கள் என் உயிரைக் காப்பாற்றினீர்கள். உங்களுடைய ‘அழகிய வானம்’ பாட்டு என் உயிரைக் காப்பாற்றியது. அந்தப் பாட்டு அவ்வளவு சக்திமிக்கது.”

“அற்புதம்! ‘அழகிய வானம்’ பாடல் உங்களுக்குத் தெரியுமா?”

அந்த இரசிகன் ஓர் உன்மத்த நிலையை அடைந்தான். “நீங்கள் நகைச்சுவையாகப் பேசுகிறீர்கள். அதனால்தான் நீங்கள் நான் கொண்டாடும் கதாநாயகியாக இருக்கிறீர்கள்.”

நோராவுக்கு என்ன சொல்வதென்றே தெரியவில்லை. பிரிஸ்டனிலுள்ள ஒரு பல்கலைக்கழகத்தில் வைத்துத் தன்னுடைய பத்தொன்பதாம் வயதில் அவள் எழுதியிருந்த ஒரு பாடல், பிரேசிலில் ஓர் இளைஞனின் வாழ்க்கையில் தாக்கம் ஏற்படுத்தியிருந்தது குறித்து அவள் திக்குமுக்காடிப் போனாள்.

இதுதான் அவளுக்கு விதிக்கப்பட்டிருந்த வாழ்க்கைபோலும். தான் மீண்டும் நடுநிசி நூலகத்திற்குத் திரும்பிப் போக வேண்டியிருக்கும் என்று அவள் நினைக்கவில்லை. பிறர் தன்னைக் கொண்டாடி மகிழ்ந்த இந்த வாழ்க்கையில் அவளால் தாக்குப்பிடித்து இருந்து கொள்ள முடியும். பெட்ஃபோர்டில் வாழ்ந்து கொண்டு, 77 எண் பேருந்தில் அமர்ந்து ஒரு சோகப் பாடலை முணுமுணுத்துக் கொண்டிருப்பதைவிட இது கண்டிப்பாக மேலானதுதான்.

அடுத்து, அவளுடைய இரசிகர்கள் அவளுடன் செல்ஃபி எடுத்துக் கொள்ள விரும்பியபோது அவள் அவர்களோடு சேர்ந்து நின்று கொண்டாள்.

அக்கூட்டத்திலிருந்த ஒரு பெண்ணின் கண்களில் கண்ணீர் அரும்பியிருந்தது. நோரா ரயன் பெய்லியை முத்தமிட்டுக் கொண்டிருந்த ஒரு பெரிய புகைப்படத்தை அப்பெண் தன் கையில் வைத்திருந்தாள்.

“நீங்கள் அவருடனான உங்களுடைய உறவை முறித்துக் கொண்டபோது நான் மிகவும் வருத்தமடைந்தேன்.”

“அது வருத்தமான விஷயம்தான் என்பதை நான் அறிவேன். ஆனால், வாழ்க்கையில் சில விஷயங்கள் நடக்கத்தான் செய்யும். அவை நமக்கான படிப்பினைகள்.”

ஜோனா நோராவின் அருகே வந்து மென்மையாக அவளுடைய கையைப் பிடித்து அவளை ஓட்டலுக்குள் அழைத்துச் சென்றார்.

அவள் அந்த அழகான, பிரம்மாண்டமான ஓட்டலுக்குள் சென்றபோது, தன்னுடைய குழுவினர் அனைவரும் அங்கிருந்த ஒரு பாரில் அமர்ந்திருந்ததை அவள் கண்டாள். ஆனால் அவளுடைய அண்ணனை எங்கே காணோம்? அவன் ஒருவேளை வேறு எங்காவது ஊடகங்களுடன் பேசிக் கொண்டிருந்திருக்கலாம்.

அவள் அந்த பாரை நோக்கி நடக்கத் துவங்கியபோது, அந்த ஓட்டல் பணியாளர்கள் அனைவரும் தன்னையே பார்த்துக் கொண்டிருந்ததை அவள் கவனித்தாள்.

தன் அண்ணன் எங்கே இருந்தான் என்பதைக் கேட்டுத் தெரிந்து கொள்வதற்குத் தனக்கு ஒரு வாய்ப்புக் கிட்டியிருந்ததாக அவள் நினைத்த அதே வேளையில், லாபிரிந்த்ஸ் என்ற பெயர் பொறிக்கப்பட்ட ஒரு டி-ஷர்ட்டை அணிந்திருந்த ஒரு நபரை அருகே வருமாறு ஜோனா சைகை செய்தார். அந்த நபருக்கு சுமார் நாற்பது வயதிருக்கும். அவருடைய தலை வழுக்கையை நோக்கி ஊர்ந்து கொண்டிருந்தது, அவருடைய தாடி வெளுக்கத் தொடங்கியிருந்தது. ஆனால், நோராவுக்கு அருகே வர அவர் பயந்ததுபோலத் தெரிந்தது. அவர் நோராவுடன் கைகுலுக்கியபோது, அவர் லேசாகத் தலையைக் குனிந்து அவளை வணங்கினார்.

“என் பெயர் மார்செலோ. பேட்டியளிக்க ஒப்புக் கொண்டதற்கு நன்றி,” என்று அவர் கூறினார்.

அவருக்குப் பின்னால் ஒருவன் நின்று கொண்டிருந்தான். அவன் மார்செலோவைவிட இளையவனாக இருந்தான். அவன் தன் உடலில் பச்சை குத்தியிருந்தான். ஒரு பெரிய புன்னகை அவனுடைய உதடுகளில் ஒட்டியிருந்தது. ஒலிப்பதிவு செய்வதற்கான கருவிகளை அவன் தன் கைகளில் வைத்திருந்தான்.

“இந்தப் பேட்டிக்காக நாங்கள் இங்குள்ள பாரில் ஓர் அமைதியான இடத்தை ஏற்கனவே பதிவு செய்து வைத்திருந்தோம். ஆனால், இப்போது அங்கு நிறையப் பேர் இருப்பதால், நாம் நோராவின் அறையில் இதைப் பதிவு செய்து கொள்ளலாம்,” என்று ஜோனா பரிந்துரைத்தார்.

“அப்படியே செய்யலாம்,” என்று மார்செலோ கூறினார்.

அவர்கள் மின்தூக்கியை நோக்கிச் சென்று கொண்டிருந்தபோது, நோரா அந்த பார் பக்கம் தன் பார்வையை ஓடவிட்டாள். அங்கு தன்னுடைய இசைக் குழு உறுப்பினர்கள் அமர்ந்திருந்ததை அவள் கண்டபோது, அவள் மார்செலோவிடம், “நீங்கள் வேண்டுமானால் என் குழு உறுப்பினர்களிடம் பேசிப் பார்க்கலாம். எனக்கு நினைவில் இருக்காத பல விஷயங்கள் அவர்களுக்கு ஞாபகம் இருக்கலாம்,” என்று கூறினாள்.

மார்செலோ தன் தலையை ஆட்டி அதற்கு மறுப்புத் தெரிவித்தார். “உங்களிடம் மட்டும் பேட்டி எடுப்பதுதான் சரியாக இருக்கும் என்று தோன்றுகிறது.”

“சரி.”

அவர்கள் மின்தூக்கி வருவதற்காகக் காத்துக் கொண்டிருந்தபோது, அனைவருடைய கண்களும் அவர்கள்மீதுதான் படிந்திருந்தன.

அப்போது ஜோனா நோராவின் பக்கம் சாய்ந்து, “நீங்கள் நன்றாகத்தானே இருக்கிறீர்கள்? பிரச்சனை எதுவும் இல்லையே?” என்று கேட்டார்.

“நான் நன்றாகத்தான் இருக்கிறேன். எதனால் அப்படிக் கேட்டீர்கள்?”

“எனக்குத் தெரியவில்லை. நீங்கள் சற்று வித்தியாசமாக இருப்பதுபோலத் தெரிகிறது.”

“வித்தியாசமாக என்றால்?”

“அது எனக்குத் தெரியவில்லை.”

அவர்கள் மின்தூக்கிக்குள் ஏறிக் கொண்டிருந்தபோது, ஜோனா அவர்களுடைய குழுவைச் சேர்ந்த ஒரு பெண்ணிடம், நோராவைப் பேட்டியெடுக்க வந்திருந்தவர்களுக்கு இரண்டு பீரும், நோராவுக்கு மினரல் வாட்டரும் வாங்கி வருமாறு கேட்டுக் கொண்டார்.

“மாயா, அவற்றை நோராவின் அறைக்குக் கொண்டு வா.”

நோரா மின்தூக்கியிலிருந்து வெளியே வந்து தன்னுடைய பிரம்மாண்டமான அறையை நோக்கி நடந்து சென்று கொண்டிருந்தபோது, இந்த வாழ்க்கையில் ஒருவேளை தான் மதுவைத் தொடாத ஒரு நபராக இருக்கக்கூடும் என்று நினைத்துக் கொண்டாள்.

பின் அவள் தன் அறைக்குள் நுழைந்தாள். அது தன்னுடைய வாழ்க்கையில் மிகவும் சகஜமான ஒரு நிகழ்வு என்பதுபோல நடந்து கொள்ள அவள் முயற்சி செய்தாள். அவள் உள்ளே நுழைந்தவுடன் அமைந்திருந்த அறை மிகவும் பெரிதாக இருந்தது. அதையடுத்து இருந்த அறையும் பெரிதாக இருந்தது. அதற்கு அடுத்திருந்த குளியலறையும் மிகப் பெரியதாக இருந்தது. அங்கிருந்த ஒரு மேசைமீது ஒரு பெரிய மலர்க்கூடை இருந்தது. அந்த ஓட்டல் மேலாளர் அதை அனுப்பி வைத்திருந்தார்.

அந்த அறையின் பிரம்மாண்டத்தையும், அதன் அழகையும், நேர்த்தியையும், அதன் அலங்காரத்தையும், அங்கிருந்த படுக்கையின் விஸ்தீரணத்தையும், பிரம்மாண்டமான தொலைக்காட்சிப் பெட்டியையும், ஐஸ்கட்டிகளுக்கு நடுவே நடுங்கிக் கொண்டு அமர்ந்திருந்த ஷாம்பெயின் பாட்டிலையும், வெள்ளித்தட்டில் இருந்த பிரேசிலிய தேன் கேக்குகளையும் கண்டபோது, “பிரமாதம்!” என்று கத்த வேண்டும்போலத் தனக்கு ஏற்பட்ட உணர்வை நோரா

கஷ்டப்பட்டு அடக்கிக் கொண்டாள்.

ஜோனா அந்தத் தட்டிலிருந்த கேக்குகளில் ஒன்றைத் தன் கையில் எடுத்துக் கொண்டே, “இந்தக் கேக்குகளை நீங்கள் சாப்பிட மாட்டீர்கள் என்று நினைக்கிறேன்,” என்று கூறினார். “உங்களுடைய உடல்நலனுக்காகத் தான் ஒரு புதிய திட்டத்தை உருவாக்கியிருப்பதாகவும், நீங்கள் உண்ணும் பொருட்கள்மீது ஒரு கண் வைத்திருக்கும்படியும் ஹார்லி என்னிடம் கூறியுள்ளார்.”

ஜோனா அந்தக் கேக்கை எடுத்துக் கடித்ததைப் பார்த்த நோரா, அருஞ்சுவைக்குப் பெயர்போன பிரேசிலிய தேன் கேக்குகளைச் சாப்பிடுவதைத் தடுக்கின்ற ஒரு திட்டம் எப்படி ஒரு நல்ல திட்டமாக இருக்க முடியும் என்று யோசித்தாள். ஹார்லி யார் என்று அவளுக்குத் தெரியாதபோதிலும் அந்த நபரைத் தனக்குப் பிடிக்காது என்ற முடிவுக்கு அவள் வந்தாள்.

ஜோனா தொடர்ந்து பேசினாள். “இன்னொரு விஷயம். லாஸ் ஏஞ்சலீஸ் பகுதியில் பற்றிக் கொண்டிருந்த காட்டுத்தீ இன்னும் அணையவில்லை. கலபசாஸ் பகுதியிலுள்ளவர்களில் பாதிப் பேர் வெளியேற்றப்பட்டுள்ளனர். அத்தீ உங்களுடைய இடத்தை நெருங்காது என்று நம்புவோமாக.”

தனக்கு லாஸ் ஏஞ்சலீஸ் பகுதியில் ஒரு பெரிய வீடு இருந்ததை நினைத்து மகிழ வேண்டுமா, அல்லது அது ஒருவேளை தீக்கிரையாகிவிடக்கூடும் என்பது குறித்துக் கவலைப்பட வேண்டுமா என்று நோரா குழம்பினாள்.

அந்த பிரேசில் நாட்டவர் இருவரும் தங்களுடைய தொழில்நுட்பக் கருவிகளைத் தயார்படுத்துவதற்கு ஒரு சில நிமிடங்களை எடுத்துக் கொண்டனர். அங்கு, ஆளை விழுங்குகின்ற அளவுக்குப் பெரிதாக இருந்த சோபாவில் நோரா உட்கார்ந்தாள். அங்கு வந்திருந்தவர்களுடைய இசைப் பாட்காஸ்டான ‘ஓ, ஸோம்’ பாட்காஸ்ட்தான் பிரேசிலிலேயே மிகவும் பிரபலமானது என்று ஜோனா கூறினார். அதனால் அதற்குப் பேட்டியளிப்பது உகந்ததாக இருக்கும் என்று அவர் குறிப்பிட்டார்.

பாட்காஸ்ட் தொடங்கிய பிறகு, ஓர் அம்மா கழுகைப்போல அருகேயே இருந்து நோராவை ஜோனா அவதானித்துக் கொண்டிருந்தார்.

பலவற்றை வெளிப்படுத்திய பாட்காஸ்ட்

நல்ல ஆங்கிலத்தில் மார்செலோ தன் பேட்டியைத் தொடங்கினார். "அப்படியானால், இந்த ஆண்டு உங்களுக்கு ஏராளமான இசை நிகழ்ச்சிகளை உள்ளடக்கியதாக இருந்திருக்கிறது, அப்படித்தானே?"

"ஆமாம். ஏகப்பட்ட நிகழ்ச்சிகள்." ஒரு ராக் ஸ்டாரைப்போல பதிலளிக்க நோரா முயன்றாள்.

"பாட்டர்ஸ்வில் என்ற ஆல்பத்திலுள்ள அனைத்துப் பாடல்களையும் நீங்கள்தான் எழுதினீர்களா?"

நோரா தன் இடது கையிலிருந்த பரிச்சயமான சிறிய மச்சத்தைப் பார்த்தபடி, "பெரும்பாலானவற்றை நான்தான் எழுதினேன்," என்றாள்.

"எல்லாவற்றையும் நோராதான் எழுதினார்," என்று ஜோனா இடையில் புகுந்து கூறினார்.

மார்செலோ அதற்குத் தலையாட்டினார். அவருடன் இருந்த மற்றொருவன் தன் மடிக்கணினியில் ஒலியின் அளவை மேற்பார்வை பார்த்துக் கொண்டிருந்தான்.

"உங்களுடைய ஆல்பங்களிலேயே எனக்கு மிகவும் பிடித்தமானது 'ஃபெதர்ஸ்' ஆல்பம்தான்," என்றார் மார்செலோ. அப்போது அவர்களுடைய பானங்கள் வந்து சேர்ந்தன.

"அது உங்களுக்குப் பிடித்திருந்தது குறித்து எனக்கு மிகவும் மகிழ்ச்சி."

இந்தப் பேட்டியிலிருந்து தப்பிக்க என்ன செய்யலாம் என்று நோரா யோசித்துக் கொண்டிருந்தாள். தலைவலி? வயிற்றுவலி?

"ஆனால், நீங்கள் முதலில் வெளியிட்டிருந்த 'என் வாழ்க்கையிலிருந்து விலகி இரு' என்ற ஆல்பத்தைப் பற்றித்தான் நான் பேச விரும்புகிறேன். அது உங்களுடைய தனிப்பட்டக் கருத்து என்பது போன்ற ஒரு தொனி அதில் இருக்கிறதே!"

நோரா வலுக்கட்டாயமாக ஒரு புன்னகையைத் தன் உதடுகளில் படரவிட்டாள். "அது என்னவென்று அப்பாடலின் வரிகளே சொல்லிவிடுகின்றனவே."

"அது குறித்து ஒரு வதந்தி நிலவுகிறது. அது உங்களுடைய ... அதை ஆங்கிலத்தில் எப்படிச் சொல்வீர்கள்?"

"நீதிமன்றத்தின் தடை உத்தரவு?" என்று ஜோனா எடுத்துக் கொடுத்தார்.

"ஆமாம். அதேதான்."

அதைக் கேட்டு நோரா அதிர்ந்து போனாள். "உம். நான் மனத்தில் இருந்ததையெல்லாம் அதில் கொட்டித் தீர்த்திருந்தேன். ஆனால், அதைப் பற்றிப் பேசுவது எனக்குக் கடினமாக இருக்கிறது."

"எனக்குப் புரிகிறது. நீங்கள் சமீபத்தில் ரோலிங் ஸ்டோன் பத்திரிகைக்கு அளித்தப் பேட்டியில், உங்களுடைய முன்னாள் காதலரான டேன் லார்டைப் பற்றிக் குறிப்பிட்டிருந்தீர்கள். டேன் உங்களைப் பின்தொடர்ந்து வந்து உங்களுக்குத் தொல்லை கொடுத்ததைத் தொடர்ந்து, அவருக்கு எதிராக நீதிமன்றத் தடை உத்தரவு ஒன்றை நீங்கள் பெற்றதாக நீங்கள் அதில் கூறியிருந்தீர்கள். டேன் உங்களுடைய வீட்டுக்குள் அத்துமீறி நுழைந்ததோடு மட்டுமல்லாமல், 'அழகிய வானம்' பாடலைத் தான்தான் எழுதியிருந்ததாகவும் ஊடகவியலாளர்களிடம் கூறியிருந்தாரே!"

"அடக் கடவுளே!"

நோரா அழுகைக்கும் சிரிப்புக்கும் இடைப்பட்ட ஓர் இடத்தில் இருந்தாள். நல்லவேளையாக எப்படியோ சமாளித்து இரண்டையும் வெளிப்படுத்தாமல் இருப்பதில் அவள் வெற்றியடைந்தாள்.

"நான் அவனுடன் இருந்தபோதுதான் அதை எழுதினேன். அது அவனுக்குப் பிடிக்கவில்லை. நான் இந்த இசைக் குழுவில் இருந்ததும் அவனுக்குப் பிடிக்கவில்லை. அதை அவன் வெறுத்தான். அவன் என் அண்ணனையும் வெறுத்தான். அவன் ரவியையும், எங்கள் குழுவில் முதலிலிருந்த எல்லாவையும் வெறுத்தான்."

இது நம்ப முடியாத அளவுக்கு இருந்தது. ஒரு வாழ்க்கையில், டேன் தான் கனவு கண்டிருந்த ஒரு வாழ்க்கையைப் பெற்று அவளுடைய கணவனாக ஆகியிருந்த பிறகும் வேறொரு பெண்ணுடன் உறவு வைத்திருந்தான். இந்த வாழ்க்கையில், அவளுடைய வெற்றியைச் சகித்துக் கொள்ள முடியாமல் அவளுடைய வீட்டுக்குள் அவன் அத்துமீறிப் புகுந்திருந்தான்.

"அவன் ஒரு தரங்கெட்ட அயோக்கியன்," என்று நோரா கூறினாள். "முதலில் ஒழுங்காக இருந்தவன் பின்னர் முற்றிலும் வேறொரு நபராக மாறிப் போனான். அது விநோதம்தான். உங்களுடைய வாழ்க்கை மாறுகின்றபோது, மக்கள் வித்தியாசமாக நடந்து கொள்கின்றனர். பிரபலத்துவத்திற்கு ஒருவர் கொடுக்கின்ற விலை இது என்று நான்

நினைக்கிறேன்.''

''நீங்கள் 'ஹென்ரி டேவிட் தோரோ' என்ற தலைப்பில் ஒரு பாடலை எழுதியிருந்தீர்கள். பொதுவாக இசைப் பாடல்கள் தத்துவவியலாளர்களின் பெயர்களில் வெளியிடப்படுவதில்லையே.''

''நான் கல்லூரியில் தத்துவத்தைப் பாடமாக எடுத்துப் படித்துக் கொண்டிருந்தபோது அவர்தான் எனக்கு மிகவும் பிடித்தத் தத்துவவியலாளராக இருந்தார். அவருடைய பெயரைத்தான் நான் என் கையில் பச்சை குத்தியிருக்கிறேன். 'இம்மானுவல் காண்ட்' என்ற தலைப்பைவிட இது ஓரளவு பரவாயில்லை என்று நான் நினைக்கிறேன்.''

இப்போது அந்தப் பேட்டியில் அவளுக்கு ஒரு பிடிமானம் கிடைத்திருந்தது. அவள் எந்த வாழ்க்கைக்காகப் படைக்கப்பட்டிருந்தாளோ அந்த வாழ்க்கையை நடிப்பது அவளுக்குக் கடினமானதாக இருக்கவில்லை.

''அப்புறம் 'ஹவுல்.' மிகவும் சக்திமிக்க ஒரு பாடல். இருபத்திரண்டு நாடுகளில் முதலிடத்தைப் பிடித்தப் பாடல். பல ஹாலிவுட் பிரபலங்களை உள்ளடக்கிய, கிராமி விருது வென்ற வீடியோவாக அது பெரும் வெற்றி பெற்றது. ஆனால் அதைப் பற்றி நீங்கள் ஏற்கனவே பேசித் தீர்த்துவிட்டீர்கள், இல்லையா?''

''ஆமாம். அப்படித்தான் நினைக்கிறேன்.''

ஜோனா தனக்கு மற்றொரு தேன் கேக் எடுப்பதற்காகச் சென்றார்.

மார்செலோ மேன்மேலும் துருவித் துருவிக் கேள்வி கேட்கத் தொடங்கினார். ''ஆனால், அப்பாடலை நீங்கள் உணர்ச்சிவசப்பட்ட ஒரு நிலையில் எழுதியிருந்ததுபோல எனக்குத் தோன்றியது. ஜோனாவுக்கு முன்பு உங்களுடைய மேலாளராக இருந்தவர் உங்களைச் சுரண்டிக் கொண்டிருந்தார் என்பதை அறிந்து அவரை நீங்கள் என்றைக்கு வீட்டுக்கு அனுப்பினீர்களோ, அதே நாள் இரவில் நீங்கள் அப்பாடலை எழுதினீர்கள் என்பதை நான் பின்னர் தெரிந்து கொண்டேன்.''

''ஆமாம். அது ஒரு மோசமான நம்பிக்கைத் துரோகம்.''

'' 'ஹவுல்' பாடலுக்கு முன்பு நான் லாபிரிந்த்ஸ் குழுவின் இரசிகனாக இருந்தேன். ஆனால், அப்பாடல் என்னைப் புரட்டிப் போட்டுவிட்டது. நோரா ஸீட் ஒரு மேதை என்ற எண்ணம் என்னில் ஏற்பட்டது. அப்பாடலில் இடம் பெற்றிருந்த வார்த்தைகள் சற்றுச் சிக்கலானவை. ஆனால், அதில் நீங்கள் வெளிப்படுத்தியிருந்த கோபம் மென்மையானதாக இருந்த அதே நேரத்தில், ஆத்மார்த்தமானதாகவும் சக்திமிக்கதாகவும் இருந்தது.''

அங்கிருந்த யாரும் எதிர்பார்க்காத விதமாக, மார்செலோ அப்பாடலைப் பாடத் துவங்கிவிட்டார்.

''சுருதியை மேம்படுத்த
இசையை மௌனமாக்கு

போலிப் புன்னகைகளைத்
தூக்கி எறிந்துவிட்டு
நிலாவை நோக்கி ஊளையிடு."

தனக்கு அந்தப் பாட்டு வரிகள் தெரியும் என்பதுபோல நோரா மார்செலோவைப் பார்த்துப் புன்னகைத்தவாறு தலையாட்டினாள். "ஆமாம். நான் ... நான் ... வெறுமனே ஊளையிட்டுக் கொண்டிருந்தேன்."

மார்செலோவின் முகம் தீவிரமாகியது. அவர் உண்மையிலேயே அவள்மீது அக்கறை கொண்டிருந்தவர்போலக் காணப்பட்டார். "கடந்த சில ஆண்டுகளில், நீங்கள் உங்களுடைய வாழ்க்கையில் பல அசம்பாவிதங்களை எதிர்கொள்ள வேண்டியிருந்தது. நீங்கள் சென்ற இடமெல்லாம் உங்களைப் பின்தொடர்ந்து வந்து தொந்தரவு செய்தவர்கள், மோசமான மேலாளர்கள், நீதிமன்ற வழக்குகள், பதிப்புரிமைப் பிரச்சனைகள், ரயன் பெய்லியிடமிருந்து குளறுபடியான பிரிவு, உங்களுடைய கடைசி ஆல்பத்திற்குக் கிடைத்த வரவேற்பு, போதையிலிருந்து விடுபடுவதற்கு நீங்கள் பெற்றச் சிகிச்சை, டொரோன்டோ சம்பவம், பாரிஸில் களைப்பால் நீங்கள் மயங்கி விழுந்தது, இன்னும் பலப் பல. உங்களுடைய தனிப்பட்ட வாழ்க்கைக்குள் ஊடகங்களின் ஊடுருவல். ஊடகங்கள் உங்களை இந்த அளவு வெறுப்பதற்கு என்ன காரணம் என்று நீங்கள் நினைக்கிறீர்கள்?"

தனக்கு இலேசாகக் குமட்டிக் கொண்டு வந்ததுபோல நோரா உணர்ந்தாள். 'இப்படி இருப்பதுதான் பிரபலத்துவமா? துதிபாடுதலும் தாக்குதலும் சேர்ந்த, இனிப்பும் கசப்பும் கலந்த ஒரு கலவையைப் போன்றதா அது? எண்ணற்றப் பிரபலங்கள் பாதை தடுமாறிச் சென்றதில் வியப்பில்லை. ஒரே நேரத்தில் கன்னத்தில் அறையையும், உதட்டில் முத்தத்தையும் பெறுவதைப் போன்றல்லவா இருக்கிறது இது?' என்று அவள் யோசித்தாள்.

"எனக்குத் தெரியவில்லை. மொத்தத்தில், இது பைத்தியக்காரத்தனமானதாக இருக்கிறது."

"நீங்கள் வேறொரு பாதையைத் தேர்ந்தெடுத்திருந்தால், உங்களுடைய வாழ்க்கை எப்படி இருந்திருக்கும் என்று நீங்கள் எப்போதாவது நினைத்துப் பார்த்ததுண்டா?"

நோரா தன்னுடைய மினரல் வாட்டர் பாட்டிலுக்குள் மேலெழும்பிக் கொண்டிருந்த நீர்க்குமிழிகளை உற்றுப் பார்த்தவாறு அதைக் கேட்டுக் கொண்டிருந்தாள்.

"இப்போதிருப்பதைவிட இலகுவான பாதைகள் இருந்திருக்கும் என்று கற்பனை செய்வது எளிது," என்று நோரா கூறினாள். அப்போது அவளுக்கு அவளுடைய வாழ்க்கையில் முதன்முறையாக ஒன்று புரிந்தது. "ஒருவேளை, அப்படிப்பட்ட சுலபமான பாதைகள்

இல்லாமல் இருக்கலாம். அவை வெறும் பாதைகளாக இருக்கலாம். ஒரு வாழ்க்கையில் நான் திருமணம் செய்து கொண்ட ஒரு நபராக இருக்கலாம். மற்றொன்றில் நான் ஒரு கடையில் வேலை பார்த்துக் கொண்டிருந்திருக்கலாம். என்னைத் தன்னுடன் காபி அருந்த வருமாறு கூப்பிட்ட நபருக்கு நான் சரி என்று சொல்லியிருந்திருக்கலாம். மற்றொரு வாழ்க்கையில் நான் ஆர்க்டிக் பிரதேசத்தில் ஆய்வுகளை மேற்கொண்டிருந்திருக்கலாம். மற்றொன்றில் நான் ஒலிம்பிக் பதக்கம் வென்ற ஒரு நீச்சல் வீராங்கனையாக இருந்திருக்கலாம். யார் கண்டது? நாம் நம்முடைய வாழ்க்கையின் ஒவ்வொரு கணத்திலும் ஒரு புதிய பிரபஞ்சத்திற்குள் நுழைந்து கொண்டிருக்கலாம். நம் வாழ்க்கை வித்தியாசமாக இருந்திருக்காதா என்ற ஏக்கத்துடனும், நம்மைப் பிறருடனும் நம்முடைய பிற அவதாரங்களுடனும் ஒப்பிட்டுக் கொண்டும் நாம் வாழ்ந்து கொண்டிருக்கிறோம். ஆனால், பெரும்பாலான வாழ்க்கைகள் நல்லவற்றையும் மோசமானவற்றையும் உள்ளடக்கியவையாகவே உள்ளன.''

மார்செலோவும் ஜோனாவும் அந்த மற்றொரு பிரேசிலிய இளைஞனும் அகலத் திரிந்த கண்களுடன் அவளைப் பார்த்துக் கொண்டிருந்தனர். அவள் இப்போது முழுவீச்சில் முன்னேறிக் கொண்டிருந்தாள்.

``வாழ்க்கைக்கு வடிவங்கள் இருக்கின்றன. அதற்கு ஒரு தாளகதி இருக்கிறது. ஒரே ஒரு வாழ்க்கையில் மாட்டிக் கொண்டிருக்கின்றபோது, வருத்தம், துக்கம், பயம், தோல்வி போன்றவை, நாம் ஒரு குறிப்பிட்ட விதத்தில் அந்த வாழ்க்கையை வாழ்ந்ததனால் வந்த வினை என்று கற்பனை செய்வது எளிது. வெறுமனே வாழ்ந்து கொண்டிருக்காமல் ஒரு குறிப்பிட்ட விதத்தில் வாழ்ந்ததன் பக்க விளைவு அது என்று எண்ணுவது எளிது. வருத்தத்திலிருந்து உங்களைக் காத்துக் கொள்கின்ற விதத்தில் வாழ்வது சாத்தியமில்லை என்பதை நாம் புரிந்து கொண்டால் வாழ்க்கை எளிதாக இருக்கும். அதோடு, வருத்தம் என்பது மகிழ்ச்சி என்ற இழையோடு பின்னிப் பிணைந்த ஒன்று. ஒன்றில்லாமல் உங்களால் மற்றொன்றைப் பெற முடியாது. அவை வெவ்வேறு அளவுகளிலும் வெவ்வேறு தீவிரத்தன்மையோடும் வரும் என்பது வெளிப்படை. என்றென்றைக்கும் மகிழ்ச்சியிலேயே திளைத்துக் கொண்டிருக்கின்ற வாழ்க்கை என்ற ஒன்று கிடையவே கிடையாது. அப்படிப்பட்ட ஒன்று இருப்பதாகக் கற்பனை செய்வது இப்போது நீங்கள் இருந்து கொண்டிருக்கின்ற வாழ்க்கைக்குள் மேலும் மகிழ்ச்சியின்மை உருவாவதற்கே வழிவகுக்கும்.''

நோரா முழுமையாகப் பதில் கூறி முடித்துவிட்டிருந்தாள் என்பதை உறுதி செய்து கொண்ட பிறகு, மார்செலோ, ``இது ஒரு பிரமாதமான பதில்,'' என்று கூறினார். ``ஆனால், இன்று நீங்கள் மகிழ்ச்சியாகக் காணப்பட்டதாக நான் கூறுவேன். இன்று நீங்கள் வழக்கமான

'ஹவுல்' பாடலுக்குப் பதிலாக, 'பிரிட்ஜ் ஓவர் த டிரபிள்டு வாட்டர்' பாடலைப் பாடியதன் மூலம் நீங்கள் ஓர் ஆற்றல்மிக்கச் செய்தியை வெளிப்படுத்தியிருக்கிறீர்கள். 'நான் வலுவானவளாக இருக்கிறேன்' என்று நீங்கள் கூறியதைப்போல அது இருந்தது. 'நான் நன்றாக இருக்கிறேன்' என்ற செய்தியை இரசிகர்களாகிய எங்களுக்கு நீங்கள் சொல்லாமல் சொல்லியதுபோல அது இருந்தது. சரி, இப்பயணம் எப்படிச் சென்று கொண்டிருக்கிறது?"

"அது சிறப்பாகச் சென்று கொண்டிருக்கிறது. நீங்கள் கூறியது சரிதான். நான் இங்கு என்னுடைய சிறப்பானதொரு வாழ்க்கையை வாழ்ந்து கொண்டிருக்கிறேன் என்ற செய்தியை நான் என்னுடைய இரசிகர்களுக்குத் தெரிவித்துக் கொள்ள விரும்புகிறேன். ஆனால் கொஞ்ச நாட்களிலேயே எனக்கு என் வீட்டைத் தேடத் தொடங்கிவிடும்."

ஒரு குறும்புத்தனமான புன்னகையுடன், "எந்த வீடு?" என்று மார்செலோ கேட்டார். "நீங்கள் எந்த இடத்தில் உங்களுடைய சொந்த வீட்டில் இருப்பதுபோல சௌகரியமாக இருப்பீர்கள்? லண்டனா, லாஸ் ஏஞ்சலீஸா அல்லது அமால்ஃபி கடற்கரையா?"

இந்த வாழ்க்கையில்தான் தன்னுடைய 'கரியமிலத் தடம்' மிக அதிகமாக இருக்கும்போல என்று நோரா நினைத்துக் கொண்டாள்.

"எனக்குச் சரியாகத் தெரியவில்லை. லண்டன் என்று நினைக்கிறேன்."

மார்செலோ, நீருக்கு அடியில் மூழ்கவிருந்த ஒருவனைப்போல, ஆழமாக ஒரு முறை சுவாசித்தார். பிறகு அவர் தன் தாடியைச் சொறிந்தவாறு, "நீங்கள் உங்களுடைய அண்ணனுடன் உங்களுடைய ஃபிளாட்டைப் பகிர்ந்து கொண்டிருந்தீர்கள் என்பதை வைத்துப் பார்க்கும்போது, இது உங்களுக்குக் கடினமாக இருந்திருக்கும் இல்லையா?"

"அது ஏன் எனக்குக் கடினமாக இருக்க வேண்டும்?"

ஜோனா தன் கையில் வைத்திருந்த காக்டெயில் கோப்பையைச் சிறிது தாழ்த்தி நோராவை உற்றுப் பார்த்தார்.

மார்செலோ அவளை ஓர் உணர்வுபூர்வமான பாசத்துடன் நோக்கினார். அவருடைய கண்கள் பனித்திருந்ததுபோலத் தோன்றின. "நான் என்ன சொல்ல வருகிறேன் என்றால், உங்களுடைய அண்ணன் உங்களுடைய வாழ்க்கையில் மிகப் பெரியதோர் அங்கமாக இருந்திருந்தார், உங்களுடைய குழுவிலும் ஒரு பெரிய பாத்திரம் வகித்திருந்தார். அதனால் ..."

தன் அண்ணனைப் பற்றி மார்செலோ ஏன் இறந்த காலத்தில் சொன்னார்?

அந்த ஒற்றை வாக்கியம் அவளுக்குள் அளவு கடந்த அச்சத்தைத் தோற்றுவித்தது.

அன்று இரவு இறுதிப் பாடலுக்கு முன்பு தான் ரவியிடம்

ஜோவைப் பற்றிக் கேட்டது அவளுக்கு நினைவுக்கு வந்தது. அதேபோல, மேடையில் இருந்தபோது தான் தன் அண்ணனைப் பற்றிக் கூறியபோது அதற்கு அக்கூட்டம் ஆற்றியிருந்த எதிர்வினையையும் அவள் நினைத்துப் பார்த்தாள்.

"அவன் எங்கேயும் போய்விடவில்லை. இன்று இரவுகூட அவன் இங்கேதான் இருந்தான்."

"தான் அவனை உணர்வதாக நோரா கூறுகிறாள்," என்று ஜோனா குறுக்கிட்டுக் கூறினார். "குழுவிலுள்ள அனைவரும் அவனை உணர்கின்றனர். அவன் ஓர் ஆற்றல்மிக்க ஆத்மா. தொந்தரவுக்கு உள்ளாகியிருந்தாலும் வலுவான ஆத்மா அவன். குடியும் போதை மருந்துகளும் இறுதியில் அவனுடைய உயிரைக் குடித்துவிட்டிருந்தது உண்மையிலேயே சோகமான விஷயம்தான்."

"நீங்கள் என்ன சொல்கிறீர்கள்?" என்று நோரா கேட்டாள். அவள் இனியும் நடித்துக் கொண்டிருக்கவில்லை. என்ன நடந்திருந்தது என்பதைத் தெரிந்து கொள்ள அவள் உண்மையிலேயே விரும்பினாள்.

மார்செலோ அவளை வருத்தத்துடன் பார்த்தார். "அவர் அளவுக்கதிகமான போதை மருந்தை உட்கொண்டு இறந்து போய் இரண்டு ஆண்டுகள்தான் ஆகியுள்ளன என்பது ..."

நோராவுக்கு நெஞ்சை அடைத்தது.

அதை அவள் முழுமையாக உள்வாங்கிக் கொள்ளாமல் இருந்ததால் உடனடியாக அவள் நடுநிசி நூலகத்திற்குத் திரும்பி வரவில்லை. அவள் எழுந்து நின்றாள். ஒருவிதமான மோன நிலையில் அவள் அந்த அறையைவிட்டு வெளியே சென்றாள்.

"நோரா," என்று ஜோனா படபடப்புடன் அழைத்தார்.

நோரா மின்தூக்கியில் நுழைந்து, கீழேயிருந்த பாரை அடைந்து நேராக ரவியிடம் சென்றாள்.

"ஜோ ஊடகவியலாளர்களுடன் கொஞ்சிக் குலாவிக் கொண்டிருந்ததாகத்தானே நீ என்னிடம் கூறினாய்?"

"என்ன?"

"நான் ஜோ எங்கே என்று கேட்டபோது நீ அப்படித்தான் பதிலளித்தாய்."

ரவி தான் குடித்துக் கொண்டிருந்த பீரைக் கீழே வைத்துவிட்டு, அவளை ஒரு புதிர்போலப் பார்த்தான். "நான் சரியாகத்தான் சொல்லியிருந்தேன். அவள் அப்போது ஊடகவியலாளருடன்தான் இருந்தாள்."

"அவள்?"

அப்போது அவர்களை நோக்கி வந்து கொண்டிருந்த ஜோனாவை ரவி சுட்டிக்காட்டினான்.

"ஆமாம். ஜோ. அவள் ஊடகவியலாளர்களுடன்தான் இருந்தாள்."

நோராவின்மீது இடியென இறங்கியது வருத்தம்.

“ஐயோ! ஓ! ஜோ! ஜோ!” என்று நோரா அரற்றினாள்.

அந்த பிரம்மாண்டமான ஓட்டல் மறைந்தது. அங்கிருந்த மேசை, மதுவகைகள், ஜோனா, ரவி, மார்செலோ, அவருடைய உதவியாளன், ஓட்டலில் தங்கியிருந்த மற்றவர்கள் என்று சகலமும் சகலரும் ஒட்டுமொத்தமாக மறைந்தனர்.

'ஹவுல்'

தனக்குப் பரிச்சயமான அனைத்திலிருந்தும்
தப்பித்துச் செல்ல எந்த இடமும் இல்லாதிருந்த
அந்தப் பெண்
பனிக்காட்டுக்குள் ஓடினாள்.

அழுத்தம் மேன்மேலும் உயர்ந்து கொண்டிருந்தது
அழுத்தம் அதிகரித்துக் கொண்டிருந்தது (அது நிற்காது)

அவர்களுக்கு உன்னுடைய உடல் வேண்டும்
அவர்களுக்கு உன்னுடைய ஆத்மா வேண்டும்
அவர்களுக்குப் போலிப் புன்னகைகள் வேண்டும்
அதுதான் அவர்களுடைய 'ராக் அன்ட் ரோல்'
ஓநாய்கள் உன்னைச் சூழும்
சுரத்துடன்கூடிய கனவில்
ஓநாய்கள் உன்னைச் சூழும்
அதனால் ஓலமிடத் துவங்கு.

இரவுக்குள் ஊளையிடு,
வெளிச்சத்துக்குள் ஊளையிடு,
இது உன் போராட்டம் என்பதால் ஊளையிடு,
அதைச் சரிப்படுத்துவதற்காக ஊளையிடு

ஊளையிடு ஊளையிடு ஊளையிடு ஊளையிடு

(அயோக்கிய நாயே!)

உன்னால் என்றென்றைக்கும் போராடிக் கொண்டிருக்க முடியாது
அதற்கு வளைந்து கொடுத்துத்தான் ஆக வேண்டும்
உன் வாழ்க்கை சரியாகப் போகவில்லை என்றால்

கேட்க வேண்டும் ஏனென்று

(வெறும் குரலில்)
எதிர்காலத்தைக் குறித்து பயப்படாமலும்
கடந்தகாலத்தைக் குறித்துப் புலம்பாமலும்
இருக்குமளவுக்கு நாம் இளமையாக இருந்தபோது
நாம் எப்படி இருந்தோம் என்பதை ஞாபகம் வைத்திருங்கள்
நாம் நாமாக இருந்தோம்
நேரம் நிகழ்கணமாக இருந்தது
வாழ்க்கை நமதாக இருந்தது
ஏனெனில், அப்போது நம்மிடம் நேரம் இருந்தது
சுவாசிக்க நம்மிடம் நேரமிருந்தது

மோசமான நேரங்கள் இங்கிருக்கின்றன
மோசமான நேரங்கள் இங்கு வந்துள்ளன
வாழ்க்கை தொடங்கியே இருக்காதிருக்கும்போது
அதனால் முடிவுக்கு வர முடியாது
ஏரிகள் பிரகாசிக்கின்றன, நீர் குளிராக இருக்கிறது
மின்னுகின்ற அனைத்தாலும் பொன்னாக மாற முடியும்
சுருதியை மேம்படுத்த இசையை மௌனமாக்கு
போலிப் புன்னகைகளைத் தூக்கி எறிந்துவிட்டு
நிலாவை நோக்கி ஊளையிடு

இரவுக்குள் ஊளையிடு,
வெளிச்சத்துக்குள் ஊளையிடு,
இது உன் போராட்டம் என்பதால் ஊளையிடு,
அதைச் சரிப்படுத்துவதற்காக ஊளையிடு

ஊளையிடு ஊளையிடு ஊளையிடு ஊளையிடு

(படிப்படியாக குரலைத் தாழ்த்திக் கொண்டே மீண்டும் மீண்டும் சொல்லிக் கொண்டேயிருந்து ஒரு கட்டத்தில் மறைந்துவிட வேண்டும்)

அன்பும் வலியும்

"நான் இந்தச் செயல்முறையை வெறுக்கிறேன்." என்று நோரா எல்மிடம் ஓர் உறுதியான குரலில் கூறினாள். "இதை நான் நிறுத்த விரும்புகிறேன்."

"சத்தம் போடாதே!" என்று எல்ம் கூறினார். வெள்ளைக் குதிரைக் காய் ஒன்று அவருடைய கையில் இருந்தது. அவர் அடுத்தக் காயை நகர்த்துவதில் தன் கவனத்தைக் குவித்திருந்தார். "இது ஒரு நூலகம்."

"நாம் இங்கு இரண்டு பேர் மட்டும்தானே இருக்கிறோம்?"

"அது ஒரு பொருட்டல்ல. இது ஒரு நூலகம். நீ ஒரு தேவாலயத்திற்குச் சென்றால், அங்கு வேறு நபர்கள் இருக்கிறார்கள் என்பதற்காகவா பேசாமல் இருக்கிறாய்? அதைப் போன்றதுதான் நூலகமும்."

"சரி," என்று நோரா தன் குரலைத் தாழ்த்திக் கொண்டு கூறினாள். "எனக்கு இது பிடிக்கவில்லை. இதை நான் நிறுத்த விரும்புகிறேன். நான் இனியும் இந்த நூலகத்தின் உறுப்பினராக இருக்க விரும்பவில்லை. நான் இந்த நூலகத்தின் உறுப்பினர் அட்டையை உங்களிடம் திருப்பிக் கொடுக்கப் போகிறேன்."

"நீயேதான் இந்த நூலகத்தின் உறுப்பினர் அட்டை."

நோரா தான் முதலில் கூறியிருந்த விஷயத்திற்கு மீண்டும் திரும்பினாள். "நான் இதை நிறுத்த விரும்புகிறேன்."

"இல்லை. நீ இதை நிறுத்த விரும்பவில்லை."

"ஆமாம். நான் இதை நிறுத்த விரும்புகிறேன்."

"அப்படியானால், நீ ஏன் இன்னும் இங்கு இருந்து கொண்டிருக்கிறாய்?"

"ஏனெனில், எனக்கு வேறு போக்கிடம் இல்லை."

"என்னை நம்பு, நோரா. நீ உண்மையிலேயே இங்கு இருக்க

விரும்பவில்லை என்றால் நீ இங்கு இருக்க மாட்டாய். இதை நான் முதலிலேயே உன்னிடம் கூறினேன்.''

"ஆனால், எனக்கு இது பிடிக்கவில்லை.''

"ஏன்?''

"ஏனெனில், இது மிகவும் வலிமிக்கதாக இருக்கிறது.''

"இது ஏன் வலிமிக்கதாக இருக்கிறது?''

"ஏனெனில், இது நிஜமானதாக இருக்கிறது. ஒரு வாழ்க்கையில் என் அண்ணன் இறந்துவிட்டிருந்தான்.''

எல்மின் முகம் மீண்டும் இறுக்கமடைந்தது. "உன்னுடைய ஏதோ ஒரு வாழ்க்கையில் நீயும்தான் இறக்கப் போகிறாய். அது அவனுக்கு வலிமிக்கதாக இருக்காதா?''

"அதை நான் சந்தேகிக்கிறேன். இப்போதெல்லாம் அவன் என்னைக் கண்டுகொள்வதுகூட இல்லை. அவனுக்கென்று ஒரு சொந்த வாழ்க்கை இருக்கிறது. அது மனநிறைவற்று இருப்பதற்கு நான்தான் காரணம் என்று அவன் என்மீது பழிபோட்டுக் கொண்டிருக்கிறான்.''

"அப்படியானால், இது எல்லாம் உன் அண்ணனைப் பற்றியதுதானா?''

"இது எல்லாவற்றையும் பற்றியதுதான். பிறருக்கு வலியே ஏற்படுத்தாமல் வாழ்வது என்பது கடினமானது.''

"வாழ்க்கை என்றால் அப்படித்தான் இருக்கும்.''

"அப்படியெனில், ஒருவர் எதற்காக வாழ வேண்டும்?''

"மறுபுறம், மரணம்கூடத்தான் பிறரைக் காயப்படுத்துகிறது. அதை விட்டுத்தள்ளு. இப்போது, அடுத்து நீ எந்த வாழ்க்கையைத் தேர்ந்தெடுக்க விரும்புகிறாய்?''

"நான் எதையும் தேர்ந்தெடுக்க விரும்பவில்லை.''

"என்ன?''

"எனக்கு இன்னொரு புத்தகமும் வேண்டாம். எனக்கு இன்னொரு வாழ்க்கையும் வேண்டாம்.''

திடீரென்று எல்மின் முகம் வெளுத்துவிட்டது. பல ஆண்டுகளுக்கு முன்னால், நோராவின் அப்பாவின் இறப்புச் செய்தியைக் கல்லூரி நூலகத்தில் வைத்து கேட்டபோது அவருடைய முகம் எப்படி மாறியதோ, அதுபோலவே இப்போதும் மாறியிருந்தது.

நோரா தன் கால்களுக்கு அடியில் ஏதோ குலுங்கியதை உணர்ந்தாள். ஒரு சிறிய நிலநடுக்கம். அப்போது புத்தக அலமாரிகளிலிருந்து புத்தகங்கள் கீழே விழுந்ததால், எல்மும் நோராவும் அந்த அலமாரிகளை இறுக்கமாகப் பிடித்துக் கொண்டனர். விளக்குகள் விட்டு விட்டு எரிந்தன. பின்னர் அந்த நூலகம் ஒரேயடியாக இருட்டில் மூழ்கியது. சதுரங்கப் பலகையும் அதிலிருந்த காய்களும் கீழே விழுந்தன.

"ஐயோ! மீண்டுமா?'' என்று எல்ம் கத்தினார்.

"என்ன நடக்கிறது?"

"என்ன நடக்கிறது என்று உனக்குத் தெரியும். இந்த மொத்த நூலகமும் உன்னால்தான் இருக்கிறது. அதன் ஆற்றல் மூலாதாரம் நீதான். அந்த மூலாதாரத்தில் இடையூறு ஏற்படும்போது இந்த நூலகம் பிரச்சனைக்கு உள்ளாகிறது. இதற்கு நீதான் காரணம், நோரா. மிக மோசமானதொரு கட்டத்தில் நீ பின்வாங்குகிறாய். நோரா, இப்போது நீ பின்வாங்கக்கூடாது. கொடுப்பதற்கு உன்னிடம் இன்னும் அதிகமாக இருக்கிறது. கூடுதலான வாய்ப்புகள் உனக்கு அமைந்துள்ளன. உன்னுடைய ஏகப்பட்ட அவதாரங்கள் வெளியே இருக்கின்றன. துருவக் கரடிச் சம்பவத்திற்குப் பிறகு நீ எப்படி உணர்ந்தாய் என்பது உனக்கு ஞாபகம் இருக்கிறதா? வாழ வேண்டும் என்று நீ எவ்வளவு தவித்தாய் என்பது உனக்கு நினைவிருக்கிறதா?"

துருவக் கரடி.

துருவக் கரடி.

"அந்த மோசமான அனுபவங்கள்கூட ஒரு நோக்கத்தைக் கொண்டிருந்தன. அதை உன்னால் பார்க்க முடிகிறதா?"

அவளால் பார்க்க முடிந்தது. அவள் தன் வாழ்க்கை முழுவதும் சுமந்து திரிந்திருந்த பின்வருத்தங்களில் பெரும்பாலானவை தேவையற்றவை.

"ஆமாம், பார்க்க முடிகிறது."

அந்தச் சிறு நிலநடுக்கம் மறைந்தது.

ஆனால் அந்த நூலகம் முழுவதும் புத்தகங்கள் இறைந்து கிடந்தன.

விளக்குகள் மீண்டும் ஒளிர்ந்தன. ஆனால் அவை விட்டு விட்டு எரிந்தன.

"என்னை மன்னித்துவிடுங்கள்," என்று கூறிய நோரா, அந்தப் புத்தகங்களை எடுத்து அலமாரிகளில் வைக்க முயன்றாள்.

"வேண்டாம்," என்று எல்ம் கத்தினார். "அந்தப் புத்தகங்களைத் தொடாதே. அவற்றைக் கீழே போட்டுவிடு."

"மன்னித்துக் கொள்ளுங்கள்."

"மன்னித்துக் கொள்ளுங்கள் என்று கூறுவதை முதலில் நிறுத்து. எனக்கு இப்படி உதவி செய். இது பாதுகாப்பானது."

அந்தச் சதுரங்கப் பலகையையும் காய்களையும் பொறுக்கி எடுத்து மேசை மேல் வைக்க அவள் எல்முக்கு உதவினாள். எல்ம் ஒரு புதிய ஆட்டத்தைத் துவக்குகின்ற விதத்தில் காய்களை அடுக்கினார்.

"கீழே கிடக்கின்ற புத்தகங்களை எடுத்து வைக்க வேண்டாமா? இப்படியே கிடக்கட்டும் என்று விட்டுவிட வேண்டுமா?"

"அவற்றைப் பற்றி நீ ஏன் கவலைப்படுகிறாய்? அவை அனைத்தும் மொத்தமாக மறைய வேண்டும் என்று நீ ஆசைப்பட்டதாகத்தானே நான் நினைத்தேன்?"

சிக்கலான குவாண்டம் பிரபஞ்சத்தின் சிக்கலை விடுவிப்பதற்குத் தேவையான இயந்திர நுட்பம் எல்மிடம் இருக்கலாம். ஆனால் சதுரங்கக் காய்களின் முன்னால் அவர் உட்கார்ந்திருந்த அக்கணத்தில் ஒரே நேரத்தில் வருத்தமாகவும், அறிவார்ந்தவராகவும், மனிதத்தன்மையுடனும் இருந்த ஒருவராகத்தான் அவர் தோன்றினார்.

இறுதியில் எல்ம், "நான் உன்னிடம் அந்த அளவு முரட்டுத்தனமாக நடந்து கொள்ள நினைத்திருக்கவில்லை," என்று கூறினார்.

"பரவாயில்லை."

"நீ பள்ளியில் படித்துக் கொண்டிருந்த சமயத்தில் நாம் சதுரங்கம் விளையாடியபோது, நீ உன்னுடைய சிறந்த காய்களை முதலிலேயே இழந்துவிடுவாய். அரசி மற்றும் கோட்டை போன்ற காய்களை நகர்த்திச் சென்று அவற்றைப் பலி கொடுத்துவிடுவாய். அதன் பின்னர் உன்னிடம் சிப்பாய்களும் குதிரைகளும் மட்டுமே இருக்கும் என்பதால், அந்த விளையாட்டில் நீ ஏற்கனவே தோற்றுவிட்டதைப்போல நீ நடந்து கொள்வாய்."

"அதைப் பற்றி இப்போது ஏன் நீங்கள் சொல்கிறீர்கள்?"

அக்கணத்தில் நோராவுக்குப் பெரிதாகச் சிந்திக்க ஏதுமில்லை என்பதுபோல, எல்ம், "நீ சதுரங்க ஆட்டத்தில் வெற்றி பெற வேண்டுமென்றால், நீ முக்கியமான ஒன்றைப் புரிந்து கொள்ள வேண்டும்," என்று அவளிடம் கூறினார். "விளையாட்டு இறுதியாக முடிவுக்கு வராதவரை அந்த விளையாட்டு முடியவில்லை என்பதுதான் அது. சதுரங்கப் பலகையில் ஒரே ஒரு சிப்பாய் மட்டும் இருந்தால்கூட ஆட்டம் முடியவில்லை என்றுதான் அர்த்தம். உன்னிடம் அரசனும் ஒரே ஒரு சிப்பாயும் மட்டும் இருந்து, எதிராளியிடம் பல காய்கள் இருந்தால்கூட ஆட்டம் முடியவில்லை என்றுதான் அர்த்தம். நீ ஒரு சிப்பாயாக இருந்தால்கூட - ஒரு விதத்தில் பார்த்தால் நாம் எல்லோருமே சிப்பாய்கள்தாம் - நீ ஒன்றைப் புரிந்து கொள்ள வேண்டும். சிப்பாய்தான் சதுரங்க ஆட்டத்திலேயே மாயாஜாலமான ஒரு காய். அது பார்ப்பதற்குச் சிறியதாகவும் சாதாரணமாகவும் தெரியும். ஆனால் அது உண்மையில்லை. ஏனெனில், ஒரு சிப்பாய் எப்போதும் ஒரு சிப்பாயாகவே இருந்து கொண்டிருப்பதில்லை. சிப்பாய் என்பது காத்திருக்கின்ற ஓர் அரசி. நீ செய்ய வேண்டியதெல்லாம் தொடர்ந்து முன்னே சென்று கொண்டிருக்க வேண்டியது மட்டும்தான். ஒவ்வொரு கட்டமாக முன்னேற வேண்டும். கடைசிக் கட்டத்தை நீ நெருங்கிவிட்டால், உன்னால் அனைத்து விதமான ஆற்றல்களையும் விடுவிக்க முடியும்."

நோரா தன்னைச் சுற்றிக் கிடந்த புத்தகங்களை உற்றுப் பார்த்தாள். "அப்படியானால், நான் விளையாடுவதற்கு எனக்குச் சிப்பாய்கள் மட்டுமே இருக்கின்றன என்று நீங்கள் கூறுகிறீர்களா?"

"பார்ப்பதற்கு மிகச் சாதாரணமாக இருக்கின்ற விஷயங்கள்தாம்

இறுதியில் உன்னை வெற்றிக்கு அழைத்துச் செல்லும் என்று நான் கூறுகிறேன். நீ முன்னேறிச் சென்று கொண்டே இருக்க வேண்டும். அன்று அந்த ஆற்றில் நீ செய்ததைப்போல. அது உனக்கு நினைவிருக்கிறதா?"

அது நோராவுக்கு நன்றாகவே நினைவிருந்தது.

அப்போது அவளுக்கு எத்தனை வயது இருக்கும்? அவள் அப்போது நீச்சல் போட்டிகளில் கலந்து கொள்ளாமல் இருந்ததை வைத்துப் பார்க்கும்போது அவளுக்குப் பதினேழு வயதிருக்கலாம். அக்காலகட்டத்தில், அவளுடைய அப்பா எப்போதும் அவள்மீது கோபமாக இருந்தார். அவளுடைய அம்மா மனத்தளர்ச்சிக்கு ஆளாகி யாரோடும் எதுவும் பேசாமல் இருந்தார். கல்லூரியில் படித்துக் கொண்டிருந்த அவளுடைய அண்ணன், வார இறுதியை ரவியோடு செலவழிப்பதற்காக பெட்ஃஃபோர்டுக்கு வந்திருந்தான். திடீரென்று ஆற்றங்கரை ஓரத்தில் அவன் ஒரு கேளிக்கை விருந்துக்கு ஏற்பாடு செய்தான். அதில் இசை, பீர், போதைப் பொருட்கள் போன்ற எல்லாம் புகுந்து விளையாடின. ஏராளமான யுவதிகளும் அதில் கலந்து கொண்டனர். ஆனால், ஜோவின் பார்வை தங்கள்மீது படியாதது குறித்து அவர்கள் விரக்தியடைந்தனர். நோராவும் அழைக்கப்பட்டிருந்ததால் அவளும் அங்கு வந்திருந்தாள். அவள் நன்றாகக் குடித்துவிட்டு ரவியிடம் நீச்சல் பற்றிப் பேசிக் கொண்டிருந்தாள்.

அப்போது ரவி, "அப்படியானால், உன்னால் இந்த ஆற்றில் நீந்த முடியும் என்று நீ சொல்கிறாயா?" என்று கேட்டான்.

"கண்டிப்பாக."

"அது உன்னால் முடியாது," என்று வேறு யாரோ கூறினர்.

திடீரென்று எழுந்த அசட்டுத்தனத்தால், அவர்களுடைய கூற்று தவறு என்று அவள் நிரூபிக்க முயன்றாள். போதை மருந்து கொடுத்தப் போதையின் பிடியில் சிக்கியிருந்த அவளுடைய அண்ணன், என்ன நடந்து கொண்டிருந்தது என்பதைப் புரிந்து கொண்டபோது காலம் கடந்துவிட்டிருந்தது. அதற்குள் அவள் ஆற்றுக்குள் பாய்ந்திருந்தாள்.

அதை அவள் நினைவுபடுத்திக் கொண்டிருந்தபோதே, அந்த நூலகத்தின் அலமாரிகளுக்கு இடையேயிருந்த பகுதியில் நீர் பெருக்கெடுத்து ஓடத் தொடங்கியது. அந்த அலமாரிகள் அப்படியே இருந்தன. அவளுடைய கால்களுக்குக் கீழேயிருந்த பகுதியில் புல் முளைக்கத் தொடங்கியது. அந்த நூலகத்தின் கூரை நீலவானமாக மாறியது. ஆனால் இம்முறை எல்மும் அவளுடன் இருந்தார், புத்தகங்களும் அப்படியே இருந்தன. அவள் பாதி அந்த நூலகத்திற்குள்ளும் பாதி தன் நினைவுகளுக்குள்ளும் இருந்தாள்.

அந்த நூலகத்திற்குள் இருந்த ஆற்றில் அவள் ஒரு நபரைப் பார்த்தாள். அது அவளுடைய இளைய பிரதி. அந்த ஆற்றுப் பகுதியில் கோடை வானத்தின் வெளிச்சம் மங்கி இருள் சூழத் தொடங்கியது.

சம தூரம்

அந்த ஆற்று நீர் கடும் குளிராகவும், அதன் நீரோட்டம் வலுவானதாகவும் இருந்தன.

அந்த நடுநிசி நூலகத்திற்குள் இருந்து கொண்டு நோரா தன்னைத் தானே பார்த்துக் கொண்டிருந்தபோது, தன் தோள்களிலும் கைகளிலும் ஏற்பட்ட வலியை அவளால் நினைவுகூர முடிந்தது. அவள் தன் உடலில் ஏதோ ஒருவிதமான கவசத்தை அணிந்திருந்ததுபோல அவை கனத்தன. அவள் பெரும் முயற்சி செய்தபோதிலும், கரையை ஒட்டியிருந்த மரங்கள் அதே அளவில் இருந்ததும், கரை ஒரே தூரத்தில் மாறாமல் அப்படியே இருந்ததும் ஏன் என்பது அவளுக்குப் புரியாமல் இருந்தது அவளுடைய நினைவுக்கு வந்தது. அந்த ஆற்றின் அழுக்கு நீரை அவள் சிறிதளவு குடித்ததும் அவளுக்கு ஞாபகம் வந்தது. அப்போது அவள் ஆற்றின் மையப் பகுதியில் நீந்திக் கொண்டிருந்தாள்.

அவளுடைய உளத் தடுமாற்றத்தில் அவளுக்குத் திடீரென்று ‘சம தூரம்’ என்ற வார்த்தை நினைவுக்கு வந்தது. அது பாதுகாப்பான வகுப்பறைகளில் பயன்படுத்தப்படுகின்ற வார்த்தை. அது கணிதம் சார்ந்த வார்த்தை. அந்த ஆற்றில் அவள் எங்கே இருந்தாளோ அங்கேயே தொடர்ந்து இருப்பதற்கு அவள் போராடிக் கொண்டிருந்த அச்சமயத்தில், அவள் அந்த வார்த்தையை, தியானத்தில் பயன்படுத்துகின்ற ஒரு வார்த்தையைப்போல மீண்டும் மீண்டும் தனக்குள் கூறிக் கொண்டேயிருந்தாள். அவள் இரண்டு கரைகளுக்கு நடுவே சம தூரத்தில் இருந்தாள்.

அவள் தன் வாழ்க்கையின் பெரும்பகுதியிலும் அப்படித்தான் உணர்ந்து வந்தாள்.

நடுவில் மாட்டிக் கொண்டு, போராடிக் கொண்டு, கைகளையும்

கால்களையும் உதைத்துக் கொண்டு, எந்தத் திசையை நோக்கிச் செல்ல வேண்டும் என்று அறியாமல், வெறுமனே உயிர்பிழைத்திருப்பதற்காக அவள் முயன்று கொண்டிருந்தாள். பின்வருத்தங்கள் ஏதுமில்லாத விதத்தில் வாழ்வதற்கு எதைத் தேர்ந்தெடுக்க வேண்டும் என்ற தடுமாற்றம் அது.

அவள் மறுகரையைப் பார்த்தாள். அங்கிருந்த ஒரு பெரிய மரம், கவலைப்பட்டுக் கொண்டிருந்த பெற்றோரைப்போல நீரின்மீது வளைந்திருந்தது. அதன் இலைகளின் ஊடாகக் காற்று வேகமாக வீசிக் கொண்டிருந்தது.

"ஆனால், அப்போது நீ ஒன்றைத் தேர்ந்தெடுக்கத்தான் செய்தாய்," என்று எல்ம் கூறினார். அவர் நோராவின் சிந்தனையோட்டங்களைப் படித்திருந்தார் என்பது வெளிப்படை. "அதன் விளைவாக நீ தப்பிப் பிழைக்கவும் செய்தாய்."

வேறு யாரோ ஒருவருடைய கனவு

"வாழ்க்கை என்பது எப்போதும் ஒரு செயல் நடவடிக்கை," என்று எல்ம் கூறினார். ஆற்றுக்குள் பாயவிருந்த நோராவின் அண்ணனை அவனுடைய நண்பர்கள் பிடித்து இழுத்துக் கொண்டிருந்ததை எல்மும் நோராவும் பார்த்தனர். அங்கிருந்த பெண்களில் ஒருத்தி தன் அலைபேசியில் அவசர உதவி கோரிக் கொண்டிருந்தாள். "எப்போது முக்கியமாகத் தேவையோ அப்போது நீ நடவடிக்கை எடுத்திருந்தாய். நீ மறுகரைக்கு நீந்திச் சென்றாய். எப்படியோ கரையைப் பிடித்து அதன்மீது ஏறினாய். கடுமையாக இருமினாய். உன் உடலின் சூடு ஆபத்தான அளவுக்குக் குறைந்திருந்தது. சூழ்நிலை முற்றிலுமாக உனக்கு எதிராக இருந்தும், நீ அந்த ஆற்றை நீந்திக் கடந்து அதன் மறுகரையை அடைந்திருந்தாய். உனக்குள் ஒன்றை நீ கண்டுபிடித்திருந்தாய்."

"ஆமாம். நீங்கள் சொல்வது சரிதான். என் உடலுக்குள் பாக்டீரியாக்கள் புகுந்திருந்ததை நான் கண்டுபிடித்தேன். நான் அந்த மட்டமான ஆற்று நீரைக் குடித்திருந்ததால், நான் பல வாரங்களுக்கு உடல்நிலை சரியில்லாமல் இருந்தேன்."

"ஆனால், நீ உயிர்பிழைத்துவிட்டாய். உன்னிடம் நம்பிக்கை துளிர்விட்டிருந்தது."

"அதே சமயம், பகல் நேரத்தில் அந்த நம்பிக்கையை நான் இழந்து கொண்டிருந்தேன்."

நோரா கீழே குனிந்து பார்த்தாள். நீரும் புல்வெளியும் மெதுவாக மறைந்து நூலகத்தின் தரை வெளிப்பட்டுக் கொண்டிருந்தது. அவளுடைய அண்ணன், அவனுடைய நண்பர்கள் ஆகியோருடன் சேர்ந்து அவளுடைய இளம் பருவத்து உருவமும் மறைந்தது.

அந்த நூலகம் மறுபடி அதன் மூல நிலைக்குத் திரும்பியது.

இப்போது தரையில் கிடந்த அனைத்துப் புத்தகங்களும் அலமாரிகளில் இருந்தன. விளக்குகள் ஒழுங்காக எரிந்து கொண்டிருந்தன.

“நான் பிறருடைய நன்மதிப்பைச் சம்பாதிப்பதற்காக அந்த முட்டாள்தனமான நீச்சலில் ஈடுபட்டேன். ஜோ என்னைவிட மேம்பட்டவன் என்று எப்போதுமே நான் எண்ணி வந்திருந்தேன். அவனுக்கு என்னைப் பிடிக்க வேண்டும் என்று நான் ஆசைப்பட்டேன்.”

“அவன் உன்னைவிட மேம்பட்டவன் என்று நீ எதனால் நினைத்தாய்? உன் பெற்றோர் அப்படிக் கருதியதுதான் அதற்குக் காரணமா?”

எல்ம் அப்படி நேரடியாகக் கேட்டதற்காக நோரா அவர்மீது கோபம் கொண்டாள். ஆனால், அவர் கேட்டதில் அர்த்தம் இல்லாமலில்லை. “என் பெற்றோரைத் திருப்திப்படுத்துவதற்காக, எப்போதுமே அவர்கள் என்ன விரும்பினார்களோ அதை நான் செய்ய வேண்டியிருந்தது. ஜோவுக்கென்று சில பிரச்சனைகள் இருந்தன. அவன் ஓர் ஆண்விழையான் என்பதை நான் அறிந்து கொள்ளும்வரை அவனுடைய பிரச்சனைகள் என்ன என்பதை நான் சரியாகப் புரிந்து கொண்டிருக்கவில்லை. உடன்பிறந்தவர்களுக்கு இடையேயான போட்டி, உண்மையில் அவர்களுக்கு இடையேயானது அல்ல, அது பெற்றோர் தொடர்பானது என்று கூறப்படுவதை நீங்கள் அறிந்திருப்பீர்கள். என் பெற்றோர் என் அண்ணனின் கனவுகளைக் கூடுதலாக ஊக்குவித்து வந்திருந்தனர் என்ற நினைப்பு எப்போதும் எனக்கு இருந்தது.”

“இசையைப்போலவா?”

“ஆமாம். என் அண்ணனும் ரவியும் ராக் ஸ்டார்களாக ஆக விரும்பியபோது, என் பெற்றோர், உடனடியாக ஜோவுக்கு ஒரு கிதாரையும் ஒரு எலெக்ட்ரிக் பியானோவையும் வாங்கிக் கொடுத்தனர்.”

“அவற்றை அவர்கள் சரியாகப் பயன்படுத்திக் கொண்டார்களா?”

“கிதாரை அவன் சிறப்பாகப் பயன்படுத்திக் கொண்டான். ஒரே வாரத்தில் சில பிரபலமான பாடல்களை வாசிக்க அவன் கற்றுக் கொண்டான். ஆனால், பியானோவில் அவனுக்குப் பெரிதாக ஈடுபாடு இருக்கவில்லை. அது தன்னுடைய அறையைத் தேவையில்லாமல் அடைத்துக் கொண்டிருந்ததாக அவன் கருதினான்.”

“அப்போதுதான் அது உன்னிடம் வந்து சேர்ந்தது.” எல்ம் அதை ஒரு கேள்விபோலக் கேட்கவில்லை. ஏனெனில், அதை அவர் அறிந்திருந்தார்.

“ஆமாம்.”

“பியானோ உன் அறைக்குள் கொண்டுவரப்பட்டது. அதை நீ உன்னுடைய தோழியைப்போல அரவணைத்துக் கொண்டாய். தீவிர உறுதியுடன் நீ அதை வாசிக்கக் கற்றுக் கொள்ளத் துவங்கினாய். உனக்குக் கொடுக்கப்பட்டிருந்த பணத்தில், பியானோ வாசிக்கக்

கற்றுக் கொள்ள உதவிய புத்தகங்களை நீ வாங்கினாய். அது உனக்குப் பிடித்திருந்தது. அதைவிட முக்கியமாக, நீ உன்னுடைய அண்ணனின் நன்மதிப்பைப் பெற விரும்பினாய்."

"நான் இது குறித்து உங்களிடம் ஒருபோதும் கூறியிருக்கவில்லையே?"

எல்மின் முகத்தில் ஓர் ஏளனப் புன்னகை படர்ந்தது. "நான் அப்புத்தகத்தைப் படித்திருக்கிறேன்."

"ஓ! எனக்கு மறந்துவிட்டது."

"நோரா, பிறருடைய அங்கீகாரம் குறித்துக் கவலைப்படுவதை நீ நிறுத்த வேண்டும்," என்று எல்ம் கூறினார். தன் வார்த்தைகளுக்கு ஆற்றலையும் நெருக்கத்தையும் அளிப்பதற்காக அவர் தன் குரலைத் தணித்துக் கொண்டார். "உன் செய்கைகளுக்குப் பிறருடைய அங்கீகாரம்–"

"நீங்கள் சொல்வது எனக்குப் புரிகிறது."

அதை நோரா உண்மையிலேயே புரிந்து கொண்டாள்.

அந்த நடுநிசி நூலகத்திற்குள் காலடி எடுத்து வைத்ததிலிருந்து அவள் முயற்சி செய்திருந்த அனைத்து வாழ்க்கைகளுமே பிறருடைய கனவுகள்தாம். டேனின் மனைவியாக அவள் வாழ்ந்திருந்த மதுவிடுதி வாழ்க்கை டேனின் கனவு. ஆஸ்திரேலியக் குடியேற்றம் இஸ்ஸியின் கனவு. அங்குப் போக முடியாமல் போனது குறித்தப் பின்வருத்தத்தில், அவளுடைய சொந்த வருத்தத்தைவிட, தன் நெருங்கிய தோழியின் கனவை நிறைவேற்ற முடியாமல் போனது குறித்தக் குற்றவுணர்வே நோராவுக்கு அதிகம் இருந்தது. ஒரு நீச்சல் வீராங்கனையாக ஆவது குறித்தக் கனவு அவளுடைய அப்பாவினுடையது. அவள் சிறு வயதில் ஆர்க்டிக் பிரதேசம் குறித்து ஆர்வம் கொண்டிருந்தது உண்மைதான் என்றாலும், ஒரு பனியியலாளராக ஆக வேண்டும் என்று அதை ஊதிப் பெரிதாக்கியிருந்ததில் எல்முக்கு ஒரு கணிசமான பங்கு இருந்தது. லாபிரிந்த்ஸ் அவளுடைய அண்ணனின் கனவு.

கச்சிதமான வாழ்க்கை என்ற ஒன்று ஒருவேளை அவளுக்கு இல்லாமல் இருந்திருக்கலாம். ஆனால், வாழ்வதற்குத் தகுதியான ஒரு வாழ்க்கை எங்கோ அவளுக்குக் கண்டிப்பாக இருந்திருக்க வேண்டும். அப்படிப்பட்ட ஒரு வாழ்க்கையை அவள் கண்டுபிடிக்க வேண்டுமென்றால், அவள் தன் தேடலை இன்னும் பரவலாக்க வேண்டும்.

எல்ம் கூறியது சரிதான். விளையாட்டு இன்னும் முடியவில்லை. பலகையில் இன்னும் காய்கள் மிச்சமிருக்கும் பட்சத்தில், எந்தவோர் ஆட்டக்காரரும் ஆட்டத்திலிருந்து விலகக்கூடாது.

நோரா தன் முதுகை நிமிர்த்தி விறைப்பாக நின்றாள்.

"நோரா, நீ அலமாரியின் கீழ்த்தட்டு அல்லது மேல்தட்டிலிருந்து புத்தகங்களைத் தேர்ந்தெடுக்க வேண்டும். நீ இதுவரை உன்னுடைய

பின்வருத்தங்களைக் களைவதற்கான தேர்ந்தெடுப்புகளை மேற்கொண்டிருந்தாய். அலமாரியின் கீழ்த்தட்டு மற்றும் மேல்தட்டிலிருக்கின்ற புத்தகங்களில் இடம் பெற்றிருக்கின்ற வாழ்க்கைகள் நீ இதுவரை கற்பனை செய்திராத வாழ்க்கைகளாகும்."

"அவை மகிழ்ச்சியற்ற வாழ்க்கைகளாக இருக்குமா?"

"சில அப்படி இருக்கலாம், சில அப்படி இல்லாமலும் இருக்கலாம். ஆனால், அவை வெளிப்படையாகத் தெரிகின்ற வாழ்க்கைகளாக இருக்காது. அதற்கு நீ அதிகமாகக் கற்பனை செய்ய வேண்டியிருக்கும். ஆனால், உன்னால் அங்குச் செல்ல முடியும் என்று நான் நம்புகிறேன்."

"அங்குச் செல்ல உங்களால் எனக்கு வழிகாட்ட முடியுமா?"

அதைக் கேட்டு எல்ம் புன்னகைத்தார். "என்னால் நேரடியாக அதைச் செய்ய முடியாது. வேண்டுமானால் உனக்கு ஒரு கவிதையை வாசித்துக் காட்டுகிறேன். நூலகர்களுக்குக் கவிதைகள்மீது தனி ஈடுபாடு உண்டு." பின் அவர் ராபர்ட் ஃபிராஸ்டின் கவிதை ஒன்றைப் படித்தார்.

"நான் காட்டு வழியில் சென்றபோது
இரண்டு பாதைகள் இருந்தன என்முன்
நான் –
நான் அதிகப் பேர் பயணிக்காத பாதையைத் தேர்ந்தெடுத்தேன்
அது அனைத்து வித்தியாசங்களையும் ஏற்படுத்தியது."

"அந்த இடத்தில் ஒன்றுக்கு மேற்பட்டப் பாதைகள் இருந்தால் என்ன செய்ய வேண்டும்? அங்கிருந்த மரங்களைவிட அதிகமான பாதைகள் இருந்தால்? நீங்கள் தேர்ந்தெடுப்பதற்கு எல்லையற்ற வாய்ப்புகள் இருந்தால்? அப்போது ராபர்ட் ஃபிராஸ்ட் என்ன செய்வார்?"

தான் கல்லூரியில் தத்துவவியல் பட்டப்படிப்பு முதலாமாண்டு படித்துக் கொண்டிருந்தபோது அரிஸ்டாட்டிலைப் பற்றிப் படித்தது நோராவுக்கு ஞாபகம் வந்தது. மேன்மைத்துவம் என்பது ஒருபோதும் ஒரு தற்செயலான நிகழ்வல்ல, அது பலதரப்பட்ட மாற்று வழிகளில் சிறந்ததைத் தேர்ந்தெடுப்பதன் விளைவே என்ற அவருடைய கூற்று அவளுக்கு மனச்சோர்வை அளித்திருந்தது. ஆனால் இப்போது, பலதரப்பட்ட மாற்று வழிகளைப் பரிசோதித்துப் பார்ப்பதற்கான ஓர் அரிய வாய்ப்பு, ஒரு தனிச் சலுகை அவளுக்குக் கிடைத்திருந்தது. அது ஞானத்திற்கான குறுக்குவழியாக இருக்கலாம். அதே நேரத்தில், அது மகிழ்ச்சிக்கான குறுக்குவழியாகவும் இருக்கலாம். அதனால், இப்போது அதை அவள் ஒரு சுமையாக நினைக்காமல், தனக்குக் கிடைத்திருந்த ஒரு வெகுமதியாகவே கருதினாள்.

"கீழேயிருந்து நாம் எடுத்து வைத்துள்ள சதுரங்கப் பலகையைப் பார்," என்று எல்ம் அவளிடம் கூறினார். "ஆட்டம் தொடங்குவதற்கு

முன் அது எவ்வளவு ஒழுங்குமுறையுடனும் பாதுகாப்பாகவும் அமைதியாகவும் தோன்றுகிறது பார். இது ஓர் அழகான காட்சி. அதே நேரத்தில், இது சுவாரசியமற்றதாகவும் இருக்கிறது. அது ஒரு சவம்போல இருக்கிறது. ஆனால், அப்பலகையில் நீ ஒரே ஒரு காயை நகர்த்துகின்ற கணத்தில், விஷயங்கள் மாறுகின்றன. விஷயங்கள் சிக்கலும் குழப்பமும் அடையத் துவங்குகின்றன. அதற்குப் பிறகு நீ மேற்கொள்கின்ற ஒவ்வொரு நகர்த்தலும் அந்தச் சிக்கலையும் குழப்பத்தையும் மேலும் தீவிரமாக்குகின்றன."

நோரா அந்தச் சதுரங்கப் பலகை வைக்கப்பட்டிருந்த மேசைக்கு அருகே இருந்த நாற்காலியில் எல்முக்கு எதிரே உட்கார்ந்தாள். பின் சிறிது நேரம் அவள் அந்தச் சதுரங்கப் பலகை உற்றுப் பார்த்துவிட்டு, தன்னுடைய ஒரு சிப்பாயை இரண்டு கட்டங்கள் நகர்த்தினாள்.

நோரா எந்தக் காயை எப்படி நகர்த்தினாளோ, துல்லியமாக அதேபோல எல்ம் தன்னுடைய காயை நகர்த்தினார்.

"இது விளையாடுவதற்கு எளிதானது. ஆனால், இதில் நிபுணத்துவம் பெறுவது கடினம். நீ மேற்கொள்கின்ற ஒவ்வொரு நகர்த்தலும், கணக்கிலடங்கா வாய்ப்புகள் அடங்கிய ஒரு பெரிய உலகத்தைத் திறந்துவிடுகிறது."

நோரா தன்னுடைய குதிரைகளில் ஒன்றை நகர்த்தினாள். இப்படியே அவர்கள் சிறிது நேரம் விளையாடினர்.

எல்ம் அது குறித்து இவ்வாறு கூறினார்: "ஆட்டத்தின் துவக்கத்தில் எந்த மாற்றமும் இருக்காது. ஏனெனில், காய்களை அடுக்குவதற்கு ஒரே ஒரு வழிமுறைதான் இருக்கிறது. முதல் ஆறு நகர்த்தல்களுக்குப் பிறகு, சுமார் தொண்ணூறு இலட்சம் சாத்தியக்கூறுகள் பிறந்துவிடுகின்றன. எட்டு நகர்த்தல்களுக்குப் பிறகு, அந்த எண்ணிக்கை இருபத்தெட்டாயிரம் கோடியாக அதிகரித்துவிடுகிறது. ஆட்டம் தொடரத் தொடர அந்தச் சாத்தியக்கூறுகள் அதிகரித்துக் கொண்டே செல்கின்றன. நம்மால் அவதானிக்க முடிகின்ற பிரபஞ்சத்தில் இருக்கின்ற அணுக்களின் எண்ணிக்கையைக் காட்டிலும், சதுரங்க ஆட்டத்தில் அதிகமான நகர்த்தல் வாய்ப்புகள் இருக்கின்றன. அதனால் இது போகப் போகக் களேபரமாகிவிடுகிறது. இதில் சரியான வழி என்று எதுவும் கிடையாது. பல வழிகள் இருக்கின்றன, அவ்வளவுதான். சதுரங்க ஆட்டத்திலும் சரி, வாழ்க்கையிலும் சரி, சாத்தியக்கூறுகள்தாம் எல்லாவற்றுக்குமான அடிப்படை. அதில் ஒவ்வொரு நம்பிக்கையும், ஒவ்வொரு கனவும், ஒவ்வொரு பின்வருத்தமும், வாழ்வின் ஒவ்வொரு கணமும் அடங்கும்."

இறுதியில் நோரா அந்த விளையாட்டில் வென்றாள். தான் வெற்றி பெறுவதற்கு எல்ம் விட்டுக் கொடுத்திருந்திருக்க வேண்டும் என்று அவள் சந்தேகித்தாள். ஆனாலும் அவள் முன்பைவிட ஓரளவு நன்றாக உணர்ந்தாள்.

"சரி, அடுத்தப் புத்தகத்தை எடுப்பதற்கான வேளை வந்துவிட்டது

என்று நான் நினைக்கிறேன். நீ என்ன சொல்கிறாய்?'' என்று எல்ம் கேட்டார்.

நோரா புத்தக அலமாரிகளை நோட்டம் விட்டாள். அவை மட்டும் குறிப்பான தலைப்புகளில் இருந்திருந்தால் நன்றாக இருக்கும் என்று அவள் நினைத்துக் கொண்டாள். 'கச்சிதமான வாழ்க்கை, இதோ, இங்கே' என்ற தலைப்பில் ஒரு புத்தகம் இருந்தால் எவ்வளவு பயனுள்ளதாக இருக்கும்!

எல்மின் கேள்வியை உதாசீனம் செய்ய வேண்டும் என்ற உந்துதல்தான் அவளுக்கு முதலில் ஏற்பட்டது. ஆனால், புத்தகங்கள் அருகே இருந்தால், அவற்றைத் திறந்து பார்க்க வேண்டும் என்ற சபலம் ஏற்பட்டே தீரும். வாழ்க்கைகளுக்கும் இது பொருந்தும் என்பது நோராவுக்குப் புரிந்தது.

எல்ம் முன்பு கூறியிருந்ததையே இப்போது மீண்டும் கூறினார்.

''சிறிய விஷயங்களின் பெரிய முக்கியத்துவத்தை ஒருபோதும் குறைத்து மதிப்பிட்டுவிடாதே.''

அது ஒரு பயனுள்ள அறிவுரையாக இருந்தது பின்னர் நிரூபணமானது.

''எனக்கு ஒரு மென்மையான வாழ்க்கை வேண்டும். விலங்குகளோடு நான் பழகிக் கொண்டிருந்த ஒரு வாழ்க்கையாக அது இருக்க வேண்டும். நான் பள்ளியில் படித்துக் கொண்டிருந்தபோது கோடை விடுமுறையில் விலங்குகள் காப்பகம் ஒன்றில் வேலை செய்தேனல்லவா? படித்து முடித்ததும், ஸ்ட்ரிங் தியரி கடையில் வேலை பார்ப்பதற்குப் பதிலாக அங்கு வேலை பார்த்த அந்த வாழ்க்கை எனக்கு வேண்டும். அதை எனக்குக் கொடுங்கள்.''

ஒரு மென்மையான வாழ்க்கை

குறிப்பிட்ட இந்த வாழ்க்கையோடு பொருந்திப் போவது எளிதாக இருந்தது.

இந்த வாழ்க்கையில் அவளால் நிறைய நேரம் தூங்க முடிந்தது. காலையில் ஏழே முக்கால் மணிவரை அவளால் தூங்க முடிந்தது. வேலைக்கு அவள் ஒரு பழைய காரில் சென்றாள். கார் முழுவதும் நாய் வாசனையும் பிஸ்கெட் வாசனையும் அடித்தன. நிறைய உணவுத் துகள்கள் சிதறிக் கிடந்தன. அவள் தன் காரில் மருத்துவமனை, விளையாட்டு அரங்கு ஆகியவற்றைக் கடந்து சென்று, விலங்குகள் மீட்பு மையத்தின் நவீனக் கட்டடத்தின் முன்னால் இருந்த கார் நிறுத்துமிடத்தில் தன் காரை நிறுத்தினாள்.

காலை நேரத்தை அங்கிருந்த நாய்களுக்கு உணவளிப்பதிலும் அவற்றைச் சிறிது தூரம் நடத்திச் செல்வதிலும் அவள் செலவிட்டாள். அவள் இந்தப் புதிய வாழ்க்கைக்குள் எளிதாக ஐக்கியமாவதற்கு, அந்த மையத்தில் பழகுவதற்கு இனிமையாக இருந்த ஒரு பெண் அவளை வரவேற்றதும் ஒரு காரணம். அவளுடைய பெயர் பாலீன். நோரா அங்குச் சென்றதும், 'பூனைகள் காப்பகப் பிரிவில்' அல்லாமல் 'நாய்கள் காப்பகப் பிரிவில்' வேலை செய்யுமாறு பாலீன் அவளிடம் கூறியதால், தான் அங்கு என்ன செய்ய வேண்டும் என்று கேட்பதற்கும், குழம்பிப் போய் நிற்பதற்கும் நோராவுக்கு ஒரு நியாயமான சாக்குப்போக்கு கிடைத்திருந்தது. அதோடு, அங்கிருந்தவர்கள் அனைவரும் தங்களுடைய பெயர்களைத் தாங்கிய அடையாள வில்லைகளை அணிந்திருந்ததால், பிறருடைய பெயர்களைத் தெரிந்து கொள்கின்ற வேலையும் எளிதாகிவிட்டது.

நோரா அங்குப் புதிதாக வந்து சேர்ந்திருந்த 'புல்மாஸ்டிஃப்' இன நாய் ஒன்றைக் காலாற நடப்பதற்கு அழைத்துச் சென்றாள். அந்த

நாய் அதன் சொந்தக்காரரால் கொடூரமாக நடத்தப்பட்டிருந்ததாகப் பாலீன் அவளிடம் தெரிவித்திருந்தாள். அந்த நாயின் உடலிலிருந்த சில காயங்களை அவள் நோராவுக்குச் சுட்டிக்காட்டினாள்.

“சிகரெட்டால் சுட்டக் காயங்கள்.”

எந்தவிதமான குரூரமும் இல்லாத ஓர் உலகில் வாழவே நோரா விரும்பினாள். ஆனால், அவள் சுவீகரித்துக் கொள்வதற்காக இருந்த உலகங்கள் மனிதர்களை உள்ளடக்கியவையாகவே இருந்தன. அந்தப் பெட்டை நாயின் பெயர் சாலி. சாலி எல்லாவற்றையும் பார்த்து பயந்தது. அதனுடைய சொந்த நிழல், புதர்கள், பிற நாய்கள், நோராவின் கால்கள், புல், காற்று என்று சகல விஷயங்களையும் கண்டு அது பயந்தது. ஆனால் விரைவிலேயே சாலிக்கு நோராவைப் பிடித்துப் போயிற்று. தன்னுடைய வயிற்றை மென்மையாகத் தடவிக் கொடுப்பதற்கு அவளை அனுமதிக்கும் அளவுக்கு அது நோராவை விரும்பியது.

பின்னர், நாய்க் குடில்கள் சிலவற்றைச் சுத்தம் செய்யவும் நோரா உதவினாள். நாய்கள் அடைத்து வைக்கப்பட்டிருந்த இடங்களை, வழக்கமான பெயரான ‘கூண்டுகள்’ என்று அழைக்காமல், குடில்கள் என்று அவர்கள் அழைத்ததற்குக் காரணம், கேட்பதற்கு அது நன்றாக இருந்தது என்பதுதான் என்று நோரா ஊகித்தாள். அங்கு மூன்று கால்களை மட்டும் கொண்டிருந்த, டீசல் என்ற பெயருடைய அல்சேஷியன் நாய் ஒன்றும் இருந்தது. அது அங்கு நீண்டகாலமாக இருந்து வந்திருந்தது என்பது வெளிப்படையாகத் தெரிந்தது. நோரா அதனுடன் பந்து எறிந்து விளையாடும் விளையாட்டை விளையாடினாள். ஒவ்வொரு முறையும் அது திறமையாகப் பந்தைக் கவ்விப் பிடித்தது. நோராவுக்கு அந்த வாழ்க்கை, சரியாகச் சொல்ல வேண்டுமென்றால், அவளுடைய அந்த அவதாரம் பிடித்திருந்தது. மக்கள் அவளிடம் பேசிய விதத்தை வைத்தே, தான் எப்படிப்பட்டவள் என்பதை அவளால் சொல்ல முடிந்தது. தான் ஒரு நல்ல மனுஷியாக இருந்தது குறித்து அவள் மகிழ்ச்சியை உணர்ந்தாள்.

அவளுடைய மனம் இங்கு வித்தியாசமாக உணர்ந்தது. இங்கு அவள் அதிகமாகச் சிந்தித்தாள். ஆனால், அவளுடைய சிந்தனைகள் எல்லாம் மென்மையானவையாக இருந்தன.

“பரிவுதான் நன்னடத்தைக்கான அடித்தளம்,” என்று ஸ்கோபன்ஹவுர் என்ற தத்துவவியலாளர் கூறியிருந்தார். வாழ்க்கைக்கும் அதுதான் அடிப்படைபோலும்.

அங்கு டிலன் என்றொருவன் வேலை பார்த்து வந்தான். அவன் அனைத்து நாய்களுடனும் மிகவும் இயல்பாகப் பழகினான். அவனுக்குக் கிட்டத்தட்ட நோராவின் வயதுதான் இருக்கும். அல்லது சிறிது குறைவாகக்கூட இருக்கலாம். அவன் அன்பான, மென்மையான, அதே நேரத்தில், சோகமான தோற்றத்தைக் கொண்டிருந்தான். மதிய

உணவின்போது அவன் நோரா அமர்ந்திருந்த பெஞ்சில் அவளுக்கு அருகில் வந்து அமர்ந்தான்.

நோராவின் மதிய உணவு டப்பாவைப் பார்த்தவாறு அவன் அவளிடம், "இன்று நீ என்ன கொண்டு வந்திருக்கிறாய்?" என்று இனிமையாகக் கேட்டான்.

நோராவுக்குத் தன் டப்பாவில் என்ன இருந்தது என்பது உண்மையிலேயே தெரியாது. ஏனெனில், அவள் கண்விழித்தபோது, அது ஏற்கனவே தயாரிக்கப்பட்டு அவளுடைய குளிர்சாதனப் பெட்டியில் வைக்கப்பட்டிருந்தது. அவள் தன் உணவு டப்பாவைத் திறந்தபோது, அதற்குள் ஒரு சான்ட்விச்சும் ஒரு பாக்கெட் சிப்ஸும் இருந்தன. திடீரென்று வானம் கருக்கத் தொடங்கியது. காற்றும் வேகமாக வீசத் தொடங்கியது.

"ஐயோ! மழை வரப் போகிறது," என்று நோரா கூவினாள்.

"வரக்கூடும். ஆனால், நாய்கள் ஏற்கனவே தம்முடைய கூண்டுகளுக்குள் சென்று அடைந்து கொண்டன."

"என்ன சொல்கிறாய்?"

"மழை வரப் போவதை நாய்களால் மோப்பம் பிடித்துவிட முடியும் என்பதால், மழை வரும் என்று அவை உணர்ந்தால் அவை தம்முடைய உறைவிடங்களுக்குள் புகுந்து கொள்ளும். நாய்களால் தம்முடைய மூக்கை மட்டுமே வைத்து வருங்காலத்தைக் கணிக்க முடிகிறது என்பது ஒரு பிரமாதமான விஷயம், இல்லையா?"

"ஆமாம்."

நோரா தன் சான்ட்விச்சை எடுத்துக் கடித்தாள். அப்போது டிலன் நோராவின் தோள்களைச் சுற்றித் தன் கையைப் போட்டான்.

நோரா திடுக்கிட்டுத் துள்ளினாள்.

"என்ன இழவு–"

டிலன் மன்னிப்புக் கேட்கும் தோரணையில் அவளைப் பார்த்தான். அவன் தன் நடத்தை குறித்துக் கலவரமடைந்தான்.

"மன்னித்துக் கொள். நான் உன் தோள்களைக் காயப்படுத்திவிட்டேனா?"

"இல்லை ... அப்படியில்லை ... எனக்கு ஒன்றும் ஆகவில்லை."

டிலன் தன்னுடைய 'பாய் ஃபிரெண்டு' என்பதையும், அவன் தான் படித்திருந்த அதே மேல்நிலைப் பள்ளியில் படித்திருந்தான் என்பதையும், அவன் அவளைவிட இரண்டு வயது இளையவன் என்பதையும் அவள் தெரிந்து கொண்டாள்.

தன் அப்பா இறந்த தினத்தன்று அவள் தன்னுடைய பள்ளி நூலகத்தில் இருந்த சமயத்தில், அக்கட்டடத்திற்கு வெளியே, அவளைவிட வயது குறைவான ஒரு சிறுவன் வேகமாக ஓடி மறைந்ததை, மழையில் நனைந்திருந்த கண்ணாடிச் சன்னல் வழியாகத் தான் பார்த்திருந்த காட்சி அவளுடைய நினைவுக்கு வந்தது. ஒன்று,

அவன் யாரையாவது துரத்திக் கொண்டு ஓடிக் கொண்டிருக்க வேண்டும் அல்லது அவன் துரத்தப்பட்டுக் கொண்டிருக்க வேண்டும் என்று அப்போது அவள் நினைத்திருந்தாள். அது டிலனாகத்தான் இருக்க வேண்டும். அப்போது அவனைப் பற்றி அவளுக்கு எதுவும் தெரியாது. தூரத்திலிருந்து பார்த்தபோது அவளுக்கு அவனை மேலோட்டமாகப் பிடித்திருந்தது. ஆனால், அவனைப் பற்றி அவள் பெரிதாக நினைத்துக் கொண்டிருக்கவில்லை.

“நீ நலமாக இருக்கிறாயா, நோர்ஸ்டர்?” என்று டிலன் கேட்டான்.

நோர்ஸ்டர்?

“நான் ... நன்றாகத்தான் ... இருக்கிறேன்.”

நோரா மீண்டும் அமர்ந்தாள். ஆனால், அவர்களுக்கு இடையே இன்னும் கூடுதலான இடைவெளிவிட்டு அமர்ந்தாள். டிலன்மீது பெரிதாகக் குறை சொல்கின்ற அளவு எதுவும் இருக்கவில்லை. அவன் இனிமையாகப் பழகினான். இந்த வாழ்க்கையில் அவனை அவளுக்கு உண்மையிலேயே பிடித்திருக்க வேண்டும். அவனைக் காதலித்திருக்கவும் செய்யலாம். ஆனால், ஓர் உணர்ச்சிக்குள் செல்வதும், ஒரு வாழ்க்கைக்குள் நுழைவதும் ஒன்றல்லவே.

“ஆமாம், இன்று நீ ஜீனோஸில் இடத்திற்கு முன்பதிவு செய்துவிட்டாயா?”

ஜீனோஸ்? அது ஓர் இத்தாலிய உணவகம். நோரா ஒரு பருவ வயதுச் சிறுமியாக இருந்தபோது அங்குச் சென்றிருந்தாள். இப்போதும் அது இயங்கிக் கொண்டிருந்தது குறித்து அவள் வியந்தாள்.

“என்ன சொன்னாய்?”

“ஜீனோஸ். பீட்சா உணவகம். இன்று இரவு நாம் இருவரும் அங்குச் செல்லலாம் என்று நாம் திட்டமிட்டிருந்தோமே? உனக்கு அதன் மேலாளரைத் தெரியும் என்று நீ சொன்னாயே?”

“என் அப்பாவுக்குத்தான் அவரைப் பழக்கம்.”

“சரி, அவரைத் தொடர்பு கொண்டாயா?”

“ஆமாம்,” என்று அவள் பொய் சொன்னாள். “ஆனால் அங்கு இடமில்லை.”

“இது விநோதமாக இருக்கிறது. வார நாட்களில் அங்கு யாருமே வர மாட்டார்கள். பீட்சா என்றால் எனக்குக் கொள்ளைப் பிரியம். அதோடு, பாஸ்தாவும் லசான்யாவும்கூட எனக்குப் பிடிக்கும். அப்புறம்–”

“இன்று அந்த இடத்தை யாரோ மொத்தமாகப் பதிவு செய்துள்ளனர்.”

டிலன் ஏற்கனவே தன்னுடைய அலைபேசியை வெளியே எடுத்திருந்தான். அதோடு, அவன் மிகவும் ஆர்வமாகவும் இருந்தான். “நான் ‘லா கான்டினா’ உணவகத்தைத் தொடர்பு கொள்ளப் போகிறேன். எனக்கு மெக்சிகன் உணவு பிடிக்கும். அவர்களிடம்

எண்ணற்ற ‘வீகன்’ உணவு வகைகளும் உண்டு. உனக்கு மெக்சிகன் உணவு பிடிக்கும்தானே?”

டிலனின் பேச்சு சுவாரசியமற்று இருந்தது என்பதைத் தவிர, அதை மறுப்பதற்கு நியாயமான காரணங்கள் எதையும் அவளால் உடனடியாகக் கண்டுபிடிக்க முடியவில்லை. அவள் சாப்பிட்டுக் கொண்டிருந்த சான்டவிச்சும், அவளுடைய குளிர்பதனப் பெட்டியிலிருந்த பிற உணவுப் பதார்த்தங்களையும் கணக்கில் எடுத்துக் கொண்டபோது, மெச்சிகன் உணவு அவளை ஈர்த்தது.

டிலன் அவர்கள் இருவருக்கும் அந்த உணவகத்தில் அன்றைய இரவுக்கு ஒரு மேசையைப் பதிவு செய்தான். அவர்களுக்குப் பின்னால் இருந்த கட்டடத்தில் நாய்கள் சத்தமாகக் குரைத்துக் கொண்டிருந்தன. அதைப் பொருட்படுத்தாமல் அவர்கள் தங்களுடைய உரையாடலைத் தொடர்ந்தனர். அவர்கள் இருவரும் ஒரே வீட்டில் வசிக்கத் திட்டமிட்டிருந்தனர் என்பது அந்த உரையாடலின்போது வெளிப்பட்டது.

“உணவருந்திய பிறகு நாம் ‘லாஸ்ட் சான்ஸ் சலூன்’ திரைப்படம் பார்க்கச் செல்லலாம்,” என்று அவன் கூறினான்.

நோரா அவனுடைய பேச்சின்மீது கவனம் செலுத்தியிருக்கவில்லை. “என்ன சொன்னாய்?”

அவன் கூச்ச சுபாவம் உடையவனாக இருந்தான் என்பது அவளுக்குப் புரிந்தது. அவன் அவளுடைய கண்களை நேருக்கு நேர் பார்த்துப் பேசவில்லை. “நீ பார்க்க விரும்பிய அந்த ரயன் பெய்லியின் படம். நாம் அதன் வெள்ளோட்டத்தைப் பார்த்தோம். நீ அதன் விமர்சனத்தைப் படித்துவிட்டு, படம் நகைச்சுவையாக இருக்கும் என்று கூறினாய்.”

தன்னுடைய இன்னொரு வாழ்க்கையில் தான் மிகப் பிரபலமான ராக் குழு ஒன்றின் முன்னணிப் பாடகியாக இருந்ததையும், ரயன் பெய்லியுடன் தான் கொண்டிருந்த உறவைத் தானே துண்டித்திருந்ததையும் டிலனிடம் கூறினால் அதை அவன் நம்புவானா என்று நோரா யோசித்தாள்.

அவர்களுக்கு முன்னாலிருந்த புல்தரையில் காலியான சிப்ஸ் பாக்கெட் கவர் ஒன்று பறந்து கொண்டிருந்ததைப் பார்த்தபடி, “அது ஒரு நல்ல யோசனைதான்,” என்று நோரா கூறினாள்.

டிலன் பாய்ந்து சென்று அந்தக் கவரைப் பொறுக்கியெடுத்து அருகிலிருந்த ஒரு குப்பைத்தொட்டியில் போட்டான்.

பிறகு அவன் அந்த பெஞ்சில் வந்து உட்கார்ந்து கொண்டு அவளை நோக்கி ஒரு புன்னகையை வீசினான். இந்த வாழ்க்கையில் டிலனிடமிருந்த எந்த அம்சம் தன்னைக் கவர்ந்திருந்தது என்பதை நோரா புரிந்து கொண்டாள். அவனிடம் ஏதோ ஒருவிதமான தூய்மை இருந்தது.

இந்த உலகில் நாய்கள் இருக்கின்றபோது வேறொரு பிரபஞ்சம் யாருக்கு வேண்டும்?

அந்த உணவகம் ஸ்ட்ரிங் தியரி கடை இருந்த அதே தெருவில் சிறிது தள்ளி இருந்தது. அந்த உணவகத்தை அடைவதற்கு அவர்கள் அந்தக் கடையைக் கடந்துதான் செல்ல வேண்டியிருந்தது. அந்தக் கடை கொடுத்தப் பரிச்சய உணர்வு விநோதமாக இருந்தது. ஆனால் அவர்கள் அந்தக் கடையை நெருங்கியபோது, ஏதோ சரியில்லை என்பதுபோல அவள் உணர்ந்தாள். அதன் வெளிப்புறத்தில் காட்சிப்படுத்தும் இடத்தில் கிதார்கள் எதுவும் இருக்கவில்லை. அங்கு எதுவுமே இருக்கவில்லை. அந்தக் கண்ணாடிச் சன்னலின் உட்புறத்தில், வெளியே தெரியும் விதத்தில் ஒரு காகிதம் ஒட்டப்பட்டிருந்தது. அதில் சில வாக்கியங்கள் எழுதப்பட்டிருந்தன. அதைப் பார்த்தவுடன், அது நீலின் கையெழுத்து என்பதை நோரா புரிந்து கொண்டாள்.

> ஸ்ட்ரிங் தியரி கடையால் இனியும் அந்த இடத்தில் தொடர்ந்து இயங்க முடியாத நிலை ஏற்பட்டுள்ளது. வாடகை அதிகரிப்பின் காரணமாக எங்களால் இதைத் தொடர்ந்து நடத்த முடியவில்லை. எங்களுடைய விசுவாசமான அனைத்து வாடிக்கையாளர்களுக்கும் நன்றி. ஒரு முறைக்கு மேல் யோசிக்காதீர்கள். ஒன்றும் பிரச்சனையில்லை. நீங்கள் உங்களுடைய சொந்த வழியில் செல்லலாம். நீங்கள் இல்லாவிட்டால் நாங்கள் எப்படியிருப்போம் என்பதைக் கடவுள் மட்டுமே அறிவார்.

அதைப் படித்த டிலன், அது சுவாரசியமாக இருந்ததாக நினைத்தான். "இந்தக் கடையில் என்ன வியாபாரம் செய்து கொண்டிருந்தார்கள் என்பதை என்னால் ஊகிக்க முடிகிறது." சில கணங்கள் கழித்து, "பாப் டிலனின் ஞாபகார்த்தமாகத்தான் டிலன் என்று எனக்குப் பெயர் வைக்கப்பட்டது. இதைப் பற்றி நான் உன்னிடம் எப்போதாவது சொல்லியிருக்கிறேனா?"

"எனக்கு நினைவில்லை."

"அந்த இசைக் கலைஞரைப் பற்றி உனக்குத் தெரியுமில்லையா?"

"ஆமாம். பாப் டிலனைப் பற்றி நான் கேள்விப்பட்டிருக்கிறேன்."

"என் அக்காவின் பெயர் சூசன். லியனார்டு கோஹனின் பாட்டு வரிகளில் வருகின்ற ஒரு பெயர் அது."

நோரா புன்னகைத்தாள். "என் பெற்றோருக்கு லியனார்டு கோஹனை மிகவும் பிடிக்கும்."

"இந்தக் கடைக்குள் போயிருக்கிறாயா? இது ஒரு சிறந்த கடை என்று தோன்றுகிறது."

"ஓரிரு முறை போயிருக்கிறேன்."

"உனக்கு இருக்கின்ற இசை ஆர்வத்தை வைத்து, நீ கண்டிப்பாக அந்தக் கடைக்குள் போயிருந்திருப்பாய் என்று நான் நினைத்தேன். முன்பு நீ பியானோ வாசித்துக் கொண்டிருந்தாய், அப்படித்தானே?"

முன்பா?

"ஆமாம். நான் கீபோர்டு வாசிப்பேன். எனக்குப் பெரிதாக எதுவும் தெரியாது."

அந்தக் கடையில் ஒட்டப்பட்டிருந்த அறிவிப்பு சற்றுப் பழையதாக அவளுக்குப் பட்டது. "நீங்கள் ஒரு விட்டேத்தியான முகத்தை வைத்துக் கொண்டு வாடிக்கையாளர்களை விரட்டியடிப்பதற்கு நான் உங்களுக்குச் சம்பளம் அழுது கொண்டிருக்க முடியாது," என்று நீல் அவளிடம் கூறியிருந்தது அவளுக்கு நினைவுக்கு வந்தது.

'நீல், அப்படியானால் உங்களுடைய சரிவுக்கு என்னுடைய முகம் காரணமல்ல,' என்று நோரா தனக்குள் கூறிக் கொண்டாள்.

அவர்கள் தொடர்ந்து நடந்தனர்.

"டிலன், உனக்கு இணைப் பிரபஞ்சக் கொள்கையில் நம்பிக்கை உண்டா?"

அவன் தன் தோள்களைக் குலுக்கிவிட்டு, "அப்படித்தான் நினைக்கிறேன்," என்றான்.

"அப்படியானால், உனக்கு இந்த வாழ்க்கை பிடித்திருக்கிறதா? அல்லது, பெட்ஃஃபோர்டை விட்டுவிட்டு வேறெங்காவது சென்று வாழ்வதை உள்ளடக்கிய வேறொரு பிரபஞ்ச வாழ்க்கையை நீ விரும்புவாயா?"

"எனக்கு இந்த வாழ்க்கையே பிடித்திருக்கிறது. நான் இங்கு மகிழ்ச்சியாக இருக்கிறேன். இந்த உலகில் நாய்கள் இருக்கின்றபோது

இன்னொரு பிரபஞ்சம் யாருக்கு வேண்டும்? நாய்கள் இங்கு எப்படி இருக்கின்றனவோ அப்படித்தான் லண்டனிலும் இருக்கும். கிளாஸ்கோ பல்கலைக்கழகத்தில் விலங்கியல் மருத்துவம் படிப்பதற்கு நான் தேர்ந்தெடுக்கப்பட்டிருந்தேன். ஒரு வாரம் வகுப்புகளுக்கும் சென்றேன். ஆனால், எனக்கு என் நாய்களைத் தேடியது. கிட்டத்தட்ட அதே நேரத்தில் என் அப்பா தன்னுடைய வேலையை இழந்துவிட்டார். அதனால் அந்தப் பட்டப்படிப்பு எனக்குக் கட்டுப்படியாகாமல் போனது. அதனால், என்னால் ஒரு விலங்கு மருத்துவராக ஆக முடியாமல் போனது. ஒரு விலங்கு மருத்துவராக ஆக வேண்டும் என்று நான் மிகவும் விரும்பினேன். ஆனால், அது குறித்து எனக்கு எந்தப் பின்வருத்தமும் இல்லை. நான் ஒரு நல்ல வாழ்க்கையை வாழ்ந்து கொண்டிருக்கிறேன். நல்ல நண்பர்கள் சிலர் எனக்கு இருக்கின்றனர். எனக்கு நாய்கள் இருக்கின்றன.''

அதைக் கேட்டு நோரா புன்னகைத்தாள். அவளுக்கு டிலனைப் பிடித்திருந்தது. ஆனால், வேறொரு வாழ்க்கையில் இருந்த அந்த நோரா அளவுக்கு இவன்மீது தனக்கு ஈர்ப்பு இருந்ததாக அவள் நினைக்கவில்லை. டிலன் ஒரு நல்ல மனிதன். நல்ல மனிதர்கள் அரிதாகவே இருந்தனர்.

அவர்கள் அந்தப் பீட்சா உணவகத்தை நெருங்கியபோது, ஓட்டப் பயிற்சிக்கான உடைகளை அணிந்திருந்த ஒருவன் அவர்களை நோக்கி மெதுவாக ஓடி வந்து கொண்டிருந்தான். உயரமாக இருந்த அந்த நபர் ஆஷ் என்பதைக் கண்டுகொள்ள நோராவுக்குச் சில கணங்கள் ஆயிற்று. ஒரு மருத்துவராக இருந்த, ஸ்ட்ரிங் தியரி கடைக்கு அடிக்கடி வந்து அவளைச் சந்தித்துக் கொண்டிருந்த, தன்னுடன் காபி குடிக்க வரும்படி ஒரு முறை அவளை அழைத்திருந்த, மருத்துவமனையில் வைத்து அவளுக்கு ஆறுதல் கூறிய, அவளுடைய பூனையான வோல்டேர் இறந்துவிட்டதை அவளிடம் அறிவிக்க வந்திருந்த அதே ஆஷ்தான்! அது மிகச் சமீபத்திய ஞாபகமாக இருந்தபோதிலும், அது அவளுக்கு மட்டுமே சொந்தமானதாக இருந்தது. வரவிருந்த ஞாயிற்றுக்கிழமையன்று நடைபெறவிருந்த அரை மராத்தான் போட்டிக்காக அவன் பயிற்சி செய்து கொண்டிருந்தான் என்பது வெளிப்படை. நோராவின் மூல வாழ்க்கையில் இடம் பெற்றிருந்த ஆஷுக்கும் இந்த ஆஷுக்கும் இடையே பெரிய வித்தியாசம் இருக்கும் என்று நம்புவதற்கு எந்தவிதமான முகாந்திரமும் இருக்கவில்லை. ஆனால், நேற்று இரவு செத்துப் போயிருந்த வோல்டேரை அவன் எதிர்கொள்ளாமல் இருந்திருப்பதற்கு அதிக வாய்ப்புகள் இருந்தன. அல்லது, நேற்று இரவு செத்துப் போயிருந்த ஒரு பூனையை அவன் எதிர்கொண்டிருந்திருக்கலாம், ஆனால் அதன் பெயர் வோல்டேராக இல்லாதிருந்திருக்கலாம்.

இப்போது தான் எந்த வாழ்க்கையில் இருந்தோம் என்பதை

மறந்து, நோரா ஆஷைப் பார்த்து, "ஹாய்," என்று கூறினாள்.

ஆஷ் அவளைப் பார்த்துப் புன்னகைத்தான். ஆனால், அது ஒரு குழப்பமான புன்னகையாக இருந்தது. அது குழப்பமானதாக இருந்தாலும், கனிவானதாக இருந்தது. அதைப் பார்த்து நோரா மேலும் சங்கடம் அடைந்தாள். ஏனெனில், இந்த வாழ்க்கையில் ஆஷ் அவளுடைய வீட்டுக் கதவைத் தட்டவில்லை, தன்னுடன் காபி குடிக்க வருமாறு அவளை அழைக்கவில்லை, ஸ்ட்ரிங் தியரி கடையில் அவளிடமிருந்து சில பாட்டுப் புத்தகங்களை வாங்கவில்லை.

"அது யார்?" என்று டிலன் கேட்டான்.

"ஓ! அதுவா? என்னுடைய வேறொரு வாழ்க்கையில் நான் அறிந்திருந்த ஒருவன்."

டிலன் அதைக் கேட்டுக் குழப்பமடைந்தாலும், தன் தலையில் தெறித்திருந்த மழைத்துளிகளை உதறுவதைப்போல அதை அவன் உதறிவிட்டான்.

பின் அவர்கள் அந்த உணவகத்திற்குள் நுழைந்தனர்.

டிலனுடன் இரவு உணவு

லா காண்டினா பல ஆண்டுகளாக அந்த ஊரில் இருந்து வந்திருந்தபோதிலும், அது கொஞ்சம்கூட மாறியிருக்கவில்லை.

மூன்று ஆண்டுகளுக்கு முன்பு டேன் முதன்முறையாக பெட்ஃபோர்டுக்கு வந்திருந்தபோது, அவனை நோரா இந்த உணவகத்திற்கு அழைத்து வந்திருந்த மாலைப்பொழுதுக்கு அவளுடைய நினைவு சென்றது. அப்போது அவர்கள் இருவரும் அந்த உணவகத்தின் ஒரு மூலையில் அமர்ந்தனர். அவர்கள் ஏராளமான பீட்சாக்களைச் சாப்பிட்டுக் கொண்டே தங்களுடைய கூட்டு வருங்காலத்தைப் பற்றிப் பேசினர். ஒரு கிராமப் பகுதியில் ஒரு மதுவிடுதியைச் சொந்தமாக நடத்த வேண்டும் என்ற தன்னுடைய கனவை அங்கு வைத்துத்தான் டேன் முதன்முதலாகக் கூறினான். இந்த வாழ்க்கையில் எப்படி நோராவும் டிலனும் ஒரே வீட்டில் ஒன்றாகச் சேர்ந்து வாழ்வதற்குக் கிட்டத்தட்ட முடிவு செய்திருந்தார்களோ, அதுபோல அந்த வாழ்க்கையில் நோராவும் டேனும் ஒரே வீட்டில் ஒன்றாகச் சேர்ந்து வாழ்வதற்குக் கிட்டத்தட்ட முடிவு செய்திருந்தனர். இப்போது நினைத்துப் பார்த்தபோது, அப்போது டேன் ஒரு ஓட்டல் ஊழியரிடம் மரியாதையில்லாமல் நடந்து கொண்டிருந்ததும், அதை ஈடுகட்டும் விதமாக, தான் அதீதமாகப் புன்னகை புரிந்து கொண்டிருந்ததும் அவளுக்கு ஞாபகம் வந்தது. மிகக் குறைவான சம்பளம் பெற்றுக் கொண்டிருக்கின்ற கடைநிலை ஊழியர்களிடம் வேண்டுமென்றே மரியாதைக் குறைவாக நடந்து கொள்கின்ற ஒருவனை ஒருபோதும் நம்பக்கூடாது என்றொரு வாழ்க்கை விதி இருக்கிறது. அதிலும் இன்னும் ஒரு சில விஷயங்களிலும் டேன் தோற்றுவிட்டிருந்தான். மீண்டும் ஒரு முறை லா காண்டினாவுக்கு வருவது தன்னுடைய முதல் தேர்ந்தெடுப்பாக இருந்திருக்காது என்று

நோரா தன் மனத்திற்குள் கூறிக் கொண்டாள்.

"எனக்கு இந்த இடம் மிகவும் பிடிக்கும்," என்று டிலன் கூறினான். இவனுக்குப் பிடிக்காத இடம் என்று ஏதாவது இருக்க முடியுமா என்று நோரா தனக்குள் கேட்டுக் கொண்டாள். விட்டால் அவன் செர்னோபில் அருகேயுள்ள ஒரு புல்வெளியில் அமர்ந்து கொண்டு அந்த இடத்தின் அழகை இரசிக்கவும் தயங்க மாட்டான் என்று அவளுக்குத் தோன்றியது.

அவர்கள் சாப்பிட்டுக் கொண்டே முதலில் நாய்களைப் பற்றியும், தாங்கள் படித்திருந்த பள்ளியைப் பற்றியும் பேசினர். டிலன் அவளைவிட இரண்டு வகுப்புகள் குறைவாகப் படித்துக் கொண்டிருந்தான். நீச்சலில் சிறந்து விளங்கிய ஒரு மாணவி என்ற அளவில் அவளை அவன் நினைவு வைத்திருந்தான். பள்ளியில் படித்தபோது, காலைநேரக் கூட்டத்தில் அவள் முன்னணிக்கு அழைக்கப்பட்டு, எல்லோர் முன்னிலையிலும், அவளுடைய பள்ளியின் மிகச் சிறந்த பிரதிநிதியாக விளங்கியமைக்காகச் சான்றிதழ் வழங்கப்பட்ட நிகழ்ச்சியைக்கூட அவன் மறக்கவில்லை. இப்போது நினைத்துப் பார்த்தபோது, அக்கட்டத்தில்தான் தான் நீச்சலிருந்து வெளியேற முடிவு செய்திருந்திருக்க வேண்டும் என்று நோராவுக்குத் தோன்றியது. ஏனெனில், தன் தோழிகளிடம் நெருக்கமாக இருப்பதைத் தன்னுடைய நீச்சல் பயிற்சி கடினமாக்கியது என்பதை அவள் உணர்ந்து கொண்டாள்.

"பள்ளியின் இடைவேளை நேரங்களில் நீ நூலகத்தில் இருந்ததை நான் பார்த்திருக்கிறேன்," என்று டிலன் அந்த நினைப்பு உருவாக்கியிருந்த புன்னகையுடன் கூறினான். "அப்போது நம்முடைய பள்ளியின் நூலகரோடு நீ சதுரங்க ஆட்டத்தில் ஈடுபட்டதை நான் பார்த்திருக்கிறேன். அவருடைய பெயர் என்ன?"

"திருமதி எல்ம்."

"ஆமாம். இப்போது நினைவுக்கு வருகிறது. திருமதி எல்ம்." அதையடுத்து அவன் கூறிய விஷயத்தைக் கேட்டவுடன் அவளுக்குத் தூக்கிவாரிப் போட்டது. "சில நாட்களுக்கு முன்பு நான் எல்மைப் பார்த்தேன்."

"உண்மையாகவா?"

"ஆமாம். அவரை ஷேக்ஸ்பியர் தெருவில் வைத்துப் பார்த்தேன். அவருடன் செவிலிச் சீருடை அணிந்திருந்த ஒருவரும் இருந்தார். எல்ம் தன் மாலைநேர நடைப் பயிற்சிக்குப் பிறகு, தான் தங்கியிருந்த முதியோர் இல்லத்திற்குச் சென்று கொண்டிருந்தார் என்று நான் நினைத்தேன். அவர் மிகவும் வயதானவராகவும் பலவீனமாகவும் காணப்பட்டார்."

எல்ம் பல ஆண்டுகளுக்கு முன்பாகவே இறந்து போயிருந்திருக்க வேண்டும் என்று எதனாலோ நோரா நினைத்திருந்தாள். அவள்

எப்போதும் எல்மை நடுநிசி நூலகத்தில் பார்த்து வந்திருந்த காரணத்தினாலும், அப்போது எல்ம், அவள் பள்ளிப் பருவத்தில் அவரைப் பார்த்திருந்தபோது எப்படி இருந்தாரோ அதே உருவத்தில் இருந்து வந்திருந்த காரணத்தாலும், அவள் அந்த அனுமானத்திற்கு வந்திருந்தாள்.

“பாவம் அவர். எனக்கு அவரை மிகவும் பிடிக்கும்.”

லாஸ்ட் சான்ஸ் சலூன்

உணவகத்தில் உணவருந்தி முடித்தவுடன், நோரா, லாஸ்ட் சான்ஸ் சலூன் திரைப்படம் பார்ப்பதற்காக டிலனின் வீட்டுக்குச் சென்றாள். அவர்கள் உணவகத்தில் பாதி குடித்து முடித்திருந்த ஒயின் பாட்டிலை வீட்டுக்குக் கொண்டு வந்திருந்தனர். தான் டிலனின் வீட்டுக்கு வந்ததை நோரா தனக்குள் இப்படி நியாயப்படுத்திக் கொண்டாள்: ‘அவன் இனிமையாகப் பழகுபவனாகவும் திறந்த மனம் கொண்டவனாகவும் இருப்பதால், அவனை அதிகமாகக் கேள்வி கேட்டுத் துளைக்காமலேயே, அவன் எங்கள் வாழ்க்கையைப் பற்றிய பல விஷயங்களைத் தானாகவே வெளிப்படுத்துவான்.’

அவன் தன்னுடைய அம்மாவிடமிருந்து சீதனமாகப் பெற்றிருந்த, ஒரு மொட்டைமாடியுடன் இருந்த ஒரு வீட்டில் வசித்து வந்தான். அங்கிருந்த நாய்களின் எண்ணிக்கையின் காரணமாக அந்த வீடு இன்னும் சிறியதாகத் தெரிந்தது. ஐந்து நாய்கள் அவளுடைய பார்வையில் பட்டன. மொட்டைமாடியில் மேலும் சில நாய்கள் இருக்கக்கூடும் என்று நோரா நினைத்துக் கொண்டாள். தனக்கு நாய்களின் வாசனை பிடிக்கும் என்று எப்போதும் அவள் நினைத்து வந்திருந்தாள். ஆனால், தன்னுடைய பிரியத்திற்கும் ஓர் எல்லை இருந்தது என்ற ஞானோதயம் அவளுக்குத் திடீரென்று ஏற்பட்டது.

அவள் அங்கிருந்த ஒரு சோபாவில் அமர்ந்தபோது, ஏதோ ஒன்று அவளை உறுத்தியது. அது என்னவென்று பார்த்தபோது, அது நாய்கள் கடித்து விளையாடுவதற்கான விளையாட்டு வளையம் என்பதை அவள் கண்டாள். அவள் அதை எடுத்துத் தரையில் விரிக்கப்பட்டிருந்த கம்பளத்தில் போட்டாள். பாதி கடித்துக் குதறப்பட்ட நிலையில் ஒரு பொம்மை எலும்பு தரையில் கிடந்தது.

கண்புரையுடன் இருந்த ஒரு நாய் வந்து நோராவின் கால்களோடு

உரசிக் கொண்டிருந்தது.

அந்தக் காட்சியைப் பார்த்துச் சிரித்தவாறே, டிலன், "நிறுத்து பெட்ரோ," என்று அந்த நாயைப் பார்த்துக் கூறினான். பின்னர் அவன் அதை அங்கிருந்து துரத்தினான்.

சோபாவில் அவளருகே உட்கார்ந்திருந்த மற்றொரு பெரிய நாய் தன்னுடைய பெரிய நாக்கால் நோராவின் காதை நக்கிக் கொண்டிருந்தது. அந்த நாய் அங்கிருந்ததால், டிலன் தரையில் உட்கார வேண்டியதாயிற்று.

"நீ சோபாவில் உட்கார்ந்து கொள்கிறாயா?" என்று நோரா கேட்டாள்.

அதற்கு அவன், "பரவாயில்லை. தரை எனக்கு வசதியாகவே இருக்கிறது," என்று கூறினான்.

அதற்கு மேல் அவளும் வற்புறுத்தவில்லை. உண்மையில் அவன் வேண்டாம் என்று கூறியது குறித்து அவள் மகிழ்ச்சியடையவே செய்தாள். ஏனெனில், மேலும் அசௌகரியத்திற்கு ஆளாகாமல் அங்கு உட்கார்ந்து கொண்டு படம் பார்ப்பது எளிதாக இருந்தது. அவளுடைய காதை நக்கிக் கொண்டிருந்த நாய் அதை விட்டுவிட்டு, தன் தலையை நோராவின் கால்மூட்டின்மீது வைத்துக் கொண்டது. அது குறித்து அவள் மகிழ்ச்சியடையவில்லை என்றாலும், அவள் ஒரேயடியாக மனச்சோர்வும் அடைந்துவிடவில்லை.

அவள் பார்த்துக் கொண்டிருந்த திரைப்படத்தில், ரயன் பெய்லி தன் கதாநாயகியிடம், "அன்பே, வாழ்க்கை வாழ்வதற்கே," என்று காதல் சொட்டச் சொட்ட வசனம் பேசிக் கொண்டிருந்த அதே சமயத்தில், டிலன், "நான் என்னுடைய மற்றொரு நாயை என் படுக்கையில் என்னுடன் படுக்க அனுமதிக்கப் போகிறேன். ஏனெனில், அது எப்போதும் அழுது கொண்டே இருக்கிறது. அதற்கு அதன் அப்பா வேண்டும்!" என்று கூறினான். இந்த வாழ்க்கை தன்னைப் பெரிய அளவில் வசீகரிக்கவில்லை என்பதை நோரா உணர்ந்தாள்.

அதோடு, டிலனுக்குத் தன்னைவிட அந்த மற்றொரு நோராதான் - அவன்மீது காதல் கொண்டிருந்த அந்த நோராதான் - பொருத்தமாக இருப்பாள் என்று அவள் நினைத்தாள். இப்போது அவளுக்கு ஏற்பட்டிருந்தது ஒரு புதுவிதமான உணர்வாக இருந்தது. வேறு யாரோ ஒருவருடைய இடத்தைத் தான் எடுத்துக் கொண்டது போன்ற உணர்வு அது.

இந்த வாழ்க்கையில் தன்னால் அதிக அளவு மதுவைத் தாங்கிக் கொள்ள முடிந்ததை உணர்ந்த நோரா, ஒயின் பாட்டிலிலிருந்து மேலும் கொஞ்சம் ஒயினை ஊற்றிக் கொண்டாள். அது கலிபோர்னியாவில் தயாரிக்கப்பட்ட, தரம் குறைந்த 'ஸின்ஃபான்டெல்' இரகத்தைச் சேர்ந்த ஒயினாகும். அவள் அந்த பாட்டிலில் ஒட்டப்பட்டிருந்த லேபிளைப் பார்த்தாள். அதில் ஏதோ ஒரு காரணத்திற்காக, ஓர்

ஆண் மற்றும் ஒரு பெண்ணின் குட்டிச் சரிதை எழுப்பப்பட்டிருந்தது. அவர்களுடைய பெயர் ஜெனீன் தார்ன்டன் மற்றும் டெரன்ஸ் தார்ன்டன் என்று குறிப்பிடப்பட்டிருந்தது. இந்த ஒயின் அவர்களுடைய சொந்தத் திராட்சைத் தோட்டத்திலிருந்த பழங்களிலிருந்து தயாரிக்கப்பட்டிருந்தது. அதில் எழுதப்பட்டிருந்த கடைசி வாசகம் அவளைக் கவர்ந்தது: "நாங்கள் திருமணம் செய்து கொண்ட புதிதில், என்றாவது ஒரு நாள் நாங்கள் ஒரு திராட்சைத் தோட்டத்திற்குச் சொந்தக்காரர்களாக ஆவோம் என்று நாங்கள் கனவு கண்டு வந்தோம். இப்போது அக்கனவு எங்களுக்கு நனவாகியிருக்கிறது. இந்த டிரை கிரீக் வேல்லியில் எங்களுடைய வாழ்க்கையும் ஒரு கோப்பை ஸின்ஃபான்டெல் ஒயின் அளவுக்கு ருசிகரமாகவே இருக்கிறது."

டிலனையும் அவனுடைய நாய்களையும் பின்னால் விட்டுவிட்டுக் கிளம்பியபோது, தன்னை நக்கிக் கொண்டிருந்த நாயைத் தடவிக் கொடுத்து, நோரா அதனிடம், "போய் வருகிறேன்," என்று முணுமுணுத்தாள்.

புவானா விஸ்டா திராட்சைத் தோட்டம்

நோரா அடுத்த முறை நடுநிசி நூலகத்தை அடைந்தபோது, அவள் டிலனின் வீட்டில் பார்த்த ஓயின் பாட்டிலில் சித்தரிக்கப்பட்டிருந்த வாழ்க்கையை ஒட்டிய ஒரு வாழ்க்கையைத் தேர்ந்தெடுப்பதற்கு எல்ம் அவளுக்கு உதவினார். அவர் அவளுக்கு எடுத்துக் கொடுத்திருந்த புத்தகம் அவளை அமெரிக்காவுக்கு அனுப்பி வைத்தது.

இந்த வாழ்க்கையில் அவளுடைய பெயர் நோரா மார்ட்டினெஸ். தன்னுடைய நாற்பதுகளின் துவக்கத்தில் இருந்த எட்வர்டோ மார்ட்டினெஸ் என்ற மெக்சிக அமெரிக்கரின் மனைவியாக அவள் இருந்தாள். கல்லூரிப் படிப்பை முடித்துவிட்டு வேலையில் சேர்வதற்கு முன்பு சுமார் ஓராண்டு காலம் பல நாடுகளைச் சுற்றிப் பார்க்காமல் இருந்துவிட்டோமே என்று அவளுக்கு இருந்த பின்வருத்தம் இந்த வாழ்க்கையில் நிவர்த்தியாகியிருந்தது. ஏனெனில், அப்படிப் பயணம் மேற்கொண்டபோதுதான் அவள் எட்வர்டோவைச் சந்தித்திருந்தாள். எட்வர்டோவின் பெற்றோர் ஒரு படகு விபத்தில் இறந்தபோது, அவர் தன் பெற்றோரிடமிருந்து ஒரு பெரும் தொகையைப் பரம்பரைச் சொத்தாகப் பெற்றிருந்தார். அதை வைத்து அவர்கள் கலிபோர்னியாவில் சான்டா குரூஸ் மலையடிவாரத்தில் ஒரு திராட்சைத் தோட்டத்தை விலைக்கு வாங்கி அங்குக் குடியேறினர். மூன்று ஆண்டுகளில் அவர்கள் தங்களுடைய தொழிலைச் சிறப்பாகச் செய்து, தங்கள் தோட்டத்தை ஒட்டியிருந்த மற்றொரு தோட்டத்தை விலைக்கு வாங்கும் அளவுக்கு வெகுவாக முன்னேறினர். அவர்களுடைய தோட்டத்தின் பெயர் புவானா விஸ்டா திராட்சைத் தோட்டம். அவர்களுக்கு அலெயான்ட்ரோ என்ற மகன் இருந்தான். அவன் மான்டேரே பே என்ற இடத்தில் ஒரு பள்ளியில் ஹாஸ்டலில் தங்கிப் படித்துக் கொண்டிருந்தான்.

அவர்களுடைய வருவாயின் பெரும்பகுதி திராட்சைத்

தோட்டங்களைச் சுற்றிப் பார்க்க வந்த சுற்றுலாப் பயணிகளிடமிருந்து அவர்களுக்குக் கிடைத்துக் கொண்டிருந்தது. ஒரு மணி நேரத்திற்கு ஒரு முறை பேருந்துகளில் சுற்றுலாப் பயணிகள் வந்திறங்கிய வண்ணம் இருந்தனர். அவர்களில் பெரும்பாலானோருக்கு ஒயின் பற்றிய அறிவு எதுவும் கிடையாது என்பதால் அவர்களை ஒயின் வாங்க வைப்பது எளிதாக இருந்தது. அவளும் எட்வர்டோவும் சுற்றுலாப் பயணிகள் வந்திறங்கும்போது, அங்கு உட்கார்ந்து ஏதாவது ஒரு ஒயினைக் குடித்தபடி அது குறித்துச் சிலாகித்துப் பேசிக் கொண்டிருப்பர். எப்படிப் பேச வேண்டும், எதைப் பேச வேண்டும் என்பதை எட்வர்டோ அவளுக்குச் சொல்லிக் கொடுத்தார்.

நோரா வாழ்ந்திருந்த ஒவ்வொரு வாழ்க்கையிலும் அவள் வெவ்வேறு விதமான உணர்ச்சிகளை அனுபவித்திருந்தாள். இந்த வாழ்க்கையில் தான் உற்சாகமாக இருந்ததாக நோரா உணர்ந்தாள். எட்வர்டோ பழகுவதற்கு இனிமையானவராக இருந்தார். அவர்களுடைய மணவாழ்க்கை வெற்றிகரமாக இருந்ததுபோலத் தோன்றியது. வேறொரு வாழ்க்கையில் டிலனின் சோபாவில் அமர்ந்தபடி தான் குடித்துக் கொண்டிருந்த ஒயின் பாட்டிலில் இடம் பெற்றிருந்த தம்பதிகளைவிடத் தாங்கள் சிறப்பாக இருந்ததாக அவள் உணர்ந்தாள். ஜெனீன் தார்ன்டன் மற்றும் டெரன்ஸ் தார்ன்டன் என்ற அந்தத் தம்பதியரின் பெயர்கள்கூட அவளுக்கு இப்போது நினைவிருந்தது. இப்போது தானும் ஒரு பாட்டிலில் அதன் லேபிளில் வாழ்ந்து கொண்டிருந்ததாக அவள் நினைத்தாள். அவளுடைய தோற்றமும் இப்போது அதற்கேற்றவாறு இருந்தது. அவள் ஏராளமான ஒயினைக் குடித்து வந்தபோதிலும், அவள் ஆரோக்கியமாக இருந்தாள். கலிபோர்னியாவைச் சேர்ந்த பெண்களைப் போன்ற சிகையலங்காரத்தையும் பணக்காரத்தனமான பல்வரிசையையும் அவள் கொண்டிருந்தாள். அவளுடைய வயிறு ஒட்டிப்போய் இருந்ததால், அவள் தினமும் சில மணி நேரத்தை உடற்பயிற்சிகளில் செலவிட்டுக் கொண்டிருந்தாள் என்பது புலனாகியது.

இந்த வாழ்க்கையில் தனக்கு ஒயின் குறித்த அறிவு இருந்ததாக நோரா போலியாகக் காட்டிக் கொண்டிருந்தாள். ஆனால், அந்தப் போலித்தனம் அதோடு நின்றுவிடாமல் அவளுடைய வாழ்க்கையின் எல்லா பகுதிகளிலும் பரவியிருந்தது. அப்படியானால், வெளிப்பார்வைக்கு அவளுடைய மணவாழ்க்கை வெற்றிகரமாக இருந்ததற்குக் காரணம், எட்வர்டோவிடம் அவளைக் குறித்தத் தீர்க்கமான அவதானிப்பு இல்லாததுதான் என்பதையே அது காட்டியது.

கடைசிச் சுற்றுலாப் பயணியர் குழு அங்கிருந்து கிளம்பிச் சென்றவுடன், நோராவும் எட்வர்டோவும், நட்சத்திரங்கள் மலர்ந்திருந்த வானத்தைப் பார்த்தபடி தங்களுடைய வீட்டு முற்றத்தில் அமர்ந்து தங்களுடைய தோட்டத்து ஒயினைப் பருகிக் கொண்டிருந்தனர்.

“லாஸ் ஏஞ்சலீஸில் பரவிக் கொண்டிருந்த தீ இப்போது அணைந்துவிட்டது,” என்று எட்வர்டோ கூறினார்.

தான் ஒரு ராக் ஸ்டாராக இருந்தபோது வசித்து வந்திருந்த லாஸ் ஏஞ்சலீஸ் வீட்டில் இப்போது யார் வசித்துக் கொண்டிருந்தார்கள் என்று நோரா யோசித்தாள். “இப்போது கொஞ்சம் நிம்மதி பிறந்துள்ளது.”

“ஆமாம்.”

தெள்ளத் தெளிவாக இருந்த வானில் கூட்டங்கூட்டமாக இருந்த நட்சத்திரங்களைப் பார்த்தபடி, “இவை அழகாக இருக்கின்றன, இல்லையா?” என்று நோரா கேட்டாள்.

“எவை?”

“நட்சத்திரக் கூட்டங்கள்.”

“ஆமாம்.”

எட்வர்டோ தன் அலைபேசியில் மும்முரமாக இருந்ததால் அவளிடம் அதிகமாகப் பேசவில்லை. பிறகு அவர் தன் அலைபேசியை அணைத்துவிட்டு அதைக் கீழே வைத்தார். அதற்குப் பிறகும் அவர் அவ்வளவாகப் பேசவில்லை.

உறவுகளில் மூன்று விதமான மௌனங்கள் உண்டு என்பதை நோரா அறிந்திருந்தாள். ஒன்று இணக்கத்துடன்கூடிய மூர்க்கத்தனமான மௌனம். நமக்கிடையே பேசுவதற்கு இனி எதுவும் இல்லை என்பதை வெளிப்படுத்துகின்ற மௌனம் இரண்டாவது. இப்போது நோராவும் எட்வர்டும் தங்களுக்கிடையே வளர்த்துக் கொண்டிருந்த மௌனம் மூன்றாவது வகையைச் சேர்ந்தது. பேசுவதற்குத் தேவையற்ற ஒரு மௌனம் அது. வெறுமனே சேர்ந்திருந்தாலே போதும் என்ற நிலையை அவர்கள் அடைந்திருக்க வேண்டும். எப்படி உங்களால் உங்களுடன் தனித்து மௌனமாகவும் மகிழ்ச்சியுடனும் இருக்க முடியுமோ அதைப் போன்றதொரு மௌனம் அது.

ஆனாலும், நோரா பேச விரும்பினாள்.

“நாம் மகிழ்ச்சியாகத்தானே இருக்கிறோம்?”

“திடீரென்று ஏனிந்தக் கேள்வி?”

“ஓ! நாம் மகிழ்ச்சியாகத்தான் இருக்கிறோம். அதை உங்களுடைய வாயிலிருந்து நான் கேட்க வேண்டும், அவ்வளவுதான்.”

“நாம் மகிழ்ச்சியாகத்தான் இருக்கிறோம், நோரா.”

அவள் ஒயினைச் சுவைத்தபடியே தன் கணவனைப் பார்த்தாள். தட்பவெப்ப நிலை மிதமாக இருந்தபோதிலும் அவர் ஒரு ஸ்வட்டர் அணிந்திருந்தார். அவர்கள் மேலும் சிறிது நேரம் அப்படியே அமர்ந்திருந்தனர். பின்னர் எட்வர்டோ முதலில் படுக்கக் கிளம்பினார்.

“நான் இங்குச் சிறிது நேரம் அமர்ந்திருக்கப் போகிறேன்.”

எட்வர்டோவுக்கு அதிலொன்றும் பிரச்சனை இருந்ததாகத் தெரியவில்லை. அவர் அவளுடைய நெற்றியில் இலேசாக முத்தமிட்டுவிட்டு அங்கிருந்து கிளம்பிவிட்டார்.

அவள் தன் கையிலிருந்த ஒயின் கோப்பையுடன் நிலவொளியில் அவர்களுடைய தோட்டத்திற்குள் நடக்கத் துவங்கினாள்.

அவள் தன் தலையை நிமிர்த்தி வானம் முழுவதும் நிறைந்திருந்த நட்சத்திரங்களைப் பார்த்தாள்.

இந்த வாழ்க்கையில் எந்தவிதமான தவறுகளும் இருக்கவில்லை. ஆனால் அவள் தனக்குள் வேறு விஷயங்களுக்கு, வேறு வாழ்க்கைகளுக்கு, வேறு சந்தர்ப்பங்களுக்கு ஏங்கினாள். தான் வானில் பறந்து கொண்டிருந்ததுபோலவும், இன்னும் தரையிறங்கத் தயாராக இல்லை என்பதுபோலவும் அவள் உணர்ந்தாள். ஒருவேளை தான் நினைத்திருந்ததைக் காட்டிலும் அவள் அதிகமாக ஹியூகோ லெஃபெவ்ரேவைப்போல இருக்கக்கூடும். புத்தகங்களின் பக்கங்களைப் புரட்டுவதைப்போல அவளால் எளிதாக வாழ்க்கைகளை மாற்றிக் கொண்டிருக்க முடியலாம்.

மறுநாள் காலையில் தனக்கு மதுபோதைத் தலைவலி வராது என்பதை அவள் அறிந்திருந்ததால், தன் கோப்பையில் மீதியிருந்த ஒயின் முழுவதையும் அவள் ஒரே மடக்காகக் குடித்தாள். "நிலமும் மரமும்," என்று அவள் தனக்குத் தானே கூறிக் கொண்டாள். பிறகு அவள் தன் கண்களை மூடிக் கொண்டாள்.

இது ஒன்றும் நீண்டநேரம் இல்லை.

நீண்டநேரம் இல்லவே இல்லை.

அவள் அங்கு நின்று கொண்டு, தான் மறைந்து போவதற்காகக் காத்திருந்தாள்.

நோரா ஸீடின் பல வாழ்க்கைகள்

நோராவுக்கு ஒன்று புரிந்தது. ஸ்வால்பார்டில் உணவறையில் இருந்தபோது ஹியூகோ அதை அவளுக்கு முழுமையாக விளக்கியிருக்கவில்லை. பற்பல வாழ்க்கைகளை அனுபவிப்பதற்கு இருக்கின்ற வாய்ப்புகளைத் தக்கவைத்துக் கொள்வதற்கு, அந்த வாழ்க்கைகள் ஒவ்வொன்றின் அனைத்து அம்சங்களையும் நீங்கள் இரசித்தாக வேண்டிய கட்டாயமில்லை. இரசிக்கத்தக்கதொரு வாழ்க்கை வேறு எங்காவது கண்டிப்பாக இருக்கும் என்ற யோசனையை நீங்கள் ஒருபோதும் கைவிட வேண்டியதில்லை. அதேபோல, நீங்கள் ஒரு வாழ்க்கையை இரசிக்கிறீர்கள் என்ற ஒரு காரணத்திற்காகவே அந்த வாழ்க்கையில் தங்கிவிட வேண்டும் என்றும் அவசியமில்லை. நீங்கள் சென்றடைந்துள்ள வாழ்க்கையைவிட மேம்பட்ட ஒன்றை உங்களால் கற்பனை செய்ய முடியாமல் போகும்போதுதான் நீங்கள் அதில் நிரந்தரமாகத் தங்கிவிடுவீர்கள். விநோதமாக, நீங்கள் எவ்வளவு அதிகமாக வெவ்வேறு வாழ்க்கைகளை முயற்சி செய்கிறீர்களோ, மேம்பட்ட வேறு வாழ்க்கைகளைக் கற்பனை செய்வது அவ்வளவு அதிக எளிதாகிவிடும். புதிய புதிய வாழ்க்கைகளின் மாதிரிகளைச் சுவைக்கச் சுவைக்கத் தன்னுடைய கற்பனை வளம் விரிவடைந்து கொண்டு போனதை நோரா உணர்ந்தாள்.

காலப்போக்கில், எல்மின் உதவியுடன் நடுநிசி நூலகத்திலிருந்து அவள் பல புத்தகங்களை எடுத்தாள். சரியான வாழ்க்கைக்கான தன் தேடல் முயற்சியில் ஏகப்பட்ட வெவ்வேறு வாழ்க்கைகளை அவள் முயற்சி செய்தாள். பின்வருத்தங்களைக் களைவது என்பது உண்மையில் கனவுகளின் நனவாக்கம்தான் என்பதை அவள் புரிந்து கொண்டாள்.

அவளுடைய ஒரு வாழ்க்கையில், பாரிஸில் ஒரு கல்லூரியில்

அவள் ஆங்கிலம் கற்றுக் கொடுத்தாள். அந்த நகரின் குறுக்கே ஓடிய ஸீன் ஆற்றின் கரையோரம் அவள் சைக்கிளில் சென்றாள், அங்கிருந்த பூங்காக்களில் இருந்த பெஞ்சுகளில் அமர்ந்து ஏராளமான புத்தகங்களைப் படித்தாள். மற்றொரு வாழ்க்கையில், அவள் ஓர் ஆந்தையைப்போலத் தன் கழுத்தைத் திருப்பக்கூடிய யோகா பயிற்றுவிப்பாளராக இருந்தாள்.

மற்றொரு வாழ்க்கையில், அவள் நீச்சல் பயிற்சியில் ஈடுபட்டிருந்தபோதிலும் அவள் ஒலிம்பிக் போட்டிகளில் பங்கேற்க முயலவில்லை. அவள் வெறுமனே இரசித்து அனுபவிப்பதற்காக மட்டுமே நீச்சலில் ஈடுபட்டாள். அந்த வாழ்க்கையில் அவள் பார்சிலோனாவுக்குப் பக்கத்திலிருந்த ஒரு கடற்கரையில் பிறரின் உயிர்காக்கும் கடற்கரைக் காவலராகப் பணியாற்றினாள். அந்த வாழ்க்கையில் அவள் ஸ்பானிஷ் மொழியையும் கட்டாலன் மொழியையும் சரளமாகப் பேசினாள். நகைச்சுவையாகப் பேசக்கூடிய கேப்ரியலா என்ற யுவதியுடன் அவள் வசித்து வந்தாள். அவள் நோராவுக்கு அலைச்சறுக்கு விளையாட்டைக் கற்றுக் கொடுத்தாள்.

நோரா கல்லூரியில் படித்துக் கொண்டிருந்தபோது கதை எழுதும் முயற்சியில் எப்போதாவது ஈடுபட்டிருந்தாள். ஒரு வாழ்க்கையில் அவள் அதைத் தொடர்ந்து செய்து வந்து ஒரு நூலாசிரியராக ஆனாள். 'பின்வருத்தங்களின் வடிவம்' என்ற அவளுடைய புதினம் பெரும் பாராட்டுகளைப் பெற்றதோடு, ஒரு முக்கியமான இலக்கிய விருதுக்கும் பரிந்துரைக்கப்பட்டது. ஒரு பெரிய திரைப்பட நிறுவனம் அந்தப் புதினத்தை ஒரு திரைப்படமாக ஆக்குவதற்கு அவளுடன் பேச்சுவார்த்தை நடத்துவதற்கு அவளை ஓர் உணவகத்திற்கு அழைத்திருந்தது. பேச்சின்போது அவளுடைய தொண்டையில் ஒரு ரொட்டித் துண்டு மாட்டிக் கொண்டு அவளுக்கு மூச்சுத்திணறல் ஏற்படுத்தியது. பதற்றத்தில் அவள் மேசைமீதிருந்த ஒயினை அந்தத் திரைப்படத் தயாரிப்பாளர்களின் உடைகளின்மீது கொட்டி, அந்தச் சந்திப்புக் கூட்டத்தைக் கெடுத்துவிட்டிருந்தாள்.

மற்றொரு வாழ்க்கையில், அவளுக்கு ஹென்ரி என்ற பதின்ம வயது மகன் ஒருவன் இருந்தான். ஆனால் அவள் அவனை அணுகியபோதெல்லாம், அவளுடைய முகத்தில் அறைந்தாற்போல அவன் தன்னுடைய அறைக் கதவைச் சாத்திக் கொண்டே இருந்ததால், அவனை அவளால் சரியாகச் சந்திக்க முடியாமல் போனது.

மற்றொரு வாழ்க்கையில், அவள் இசை நிகழ்ச்சிகளில் பியானோ வாசித்தாள். ஸ்கேன்டிநேவியா பகுதியில் அவள் இசை நிகழ்ச்சிக்காகச் சுற்றுப்பயணம் செய்து கொண்டிருந்தாள். அப்போது பல இரவுகள் தொடர்ந்து இரசிகர்களின் ஏகோபித்த ஆதரவுடன் அவள் வாசித்து வந்தாள். ஒரு நாள், அவள் ஒரு குறிப்பிட்ட இசையை வாசித்துக் கொண்டிருந்தபோது ஏகப்பட்டக் குளறுபடிகளைச் செய்து நடுநிசி

நூலகத்திற்கு திரும்பிவிட்டாள்.

ஒரு வாழ்க்கையில் அவள் வெறும் ரொட்டி மட்டுமே சாப்பிட்டாள்.

ஒரு வாழ்க்கையில் அவள் ஆக்ஸ்போர்டு பல்கலைக்கழகத்தில் தத்துவம் படித்து, செயின்ட் கேத்தரின் கல்லூரியில் ஒரு விரிவுரையாளராகப் பணியாற்றினாள். அப்போது அவள் அமைதியான ஓரிடத்தில் ஓர் அழகான வீட்டில் தனியாக வசித்து வந்தாள்.

மற்றொரு வாழ்க்கையில் அவள் பல விதமான உணர்ச்சிகளின் கலவையாக இருந்தாள். அனைத்து உணர்ச்சிகளையும் அவள் ஆழமாகவும் நேரடியாகவும் உணர்ந்தாள். அதில் மகிழ்ச்சியும் அடக்கம், வருத்தமும் அடக்கம். ஒரே கணத்தில் தீவிரமான மகிழ்ச்சி, ஆழமான வருத்தம் ஆகிய இரண்டு உணர்ச்சிகளையும் அவை ஏதோ ஒன்றையொன்று சார்ந்திருந்ததுபோல அவள் ஒன்றாக அனுபவித்தாள். அவள் வெளியே சென்றபோது, சூரியன் மேகத்திற்குப் பின்னால் ஒரு கணம் மறைந்துவிட்டால் அவளை உடனே வருத்தம் சூழ்ந்து கொள்ளும். மறுபுறம், அவளுடைய கவனிப்பால் வெளிப்படையாகத் தன் நன்றியுணர்வைத் தெரிவித்த நாயை அவள் கண்டபோது, மகிழ்ச்சியால் அவள் திக்குமுக்காடிப் போனாள். அந்த வாழ்க்கையில் அவள் தன்னுடைய படுக்கையின் தலைமாட்டில் எமிலி டிக்கின்சனின் கவிதைத் தொகுப்பு ஒன்றை வைத்திருந்தாள்.

மற்றொரு வாழ்க்கையில், அவள் பயணம் செய்து கொண்டே வீடியோக்களை வெளியிடுகின்ற ஒரு நபராக இருந்தாள். அவளுடைய யூடியூப் வீடியோ சேனலில் பதினேழு இலட்சத்திற்கும் அதிகமானோர் தங்களை உறுப்பினர்களாகப் பதிவு செய்திருந்தனர். அவளுடைய இன்ஸ்டாகிராமின் உறுப்பினர்கள் எண்ணிக்கையும் அதே அளவு இருந்தது. ஆனால், அதிகமான நபர்களால் பார்க்கப்பட்ட வீடியோ, அவள் வெனிஸ் நகரத்தில் பயணம் செய்தபோது ஒரு படகிலிருந்து கீழே விழுந்தது பற்றிய வீடியோதான்!

மற்றொரு வாழ்க்கையில், அவள் ஓர் ஒற்றைப் பெற்றோராக இருந்தாள். அவளுடைய குழந்தை தூங்கவே தூங்காத ஒரு குழந்தையாக இருந்தது.

மற்றொரு வாழ்க்கையில், அவள் திரைப்படத் துறையைப் பற்றி ஒரு பத்திரிகையில் எழுதி வந்தாள். ஒரு முறை, ரயன் பெய்லியின் உறவுகளைப் பற்றி அவள் எழுதியிருந்தாள்.

மற்றொரு வாழ்க்கையில், அவள் சுற்றுச்சூழல்மீது அக்கறை கொண்டிருந்த ஒரு கட்டடவியலாளராக இருந்தாள். அவள் வசித்து வந்த வீட்டை அவளே கட்டியிருந்தாள். அதன் மின் தேவைகள் அனைத்தும் சூரிய ஒளியிலிருந்தும், அதன் நீர்த் தேவைகள் முழுவதும் மழை நீரிலிருந்தும் கிடைக்கின்ற விதத்தில் அவள் அந்த வீட்டை வடிவமைத்திருந்தாள்.

ஒரு வாழ்க்கையில், அவள் போட்ஸ்வானா நாட்டில் ஒரு

தொண்டு நிறுவனத்தில் பணியாற்றினாள்.

ஒரு வாழ்க்கையில், பூனையைக் கவனித்துக் கொள்கின்ற ஒருத்தியாக அவள் இருந்தாள்.

மற்றொரு வாழ்க்கையில், தங்குமிடம் இல்லாதவர்களுக்குத் தற்காலிக இடவசதி செய்து கொடுத்த ஒரு தொண்டு நிறுவனத்தில் அவள் ஒரு தன்னார்வலராகப் பணியாற்றினாள்.

மற்றொரு வாழ்க்கையில், தினந்தோறும் அவள் தன்னுடைய ஒரே தோழியின் வீட்டிலிருந்த சோபாவில் படுத்து உறங்கினாள்.

மற்றொரு வாழ்க்கையில், அவள் மான்ட்ரியால் நகரில் இசை கற்றுக் கொடுத்தாள்.

ஒரு வாழ்க்கையில், முன்பின் அறிமுகமில்லாத மக்களுடன் அவள் டுவிட்டரில் நாள் முழுவதும் வாதம் புரிந்தாள்.

ஒரு வாழ்க்கையில் அவளுக்கு எந்தவிதமான சமூக ஊடகக் கணக்குகளும் இருக்கவில்லை.

மற்றொரு வாழ்க்கையில் அவள் தன் வாழ்நாள் முழுவதும் மதுவைத் தொடாத ஒருத்தியாக இருந்தாள்.

மற்றொரு வாழ்க்கையில் அவள் ஒரு சதுரங்க விளையாட்டுச் சேம்பியனாக இருந்தாள். அப்போது உக்ரைனில் நடைபெற்றுக் கொண்டிருந்த ஒரு சர்வதேசப் போட்டியில் பங்கேற்பதற்காக அவள் சென்று கொண்டிருந்தாள்.

மற்றொரு வாழ்க்கையில், அவள் இராஜ பரம்பரையைச் சேர்ந்த ஒருவரை மணம் புரிந்திருந்தாள். அந்த வாழ்க்கையின் ஒவ்வொரு நொடியையும் அவள் வெறுத்தாள்.

மற்றொரு வாழ்க்கையில், தன்னுடைய இன்ஸ்டாகிராம் மற்றும் ஃபேஸ்புக் கணக்குகளில் ருமி மற்றும் லாசூவின் மேற்கோள்களை மட்டுமே அவள் தரவேற்றினாள்.

மற்றொரு வாழ்க்கையில், அவள் மூன்றாவதாக ஒருவரைத் திருமணம் செய்திருந்தாள். ஆனால் அவள் ஏற்கனவே வாழ்க்கையில் சுவாரசியம் இழந்திருந்தாள்.

மற்றொரு வாழ்க்கையில், அவள் வீகன் உணவுப் பதார்த்தங்களைச் சாப்பிடுபவளாக இருந்தும் ஒரு பளு தூக்குதல் சாம்பியனாக இருந்தாள்.

ஒரு வாழ்க்கையில், அவள் தென்னமெரிக்கா முழுவதும் பயணம் செய்தாள். அப்போது சிலியில் ஏற்பட்ட நிலநடுக்கத்தில் அவள் மாட்டிக் கொண்டாள்.

மற்றொரு வாழ்க்கையில் அவள் மீண்டும் ஹியூகோவைச் சந்தித்தாள். அப்போது அவர்கள் கோர்சிகா தீவின் கடற்கரையோரம் காரில் பயணித்தனர். அவர்கள் குவாண்டம் இயக்கவியலைப் பற்றிப் பேசினர். கடற்கரையோரமாக இருந்த ஒரு மதுவிடுதியில் அவர்கள் ஒன்றாகச் சேர்ந்து குடித்துக் கொண்டிருந்தபோது, பாதி வார்த்தையில்

ஹூயூகோ மறைந்துவிட்டார். அதனால், நோரா, தன்னுடைய பெயரை நினைவுபடுத்த முனைந்து கொண்டிருந்த ஒரு ஹியூகோவுடன் பேச வேண்டியதாயிற்று.

சில வாழ்க்கைகளில் நோரா பிறருடைய கவனத்தை ஏராளமாக ஈர்த்தாள். சிலவற்றில் அவள் எவருடைய கவனத்தையும் ஈர்க்காமல் இருந்தாள். சிலவற்றில் அவள் ஆரோக்கியமாக இருந்தாள். சிலவற்றில் ஒரு சில மாடிப்படிகள் ஏறினாலே அவளுக்கு மூச்சு வாங்கியது. சிலவற்றில் அவள் தனியாக இருந்தாள். சிலவற்றில் அவள் உறவுகளில் இருந்தாள். சிலவற்றில் அவள் இரண்டுக்கும் இடைப்பட்ட ஒரு நிலையில் இருந்தாள். சிலவற்றில் அவள் ஒரு தாயாக இருந்தாள். பெரும்பாலான வாழ்க்கைகளில் அவள் அப்படி இருக்கவில்லை.

அவள் ஒரு ராக் ஸ்டாராக, ஓர் ஒலிம்பிக் வீராங்கனையாக, ஓர் இசைப் பயிற்றுவிப்பாளராக, ஒரு பள்ளி ஆசிரியராக, ஒரு பேராசிரியராக, ஒரு நிறுவனத்தின் முதன்மை நிர்வாக அதிகாரியாக, ஒரு நிறுவனத்தின் மேலதிகாரியின் உதவியாளராக, ஒரு சமையற்கலை நிபுணராக, ஒரு பனியியலாளராக, ஒரு காலநிலை வல்லுநராக, ஒரு கழைக்கூத்தாடியாக, ஒரு மரம் நடுபவராக, ஒரு கணக்காளராக, ஒரு சிகையலங்கார நிபுணராக, நாய்களை நடைப்பயிற்சிக்கு அழைத்துச் செல்லும் ஒரு நபராக, ஓர் அலுவலக எழுத்தராக, ஒரு மென்பொருள் உருவாக்குநராக, ஒரு வரவேற்பாளராக, ஒரு ஓட்டல் துப்புரவாளராக, ஓர் அரசியல்வாதியாக, ஒரு வழக்கறிஞராக, கடையில் திருடுகின்ற ஒருவராக, கடல்களைப் பாதுகாக்கின்ற தொண்டு நிறுவனத்தின் தலைவராக, ஒரு சிறு கடை ஊழியராக, ஓர் உணவகச் சிப்பந்தியாக, ஒரு மேற்பார்வையாளராக, கண்ணாடி ஊதுஉலைத் தொழிலாளராக மற்றும் ஓராயிரம் பிற வேலைகளைப் பார்ப்பவராக அவள் இருந்திருந்தாள். கார், பேருந்து, இரயில், படகு, சைக்கிள் போன்றவற்றைப் பயன்படுத்தி அவள் வேலைக்கு சென்றாள். அவள் நடந்தும் வேலைக்குச் சென்றாள். அவள் மின்னஞ்சல்கள் மேல் மின்னஞ்சல்களாகப் பெற்றுக் கொண்டிருந்தாள். அலுவலகத்தில் பாலியல் தொல்லை கொடுத்த மேலதிகாரியிடம் அவள் வேலை பார்த்திருந்தாள். அவளுடன் கனிவாகப் பழகிய சக ஊழியர்களையும் அவள் பெற்றிருந்தாள். அவளைப் பற்றிப் பொய்களைப் பரப்பிய சக ஊழியர்களையும் அவள் கொண்டிருந்தாள். சில வாழ்க்கைகளில், வேலைக்குச் செல்ல வேண்டாம் என்று அவள் தீர்மானித்திருந்தாள். சில வாழ்க்கைகளில், வேலைக்குச் செல்ல வேண்டும் என்று முடிவெடுத்து எந்தவொரு வேலையும் கிடைக்காமலும் இருந்திருந்தாள். சில வாழ்க்கைகளில், நிறுவனங்களில் பெண்களுக்கு எதிராகச் செயல்பட்ட, கண்ணுக்குப் புலப்படாத கண்ணாடி மேற்கூரைகளை உடைத்து அவள் மேலே சென்றிருந்தாள். சில வாழ்க்கைகளில், அந்தக் கண்ணாடி

மேற்கூரைகளைக் கடந்து செல்ல முடியாமல் அவள் தேங்கிக் கிடந்திருந்தாள். சில நேரங்களில் அளவுக்கதிகமாகப் படித்தும், சில நேரங்களில் போதுமான அளவு படிக்காமலும் அவள் இருந்திருந்தாள். சில வாழ்க்கைகளில் அவள் நன்றாகத் தூங்கியிருந்தாள். சிலவற்றில் அவள் தூக்கம் வராமல் தவித்திருந்தாள். சில வாழ்க்கைகளில் அவள் மனத்தளர்ச்சிக்கான மாத்திரைகளை உட்கொண்டிருந்திருந்தாள். சிலவற்றில் சாதாராண தலைவலி மாத்திரைகளைக்கூட அவள் உட்கொள்ளாமல் இருந்திருந்தாள். சில வாழ்க்கைகளில், அவள் ஆரோக்கியமாக இருந்தும்கூடத் தன் உடல்நிலை குறித்துக் கவலை கொள்ளும் நபராக அவள் இருந்திருந்தாள். சிலவற்றில் அவள் அப்படி இருக்கவில்லை. சிலவற்றில் பெரும் உடற்சோர்வு, சிலவற்றில் புற்றுநோய், சிலவற்றில் எலும்பு முறிவு போன்றவற்றால் அவள் அவதிப்பட்டிருந்தாள்.

மொத்தத்தில், அவள் பற்பல வாழ்க்கைகளை வாழ்ந்திருந்தாள்.

அவற்றில் சிலவற்றில் அவள் சிரித்திருந்தாள், சிலவற்றில் அழுதிருந்தாள், சிலவற்றில் அமைதியை உணர்ந்திருந்தாள், சிலவற்றில் பெரும் அச்சம் கொண்டிருந்திருந்தாள், சிலவற்றில் இவற்றுக்கு இடைப்பட்ட ஒரு நிலையில் இருந்திருந்தாள்.

இந்த வாழ்க்கைகளுக்கு நடுநடுவே அவள் எல்மை நடுநிசி நூலகத்தில் சந்தித்திருந்தாள்.

தொடக்கத்தில், அவள் எவ்வளவு அதிகமான வாழ்க்கைகளை அனுபவித்தாளோ, ஒரு வாழ்க்கையிலிருந்து மற்றொரு வாழ்க்கைக்கு மாறுவதில் அவளுக்கு அவ்வளவு குறைவான பிரச்சனைகளே இருந்தன. அந்த நடுநிசி நூலகம் ஒருபோதும் சிதிலமடைந்து கொண்டிருந்த நிலையிலோ, உடைந்து போகின்ற நிலையிலோ அல்லது முற்றிலுமாக மறைந்து போகின்ற நிலையிலோ இருக்கவில்லை. அங்கிருந்த விளக்குகள், அவள் ஒரு வாழ்க்கையிலிருந்து மறு வாழ்க்கைக்கு மாறிக் கொண்டிருந்தபோது ஒழுங்காக எரிந்து கொண்டிருந்தன. வாழ்க்கையில் ஒரு மோசமான அனுபவம் ஏற்பட்டிருந்தால், வாழ்க்கை முழுவதும் தொடர்ந்து மோசமான அனுபவங்கள் மட்டுமே ஏற்பட்டுக் கொண்டிருக்காது என்ற, வாழ்க்கை குறித்த நிலைப்பாட்டை அவள் ஏற்றுக் கொண்டிருந்ததைப்போல இருந்தது. தான் படுமோசமாக உணர்ந்திருந்ததால் தற்கொலை செய்து கொண்டிருக்கவில்லை, மாறாக, அந்த நிலையிலிருந்து தனக்கு விடிவுகாலமே கிடையாது என்பதால்தான் தான் தற்கொலை செய்து கொண்டிருந்தோம் என்பதை நோரா புரிந்து கொண்டாள்.

பயத்திற்கும் விரக்திக்கும் இடையேயான வித்தியாசத்திற்கும் அதுதான் அடிப்படையாக இருந்து வந்திருந்தது என்பதையும் அவள் தெரிந்து கொண்டாள். நீங்கள் ஒரு பாதாள அறைக்குச் செல்கின்றபோது, நீங்கள் அங்கிருக்கும்போது அதன் கதவு தானாகவே

மூடிக் கொண்டுவிடும் என்று கவலைப்படுவது பயம். அந்தக் கதவு உண்மையிலேயே மூடுகின்றபோது ஏற்படுவது விரக்தி.

அவள் மேலும் மேலும் வாழ்க்கைகளை அனுபவிக்கத் தொடங்கியபோது, அவளுடைய கற்பனைத் திறன் அதிகரித்துக் கொண்டே போனதால், அந்த உருவகக் கதவு மேலும் மேலும் விரியத் திறந்து கொண்டிருந்ததையே அவள் கண்டாள். சில வாழ்க்கைகளில் அவள் ஒரு நிமிடத்திற்கும் குறைவாகவே இருந்தாள். வேறு சிலவற்றில் அவள் பல நாட்கள் அல்லது பல வாரங்கள் இருந்தாள். அவள் எவ்வளவு அதிகமான வாழ்க்கைகளை முயற்சி செய்தாளோ, எந்தவொரு வாழ்க்கையிலும் சௌகரியமாக உணர்வது அவளுக்கு அவ்வளவு அதிகக் கடினமாக இருந்தது.

இதில் பிரச்சனை என்னவென்றால், தான் உண்மையிலேயே யார் என்ற பிரக்ஞையை நோரா இழக்கத் துவங்கியிருந்தாள். பிறரால் உச்சரிக்கப்பட்ட அவளுடைய பெயர்கூட, எதையும் குறிப்பிட்டுக் குறிக்கின்ற ஒன்றாக இல்லாமல் வெறும் ஓசையாகவே அவளுக்குக் கேட்டது.

அவள் ஹியூகோவுடன் நடத்தியிருந்த கடைசி உரையாடலின்போது, "இது வேலை செய்யவில்லை. இது இனியும் சுவாரசியமாக இல்லை. நான் உங்களைப் போன்றவள் அல்லள். நிரந்தரமாகத் தங்குவதற்கு எனக்கு ஓரிடம் வேண்டும். ஆனால், நிலம் ஒருபோதும் நிலையாக இருப்பதில்லை," என்று அவரிடம் கூறினாள்.

"குதிப்பதில்தான் சுவாரசியம் இருக்கிறது, நோரா."

"அது இறங்குகின்ற இடத்தில் இருக்குமானால்?"

அக்கணத்தில்தான் ஹியூகோ மீண்டும் தன்னுடைய வீடியோ கடைக்குத் திரும்பிச் சென்றுவிட்டார்.

அவளுடன் பேச்சைத் தொடர்ந்த ஹியூகோவின் மற்ற அவதாரம், நோராவிடம், "என்னை மன்னித்துவிடுங்கள். நீங்கள் யார் என்பது எனக்கு மறந்துவிட்டது," என்று கூறியது.

"கவலைப்படாதீர்கள். அது எனக்கும் மறந்துவிட்டது," என்று அவள் கூறினாள்.

கடலுக்குள் சூரியன் மறைந்து கொண்டிருந்த அதே வேளையில் நோராவும் அந்த வாழ்க்கையிலிருந்து மறைந்து கொண்டிருந்தாள்.

நூலகத்தில் தொலைந்து போனாள்

"எல்ம்?"

"என்ன விஷயம், நோரா?"

"இருட்டாக இருக்கிறது."

"நானும் கவனித்தேன்."

"இது நல்ல அறிகுறி இல்லை, அப்படித்தானே?"

"இல்லை," என்று கூறிய எல்மின் குரலில் பதைபதைப்பு இருந்தது. "இது நல்ல அறிகுறி இல்லை என்பது உனக்கு நன்றாகவே தெரியும்."

"என்னால் இதைத் தொடர முடியாது."

"எப்போதும் இதே பல்லவியைத்தான் நீ பாடிக் கொண்டிருக்கிறாய்."

"எனக்கு மீதமிருக்கும் வாழ்க்கைகள் குறைவாகவே இருக்கின்றன. நான் பல விதமாக இருந்து பார்த்துவிட்டேன். ஆனாலும், இறுதியில் இங்கு மீண்டும் வந்து சேர்ந்துவிடுகிறேன். எல்லா இடங்களிலும் ஏதோ ஒன்று அந்த வாழ்க்கையை இரசித்து அனுபவிக்க முடியாதபடி செய்துவிடுகிறது. இதே கதைதான் எப்போதும் தொடர்கிறது. நான் நன்றியற்றவளாக உணர்கிறேன்."

"நீ அப்படி உணரக்கூடாது. உனக்கு இன்னும் கணக்கு வழக்கில்லாத வாய்ப்புகள் இருக்கின்றன," என்று கூறிய எல்ம், பெருமூச்சு விடுவதற்காக ஒரு கணம் இடைவெளிவிட்டார். "நீ தேர்ந்தெடுக்கின்ற புத்தகங்கள் மீண்டும் இந்த நூலகத்திற்குத் திரும்புவதில்லை என்பது உனக்குத் தெரியும்தானே?"

"ஆமாம்."

"அதனால்தான் நீ ஏற்கனவே முயன்று பார்த்துள்ள வாழ்க்கைக்குள் உன்னால் மீண்டும் போக முடியாதிருக்கிறது.

எப்போதும் ஏதோ ஒருவிதமான மாறுபாடு இருந்தாக வேண்டும். இந்த நடுநிசி நூலகத்தில் உன்னால் ஒரே புத்தகத்தை இரண்டு முறை எடுக்க முடியாது."

"நீங்கள் சொல்வது எனக்குப் புரியவில்லை."

"இந்த நூலகத்திலுள்ள அலமாரிகள் அனைத்தும் கடந்த முறை எப்படிப் புத்தகங்களால் நிரம்பி வழிந்திருந்தனவோ, அதேபோலவே இப்போதும் நிரம்பி வழிகின்றன என்பதை இந்த இருட்டில்கூட உன்னால் அறிய முடியும். நீ முயற்சித்தால் அதை உன்னால் உணர முடியும்."

நோராவுக்கு அப்படிப்பட்ட உணர்வுகள் எதுவும் இருக்கவில்லை. "அவை அப்படியிருக்கின்றன என்பதை நான் அறிவேன்."

"நீ இங்கு முதலில் வந்திருந்தபோது அவை எவ்வளவு நிரம்பியிருந்தனவோ அதே அளவுக்கு அவை இப்போதும் நிரம்பியிருக்கின்றன. சரிதானே?"

"எனக்குத் தெரிய–"

"அப்படியானால், எப்போதும் உனக்கு எவ்வளவு சாத்தியக்கூறுகள் இருந்தனவோ அதே அளவு சாத்தியக்கூறுகள் இப்போதும் இருக்கின்றன. இன்னும் சொல்லப் போனால், அது ஒரு முடிவில்லா எண்ணாகும். அதாவது, உன் முன் இருக்கின்ற வாய்ப்புகள் ஒருபோதும் தீர்ந்து போகாது என்று அதற்கு அர்த்தம்."

"ஆனால், அவற்றை விரும்புவதற்கான ஆசை தீர்ந்து போகக்கூடும், இல்லையா?"

"ஓ, நோரா."

"என்ன?"

இருட்டில் ஒரு கணநேரத் தயக்கம் நிலவியது. நேரத்தை உறுதி செய்து கொள்வதற்காக நோரா தன்னுடைய டிஜிட்டல் கைக்கடிகாரத்தில் ஒரு பொத்தானை அழுத்தினாள். அது இவ்வாறு காட்டியது:

00.00.00

"நீ உன் வழியைத் தவறவிட்டுவிட்டாய் என்று நான் நினைக்கிறேன்," என்று எல்ம் இறுதியில் கூறினார்.

"நான் என் வழியைத் தவறவிட்டிருந்த காரணத்தால்தானே நான் நடுநிசி நூலகத்திற்கே வந்து சேர்ந்தேன்."

"அது உண்மைதான். ஆனால், இப்போது நீ உன்னுடைய இழப்பு நிலைக்குள்ளாகவே உன் வழியைத் தவறவிட்டுள்ளாய். அதாவது, உன் வழியை நீ அநியாயத்திற்குத் தவறவிட்டுள்ளாய். இப்போது செய்து கொண்டிருப்பதன் மூலம் நீ விரும்புகின்ற வாழ்க்கையைச் சென்றடைவதற்கான வழியை உன்னால் கண்டுபிடிக்க முடியாது."

"அப்படிப்பட்டதொரு வழி ஒருபோதுமே இல்லாமல் இருந்திருந்தால்? நான் இங்கு ... மாட்டிக் கொண்டிருந்தால்?"

"இங்குள்ள அலமாரிகளில் புத்தகங்கள் இருந்து கொண்டிருக்கும்வரை நீ இங்கு மாட்டிக் கொள்ள மாட்டாய். ஒவ்வொரு புத்தகமும் இங்கிருந்து தப்பிப்பதற்கான ஒரு சாத்தியக்கூறுதான்."

"வாழ்க்கை என்றால் என்னவென்று எனக்குப் புரியவில்லை," என்றாள் நோரா.

"நீ வாழ்க்கையைப் புரிந்து கொள்ள வேண்டிய அவசியமில்லை. அதை வெறுமனே வாழ்ந்தால் மட்டும் போதும்."

அதை மறுப்பதுபோல நோரா தலையாட்டினாள். தத்துவத்தைப் பாடமாக எடுத்துப் படித்திருந்த ஒருத்திக்கு இது கொஞ்சம் அதிகபட்சமாக இருந்ததாகத் தோன்றியது.

"ஆனால், நான் இப்படி இருக்க விரும்பவில்லை," என்று நோரா எல்மிடம் கூறினாள். "நான் ஹியூகோவைப்போல இருக்க விரும்பவில்லை. என்றென்றைக்கும் ஒரு வாழ்க்கையிலிருந்து மற்றொரு வாழ்க்கைக்குச் சட்சட்டென்று தாவிக் கொண்டிருக்க நான் விரும்பவில்லை."

"சரி. அப்படியானால், நான் சொல்வதைக் கவனமாகக் கேள். உனக்கு என் அறிவுரை வேண்டுமா, வேண்டாமா?"

"வேண்டும். வேண்டாம் என்று கூறுவதற்குக் காலம் கடந்துவிட்டது. அதனால் நீங்கள் அறிவுரை கூறுங்கள். அதை நான் நன்றியுடன் கேட்டுக் கொள்கிறேன்."

"நீ காட்டைப் பார்ப்பதற்குப் பதிலாக மரத்தில் உன் கவனத்தைச் செலுத்திக் கொண்டிருக்கிறாய் என்று நான் எண்ணுகிறேன்."

"நீங்கள் என்ன சொல்ல வருகிறீர்கள் என்பது எனக்குப் புரியவில்லை."

"நீ இந்த வாழ்க்கைகளை ஒரு பியானோவைப்போலவும், அதில் நீ இசைத்துக் கொண்டிருக்கின்ற சுரங்கள் உண்மையான நீ அல்ல என்பதுபோலவும் நீ நினைத்துக் கொண்டிருப்பதில் தவறில்லை. உண்மையில் நீ யார் என்பதை நீ மறந்து கொண்டிருக்கிறாய். விதவிதமான வாழ்க்கைகளிலுள்ள ஒவ்வொருவருமாக நீ ஆவதன் மூலம், நீ அவர்களில் யாராகவும் ஆகாமல் இருக்கிறாய். நீ உன்னுடைய மூல வாழ்க்கையை மறந்து கொண்டிருக்கிறாய். உனக்கு எது வேலை செய்தது, எது வேலை செய்யவில்லை என்பதை நீ மறந்து கொண்டிருக்கிறாய். நீ உன்னுடைய பின்வருத்தங்களை மறந்து கொண்டிருக்கிறாய்."

"நான் என்னுடைய பின்வருத்தங்கள் அனைத்தையும் அலசிவிட்டேன்."

"இல்லை. அவை எல்லாவற்றையும் நீ அலசவில்லை."

"ஒவ்வொரு சிறிய பின்வருத்தத்தையும் நான் அலசவில்லை என்பது உண்மைதான்."

"நீ மீண்டும் 'பின்வருத்தங்கள் புத்தகத்தைப்' பார்க்க வேண்டும்."

"இந்தக் கும்மிருட்டில் என்னால் எப்படி அதைப் பார்க்க முடியும்?"

"பார்க்க முடியும். ஏனெனில், அந்த முழுப் புத்தகத்தையும் நீ அறிவாய். ஏனெனில், அது உனக்குள் இருக்கிறது. என்னைப்போல."

எல்மை முதியோர் இல்லத்திற்கு அருகே தான் பார்த்திருந்ததாக டிலன் கூறியது அவளுக்கு நினைவுக்கு வந்தது. அதைப் பற்றி எல்மிடம் கூறலாம் என்று நினைத்த அவள் தன் மனத்தை மாற்றிக் கொண்டாள்.

"சரி."

"நாம் எதை நம் மனக்கண்ணில் உருவாக்கிக் கொள்கிறோமோ அதைத்தான் நாம் அறிகிறோம். நாம் அனுபவிக்கின்ற அனைத்தும் இறுதியில், அவை குறித்து நாம் உருவாக்கி வைத்திருக்கும் அகப்பார்வைதான். 'நீ எதை நோக்குகிறாய் என்பது முக்கியமல்ல, நீ எதைப் பார்க்கிறாய் என்பதுதான் முக்கியம்.' "

"உங்களுக்குத் தோரோவைத் தெரியுமா?"

"கண்டிப்பாக. உன்னால் அதைச் செய்ய முடிந்தால் ..."

"இனியும் நான் எவை குறித்துப் பின்வருத்தம் கொண்டிருக்கிறேன் என்பதை நான் அறிந்து வைத்திருக்கவில்லை."

"சரி, இப்படிப் பார்க்கலாம். நான் வெறும் அகப்பார்வை என்று நீ கூறுகிறாய். அப்படியெனில், நீ எதற்காக என்னை உன் மனக்கண்ணில் உருவாக்கிக் கொண்டாய்? எல்மாக என்னை நீ ஏன் பார்க்கிறாய்?"

"எனக்குத் தெரியவில்லை. நான் நம்பிக்கை வைத்திருந்த ஒரு நபராக நீங்கள் இருக்கக்கூடும். அதோடு, நீங்கள் என்னிடம் பரிவுடன் நடந்து கொண்டீர்கள்."

"பரிவு என்பது ஒரு வலுவான ஆற்றல்."

"அது அரிதானதும்கூட."

"நீ தவறான இடங்களில் தேடிக் கொண்டிருக்கக்கூடும்."

"இருக்கலாம்."

அந்த நூலகமெங்கும் தொங்கிக் கொண்டிருந்த விளக்குகள் மெதுவாக ஒளிரத் தொடங்கி, அங்கிருந்த இருட்டை விரட்டியடிக்கத் துவங்கின.

"உன் மூல வாழ்க்கையில் வேறு எங்கு நீ பரிவை உணர்ந்தாய்?"

ஆஷ் தன் வீட்டுக் கதவைத் தட்டிய அந்த இரவை நோரா நினைவுகூர்ந்தாள். அவள் குடிபோதையிலும் சோகத்திலும் அரற்றிக் கொண்டிருந்தபோது, சாலையில் இறந்து கிடந்த ஒரு பூனையை அவன் தன்னுடைய கைகளில் தூக்கி வந்து, மழையில் நனைந்தவாறே அவளுடைய வீட்டுக்குப் பின்னால் இருந்த சின்னஞ்சிறு கொல்லைப்புறத்தில் அவள் சார்பாகப் புதைத்ததை எந்த விதத்திலும் காதல் கணக்கில் எடுத்துக் கொள்ள முடியாது. தன்னுடைய ஓட்டத்தில் நாற்பது நிமிடங்களைக் காவு கொடுத்துவிட்டு, உதவி தேவைப்பட்ட

ஒருவருக்கு உதவி செய்துவிட்டு, பதிலுக்கு ஒரு டம்ளர் தண்ணீரை மட்டும் பெற்றுக் கொண்டதைத் தாராளமாகப் பரிவின் கணக்கில் எடுத்துக் கொள்ளலாம்.

அச்சமயத்தில், அந்தப் பரிவுணர்ச்சியைப் பாராட்ட முடியாத நிலையில் அவள் இருந்தாள். அவளுடைய துக்கமும் விரக்தியும் அப்போது மிகவும் வலுவாக இருந்தன. இப்போது அதைப் பற்றி நினைத்தபோது, அது குறிப்பிடத்தக்கதாக அவளுக்குத் தோன்றியது.

“பரிவை நான் எங்கு உணர்ந்தேன் என்பது இப்போது நினைவுக்கு வருகிறது. நான் தற்கொலை முயற்சியில் ஈடுபட்ட நாளுக்கு முந்தைய நாள் இரவில் அது எனக்கு நேர் எதிரே நின்று கொண்டிருந்தது.”

“நேற்று முன்தினமா?”

“ஆமாம். அவன் பெயர் ஆஷ். அவன் ஒரு டாக்டர். வோல்ட்ஸைக் கண்டுபிடித்துக் கொண்டு வந்தவன் அவன்தான். பல ஆண்டுகளுக்கு முன்பு ஒரு முறை, தன்னுடன் காபி அருந்த வருமாறு எனக்கு அழைப்பு விடுத்தவன் அவன். அப்போது நான் டேனுடன் சுற்றிக் கொண்டிருந்ததால், அவனுடைய அழைப்பை நான் மறுத்துவிட்டேன். அதை நான் மறுத்திருக்காவிட்டால் என்னவாகியிருந்திருக்கும்? நான் டேனுடனான என் உறவை முறித்துக் கொண்டு ஆஷுடன் காபி அருந்தச் சென்றிருந்தால்? நான் தனியாக வசித்து வந்து, நான் எதைச் சொல்ல விரும்பினேனோ அதை நான் சொல்லிய ஒரு வாழ்க்கை இருந்திருக்கும்தானே? நான் ஆஷிடம், “நான் உன்னோடு காபி அருந்த வருகிறேன். என்னை அழைத்ததற்கு நன்றி,” என்று கூறியிருந்த அந்த வாழ்க்கைக்கு நான் செல்ல விரும்புகிறேன். அந்த வாழ்க்கை என்னை எங்கே கூட்டிச் சென்றிருந்திருக்கும்?”

அவளுக்குப் பழக்கமாகிப் போயிருந்த அலமாரிகள் நகரத் தொடங்கிய சத்தம் அவளுக்குக் கேட்டது. அச்சத்தம் முதலில் மெதுவாகத் தொடங்கி, பின்னர் அதிகரித்தது. இறுதியில் எல்ம் அந்தப் புத்தகத்தைக் கண்டுபிடித்தார்.

“இதோ, நீ கேட்டப் புத்தகம்.”

சிப்பிக்குள் முத்து

ஆழமற்ற ஒரு தூக்கத்திலிருந்து அவள் கண்விழித்ததும் முதலில் உணர்ந்தது தான் மிகவும் சோர்வாக இருந்தோம் என்பதைத்தான். சுவரில் மாட்டப்பட்டிருந்த ஒரு படம் இருட்டில் அவளுடைய கண்களில் பட்டது. அது ஒரு மரத்தின் ஓவியம். அந்த மரம் குட்டையாகவும் பரந்து விரிந்தும் மலர்களோடும் இருந்தது.

படுக்கையில் அவளுக்கு அருகே ஒருவன் படுத்துத் தூங்கிக் கொண்டிருந்தான். அவன் மறுபக்கமாகத் திரும்பிப் படுத்துக் கிடந்ததாலும், அவனுடைய பாதி உடல் போர்வைக்குள் இருந்ததாலும், அந்த அறை இருட்டாக இருந்ததாலும், அவன் ஆஷ்தானா என்பதை அவளால் உறுதியாகக் கூற முடியவில்லை.

அவளுடைய வாழ்க்கையில் ஒரு சில சந்தர்ப்பங்களில் குறுக்கிட்டிருந்த ஒரு மனிதனுடன் ஒரே கட்டிலில் படுத்துக் கிடந்தது சாதாரணமாக அவளுக்கு ஒரு விநோதமான உணர்வை எழுப்பியிருக்கும். ஆனால், நடுநிசி நூலகத்திற்குள் நுழைந்த பிறகு, இதுபோன்ற விநோதங்கள் அவளுக்குப் பழகிப் போயிருந்தன.

அந்த நபர் ஆஷாகவும் இருக்கலாம், இல்லாமலும் இருக்கலாம். ஒற்றைத் தீர்மானத்தால் ஏற்படுகின்ற வருங்கால விளைவுகளைக் கணிப்பது கடினம். ஆஷுடன் காபி அருந்தச் சென்றிருந்த அவள், ஒருக்கால் அந்த உணவகத்தில் அவளுக்குக் காபி பரிமாறியவன்மீதுகூடக் காதல் கொண்டிருக்கலாம், யார் கண்டது? குவாண்டம் இயற்பியலின் கணிக்கப்பட முடியாத இயல்பு அது.

அவள் தன் மோதிர விரலைத் தடவினாள்.

அதில் இரண்டு மோதிரங்கள் இருந்தன.

அந்தப் படுக்கையிலிருந்தவன் புரண்டு படுத்தான். இருட்டில் அவனுடைய ஒரு கை அவள்மீது வந்து விழுந்தது. அவள் அதை

மெதுவாகத் தூக்கி அவனுடைய போர்வைக்குள் வைத்தாள். பின் அவள் மெதுவாக அப்படுக்கையிலிருந்து இறங்கினாள். கீழே இருந்த வரவேற்பறைக்குச் சென்று அங்கிருந்த சோபாவில் அமர்ந்து கொண்டு, வழக்கம்போல இந்த வாழ்க்கையைப் பற்றித் தன்னுடைய அலைபேசியில் ஆய்வு செய்ய அவள் தீர்மானித்தாள்.

அவள் எந்த வாழ்க்கையில் இறங்கினாலும், அது எவ்வளவுதான் வேறுபட்டிருந்தாலும், அவள் கண்விழித்தபோது அவளுடைய படுக்கைக்கு அருகே எப்போதும் ஓர் அலைபேசி இருந்தது ஒரு விநோதமான சமாச்சாரம்தான். இந்த வாழ்க்கையிலும் அதில் மாற்றமேதும் இருக்கவில்லை. அவள் தன் அலைபேசியைக் கையிலெடுத்துக் கொண்டு, சத்தமில்லாமல் அந்த அறையிலிருந்து நழுவினாள். அந்தப் படுக்கையில் படுத்துக் கொண்டிருந்தவன் யாராக இருந்தாலும், அவன் நன்றாகத் தூங்கக்கூடியவன் என்பது தெரிந்தது. அதனால் அவன் உசும்பவில்லை.

அவள் அவனைப் பார்த்தாள்.

அவன் அரைகுறை தூக்கத்தில், "நோரா!" என்று முணுமுணுத்தான்.

அது ஆஷ்தான் என்று அவள் கிட்டத்தட்ட உறுதியாக நம்பினாள்.

"நான் பாத்ரூம் சென்று வருகிறேன்," என்று அவள் கூறினாள்.

அவன் "சரி" என்பதுபோல ஒலித்த ஏதோ ஒன்றை முனகிவிட்டு மறுபடியும் தூங்கிவிட்டான்.

அவள் மெதுவாக அந்த அறையிலிருந்து வெளியேறி அதன் கதவைச் சாத்தியவுடன், அவள் திடுக்கிட்டுத் துள்ளினாள்.

ஏனெனில், அரைகுறை வெளிச்சத்தில் அந்த அறைக்கு அருகே மற்றொரு மனித உருவம் நின்று கொண்டிருந்தது. அது சிறியதாக இருந்தது. அது ஒரு குழந்தையின் உருவம்.

"அம்மா, எனக்கு ஒரு கெட்டக் கனவு வந்தது."

அங்குப் போடப்பட்டிருந்த குறைந்த ஒளி விளக்கின் வெளிச்சத்தில் நோராவால் அச்சிறுமியின் முகத்தைப் பார்க்க முடிந்தது. அச்சிறுமி தன் தூக்கத்திலிருந்து எழுந்து வந்திருந்ததால் அவளுடைய தலைமுடி தாறுமாறாகக் கலைந்திருந்தது.

நோரா எதுவும் கூறவில்லை. அது அவளுடைய மகள்.

அவளால் என்ன கூற முடியும்?

வழக்கமான கேள்வி தலைதூக்கியது: பல ஆண்டுகள் தாமதமாக வந்திருந்த அவளால் எப்படி அந்த வாழ்க்கைக்குள் திடீரென்று இணைந்து கொள்ள முடியும்? நோரா தன் கண்களை மூடினாள். அவள் குழந்தைகளுடன் இருந்த பிற வாழ்க்கைகள் ஒரு சில நிமிடங்கள் மட்டுமே நிலைத்திருந்தன. இந்த வாழ்க்கை அவளுக்கு முற்றிலும் பரிச்சயமற்ற ஒரு பகுதிக்குள் அவளை இழுத்துச் சென்று கொண்டிருந்தது.

அவள் தனக்குள் அடைத்து வைக்க முயன்ற விஷயங்களால் அவளுடைய உடல் நடுங்கியது. அவள் அச்சிறுமியைப் பார்க்க விரும்பவில்லை. தனக்காக மட்டுமல்லாமல், அக்குழந்தைக்காகவும் அவள் அக்குழந்தையைப் பார்க்க விரும்பவில்லை. ஏனெனில், அது ஒரு துரோகமாக அவளுக்குப் பட்டது. நோரா அவளுடைய அம்மா. அதே நேரத்தில், மற்றொரு முக்கியமான விதத்தில் அவளுடைய அம்மாவும் கிடையாது. அவள் ஒரு விநோதமான ஒரு வீட்டில் ஒரு விநோதமான சிறுமிக்கு முன்னால் நின்று கொண்டிருந்த ஒரு விநோதமான பெண்மணி, அவ்வளவுதான்.

"அம்மா, நான் சொல்வது உங்களுக்குக் கேட்கிறதா? எனக்கு ஒரு கெட்டக் கனவு வந்தது."

நோராவுக்குப் பின்னாலிருந்த படுக்கையறையிலிருந்த அந்த நபர் படுக்கையில் மீண்டும் புரண்டு படுத்தச் சத்தம் அவளுக்குக் கேட்டது. அவன் முழுமையாக விழித்துவிட்டால் நிலைமை இன்னும் ஏடாகூடமாக ஆகிவிடும் என்பதால், அச்சிறுமியுடன் பேசுவதென்று அவள் தீர்மானித்தாள்.

"ஓ, அது ஒன்றும் நிஜமல்ல. அது வெறும் கனவுதான்," என்று நோரா அச்சிறுமியிடம் கிசுகிசுத்தாள்.

"என் கனவில் கரடிகள் வந்தன."

நோரா தனக்குப் பின்னால் படுக்கையறைக் கதவை மூடினாள். "கரடிகளா?"

"ஆமாம். எல்லாம் அக்கதையால் வந்த வினை."

"ஆமாம். அக்கதை. இப்போது நீ உன் படுக்கைக்குத் திரும்பிச் செல்," என்று நோரா கூறினாள். தன்னுடைய குரலின் தொனி கடுமையாக இருந்ததாக உணர்ந்த அவள், "என் செல்லமே," என்று சேர்த்துக் கூறினாள். இந்த வாழ்க்கையில் தன் மகளின் பெயர் என்னவாக இருக்கும் என்று யோசித்துக் கொண்டே, "இங்குக் கரடிகள் எதுவும் கிடையாது," என்று அவள் கூறினாள்.

"டெடி கரடிகள் இருக்கின்றனவே!"

"ஆமாம். ஆனால்–"

இப்போது அச்சிறுமியின் தூக்கம் மேலும் தெளிந்திருந்தது. அவளுடைய கண்கள் பிரகாசமடைந்திருந்தன. அச்சிறுமி தன் அம்மாவைப் பார்த்தாள். ஒரு கணத்திற்கு நோராவும் அவளுடைய அம்மாவைப்போல உணர்ந்தாள். இந்தப் புதிய உலகோடு வேறொரு நபர் மூலமாகத் தனக்குத் தொடர்பு ஏற்படுத்தப்பட்டது அவளுக்கு விநோதமாகப் பட்டது. "உங்களுக்கு என்னம்மா ஆயிற்று?"

அச்சிறுமி சத்தமாகப் பேசினாள். நான்கு வயதுக் குழந்தைகள் எப்படிப் பேசுமோ (அவளுக்கு அதற்கு மேல் இருக்க முடியாது) அப்படி அச்சிறுமி பேசினாள்.

"உஷ்!" என்றாள் நோரா. அவளுக்கு அச்சிறுமியின் பெயர்

கட்டாயம் தெரிந்தாக வேண்டும். பெயர்களுக்கு ஓர் ஆற்றல் இருக்கிறது. உங்களுக்கு உங்களுடைய சொந்த மகளின் பெயர் தெரியாமல் இருந்தால், உங்களால் அவள்மீது எந்த அதிகாரமும் செலுத்த முடியாது. "நான் சொல்வதைக் கேள். எனக்குச் சில வேலைகள் இருக்கின்றன. நான் கீழே போகப் போகிறேன். நீ உன் படுக்கைக்குப் போ."

"ஆனால், கரடிகள்?"

"இங்குக் கரடிகள் எதுவும் கிடையாது."

"ஆனால் என் கனவில் அவை வருகின்றன."

பனிமூட்டத்தின் ஊடாக அந்தத் துருவக் கரடி தன்னை நோக்கி வந்த காட்சி நோராவின் நினைவுக்கு வந்தது. அப்போது அவள் அனுபவித்திருந்த பயமும், அக்கணத்தில், உயிர்வாழ வேண்டும் என்று தனக்குள் துளிர்த்த ஆசையும் அவளுக்கு ஞாபகம் வந்தன. "இம்முறை அவை வராது. அதற்கு நான் உத்தரவாதம்."

"அம்மா, நீங்கள் ஏன் இப்படிப் பேசுகிறீர்கள்?"

"எப்படி?"

"இப்படி!"

"கிசுகிசுப்பாகவா?"

"இல்லை."

அச்சிறுமி எதைக் குறிப்பிட்டாள் என்பது குறித்து நோராவுக்கு எந்த யோசனையும் இருக்கவில்லை. அவளுக்கும் அந்தச் சிறுமிக்கும் இடையே இருந்த இடைவெளி எது? ஒருவர் பேசுகின்ற விதத்தைத் தாய்மை மாற்றுமா?

"நீங்கள் பயந்துள்ளதுபோலப் பேசுகிறீர்கள்," என்று அச்சிறுமி விளக்கினாள்.

"எனக்கு பயமில்லை."

"யாராவது என் கையைப் பிடித்துக் கொள்ள வேண்டும்போல இருக்கிறது எனக்கு."

"என்ன?"

"யாராவது என் கையைப் பிடித்துக் கொள்ள வேண்டும்போல இருக்கிறது எனக்கு."

"சரி."

"முட்டாள் அம்மா!"

"ஆமாம். நான் முட்டாள்தான்."

"எனக்கு உண்மையிலேயே பயமாக இருக்கிறது."

இதை அச்சிறுமி மெதுவாகக் கூறினாள். அப்போதுதான் நோரா அவளைச் சரியாக கவனித்தாள். அச்சிறுமி அவளுக்குப் பரிச்சயமானவளாகவும் இருந்தாள், அதே நேரத்தில், முழுமையாக அந்நியப்பட்டும் இருந்தாள். திடீரென்று தனக்குள் ஒரு பெரும் கலவரமும் கவலையும் உருவாகியதை நோரா உணர்ந்தாள்.

அச்சிறுமி அவளை உற்றுப் பார்த்துக் கொண்டிருந்தாள். அதற்கு முன்பு எவரும் நோராவை அப்படி உற்றுப் பார்த்திருந்ததில்லை. அந்த உணர்ச்சி கிலியூட்டுவதாக இருந்தது. அச்சிறுமியின் வாய் அப்படியே நோராவின் வாயைப்போலவே இருந்தது. நோரா பல சமயங்களில் எதையோ பறிகொடுத்திருந்ததுபோலத் தோன்றியதாகப் பலர் அவளிடம் முன்பு கூறியிருந்தனர். இப்போது அச்சிறுமியின் முகமும் அவ்வாறே தோன்றியது. அச்சிறுமி அழகாக இருந்தாள். அச்சிறுமி அவளுடையவள். முழுமையாக என்று கூற முடியாவிட்டாலும், ஒருவிதத்தில் என்று சொல்லலாம்! பகுத்தறிவுக்குப் புறம்பான பாசம் தனக்குள் கிளர்ந்தெழுந்து கொண்டிருந்ததை நோரா உணர்ந்தாள். அவள் உடனே அங்கிருந்து ஓடிப் போய்விடத் துடித்தாள்.

"அம்மா, என் கையைப் பிடித்துக் கொள்கிறீர்களா?"

"நான் ..."

அச்சிறுமி நோராவின் கையைப் பற்றிக் கொண்டாள். அது சிறியதாகவும் சூடாகவும் இருந்தது. சிப்பிக்குள் ஒரு முத்து இருப்பதைப்போல இயல்பாக அது தன்னை ஆசுவாசப்படுத்திய விதம் நோராவுக்குள் வருத்தத்தைத் தோற்றுவித்தது. அச்சிறுமி, அருகிலிருந்த அறையை நோக்கி நோராவை இழுத்தாள். அது அவளுடைய அறையாக இருக்க வேண்டும் என்று நோராவுக்குத் தோன்றியது. அச்சிறுமியுடன் அந்த அறைக்குள் நுழைந்த நோரா, அந்த அறையின் கதவை லேசாகச் சாத்திவிட்டு, மணி என்ன என்று பார்ப்பதற்காகத் தன் கைக்கடிகாரத்தைப் பார்த்தாள். அது ஒரு டிஜிட்டல் கடிகாரமாக இல்லாதிருந்ததால், சிறிது சிரமத்துடனேயே அவளால் அதில் மணி பார்க்க முடிந்தது. அது 2.32 என்று காட்டியது. அப்படியானால், அவள் அன்று குறைவான நேரமே தூங்கியிருந்திருக்க வேண்டும். அவள் களைப்பாக இருந்ததில் வியப்பில்லை.

"ஒருவர் இறக்கும்போது என்னவாகும், அம்மா?"

வெளியே தாழ்வாரத்திலிருந்து அந்த அறைக்குள் இலேசான வெளிச்சம் வந்து கொண்டிருந்தது. அதோடு, அந்த அறையின் திரைச்சீலையின் ஊடாக ஒரு தெருவிளக்கின் ஒளியும் உள்ளே எட்டிப் பார்த்தது. அங்குத் தரையில் ஒரு யானை பொம்மை கிடந்தது. வேறு சில பொம்மைகளும் அந்த அறையில் இறைந்து கிடந்தன.

அச்சிறுமி நோராவையே பார்த்துக் கொண்டிருந்தாள்.

"எனக்குத் தெரியாது," என்று நோரா பதிலளித்தாள். "அது எவருக்குமே உறுதியாகத் தெரியாது."

அதைக் கேட்டு அச்சிறுமி நெற்றியைச் சுருக்கினாள். நோராவின் பதில் அச்சிறுமியைக் கொஞ்சமும் திருப்திப்படுத்தவில்லை.

"நீ இறப்பதற்குச் சற்று முன்பாக, மீண்டும் வாழ்வதற்கு உனக்கு ஒரு வாய்ப்பு வழங்கப்படும். அதற்கு முன்பு உன்னிடம் இல்லாமல் இருந்த விஷயங்களை உன்னால் பெற முடியும். உனக்குப் பிடித்தமான

வாழ்க்கையை உன்னால் தேர்ந்தெடுத்துக் கொள்ள முடியும்."

"இது நன்றாக இருக்கிறது."

"ஆனால், இது குறித்து நீ நீண்டகாலத்திற்குக் கவலைப்பட வேண்டியதில்லை. நீ சாகசங்கள் நிரம்பிய ஒரு வாழ்க்கையை வாழப் போகிறாய். அதில் எண்ணற்ற மகிழ்ச்சியான விஷயங்கள் இடம் பெற்றிருக்கும்."

"இயற்கை முகாம்களில் இருப்பதுபோலவா?"

அந்த இனிமையான சிறுமியை நோக்கி நோரா புன்னகைத்தாள். அவளுக்குள் ஒரு நல்லவிதமான உணர்வு பரவியது. "ஆமாம். இயற்கை முகாம்களில் இருப்பதைப்போல!"

"இயற்கை முகாம்களுக்குச் செல்வது எனக்கு மிகவும் பிடித்துள்ளது."

நோராவின் புன்னகை அப்படியே இருந்தபோதிலும், அவளுடைய கண்களில் நீர் துளிர்த்தது. இது ஒரு நல்ல வாழ்க்கையைப்போலத் தோன்றியது. இந்த வாழ்க்கையில் அவளுக்கென்று ஒரு குடும்பம் அமைந்திருந்தது. விடுமுறையில் தன் மகளோடு இயற்கை முகாம்களுக்குச் செல்வதை உள்ளடக்கிய ஒரு வாழ்க்கை.

அந்தப் படுக்கையறையிலிருந்து அவ்வளவு விரைவில் தான் எங்கும் செல்லப் போவதில்லை என்பதை உணர்ந்து கொண்ட நோரா, அச்சிறுமியிடம், "வருங்காலத்தில் என்ன நடக்கும் என்பது போன்ற, உனக்குத் தெரியாத விஷயங்கள் குறித்து உனக்கு ஏதாவது கவலைகள் இருந்தால், உனக்கு ஏற்கனவே தெரிந்திருக்கின்ற விஷயங்களை உனக்கு நீயே நினைவுபடுத்திக் கொள்வது நல்ல பலனளிக்கும்," என்று கூறினாள்.

கட்டிலில் படுத்திருந்த அச்சிறுமி தன் போர்வையை இழுத்துப் போர்த்தியவாறு, "நீங்கள் சொல்வது எனக்குப் புரியவில்லை," என்றாள். நோரா அந்தக் கட்டிலுக்கு அருகே தரையில் அமர்ந்தாள்.

"இது ஒருவிதமான விளையாட்டு."

"எனக்கு விளையாட்டுகள் பிடிக்கும்."

"அப்படியானால், இப்போது நாம் ஒரு விளையாட்டை விளையாடலாமா?"

"சரி," என்று கூறிய அச்சிறுமி, அவளை நோக்கிப் புன்னகை பூத்தாள்.

விளையாட்டு

"நம் இருவருக்கும் ஏற்கனவே தெரிந்த விஷயங்களைப் பற்றி நான் உன்னிடம் கேட்பேன். அதற்கு நீ பதிலளிக்க வேண்டும். எடுத்துக்காட்டாக, நான் உன்னிடம், 'உன்னுடைய அம்மாவின் பெயர் என்ன என்று கேட்டால்?', அதற்கு நீ 'நோரா,' என்று பதிலளிக்க வேண்டும். சரியா?"

"புரிகிறது."

"உன் பெயர் என்ன?"

"மாலி."

"சரி. உன் அப்பாவின் பெயரென்ன?"

"அப்பா!"

"அப்பாவின் உண்மையான பெயர் என்ன?"

"ஆஷ்."

அப்படியானால், அன்று காபி அருந்தச் சென்றது வெற்றிகரமாகவே முடிந்திருந்தது.

"நாம் எங்கே வசிக்கிறோம்?"

"கேம்பிரிட்ஜ்."

கேம்பிரிட்ஜ்? யோசித்துப் பார்த்தபோது, அதில் அர்த்தம் இருந்ததாக அவளுக்குத் தோன்றியது. நோராவுக்கு எப்போதுமே கேம்பிரிட்ஜ் பிடிக்கும். அது பெட்ஃபோர்டிலிருந்து வெறும் முப்பது மைல் தூரத்தில் இருந்தது. ஆஷுக்கும் அது பிடித்திருக்க வேண்டும்.

"கேம்பிரிட்ஜில் எந்தப் பகுதி? அது உனக்கு நினைவிருக்கிறதா? நம்முடைய தெருவின் பெயர் உனக்குத் தெரியுமா?"

"நாம் ... வந்து ... போல் ... போல்டன் தெருவில் வசிக்கிறோம்."

"சரி. உனக்கு உடன்பிறந்தவர்கள் எவரும் இருக்கிறார்களா?"

"இல்லை!"

“அம்மாவும் அப்பாவும் ஒருவரையொருவர் விரும்புகிறார்களா?”

அதைக் கேட்டு மாலி சிரித்தாள். “ஆமாம்.”

“நாங்கள் ஒருவரையொருவர் திட்டிக் கொள்வோமா?”

“சில நேரங்களில். குறிப்பாக அம்மா!”

“என்ன சொன்னாய்?”

“நீங்கள் மிகவும் களைப்பாக இருக்கும்போது மட்டும்தான் கத்துவீர்கள். அதற்குப் பிறகு அதற்கு மன்னிப்புக் கேட்டுக் கொள்வீர்கள். அதனால் பரவாயில்லை. மன்னிப்புக் கேட்டுவிட்டால் எல்லாமே சரியாகிவிடும். அப்படித்தான் நீங்கள் சொல்வீர்கள்.”

“அம்மா வேலைக்குச் செல்வேனா?”

“ஆமாம். சில நேரங்களில்.”

“நான் அப்பாவை முதன்முதலாகச் சந்தித்திருந்த அதே கடையில்தான் நான் வேலை செய்து கொண்டிருக்கிறேனா?”

“இல்லை.”

“அம்மா வெளியே செல்கின்றபோது என்ன வேலை செய்வேன்?”

“மக்களுக்குக் கற்றுக் கொடுப்பீர்கள்.”

“அவள் எப்படி ... நான் எப்படிக் கற்றுக் கொடுப்பேன்? நான் என்ன பாடம் கற்றுக் கொடுக்கிறேன்?”

“தத் ... தூ ... வம்!”

“தத்துவமா?”

“அப்படித்தானே நானும் சொன்னேன்?”

“நான் எங்குக் கற்றுக் கொடுக்கிறேன்? ஒரு பல்கலைக்கழகத்திலா?”

“ஆமாம்.”

“எந்தப் பல்கலைக்கழகம்?” என்று கேட்ட நோரா தான் எங்கு வசித்தோம் என்பது நினைவுக்கு வந்தவுடன், “கேம்பிரிட்ஜ் பல்கலைக்கழகமா?” என்று கேட்டாள்.

“ஆமாம். அதுதான்.”

தன்னுடைய இந்த வாழ்க்கையில் தனக்குத் தெரியாத இடைவெளிகளை இட்டு நிரப்ப நோரா முயற்சித்தாள். ஒருவேளை இந்த வாழ்க்கையில் அவள் இளங்கலைப் பட்டப்படிப்பிற்குப் பிறகு முதுகலைப் பட்டப்படிப்பை முடித்து அப்பல்கலைக்கழகத்தில் ஒரு விரிவுரையாளராக ஆகியிருந்திருக்கக்கூடும்.

இந்த வாழ்க்கையில் பிறரிடம் நடித்து ஏமாற்ற வேண்டுமென்றால், தான் இன்னும் கூடுதலாகத் தத்துவம் படிக்க வேண்டும் என்று அவள் முடிவு செய்தாள். அப்போது மாலி இவ்வாறு கூறினாள்: “ஆனால், நீங்கள் அதை நிறுத்தப் போகிறீர்கள்.”

“நிறுத்தப் போகிறேனா? எதற்காக நிறுத்தப் போகிறேன்?”

“புத்தகங்கள் செய்வதற்காக!”

“உனக்கான புத்தகங்களா?”

“மடத்தனமாகப் பேசாதீர்கள். வளர்ந்தவர்களுக்கான புத்தகம்.”

“நான் ஒரு புத்தகம் எழுதப் போகிறேனா?”

“ஆமாம். அதைத்தானே நான் இப்போது சொன்னேன்?”

“எனக்குத் தெரியும். சில விஷயங்களை நான் உன்னை இருமுறை கூற வைக்கிறேன். அது இரண்டு மடங்கு நன்றாக இருக்கிறது. அதோடு, அது கரடி குறித்த பயத்தை இன்னும் குறைக்கும், சரியா?”

“சரி.”

“அப்பா வேலைக்குப் போகிறாரா?”

“ஆமாம்.”

“அவர் என்ன வேலை பார்க்கிறார்?”

“அவர் மக்களை வெட்டுகிறார்.”

ஆஷ் ஒரு டாக்டர் என்பது ஒரு கணம் அவளுக்கு மறந்துவிட்டது. தான் ஒரு தொடர் கொலைகாரனின் வீட்டில் இருந்தோமோ என்று அவள் நினைத்துவிட்டாள். “மக்களை வெட்டுகிறாரா?”

“ஆமாம். அவர் மக்களை வெட்டி அவர்களை நலமாக்குகிறார்.”

“ஓ! ஆமாம்.”

“அவர் மக்களைக் காப்பாற்றுகிறார்,” என்று அச்சிறுமி விளக்கினாள்.

“ஆமாம்.”

“சில நேரங்களில் மக்கள் இறந்து போகும்போது அவர் வருத்தமாக இருப்பார்.”

“ஆமாம். அது வருத்தமான விஷயம்தான். அப்பா இப்போது எங்கே வேலை பார்க்கிறார்? பெட்ஃபோர்டிலா அல்லது கேம்பிரிட்ஜிலா?”

மாலி தன் தோள்களைக் குலுக்கினாள். “கேம்பிரிட்ஜ்?”

“அப்பா இசையில் ஈடுபட்டுள்ளாரா?”

“ஆமாம். ஆனால் அவர் மகா மட்டமான இசைக்கலைஞர்,” என்று கூறிவிட்டு மாலி கலகலவென்று சிரித்தாள்.

மாலியின் சிரிப்பு நோராவையும் தொற்றிக் கொண்டதால் அவளும் உடன் சேர்ந்து சிரித்தாள். “உனக்கு அத்தை, மாமா, சிற்றப்பா, சித்தி போன்றவர்கள் இருக்கிறார்களா?”

“ஆமாம். ஜெயா அத்தை.”

“யார் அது?”

“அப்பாவின் தங்கை.”

“வேறு யாராவது?”

“ஜோ மாமாவும் இவான் மாமாவும்.”

இந்த வாழ்க்கையில் தன் அண்ணன் உயிரோடு இருந்தது குறித்து நோரா ஆசுவாசமடைந்தாள். அவளுடைய ஒலிம்பிக் வாழ்க்கையில் ஜோ யாருடன் இருந்தானோ, அதே நபருடன்தான் இதிலும் இருந்து கொண்டிருந்தான். இவானின் பெயரை மாலி அறிந்திருக்கும் அளவுக்கு ஜோ அவர்கள் வாழ்க்கையில் நிறையவே இடம் பெற்றிருந்தான்.

“நாம் கடைசியாக ஜோ மாமாவை எப்போது பார்த்தோம்?”

“கிறிஸ்துமஸின்போது!”

“உனக்கு ஜோ மாமாவைப் பிடிக்குமா?”

“ஆமாம். அவர் வேடிக்கையானவர். அவர்தான் எனக்குப் பான்டாவைக் கொடுத்தார்.”

“பான்டா?”

“ஆமாம். எனக்கு மிகவும் பிடித்தமான பொம்மை.”

“பான்டாக்களும் கரடிகள்தானே?”

“ஆனால், அவை நல்ல கரடிகள்.”

மாலி கொட்டாவி விட்டாள். அவளுக்குத் தூக்கம் வரத் துவங்கியிருந்தது.

“அம்மாவுக்கும் ஜோ மாமாவுக்கும் ஒருவரையொருவர் பிடிக்குமா?”

“ஆமாம். நீங்கள் எப்போதும் அவருடன் பேசிக் கொண்டிருப்பீர்கள்.”

இது சுவாரசியமாக இருந்தது. தான் எந்த வாழ்க்கைகளிலெல்லாம் லாபிரிந்த்ஸ் குழுவில் ஒருபோதும் இடம் பெற்றிருக்கவில்லையோ, அந்த வாழ்க்கைகளில் மட்டுமே தான் ஜோவுடன் ஒரு நல்ல உறவைக் கொண்டிருந்தோம் என்று நோரா அனுமானித்திருந்தாள். இது அந்த ஊகத்தைத் தடம்புரள வைத்தது. அதற்கு மாலியும் ஒரு காரணமோ என்று நோரா யோசித்தாள். ஒருவேளை, தனக்கும் தன் அண்ணனுக்கும் இடையேயிருந்த பிளவுக்கான பாலமாக மாலி இருந்திருக்கலாம்.

“உனக்குத் தாத்தாக்களும் பாட்டிகளும் இருக்கிறார்களா?”

“சால் பாட்டி மட்டும்தான் இருக்கிறார்.”

நோரா தன்னுடைய பெற்றோரின் மறைவைப் பற்றி மாலியிடம் கேட்டுத் தெரிந்து கொள்ள விரும்பினாள். ஆனால், இது அதற்கான நேரமல்ல என்று அவள் நினைத்தாள்.

“நீ மகிழ்ச்சியாக இருக்கிறாயா? கரடிகளைப் பற்றி யோசிக்காமல் இருக்கும்போது?”

“அப்படித்தான் நினைக்கிறேன்.”

“அம்மாவும் அப்பாவும் மகிழ்ச்சியாக இருக்கிறோமா?”

“ஆமாம். சில நேரங்களில். நீங்கள் சோர்வாக இல்லாதிருக்கும்போது.”

“நாங்கள் நிறைய நேரம் ஜாலியாக இருக்கிறோமா?”

மாலி தன் கண்களைக் கசக்கிக் கொண்டே, “ஆமாம்,” என்றாள்.

“நம்மிடம் செல்லப் பிராணிகள் இருக்கின்றனவா?”

“ஆமாம். பிளாட்டோ.”

“பிளாட்டோ?”

“நம்முடைய நாய்.”

“அது எந்தவிதமான நாய்?”

அவளுக்கு பதிலேதும் கிடைக்கவில்லை. ஏனெனில், மாலி தூங்கிவிட்டிருந்தாள். நோராவும் மாலியுடன் அங்கேயே தரையில் விரிக்கப்பட்டிருந்த கம்பளத்தில் படுத்துத் தூங்கிவிட்டாள். அவள் கண்விழித்தபோது, ஒரு நாக்கு அவளுடைய முகத்தை வருடிக் கொண்டிருந்தது.

கண்களில் புன்னகை மின்ன, தன் வாலை ஆட்டிக் கொண்டு ஒரு லேப்ரடார் நாய் அவளைத் தன் நாக்கால் நக்கிக் கொண்டிருந்தது. அவள் அதற்கு சுவாரசியமானவளாகத் தோன்றியிருந்திருக்க வேண்டும் அல்லது அவளைக் கண்டு அது பரவசமடைந்திருக்க வேண்டும்.

நோரா தூக்கக் கலக்கத்துடன், “பிளாட்டோ?” என்றாள்.

‘அது நான்தான்,’ என்று சொல்வதுபோல அந்த நாய் தன் வாலை ஆட்டியது.

அப்போது விடிந்திருந்தது. சன்னல் திரைச்சீலை வழியாக வெளிச்சம் வந்து கொண்டிருந்தது. மாலியின் படுக்கை காலியாக இருந்தது. மாடிப்படிகளில் யாரோ இறங்கி வந்து கொண்டிருந்த சத்தம் கேட்டது. அது மாலியின் கால்களைவிட அதிகக் கனமாக இருந்ததாக அவளுக்குப் பட்டது.

நோரா நிமிர்ந்து அமர்ந்தாள். தரையில் படுத்து உறங்கியதால் தான் அலங்கோலமாக இருந்ததை அவள் உணர்ந்தாள். இந்த வாழ்க்கையில் நீளமாக இருந்த அவளுடைய தலைமுடி அழுக்காகவும் கலைந்தும் இருந்தது. ஒருவிதத்தில் தான் தினந்தோறும் சேர்ந்து வாழ்ந்து கொண்டிருந்த, மற்றொரு விதத்தில் ஒருபோதும் சேர்ந்து வாழ்ந்திராமல் இருந்த அந்த மனிதன் அவளுடைய அறைக்குள் நுழைவதற்கு முன் அவளுக்குக் கிடைத்திருந்த இரண்டு நொடிகளை அவள் தன்னைச் சீர் செய்து கொள்வதற்குப் பயன்படுத்திக் கொண்டாள்.

அடுத்தக் கணம் அவன் அந்த அறைக்குள் இருந்தான்.

கச்சிதமானதொரு வாழ்க்கை

ஆஷின் இளமைத்தனமான வசீகரத்தை அவனுடைய தந்தைமை சிறிதளவே குறைந்திருந்தது. இன்னும் சொல்லப் போனால், அவள் கடந்த முறை அவனைத் தன் வீட்டு வாசற்கதவருகே பார்த்தபோது இருந்ததைவிட இப்போது அவன் அதிக ஆரோக்கியமாகத் தோன்றினான். இப்போதும் அவன் ஓட்டப் பயிற்சிக்கான உடையணிந்திருந்தான். ஆனால், அவனுடைய உடை இப்போது நவீனமாகவும் செழிப்பானதாகவும் இருந்தது. உடல் ஆரோக்கியத்தை அளவிடுகின்ற உபகரணம் ஒன்றை அவன் தன் கையில் கட்டியிருந்தான்.

அவன் அவளை நோக்கிப் புன்னகைத்தான். அவனுடைய கைகளில் இரண்டு காபி கோப்பைகள் இருந்தன. ஒன்றை அவன் அவளை நோக்கி நீட்டினான். அவர்களுடைய முதல் காபிக்குப் பிறகு அவர்கள் எத்தனை காபியைச் சேர்ந்து குடித்திருந்தனர் என்று அவள் யோசித்துக் கொண்டிருந்தாள்.

"ஓ! நன்றி."

"ஐயோ! நோர், இங்கேயா நீ இரவு முழுவதும் உறங்கினாய்?"

நோர்!

"கொஞ்ச நேரம்தான். மாலி பயந்து போயிருந்தாள். கரடிகள் பற்றிய கெட்டக் கனவு எதையோ தான் கண்டதாக அவள் கூறினாள். நான் அவளைச் சமாதானப்படுத்திக் கொண்டிருந்தேன். அதற்குப் பிறகு களைப்பாக இருந்ததால் இங்கேயே தூங்கிவிட்டேன்."

"ஓ! என்னை மன்னித்துக் கொள். அவள் கூப்பிட்டச் சத்தம் எனக்குக் கேட்கவில்லை." அவன் உண்மையிலேயே வருந்தியதைப்போலத் தோன்றினான். "ஓ! அது என் தவறுதான். நான் வேலைக்குச் செல்வதற்கு முன்பு யூடியூபில் சில கரடிகள் படத்தை அவளுக்குக் காட்டினேன்."

“அது ஒன்றும் பிரச்சனையில்லை.”

“நான் பிளாட்டோவை நடைப்பயிற்சிக்குக் கூட்டிச் சென்று வந்துவிட்டேன். இன்று மதியம்வரை நான் மருத்துவமனைக்குச் செல்ல வேண்டிய தேவையில்லை. ஆனால் திரும்பி வர நேரமாகலாம். இன்று நீ நூலகத்திற்குப் போக வேண்டும் என்று சொல்லியிருந்தாயே?”

“நான் என் மனத்தை மாற்றிக் கொண்டேன். இன்று நான் போக விரும்பவில்லை.”

“சரி. அப்படியானால், நான் மாலிக்குக் காலை உணவைக் கொடுத்து அவளைப் பள்ளியில் கொண்டு விட்டுவிடுகிறேன்.”

“உனக்கு இன்று நிறைய வேலை இருக்கும் என்றால், நானே அவளைப் பள்ளியில் விட்டுவிடுகிறேன்,” என்று நோரா கூறினாள்.

“பரவாயில்லை. நானே விட்டுவிடுகிறேன். இன்று இரண்டே இரண்டு அறுவை சிகிச்சைகள்தாம் செய்யப்பட வேண்டியுள்ளன. இப்போது நான் ஓட்டப் பயிற்சிக்குப் போகிறேன்.”

“சரி. வரும் ஞாயிறன்று அரை மராத்தான் பந்தயம் இருக்கிறது, இல்லையா?”

“என்ன?”

“ஒன்றுமில்லை. அதை விட்டுத் தள்ளு. தரையில் படுத்துத் தூங்கியதால் நான் ஏதோ உளறிவிட்டேன்.”

“கவலைப்படாதே, எல்லாம் சரியாகிவிடும். அப்புறம், என் தங்கை அலைபேசியில் அழைத்தாள். ராயல் உயிரியல் பூங்கா சார்பில் காலண்டர் தயாரிப்புக்குப் படம் வரைய அவள் கேட்டுக் கொள்ளப்பட்டிருக்கிறாள். அவள் பயங்கரக் குஷியில் இருக்கிறாள்,” என்று கூறிவிட்டு அவன் புன்னகைத்தான்.

நோரா ஒருபோதும் கேள்விப்பட்டிராத அவனுடைய தங்கை குறித்து அவன் உண்மையிலேயே மகிழ்ச்சியாக இருந்தான். தன்னுடைய பூனையைப் புதைக்க உதவியதற்கு அவனுக்கு நன்றி கூற அவள் விரும்பினாள். ஆனால் அப்படிச் சொல்ல முடியாததால் வெறுமனே, “நன்றி,” என்று மட்டும் கூறினாள்.

“எதற்கு?”

“எல்லாவற்றுக்கும்தான்.”

“சரி, சரி.”

“நன்றி.”

அவன் தலையசைத்தான். “இது நன்றாகத்தான் இருக்கிறது. இப்போது நான் ஓடப் போக வேண்டும்.”

தன் கோப்பையில் மீதமிருந்த காபியை ஒரே மடக்கில் குடித்துவிட்டு அவன் அங்கிருந்து மறைந்தான். நோரா அந்த அறையை நோட்டம் விட்டாள். அங்கிருந்த பொம்மைகள், புத்தகங்கள் மற்றும் இதரப் பொருட்களைப் பற்றிய தகவல்களை, அவை தன்னுடைய வாழ்க்கையெனும் புதிர்க்கட்டத்தின் அங்கங்கள் என்பதுபோல அவள்

கிரகித்துக் கொண்டாள்.

ஒரு மணி நேரத்திற்குப் பிறகு, மாலி, மழலையர் பள்ளியில் விடப்பட்டாள். நோரா தன்னுடைய மின்னஞ்சலிலும் சமூக ஊடகத்திலும் மூழ்கினாள். அவளுடைய சமூக ஊடக நடவடிக்கைகள் சொல்லிக் கொள்ளும்படியாக இருக்கவில்லை. ஆனால், அவளுக்கு வண்டி வண்டியாக மின்னஞ்சல்கள் வந்து குவிந்திருந்தன. அவற்றை அலசியதில், தன்னுடைய விரிவுரையாளர் பணியை தான் ஏற்கனவே நிறுத்திவிட்டிருந்தது அவளுக்குத் தெரிய வந்தது. ஹென்றி டேவிட் தோராவுக்கும் நவீனச் சுற்றுச்சூழல் பாதுகாப்பு இயக்கங்களுக்கும் இடையே இருந்த உறவைப் பற்றி ஒரு புத்தகம் எழுதுவதற்காக, அவள் தன் வேலையிலிருந்து சம்பளமில்லா நீண்ட விடுப்பு ஒன்றை எடுத்துக் கொண்டிருந்தாள். அந்த ஆண்டின் இறுதிவாக்கில் அவள் அமெரிக்காவிலிருந்த தோரோவின் வால்டன் குளத்திற்குச் செல்லவிருந்தாள். அந்த ஆய்வுக்காக அவளுக்கு நிதியுதவியும் கிடைத்திருந்தது.

இவை அனைத்தும் அவளை மிகவும் மகிழ்வித்தன.

ஒரு சிறப்பான வாழ்க்கை அவளுக்கு அமைந்திருந்தது. ஒரு நல்ல மனிதனுடனும் ஓர் அன்பான மகளுடனும் ஒரு நல்ல ஊரில், ஒரு நல்ல வீட்டில் அவள் வாழ்ந்து கொண்டிருந்தாள். அது அளவுக்கதிகமாக நன்றாக இருந்ததாக அவளுக்குப் பட்டது. அவளுக்கு மிகவும் பிடித்தமான ஒரு தத்துவவியலாளரைப் பற்றி நாள் முழுவதும் படித்துக் கொண்டிருக்கவும் ஆராய்ந்து கொண்டிருக்கவும் அவளுக்கு அந்த வாழ்க்கை வாய்ப்பளித்திருந்தது.

“இது நன்றாக இருக்கிறது, இல்லையா?'' என்று அவள் தன் நாயிடம் குறிப்பிட்டாள்.

அது விட்டேத்தியாகக் கொட்டாவி விட்டது.

பின் அவள் அந்த வீடு முழுவதும் சுற்றிப் பார்க்கத் துவங்கினாள். பிளாட்டோ சோபாவில் வசதியாகப் படுத்துக் கொண்டு அவளை நோட்டம் விட்டுக் கொண்டிருந்தது. வரவேற்பறை மிகவும் பெரிதாக இருந்தது. அதில் விரிக்கப்பட்டிருந்த கம்பளத்தில் அவளுடைய கால்கள் புதைந்தன.

ஒரு தொலைக்காட்சிப் பெட்டி, குளிர்காய்வதற்கான மர அடுப்பு, எலெக்ட்ரிக் பியானோ, இரண்டு புதிய மடிக்கணினிகள், ஒரு சிறிய மேசையில் வைக்கப்பட்டிருந்த ஓர் அழகான சதுரங்கப் பலகை, அழகாக அடுக்கி வைக்கப்பட்டிருந்த புத்தக அலமாரிகள் ஆகியவை அங்கிருந்தன. ஓர் அழகான கிதார் ஒரு மூலையில் வைக்கப்பட்டிருந்தது. அந்த மாடலை அவள் உடனே அடையாளம் கண்டு கொண்டிருந்தாள். அவள் ஸ்ட்ரிங் தியரி கடையில் வேலை பார்த்துக் கொண்டிருந்தபோது, கடைசி வாரத்தில் அவற்றில் ஒன்றை அவள் விற்றிருந்தாள்.

அந்த அறையைப் பல புகைப்படங்கள் அலங்கரித்திருந்தன. ஒரு புகைப்படத்தில் ஆஷின் சாடையிலிருந்த ஒரு பெண்மணி சில குழந்தைகளுடன் இருந்தாள். அது அவனுடைய தங்கையாக இருக்க வேண்டும் என்று நோரா அனுமானித்துக் கொண்டாள். நோராவின் திருமணப் புகைப்படம் ஒன்றில், இறந்து போன அவளுடைய அப்பாவும் அம்மாவும் இடம் பெற்றிருந்தனர். அதில் பின்னால் ஜோவும் இருந்தான். பிளாட்டோவின் புகைப்படம் ஒன்றும் அங்கு இருந்தது. ஒரு குட்டிக் குழந்தையின் படமும் இருந்தது. அது மாலியாக இருக்க வேண்டும்.

புத்தக அலமாரியை அவள் நோட்டம் விட்டாள். அவற்றில் சில யோகா புத்தகங்களும் இருந்தன. அவளுடைய மூல வாழ்க்கையில் அவள் பழையவிலைக் கடையில் வாங்கி வைத்திருந்த புத்தகங்களைப்போல அவை இருக்கவில்லை. சில மருத்துவப் புத்தகங்களும் அங்கு இருந்தன. அவள் கல்லூரி நாட்களிலிருந்து உடன் வைத்திருந்த பெர்ட்ரண்ட் ரஸ்ஸலின் ‘மேற்கத்தியத் தத்துவத்தின் வரலாறு’ என்ற நூலும், தோரோவின் ‘வால்டன்’ நூலும் அங்கு இருந்தன. அவளுக்குப் பரிச்சயமான ‘நிலவியல் கொள்கைகள்’ நூலும் அங்கு இருந்தது. தோரோவைப் பற்றிய பல நூல்கள் அந்த அலமாரியில் இடம் பெற்றிருந்தன. பிளாட்டோவின் ‘குடியரசு’ நூலும் அதில் இருந்தது. அறிவுஜீவிகள் வாசிக்கின்ற வேறு சில நூல்களும் அங்கு இருந்தன. அதற்கு முன்பு அவள் ஒருபோதும் படித்திராத கீழை நாட்டுத் தத்துவ நூல்கள் பல அங்கு இருந்தன. தான் இந்த வாழ்க்கையில் நிரந்தரமாகத் தங்கிவிட்டால், விடுப்பு முடிவடைவதற்குள் இவற்றையெல்லாம் படிப்பது சாத்தியம்தான் என்று அவள் நினைத்துக் கொண்டாள்.

நாவல்கள், அறிவியல் புத்தகங்கள், இசைப் புத்தகங்கள், குழந்தை வளர்ப்பு நூல்கள், எமர்சனின் ‘இயற்கை’ காலநிலை மாற்றம் குறித்த நூல்கள் ஆகியவையும் அங்கு இருந்தன.

இதுவரை அவள் தன்னை இந்த அளவுக்கு ஓர் அறிவுஜீவியாகக் கருதியிருக்கவில்லை. கேம்பிரிட்ஜ் பல்கலைக்கழகத்தில் ஒரு விரிவுரையாளராகப் பணியாற்றிக் கொண்டிருந்த, தனக்குப் பிடித்தமான ஒரு தத்துவவியலாளரைப் பற்றிய புத்தகம் ஒன்றை எழுதுவதற்காக விடுப்பு எடுத்திருந்த அவளுக்கு இது சாத்தியப்பட்டிருந்ததில் வியப்பில்லை.

“என்னைக் கண்டு நீ பிரமித்துப் போயிருக்கிறாய், ஒப்புக் கொள்,” என்று அவள் அந்த நாயிடம் பேசினாள்.

சில இசைப் புத்தகங்களும் அங்கு இருந்தன. அவள் தன் கடையில் ஆஷுக்கு விற்றிருந்த நூலும் அங்கே இருந்ததைக் கண்டபோது அவளுடைய முகத்தில் தானாகவே ஒரு புன்னகை தோன்றியது. அங்கிருந்த முக்காலியில் ஸ்பெயின் நாட்டு இயற்கை

எழில் கொஞ்சுகின்ற புகைப்படங்கள் அடங்கிய ஒரு பெரிய புத்தகம் இருந்தது. சோபாவில் தாவரங்கள் மற்றும் மலர்களின் கலைக்களஞ்சியம் ஒன்று கிடந்தது.

பத்திரிகைகளின் அலமாரியில் ஒரு புத்தம் புதிய நேஷனல் ஜியோகிரா∴பிக் இதழ் இருந்தது. அதன் அட்டையில் ஒரு கருந்துளையின் படம் இடம் பெற்றிருந்தது.

சுவரில் பார்சிலோனா அருங்காட்சியகத்தில் இடம் பெற்றிருந்த ஓர் ஓவியத்தின் அச்சுப் பிரதி ஒன்று மாட்டப்பட்டிருந்தது.

“பிளாட்டோ, நானும் ஆஷும் ஒன்றாகச் சேர்ந்து பார்சிலோனா சென்றிருந்தோமா?” என்று அவள் வினவினாள். அந்த நகரின் தெருக்களில் தானும் ஆஷும் கைகோர்த்தபடி உலவிக் கொண்டிருந்ததுபோலவும், அங்கிருந்த மதுவிடுதிகளில் புகுந்து உள்ளூர் சரக்குகளை வாங்கிக் குடித்துக் கொண்டிருந்ததுபோலவும் நோரா கற்பனை செய்தாள்.

புத்தக அலமாரிக்கு எதிரே இருந்த சுவரில் வேலைப்பாடுகளுடன் அமைந்திருந்த ஒரு பெரிய கண்ணாடி மாட்டப்பட்டிருந்தது. ஒவ்வொரு வாழ்க்கையிலும் அவளுடைய தோற்றம் மாறிக் கொண்டிருந்தது அவளுக்கு இனியும் வியப்பளிக்கவில்லை. அவள் பல வடிவங்களிலும், பல அளவுகளிலும், பல சிகையலங்காரங்களிலும் தோன்றியிருந்தாள். இந்த வாழ்க்கையில் அவள் மிகவும் இனிமையானவளாகத் தோன்றினாள். அவள் ஒரு மூன்றாம் மனுஷியாக இருந்திருந்தால், கண்ணாடியில் தெரிந்த அந்தப் பெண்மணியுடன் அவள் நட்புறவு கொள்ள விரும்பியிருப்பாள். அக்கண்ணாடியில் தெரிந்த உருவம் ஓர் ஒலிம்பிக் வீராங்கனையைப்போலவோ அல்லது ஒரு ராக் ஸ்டாரைப்போலவோ இருக்கவில்லை. ஆனால், சிறப்பானதொரு வாழ்க்கையை வாழ்ந்து கொண்டிருந்த ஒரு நபரின் தோற்றத்தில் அது இருந்தது. தான் யார் என்பது குறித்தும், வாழ்க்கையில் தான் எதைச் செய்து கொண்டிருந்தோம் என்பது குறித்தும் ஓரளவு திட்டவட்டமாக அறிந்திருந்த ஒரு நபராக அதில் அவள் தோன்றினாள். அவளுடைய தலைமுடி குட்டையாக இருந்தது. தன் மூல வாழ்க்கையில் இருந்ததைவிட அவள் இப்போது அதிக ஆரோக்கியமாகத் திகழ்ந்தாள். தன்னுடைய சிறப்பான ஆரோக்கியத்திற்கு, உடற்பயிற்சி, சத்தான உணவு, மதுவருந்தாமை போன்றவை காரணமாக இருக்கலாம் என்று அவள் நினைத்துக் கொண்டாள்.

“இது ஒரு சிறப்பான வாழ்க்கை, இல்லையா?” என்று அவள் தன் நாயிடம் கேட்டாள்.

பிளாட்டோ அதை ஒப்புக் கொள்வதுபோல இருந்தது.

பிரபஞ்சத்துடன் ஓர் ஆழமான தொடர்பு ஏற்படுத்திக் கொள்வதற்கான ஆன்மிகத் தேடல்

சமையலறையில் மருந்துகள் வைக்கப்பட்டிருந்த இழுப்பறையில் இருந்த மருந்து மாத்திரைகளை அவள் ஆராய்ந்தாள். அதில் வழக்கமான தலைவலி மாத்திரைகள், ஊட்டச்சத்து மாத்திரைகள், பிளாஸ்திரிகள் போன்றவை இருந்தன. ஆனால், மனச்சோர்வுக்கான மாத்திரைகள் எதுவும் இருக்கவில்லை.

அப்படியானால், ஒருவேளை அவள் நிரந்தரமாகத் தங்குவதற்கு ஏற்ற ஒரு வாழ்க்கையாக இது விளங்கக்கூடும். அவள் தேர்ந்தெடுக்கவிருந்த ஒரு வாழ்க்கை. இதற்குப் பிறகு அவள் நடுநிசி நூலகத்திற்குத் திரும்பிச் செல்ல வேண்டியிருக்காத ஒரு வாழ்க்கை.

'என்னால் இங்கு மகிழ்ச்சியாக இருக்க முடியும்,' என்று அவள் நினைத்துக் கொண்டாள்.

பின்னர் அவள் குளித்துக் கொண்டிருந்தபோது, தன் உடலில் தழும்புகள் ஏதாவது இருந்தனவா என்று பார்த்தாள். போதை மருந்து ஊசிகளைச் செலுத்திக் கொண்டதற்கான தழும்புகள் எதுவும் அவளுடைய உடலில் இருக்கவில்லை. அவள் பச்சை எதுவும் குத்திக் கொண்டிருக்கவில்லை. ஆனால், அறுவை சிகிச்சைத் தழும்பு ஒன்றை அவள் கண்டாள். அவள் அதற்கு முன்பு சிசேரியன் அறுவை சிகிச்சைத் தழும்புகளைப் பார்த்திருந்ததால், அது ஒரு சிசேரியன் அறுவை சிகிச்சைத் தழும்புதான் என்பதை அவள் உடனடியாகக் கண்டு கொண்டாள். தான் ஒருவேளை இந்த வாழ்க்கையில் நிரந்தரமாகத் தங்கிவிட்டாலும், இந்த வாழ்க்கைக்குள் தான் எப்போதும் தாமதமாகவே வந்திருப்போம் என்பதை அவள் புரிந்து கொண்டாள்.

மாலியைப் பள்ளியில் விட்டுவிட்டு ஆஷ் வீட்டுக்குத்

திரும்பியிருந்தான்.

நோரா அவசர அவசரமாக உடையணிந்து கொண்டு வந்தாள்.

அவர்கள் இருவரும் தங்களுடைய அலைபேசிகளில் அன்றைய செய்திகளைப் படித்தபடியே ஒன்றாகச் சேர்ந்து காலையுணவு உண்டனர்.

பின்னர் ஆஷ் தன் மருத்துவமனைக்குச் சென்றுவிட்டான். நோரா நாள் முழுவதும் தோரோவைப் பற்றிய ஆய்வில் ஈடுபட்டிருந்தாள். தான் இதுவரை எழுதி வைத்திருந்த கையெழுத்துப் பிரதியை அவள் பார்த்தாள். அதன் வார்த்தைகளின் எண்ணிக்கை ஏற்கனவே நாற்பதாயிரத்தைக் கடந்திருந்ததைக் கண்டு அவள் பிரமித்தாள். பின்னர் உணவு உண்டுவிட்டு, மாலியைப் பள்ளியிலிருந்து கூட்டி வருவதற்காகப் புறப்பட்டாள்.

மாலி வாத்துகளுக்கு உணவளிக்க விரும்பியதால், உள்ளூர் பூங்காவுக்கு நோரா அவளை அழைத்துச் சென்றாள். அங்குச் சென்றடைவதற்கு, மாலிக்குத் தெரியாமல் கூகுள் வரைபடத்தை அவள் பயன்படுத்தினாள்.

அங்குச் சென்றவுடன், அவள் தன் கைகள் வலிக்கும்வரை மாலியை ஊஞ்சலில் வைத்து ஆட்டிவிட்டாள்; அவளுடன் சறுக்கு விளையாட்டில் ஈடுபட்டாள்; செயற்கையாக உருவாக்கப்பட்டிருந்த உலோகக் குகைகளுக்குள் அவளுடன் ஊர்ந்தாள். பின்னர், அங்கிருந்த ஒரு குட்டையில் நீந்திக் கொண்டிருந்த வாத்துகளுக்கு அவர்கள் இருவரும் உணவளித்தனர்.

பின்னர் அவர்கள் வீடு திரும்பினர். நோரா அவளுடன் சிறிது நேரம் தொலைக்காட்சி முன்னால் அமர்ந்திருந்தாள். பின்னர் மாலிக்கு இரவு உணவு அளித்து, அவளுக்கு ஒரு கதை சொல்லி அவளைத் தூங்க வைத்தாள். அதற்குப் பிறகுதான் ஆஷ் வீட்டுக்கு வந்தான்.

ஆஷ் வந்து சேர்ந்தவுடன் மற்றொரு நபர் அவர்களுடைய வீட்டுக்குள் நுழைய முற்பட்டபோது, நோரா அவன் உள்ளே நுழைவதைத் தடுக்கும் விதமாகக் கதவை அறைந்து சாத்தினாள்.

"நோரா?"

"என்ன?"

"நீ ஏன் ஆடமிடம் விநோதமாக நடந்து கொள்கிறாய்?"

"என்ன?"

"உன் நடத்தையின் காரணமாக அவன் மனவருத்தத்தில் இருக்கிறான்."

"என்ன சொல்கிறாய்?"

"அவன் ஏதோ ஓர் அந்நியன் என்பதுபோல நீ நடந்து கொண்டிருக்கிறாய்."

"ஓ! என்னை மன்னித்துவிடு," என்று கூறிய நோரா புன்னகைத்தாள்.

"மூன்று ஆண்டுகளாக அவன் நம்முடைய பக்கத்து வீட்டில்

குடியிருக்கிறான். அவனோடும் ஹன்னாவோடும் நாம் கோடை முகாமிற்குச் சென்றிருக்கிறோம்."

"ஆமாம். அதுதான் எனக்குத் தெரியுமே."

"ஏதோ நம்முடைய வீட்டுக்குள் திருட்டுத்தனமாக நுழையப் பார்த்த ஓர் அந்நியனைப்போல அவனை நீ பார்த்தாய்."

"நான் அப்படியா நடந்து கொண்டேன்?"

"நீ அவனுடைய முகத்தில் அறைந்தாற்போலக் கதவைச் சாத்தினாய்."

"நான் கதவைச் சாத்தியது நிஜம்தான். ஆனால் அவனுடைய முகத்தில் அறைந்தாற்போலக் கதவைச் சாத்தவில்லை."

"நான் அவனுக்குக் கொடுத்திருந்த குழாயைத் திருப்பிக் கொடுக்கத்தான் அவன் வந்தான்."

"ஓ! அப்படியா? ஆனால் நமக்குக் குழாய்கள் தேவையில்லை. அவை இந்த பூமிக்குக் கெடுதல் விளைவிப்பவை."

"உனக்கு உடம்பு சரியில்லையா?"

"எனக்கு என்ன குறைச்சல்?"

"எனக்கு உன்னைப் பற்றிக் கவலையாக இருக்கிறது."

பொதுவாக எந்தப் பிரச்சனையும் இருக்கவில்லை. தான் நடுநிசி நூலகத்திற்குச் சென்றுவிடுவோம் என்று அவள் நினைத்தபோதெல்லாம் அவள் அங்குச் செல்லவில்லை. ஒரு நாள் அவள் தன்னுடைய யோகா வகுப்பு முடிந்தவுடன், கேம் ஆற்றின் அருகே இருந்த ஒரு பெஞ்சில் அமர்ந்து தோரோவின் நூல் ஒன்றை மறுவாசிப்பு செய்து கொண்டிருந்தாள். மறுநாள் அவள் ரயன் பெய்லியின் பேட்டி ஒன்றைத் தொலைக்காட்சியில் பார்த்துக் கொண்டிருந்தாள். அதில் ரயன், "சாதாரணமான ஒரு லௌகிக வாழ்க்கையை வாழ்வதற்குப் பதிலாக, பிரபஞ்சத்துடன் ஓர் ஆழமான தொடர்பை ஏற்படுத்திக் கொள்வதற்கான ஆன்மிகத் தேடலில் நான் ஈடுபட்டுள்ளேன்," என்று கூறினான்.

அவளுக்கு இஸ்ஸியிடமிருந்து திமிங்கலப் புகைப்படங்கள் வந்தன. ஆஸ்திரேலியாவில் சமீபத்தில் நடந்த ஒரு கோரமான கார் விபத்து பற்றி தான் படித்ததாகவும், அதனால் கார் ஓட்டும்போது கவனமாக ஓட்டிச் செல்லுமாறும் நோரா இஸ்ஸிக்கு ஒரு வாட்ஸ்அப் செய்தி அனுப்பினாள்.

டேன் என்ன செய்து கொண்டிருந்தான் என்பதை அறிந்து கொள்கின்ற ஆர்வம் தனக்கு இருக்கவில்லை என்பது குறித்து அவள் ஆறுதலடைந்தாள். மாறாக, ஆஷுடன் தான் இருந்தது குறித்து அவள் பெரும் நன்றியுணர்வுடன் இருந்தாள். இன்னும் சரியாகச் சொல்ல வேண்டுமென்றால், இந்த வாழ்க்கையில் தான் நன்றியுடன் இருந்ததாக நோரா கற்பனை செய்தாள். ஏனெனில், ஆஷ் அவளிடம் நல்லவிதமாக நடந்து கொண்டான்; அவர்களுடைய வாழ்க்கையில்

ஆனந்தமும் சிரிப்பும் அன்பும் நிரம்பி வழிந்தன.

ஆஷ் நீண்ட நேரம் வேலை செய்தாலும் வீட்டில் இருந்த நேரங்களில் அவனுடன் நேரத்தைச் செலவழிப்பது நோராவுக்கு எளிதாக இருந்தது. சில நேரங்களில் அவன் கொஞ்சம் விநோதமாகவும் நடந்து கொண்டான். தினமும் காலையில் அவன் அவர்களுடைய நாயை வெளியே நடத்திச் செல்ல அழைத்துச் சென்றபோது, தெருவில் எதிர்ப்பட்ட வயதான நபர்களுக்குக் காலை வணக்கம் கூற அவன் ஒருபோதும் தவறவில்லை. சில நேரங்களில் அவர்கள் அவனை அலட்சியம் செய்தாலும் அது அவனைப் பாதிக்கவில்லை. காரிலிருந்த வானொலியில் ஏதாவது பாட்டு ஓடிக் கொண்டிருந்தால், அவனும் கூடச் சேர்ந்து பாடினான். பொதுவாக அவனுக்கு அதிக நேரத் தூக்கம் தேவைப்படவில்லை. மறுநாள் காலையில் அவனுக்கு அறுவை சிகிச்சை இருந்தாலும், இரவு நேரங்களில் மாலியைப் பார்த்துக் கொள்ள அவன் ஒருபோதும் முகம் சுளித்ததில்லை.

வயிற்றின் உட்பூச்சு நான்கு நாட்களுக்கு ஒரு முறை புதுப்பிக்கப்படும்; காதிலுள்ள மெழுகு ஒருவிதமான வியர்வை; கண் இமைகளில் மிக நுண்ணிய சிற்றுண்ணிகள் வாழ்ந்து வருகின்றன என்பன போன்ற, முகம் சுளிக்க வைக்கின்ற துணுக்குத் தகவல்களை அவன் எப்போதும் மாலியிடம் கூறிக் கொண்டிருந்தான். பொதுவிடங்களில் பொருத்தமற்ற முறையில் பேசவும் அவன் தயங்கவில்லை. ஒரு முறை பூங்காவுக்குச் சென்றிருந்தபோது, முன்பின் தெரியாத ஒருவரிடம், ஆண் வாத்துகளின் பிறப்புறுப்பைப் பற்றி அவன் விவரிக்கத் தொடங்கிவிட்டான்.

அவன் எப்போதெல்லாம் இரவில் சீக்கிரமாக வீட்டுக்கு வந்தானோ, அப்போதெல்லாம் அவன் இரவு உணவைச் சமைத்தான். சமையலில் அவன் பூண்டை அதிகமாகச் சேர்த்துக் கொண்டான். இசையைப் பொறுத்தவரை, அவனைப் பற்றி மாலி கூறியிருந்தது சரியாகத்தான் இருந்தது. அவனுடைய இசை ஞானம் சொல்லிக் கொள்ளும்படி இருக்கவில்லை. கிதாரை இசைத்துக் கொண்டு அவன் சில பாடல்களைப் பாடியதைக் கேட்கும்போது, அவன் மௌனமாக இருந்தால் நன்றாக இருக்கும் என்று நோராவுக்குத் தோன்றும்.

தொழில்ரீதியாக அவன் தினமும் பல உயிர்களைக் காப்பாற்றிக் கொண்டிருந்தாலும், சமூக நயமற்ற ஒருவனாகவே அவன் இருந்து வந்தான். அது நோராவுக்கு வசதியாக இருந்தது. ஏனெனில், அவளும் தன்னைப் பற்றி அப்படிப்பட்ட எண்ணத்தைத்தான் கொண்டிருந்தாள்.

'இது ஒரு நல்ல வாழ்க்கை,' என்று நோரா மீண்டும் மீண்டும் தனக்குள் கூறிக் கொண்டாள்.

ஒரு தாயாக இருப்பது அவளுக்குப் பெரும் களைப்பு ஏற்படுத்துவதாக இருந்தது. மாலி நேசிக்கப்படுகின்ற விதத்தில்தான் நடந்து கொண்டாள். குறைந்தபட்சம் பகல் வேளைகளிலாவது அவள்

அப்படி இருந்தாள். உறவுகள் தொடர்பான பிக்கல் பிடுங்கல்கள், வேலை தொடர்பான அழுத்தம், பண நெருக்கடி தொடர்பான மனஉளைச்சல் போன்ற எந்தவிதமான உராய்வுகளுமற்ற ஒரு வாழ்க்கையாக அது இருந்து வந்ததால், மாலி வீட்டில் இருந்த சமயங்களையே நோரா பெரிதும் விரும்பினாள்.

இந்த வாழ்க்கையில் நன்றியுடன் இருப்பதற்கு அவளுக்கு ஏராளமான விஷயங்கள் இருந்தன.

இந்த வாழ்க்கையில் சில நேரங்களில் சிக்கலான தருணங்கள் உருவாகவே செய்தன. தான் நடித்துக் கொண்டிருந்த ஒரு நாடகத்தில் தன் வசனங்கள் என்னவென்றே தெரியாமல் தான் நடித்துக் கொண்டிருந்தது போன்ற வழமையான உணர்வு அவளுக்குள் தோன்றியது.

ஒரு நாள், அவள் ஆஷிடம், “ஏதாவது பிரச்சனையா?” என்று கேட்டாள்.

அவன் அவளைத் துளைத்தெடுக்கும் பார்வையுடன், “எனக்குச் சரியாகத் தெரியவில்லை. நம்முடைய மணநாள் நெருங்கிக் கொண்டிருப்பதை நீ மறந்துவிட்டாய். நீ பார்த்திருந்த திரைப்படங்களை நீ ஒருபோதும் பார்த்ததில்லை என்று நீ நினைத்துக் கொண்டிருக்கிறாய். அதேபோல, நீ பார்த்திராத திரைப்படங்களை நீ ஏற்கனவே பார்த்துள்ளதாக நீ நினைத்துக் கொள்கிறாய். உன்னிடம் ஒரு சைக்கிள் இருப்பதையே நீ மறந்துவிட்டாய். சாப்பாட்டுத் தட்டுகள் எங்கே இருக்கின்றன என்பதை நீ மறந்துவிடுகிறாய். அடிக்கடி நீ என்னுடைய செருப்புகளை அணிந்து கொள்கிறாய். கட்டிலில் நான் வழக்கமாகப் படுக்கின்ற இடத்தில் நீ வந்து படுத்துக் கொள்கிறாய்,” என்று பட்டியலிட்டான்.

“ஆஷ், உன்னுடைய பேச்சு ஒரு காவல்துறை விசாரிப்புபோல இருக்கிறது,” என்று நோரா ஒரு தீவிரமான குரலில் கூறினாள்.

“எனக்குக் கவலையாக இருக்கிறது. அதனால்தான் ...”

“நான் நன்றாகத்தான் இருக்கிறேன். ஆய்வுக்குள் நான் அளவுக்கதிகமாக மூழ்கியுள்ளேன். தோரோவின் காடுகளுக்குள் என்னை நான் தொலைத்துக் கொண்டிருக்கிறேன்.”

* * *

அதுபோன்ற கணங்களில் தான் மீண்டும் நடுநிசி நூலகத்திற்குத் திரும்பிவிடக்கூடும் என்று நோரா நினைத்தாள். தான் முதன்முதலாக நடுநிசி நூலகத்திற்குச் சென்றபோது எல்ம் தன்னிடம் கூறிய வார்த்தைகளை அவள் சில நேரங்களில் நினைத்துக் கொண்டாள்: “நீ பல வாழ்க்கைகளை முயன்று பார்க்கின்றபோது, உண்மையிலேயே உனக்குப் பிடித்தமானதொரு வாழ்க்கையை நிரந்தரமாக வாழ நீ

விரும்பினால், நீ அதைப் பற்றிக் கவலைப்படத் தேவையில்லை. நீ அங்கு எப்போதுமே இருந்து வந்துள்ளதைப்போல அங்கு நீ தொடர்ந்து இருப்பாய். ஒரு புத்தகத்தில் குறிப்பிடப்பட்டுள்ள ஒரு வாழ்க்கையை நிரந்தரமாக வாழ நீ தீர்மானிக்கின்ற கணத்தில், இந்த நடுநிசி நூலகம் தொடர்பான நினைவுகள் உட்பட, உன் மண்டைக்குள் இக்கணத்தில் இருக்கும் அனைத்து ஞாபகங்களும் படிப்படியாகக் குறைந்து இறுதியில் மிக மங்கலான ஒரு நினைவாகச் சுருங்கிவிடும்.''

ஆனால் ஒரு முக்கியமான கேள்வி நோராவை ஆட்டுவித்துக் கொண்டிருந்தது: "இது ஒரு கச்சிதமான வாழ்க்கையாக இருக்கும்பட்சத்தில் நான் ஏன் இன்னும் நடுநிசி நூலகத்தை மறக்காமல் இருக்கிறேன்?''

அதை மறப்பதற்கு எவ்வளவு காலம் ஆகும்?

எப்போதாவது, எந்தவிதமான காரணமும் இன்றி மனச்சோர்வு அவளைச் சூழ்ந்து கொண்டது. அது அவளுடைய மூல வாழ்க்கையில் அவள் அனுபவித்த அளவு மோசமாக இருக்கவில்லை.

ஒவ்வொரு நாள் இரவில் படுக்கப் போகும்போதும், காலையில் தான் இந்த வாழ்க்கையில்தான் கண்விழிப்போம் என்ற யோசனையுடன்தான் அவள் கண்மூடினாள். மற்ற அனைத்தோடும் ஒப்பிடுகையில் இந்த வாழ்க்கைதான் அவளுக்குச் சிறப்பானதாக இருந்தது. போகப் போக அவளிடம் அந்த உணர்வு அதிகரித்தது.

அந்த வாழ்க்கையில் சில அசௌகரியமான கணங்களும் இடம் பெற்றிருந்தன. அந்த வீட்டில் சில பொருட்கள் எங்கு வைக்கப்பட்டிருந்தன என்பது அவளுக்குத் தெரியவில்லை. அவளை ஒரு மருத்துவரிடம் அழைத்துச் சென்று காட்ட வேண்டுமா என்றுகூட ஆஷ் யோசிக்கத் துவங்கியிருந்தான். முதலில் அவனுடன் தாம்பத்திய உறவு வைத்துக் கொள்வதை அவள் தவிர்த்து வந்தாள். பின் ஒரு நாள் அது நடந்தேறியது. ஆனால், தான் ஒரு பொய்யான வாழ்க்கையை வாழ்ந்து கொண்டிருந்தது குறித்து அவள் குற்றவுணர்வு கொண்டாள்.

அதற்குப் பிறகு, இருட்டில் அவர்கள் அருகருகே படுத்துக் கொண்டிருந்தபோது, அந்த விஷயத்தைப் பற்றிப் பேச்செடுத்தே ஆக வேண்டும் என்று அவளுக்குத் தோன்றியது.

"ஆஷ்!''

"என்ன?''

"உனக்கு இணைப் பிரபஞ்சக் கொள்கையில் நம்பிக்கை இருக்கிறதா?''

இதுபோன்ற உரையாடல்கள் அவனுக்குப் பிடித்தமானவை. "ஆமாம். நம்பிக்கை உண்டு.''

"நானும் அதை நம்புகிறேன். அது அறிவியல்பூர்வமானது, சரிதானே? யாரோ ஒரு வேலையற்ற இயற்பியலாளரின் கற்பனையில் உதித்த ஒன்றல்ல அது, அப்படித்தானே?''

“ஆமாம். அறிவியலறிஞர்கள் அடிப்படையில் சந்தேகப் பிராணிகள்.”

“ஆனாலும் இயற்பியலாளர்கள் இணைப் பிரபஞ்சக் கொள்கையை நம்புகின்றனர்.”

“அதை நோக்கித்தான் அறிவியல் நகர்ந்து கொண்டிருக்கிறது. குவாண்டம் இயக்கவியலும் சரக்கோட்பாடும் எண்ணற்றப் பிரபஞ்சங்கள் இருப்பதையே சுட்டிக்காட்டுகின்றன.”

“அப்படிப்பட்டப் பற்பல பிரபஞ்சங்களுக்கு நான் விஜயம் செய்துள்ளேன் என்றும், அவற்றிலிருந்து இந்த வாழ்க்கையை நான் தேர்ந்தெடுத்துள்ளேன் என்றும் நான் சொன்னால், அது பற்றி நீ என்ன சொல்வாய்?”

“உனக்குப் பைத்தியம் பிடித்துள்ளது என்று நினைப்பேன். ஆனாலும் உன்னைத் தொடர்ந்து நேசிப்பேன்.”

“உண்மையிலேயே நான் பல வாழ்க்கைகளை அனுபவித்துள்ளேன்.”

அதைக் கேட்டு அவன் புன்னகைத்தான். “நல்லது. நீ மீண்டும் என்னை முத்தமிடுகின்ற வாழ்க்கை அவற்றில் இருந்திருக்கிறதா?”

“நீ என்னுடைய பூனையைப் புதைத்த ஒரு வாழ்க்கை இருந்தது.”

அவன் சிரித்தான். “இது சுவாரசியமாக இருக்கிறது. உனக்கு ஒன்று தெரியுமா, நோர்? உன்னிடம் எனக்கு மிகவும் பிடித்த விஷயமே, நீ எப்போதும் என்னை இயல்பானவனாக உணரச் செய்வதுதான்.”

அத்துடன் அந்த உரையாடல் முடிந்துவிட்டது.

வாழ்க்கையில் உங்களால் முடிந்த அளவு நேர்மையாக இருக்க முடியும் என்றாலும், மக்கள் தங்களுடைய எதார்த்தத்திற்கு நெருக்கமாக உள்ள உண்மைகளை மட்டுமே பார்க்கின்றனர் என்பது நோராவுக்குப் புரிந்தது. தோரோ கூறியிருந்ததைப்போல, “நீ எதை நோக்குகிறாய் என்பது முக்கியமல்ல, நீ எதைப் பார்க்கிறாய் என்பதுதான் முக்கியம்.” தான் காதலித்து மணம் புரிந்து கொண்டிருந்த நோராவைத்தான் ஆஷ் பார்த்துக் கொண்டிருந்தான். ஒருவிதத்தில் பார்த்தால், அப்படிப்பட்ட ஒருத்தியாகத்தான் நோரா ஆகிக் கொண்டிருந்தாள்.

ஹேமர்சுமித் விஜயம்

மாலியின் பள்ளி விடுமுறையின்போது, அவர்கள் மூவரும் ஒரு செவ்வாய்க்கிழமையன்று இரயிலில் லண்டனுக்குச் சென்றனர். அங்கு ஹேமர்சுமித் பகுதியில் ஜோவும் இவானும் வசித்து வந்த வீட்டுக்கு அவர்கள் சென்றனர்.

ஜோ பார்ப்பதற்கு ஆரோக்கியமாகத் தோன்றினான். நோரா தன்னுடைய ஒலிம்பிக் வீராங்கனை வாழ்க்கையின்போது ஜோவின் அலைபேசியில் பார்த்தபோது இவான் எப்படியிருந்தானோ அதுபோலவே இப்போதும் இருந்தான். ஜோவும் இவானும் முதன்முதலில் ஓர் உடற்பயிற்சி மையத்தில் சந்தித்திருந்தனர். இந்த வாழ்க்கையில் ஜோ ஓர் ஒலிப்பதிவுப் பொறியாளராக வேலை பார்த்து வந்தான். இவான் லேங்ஃபோர்டு ஒரு கதிர்வீச்சியல் மருத்துவராகப் பணியாற்றி வந்தான். அதனால் இவானும் ஆஷும் மருத்துவமனைகள் தொடர்பான விஷயங்களைப் பற்றிப் பேசத் தொடங்கிவிட்டனர்.

ஜோவும் இவானும் மாலியிடம் அன்பாக நடந்து கொண்டனர். மாலியின் பான்டா இப்போது என்ன செய்து கொண்டிருந்தது என்று அவர்கள் அவளிடம் விலாவாரியாகக் கேட்டனர். ஜோ அவர்களுக்காக உணவு சமைத்தான்.

"இது இத்தாலிய உணவு. நம்முடைய குடும்பப் பாரம்பரியத்தை நான் பேணி வருகிறேன்," என்று ஜோ நோராவிடம் கூறினான்.

அது அவளுடைய தாத்தாவைப் பற்றிய நினைவலைகளை நோராவிடம் தோற்றுவித்தது. அவர் இத்தாலியிலிருந்து லண்டனுக்கு முதன்முதலாக வந்து சேர்ந்தபோது, லண்டன் பிரிக் கம்பெனி லண்டனில் அன்றி பெட்ஃபோர்டில் இருந்தது என்பதை அறிந்து கொண்டதும் எப்படி உணர்ந்திருப்பார் என்று நோரா கற்பனை செய்தாள். அவர் ஏமாற்றமடைந்திருப்பாரா? அல்லது இதுதான்

நம் தலைவிதி என்று எடுத்துக் கொண்டு பெட்ஃபோர்டில் தன்னால் முடிந்த அளவு சிறப்பான வாழ்க்கையை வாழத் தீர்மானித்திருப்பாரா? அல்லது, ஒருவேளை அவருடைய ஒரு வாழ்க்கையில் அவர் லண்டன் வந்திறங்கிய முதல் நாளே ஒரு பேருந்து மோதி இறந்து போயிருந்திருக்கலாம், யார் கண்டது?

ஜோவும் இவானும் ஏகப்பட்ட ஒயின் வகைகளை வாங்கி அடுக்கி வைத்திருந்தனர். அவற்றில் ஒன்று கலிபோர்னியாவைச் சேர்ந்த புவானா விஸ்டா நிறுவனத்தின் ஒயின் என்பதை நோரா கவனித்தாள். அந்த பாட்டிலில் இடம் பெற்றிருந்த பெயர்களைப் பார்த்தபோது அவளுக்கு மயிர்க்கூச்செறிந்தது. அலீசியா மார்ட்டினெஸ் மற்றும் எட்வர்டோ மார்ட்டினெஸ். இந்த வாழ்க்கையிலும் எட்வர்டோ முன்பைப்போலவே மகிழ்ச்சியாக இருந்ததை அது வெளிப்படுத்தியதால், நோராவின் முகத்தில் ஒரு புன்னகை விரிந்தது. யார் இந்த அலீசியா, அவள் எப்படி இருப்பாள் என்று நோரா ஒரு கணம் யோசித்தாள்.

நோரா அந்த ஒயின் பாட்டிலையே வெறித்துப் பார்த்துக் கொண்டிருந்ததைக் கண்ட ஆஷ், "நீ நலமாக இருக்கிறாயா?" என்று கேட்டான்.

"நான் நன்றாகத்தான் இருக்கிறேன். இது ஒரு நல்ல ஒயினைப்போலத் தோன்றுகிறது என்று யோசித்துக் கொண்டிருந்தேன்."

"அது எனக்கு மிகவும் பிடித்தமான ஒயின். இந்த பாட்டிலை இப்போது நாம் திறக்கலாமா?" என்று இவான் கேட்டான்.

"நாம் இப்போது குடிப்பதாக இருந்தால் மட்டும் அதைத் திறக்கலாம்," என்றாள் நோரா.

"நான் குடிக்கப் போவதில்லை," என்றான் ஜோ. "நான் மதுவை முற்றிலுமாக நிறுத்திவிடலாம் என்று நினைத்துக் கொண்டிருக்கிறேன்."

"நோரா, உங்களுடைய அண்ணன் எப்படித் தெரியுமா? ஒன்று, ஒரு விஷயத்தில் அவன் முழுமையாகத் திளைத்துவிடுவான். அல்லது அதை மொத்தமாகத் தலைமுழுகிவிடுவான்," என்றான் இவான்.

"ஆமாம். நீங்கள் சொல்வது சரிதான்," என்று நோரா அதை ஆமோதித்தாள்.

"இன்று எனக்கு வேலை அதிகம். விட்டால் நானே அந்த பாட்டில் முழுவதையும் காலி செய்துவிடுவேன். யாராவது என்னோடு சேர்ந்து கொள்ளப் போகிறீர்களா?" என்று இவான் கேட்டான்.

"நான் தயார்," என்றான் ஆஷ்.

"எனக்கு வேண்டாம்," என்று நோரா கூறினாள்.

அவர்கள் நோராவிடம் ஒரு புகைப்பட ஆல்பத்தைக் கொடுத்தனர். அங்கிருந்த சோபாவில் அமர்ந்து அவள் அதைப் புரட்டலானாள்.

அதற்குப் பிறகு அவர்கள் செய்திகள், இசை, திரைப்படங்கள் போன்ற பல விஷயங்களைப் பற்றிப் பேசினர்.

சிறிது நேரத்திற்குப் பிறகு, நோரா திடீரென்று ஜோவிடம்,

“லாபிரிந்த்ஸ் குழுவிலிருந்து நான் விலகியதற்காக என்மீது உனக்குக் கோபம் இருந்ததா?” என்று அச்சூழலுக்குப் பொருத்தமில்லாத ஒரு கேள்வியைக் கேட்டாள்.

“நோரா, அது நடந்து ஒரு மாமாங்கம் ஆகிவிட்டது. அதற்குப் பிறகு என்னுடைய வாழ்க்கையில் ஏகப்பட்ட விஷயங்கள் அரங்கேறிவிட்டன.”

“ஆனால், நீ ஒரு ராக் ஸ்டாராக ஆக வேண்டும் என்று அப்போது கனவு கண்டு கொண்டிருந்தாய், இல்லையா?”

“ஜோ இப்போதும் ஒரு ராக் ஸ்டார்தான். ஆனால் இப்போது அவன் எனக்கு மட்டுமே சொந்தம்,” என்று இவான் சிரித்தபடியே கூறினான்.

“ஆனால், ஜோ, நான் உன்னைக் கைவிட்டிருந்ததாக நான் எப்போதுமே நினைத்து வந்துள்ளேன்,” என்றாள் நோரா.

“அப்படி நீ நினைக்கத் தேவையில்லை ... இன்னும் சொல்லப் போனால், நான்தான் உன்னைக் கைவிட்டிருந்தேன் என்று நான் நினைத்துக் கொண்டிருந்தேன். ஏனென்றால், அப்போது நான் ஒரு வடிகட்டிய மடையனாக இருந்தேன். சிறிது காலத்திற்கு முன்புகூட நான் உன்னிடம் மோசமாக நடந்து கொண்டேன்.”

அவனிடமிருந்து அவள் பல ஆண்டுகளாகக் கேட்க விரும்பியிருந்த அந்த வார்த்தைகளை அவனுடைய வாயிலிருந்தே கேட்டபோது, அவளுக்கு ஒரு டானிக் குடித்ததைப்போல இருந்தது. “அதைப் பற்றியெல்லாம் அலட்டிக் கொள்ளாதே,” என்று நோரா கூறினாள்.

“நான் இவானுடன் சேர்ந்து வாழ்வதற்கு முன்பு, மனநோய்கள் குறித்து எதுவும் அறியாதவனாக இருந்தேன். திடீரென்று ஏற்படுகின்ற தீவிரமான மனஉளைச்சல்கள் அநாவசியத்திற்குப் பெரிதுபடுத்தப்படுபவை என்றே நான் கருதி வந்திருந்தேன். ஆனால், இவானும் அதேபோன்ற நோயால் பாதிக்கப்பட்டப் பிறகுதான் அதன் எதார்த்தமும் தீவிரமும் எனக்குப் புரிந்தது.”

“அவை திடீரென்று ஏற்படுகின்ற தீவிரமான மனஉளைச்சல்கள் மட்டுமல்ல. எது எப்படியோ, முந்தைய வாழ்க்கையைவிட, அதாவது, நீ இசைக் குழுவில் இருந்தபோதைவிட, இப்போது நீ மிகவும் மகிழ்ச்சியாக இருக்கிறாய். அது போதும்,” என்று நோரா கூறினாள். ‘நீ இறந்திருந்த ஒரு வாழ்க்கையைவிட’ என்று கூறவிருந்த அவள், கடைசி நேரத்தில் சமாளித்து, ‘நீ இசைக் குழுவில் இருந்தபோதைவிட’ என்று மாற்றிவிட்டிருந்தாள்.

ஜோ நோராவைப் பார்த்துப் புன்னகைத்துவிட்டு இவானை நோக்கினான். தான் கூறியதை ஜோ நம்பியதுபோல நோராவுக்குத் தோன்றவில்லை. சில உண்மைகள் பார்க்கப்பட முடியாதவை என்ற எதார்த்தத்தைத் தான் ஏற்றுக் கொண்டுதான் ஆக வேண்டும் என்று நோரா நினைத்தாள்.

மூன்று சக்கர வாகனம்

வாரங்கள் உருண்டோட உருண்டோட, ஒரு முக்கியமான விஷயத்தை நோரா உணரத் துவங்கினாள்.

தான் ஒருபோதும் வாழ்ந்திராத அந்த வாழ்க்கையின் பல அம்சங்களை அவள் நினைவுகூரத் தொடங்கினாள்.

எடுத்துக்காட்டாக, ஒரு நாள் அவளுடைய மூல வாழ்க்கையில் நோரா ஒருபோதும் அறிந்திருக்காத ஒரு பெண் அவளை அலைபேசியில் தொடர்பு கொண்டாள். தான் ஒரு விரிவுரையாளராகப் பணியாற்றிக் கொண்டிருந்த பல்கலைக்கழகத்தில் அப்பெண் தனக்குப் பழக்கமாகியிருந்திருக்க வேண்டும் என்று நோரா ஊகித்தாள். தன்னுடன் மதிய உணவு அருந்த வருமாறு அப்பெண் நோராவை அழைத்தாள். அலைபேசியில் அவளுடைய பெயர் லாரா என்று பளிச்சிட்டவுடன், நோராவுக்கு அவளுடைய முழுப் பெயரான லாரா பிரையன் என்ற பெயர் மூளையில் உதித்தது. அதோடு, அவளுடைய உருவமும் அவளுடைய மனக்கண்ணில் தோன்றியது. அவளுடைய வாழ்க்கைத்துணைவரின் பெயர் மோ என்பதும், அவளுடைய குழந்தையின் பெயர் அல்டஸ் என்பதும்கூட அவளுடைய நினைவுக்கு வந்தன. பின் நோரா அந்தப் பெண்ணை நேரில் சந்தித்தபோது அவை அனைத்தும் உறுதியாயின.

இப்படிப்பட்ட சம்பவங்கள் அடிக்கடி நிகழத் துவங்கின. சில நேரங்களில் நோரா சில விஷயங்களை மறக்கவும் செய்தாள். எடுத்துக்காட்டாக, ஆஷுக்கு ஆஸ்துமா இருந்த விஷயம். ஓட்டத்தின் மூலம் அதைக் கட்டுப்படுத்த ஆஷ் முயன்று கொண்டிருந்தான்.

“உனக்கு எத்தனை நாட்களாக ஆஸ்துமா இருந்து வருகிறது?” என்று நோரா அவனிடம் கேட்டாள்.

“ஏழு வயதிலிருந்து.”

“உனக்குத் தோல் அரிப்பு நோய்தான் இருந்தது என்று நான் நினைத்துக் கொண்டிருந்தேன்.”

“நோரா, உனக்கு உடல்நிலை சரியில்லையா?”

“நான் நன்றாகத்தான் இருக்கிறேன். இன்று லாராவுடன் மதிய உணவு சாப்பிட்டேன். அப்போது குடித்த ஒயினின் அளவு அதிகமாகிவிட்டது. வேறொன்றுமில்லை.”

ஆனால், மெதுவாக இப்படிப்பட்ட வாய்தவறுதல்கள் குறையத் துவங்கின. ஒரு புதிர்க்கட்டத்தில் விடுபட்டுப் போயிருந்த இடங்கள் படிப்படியாக இட்டு நிரப்பப்பட்டுக் கொண்டிருந்ததைப்போல அது இருந்தது.

பிற வாழ்க்கைகளில் அவள் பங்கு கொண்டிருந்தபோது, தான் நடித்துக் கொண்டிருந்தோம் என்ற உணர்வு அவளுக்கு இருந்து வந்திருந்தது. ஆனால், இந்த வாழ்க்கையில் அவள் தொடர்ந்து ஆசுவாசமாக இயங்கியதில், அவளுக்குப் பல விஷயங்கள் நினைவுக்கு வரத் துவங்கின.

அதோடு, மாலியுடன் நேரம் செலவழிப்பதை நோரா நேசிக்கத் துவங்கியிருந்தாள்.

இரவு நேரத்தில் மாலிக்குப் புத்தகம் படிப்பது, படுக்கையறையில் அவளுடன் சேர்ந்து விளையாடுவது, வீட்டுத் தோட்டத்தில் அவளுடன் சேர்ந்து சுற்றித் திரிவது போன்றவை நோராவுக்குப் பிடித்திருந்தன.

ஒரு சனிக்கிழமை காலையில் மாலி தன்னுடைய மூன்று சக்கர வாகனத்தை வீட்டுத் தோட்டத்தில் ஓட்டிக் கொண்டிருந்தாள். அப்போது மாலி, “அம்மா, நான் எப்படி ஓட்டுகிறேன் என்று சொல்லுங்கள்,” என்று நோராவிடம் கூறினாள்.

“நீ பிரமாதமாக ஓட்டுகிறாய்.”

“அம்மா, இப்போது நான் வேகமாக ஓட்டப் போகிறேன்.”

“சரி, போ!”

அவள் வேகமாகப் போனபோது, முன் சக்கரம் சறுக்கி, மலர்ச்செடிகள் நட்டு வைக்கப்பட்டிருந்த இடத்தில் அந்த வண்டி கவிழ்ந்தது. அப்போது, அங்கிருந்த ஒரு பாறையில் மோதியதில் மாலியின் தலையில் லேசாக அடிபட்டுவிட்டது. அவளுடைய நெற்றியில் ஏற்பட்டிருந்த லேசான சிராய்ப்பிலிருந்து இரத்தம் வந்து கொண்டிருந்தது. ஆனால், தனக்குப் பெரிதாக அடிபட்டிருந்ததாகக் காட்டிக் கொள்ள மாலி விரும்பவில்லை.

“எனக்கு ஒன்றும் ஆகவில்லை. நான் நன்றாகத்தான் இருக்கிறேன்,” என்று அவள் கூறினாள். மாலியின் மீண்டெழுகின்ற திறன் நோராவுக்கு பிரமிப்பூட்டியது. ‘இந்தக் குட்டிப் பெண் என்னுள்ளிருந்து வந்தவள். ஏதோ ஒரு விதத்தில் இவள் என்னுடைய ஒரு பகுதியாக இருப்பவள். இவளுக்குள் இவ்வளவு வலிமை ஒளிந்திருக்கிறது என்றால், அத்தகைய வலிமை நிச்சயமாக எனக்குள்ளும் இருந்தாக வேண்டும்,’

என்று நோரா நினைத்தாள்.

நோரா மாலியை அணைத்துக் கொண்டாள். "இது ஒன்றுமேயில்லை. நீ துணிச்சல்காரி. உனக்கு இப்போது எப்படி இருக்கிறது?"

"பரவாயில்லை. விடுமுறையில் ஏற்பட்டதுபோல இருக்கிறது."

"விடுமுறையிலா?"

"ஆமாம், அம்மா." தன் அம்மாவுக்கு அது நினைவில் இல்லை என்பது மாலிக்கு வருத்தத்தை உண்டாக்கியது. "சறுக்கு மரத்தில்!"

"ஓ! சறுக்கு மரம்! இப்போது நினைவுக்கு வருகிறது. ஆமாம். அம்மா ஒரு முட்டாள்."

நோராவுக்குள் உடனடியாக ஓர் உணர்வு கிளர்ந்தெழுந்தது. அவள் ஆர்க்டிக் பகுதியில் அந்தத் துருவக் கரடியை நேருக்கு நேர் எதிர்கொண்டபோது அவள் அனுபவித்திருந்த பயத்தைப் போன்ற ஒருவிதமான பய உணர்வு அது.

தான் உணர்ந்து கொண்டிருந்த உணர்வு குறித்த பயம்.

பாச உணர்வுதான் அது.

உங்களால் தலைசிறந்த உணவு விடுதிகளில் உண்ண முடியலாம்; அனைத்து விதமான இன்பங்களையும் உங்களால் நுகர முடியலாம்; இருபதாயிரம் பேருக்கு முன்னால் ஸா பாலோவில் உங்களால் பாட முடியலாம்; இடிமுழக்கமாய்க் கேட்கின்ற கரவொலிகளில் உங்களால் திளைத்திருக்க முடியலாம்; உலகின் முனைவரை உங்களால் பயணிக்க முடியலாம்; கோடிக்கணக்கான மக்களால் இணையத்தில் பின்தொடரப்படுகின்ற ஒருவராக உங்களால் இருக்க முடியலாம்; உங்களால் ஒலிம்பிக் பதக்கங்களை வென்றெடுக்க முடியலாம். ஆனால் பாசமும் நேசமும் இல்லாவிட்டால் அவை அனைத்தும் அர்த்தமற்றவையாகிவிடும்.

நோரா தன்னுடைய மூல வாழ்க்கையை நினைத்துப் பார்த்தாள். அந்த வாழ்க்கையிலிருந்த அடிப்படைப் பிரச்சனை என்னவென்று அவள் யோசித்துப் பார்த்தாள். அந்த வாழ்க்கையில் தனக்குப் பாசமும் நேசமும் இல்லாமல் இருந்ததுதான் தன்னுடைய பிரச்சனை என்பது அவளுக்குப் புரிந்தது. அவளுடைய சொந்த அண்ணனே அவளை விரும்பவில்லை. வோல்ட்ஸ் இறந்த பிறகு அவளுக்கென்று யாருமே இருக்கவில்லை. அவள் யார்மீதும் அன்பு செலுத்தியிருக்கவில்லை, அவள்மீதும் யாரும் அன்பு செலுத்தியிருக்கவில்லை. அவள் வெறுமையாக உணர்ந்தாள். அவளுடைய வாழ்க்கை வெறுமையாக இருந்தது. ஒரு ஜவுளிக்கடை பொம்மையைப்போல அவள் ஜீவனில்லாமல் போலியாக நடமாடிக் கொண்டிருந்தாள்.

கேம்பிரிட்ஜ் நகரிலிருந்த தன் வீட்டுத் தோட்டத்தில் வைத்து அவள் அதன் ஆற்றலை உணர்ந்தாள். பிறரை ஆழமாக நேசிப்பது மற்றும் பிறரால் ஆழமாக நேசிக்கப்படுவதன் அபாரமான ஆற்றலை

அவள் உணர்ந்தாள். இந்த வாழ்க்கையில் அவளுடைய பெற்றோர் இறந்திருந்திருக்கலாம். ஆனால் மாலி இருந்தாள், ஆஷ் இருந்தான், ஜோ இருந்தான். அவள் கீழே விழுந்துவிடாமல் பார்த்துக் கொள்வதற்கு அன்பு எனும் வலை இருந்தது.

ஆனால், இவை அனைத்தும் வெகு விரைவில் ஒரு முடிவுக்கு வந்துவிடும் என்ற உணர்வு நோராவுக்குள் ஆழமாக உறைந்திருந்தது. இங்கு இவ்வளவு கச்சிதம் இருந்தபோதிலும், அந்தச் செம்மைத்தனத்தில் ஏதோ தவறாக இருந்ததுபோல அவளுக்குத் தோன்றியது. அந்தத் தவறு சரிசெய்யப்பட முடியாததாக இருந்தது. ஏனெனில், அங்குப் பிரச்சனையே அந்தச் செம்மைத்தனம்தான். எல்லாமே சரியாக இருந்தது. ஆனால், அதை அவள் சம்பாதித்திருக்கவில்லை. அவள் அந்தத் திரைப்படத்தில் பாதியில் நுழைந்திருந்தாள். நடுநிசி நூலகத்திலிருந்து அந்தப் புத்தகத்தை அவள் எடுத்திருந்தாள். ஆனால் அவள் அதன் சொந்தக்காரி அல்லள். தன் சொந்த வாழ்க்கையை அவள் ஒரு சன்னலுக்குப் பின்னால் நின்று அவதானித்துக் கொண்டிருந்தாள். தான் ஒரு பித்தலாட்டக்காரி என்ற உணர்வு அவளுக்குள் ஏற்படத் தொடங்கியது. இது தன்னுடைய சொந்த வாழ்க்கையாக இருக்க வேண்டும் என்று அவள் விரும்பினாள். அதாவது, இது தன்னுடைய நிஜ வாழ்க்கையாக இருக்க வேண்டும் என்று அவள் விரும்பினாள். ஆனால் அது அப்படி இருக்கவில்லை. அந்த உண்மையைத் தன்னால் மறக்க முடிய வேண்டும் என்று அவள் ஆசைப்பட்டாள். அவள் உண்மையிலேயே ஆசைப்பட்டாள்.

"அம்மா, நீங்கள் அழுது கொண்டிருக்கிறீர்களா?"

"இல்லை, மாலி. நான் நன்றாகத்தான் இருக்கிறேன்."

"உங்களைப் பார்த்தால் நீங்கள் அழுவதைப்போல இருக்கிறது."

"இப்போது நாம் உன்னுடைய இந்தக் காயத்திற்கு மருந்து போடலாம்."

* * *

அதே நாளின் பிற்பகுதியில், மாலி, விலங்குகளின் படம் வரையப்பட்டிருந்த புதிர்க்கட்டங்களை ஒன்றாகச் சேர்க்கும் விளையாட்டில் ஈடுபட்டிருந்தாள். நோரா சோபாவில் அமர்ந்து கொண்டு, தன்னுடைய மடியில் தலை வைத்துப் படுத்திருந்த பிளாட்டோவின் தலையை வருடிக் கொடுத்துக் கொண்டிருந்தாள். அப்போது அங்கு ஒரு மூலையிலிருந்த சிறிய மேசையில் அழகாக அடுக்கி வைக்கப்பட்டிருந்த சதுரங்கப் பலகைமீது அவளுடைய கவனம் சென்றது.

அவளுடைய மனத்திற்குள் ஓர் எண்ணம் மெதுவாக மேலெழும்பியது. அவள் அதை உடனே ஒதுக்கித் தள்ளினாள்.

ஆனால், அது மீண்டும் மேலே எழுந்தது.

அன்று மாலையில் ஆஷ் வீடு திரும்பியதும், பெட்ஃபோர்டிலிருந்த தன்னுடைய பழைய தோழி ஒருத்தியைத் தான் பார்க்கப் போக வேண்டும் என்று நோரா அவனிடம் கூறினாள். ஒரு சில மணி நேரத்தில் தான் திரும்பி வந்துவிடுவதாக அவனிடம் கூறிவிட்டு அவள் உடனடியாகக் கிளம்பிவிட்டாள்.

இனியும் இங்கு இல்லை

நோரா பெட்ஃபோர்டிலிருந்த ஓக் லீஃப் முதியோர் இல்லத்தை அடைந்து அதன் வரவேற்பறையை நோக்கி நடந்து கொண்டிருந்தபோது, ஒரு மூக்குக்கண்ணாடி அணிந்திருந்த ஒரு முதியவரை அங்குப் பார்த்தாள். பார்த்த உடனேயே அவர் யாரென்பதை அவள் அறிந்து கொண்டாள். அந்த நபர் ஒரு செவிலிப் பெண்ணுடன் ஒரு தீவிரமான வாக்குவாதத்தில் ஈடுபட்டிருந்தார். அந்தச் செவிலிப் பெண் விரக்தியின் உச்சத்தில் இருந்தாள்.

"நான் இப்போதே அந்தத் தோட்டத்திற்குள் செல்ல விரும்புகிறேன்," என்று அந்த முதியவர் கூறினார்.

"என்னை மன்னித்துக் கொள்ளுங்கள். இன்று அந்தத் தோட்டம் பயன்பாட்டில் இருக்கிறது."

"நான் வெறுமனே அங்கிருக்கின்ற பெஞ்சில் அமர்ந்து கொண்டு செய்தித்தாள் படிக்க விரும்புகிறேன், அவ்வளவுதான்."

"நீங்கள் தோட்ட வேலையில் ஈடுபடுவதற்குப் பதிவு செய்து கொண்டால்–"

"எனக்குத் தோட்ட வேலையில் விருப்பமில்லை. நான் இப்போதே தாவக்கைப் பார்த்தாக வேண்டும். நான் இங்கு வந்தது ஒரு பெரும் தவறு."

தன்னுடைய பழைய அண்டைவீட்டுக்காரர், ஒரு முறை தன்னிடம் தன்னுடைய மகன் தாவக்கைப் பற்றிக் கூறியிருந்தது நோராவுக்கு ஞாபகம் வந்தது. ஒரு முதியோர் இல்லத்தில் சேர்ந்து கொள்ளுமாறு அவருடைய மகன் அவரை வற்புறுத்திக் கொண்டிருந்தான். ஆனால் பேனர்ஜி தன்னுடைய வீட்டைவிட்டு வெளியேற மறுத்து வந்தார்.

செவிலியுடன் பேசிக் கொண்டிருந்த பேனர்ஜி தன்னை யாரோ உற்றுப் பார்த்துக் கொண்டிருந்ததை உணர்ந்து நோராவின் பக்கம்

திரும்பினார்.

“திரு பேனர்ஜி!”

அவர் நோராவைக் குழப்பத்துடன் பார்த்தார். “யாரம்மா நீ?”

“நான் நோரா. நோரா ஸீட். நீங்கள் பேன்கிராஃப்டு அவென்யூவில் குடியிருந்தபோது நான் உங்களுடைய பக்கத்து வீட்டில் குடியிருந்தேன்.”

அவர் தன் தலையை ஆட்டினார். “நீ என்னை வேறு யாரோ ஒரு நபர் என்று நினைத்துவிட்டாய் என்று நினைக்கிறேன். கடந்த மூன்று ஆண்டுகளாக நான் அங்கு வசிக்கவில்லை. நான் அங்கு வசித்து வந்தபோது, நீ என்னுடைய பக்கத்து வீட்டில் குடியிருக்கவில்லை என்பது எனக்கு உறுதியாகத் தெரியும்.”

அங்கிருந்த செவிலிப் பெண் அவரைப் பார்த்து, “ஒருவேளை உங்களுக்கு மறந்துவிட்டிருக்கலாம்,” என்றாள்.

தன் தவறை உணர்ந்த நோரா, “இல்லை. அவர் கூறுவது சரிதான். நான்தான் குழம்பிப் போயுள்ளேன். எனக்கு ஞாபக மறதிப் பிரச்சனை உண்டு. நான் அங்கு ஒருபோதும் வசித்திருக்கவில்லை. அது வேறு யாராகவோ இருக்கலாம். என்னை மன்னித்துவிடுங்கள்,” என்று கூறினாள்.

பேனர்ஜியும் அந்தச் செவிலிப் பெண்ணும் தங்களுடைய உரையாடலைத் தொடர்ந்தனர். பேனர்ஜியின் வீட்டுத் தோட்டத்தில் பூத்துக் குலுங்கிய மலர்களை நோரா நினைத்துப் பார்த்துக் கொண்டாள்.

“நான் உங்களுக்கு உதவலாமா?”

நோரா திரும்பி வரவேற்பாளரைப் பார்த்தாள். தான் யார் என்பதையும், தான் முதலில் தொலைபேசியில் அழைத்திருந்ததையும் நோரா அந்த வரவேற்பாளரிடம் தெரிவித்தாள்.

“நான் முதலில் தொலைபேசியில் தொடர்பு கொண்டேன். வெகுநேரம் காத்திருந்த பிறகு, பதிவு இயந்திரத்தில் என் குரலைப் பதிவு செய்தேன். நான் ஒரு மின்னஞ்சலும் அனுப்பியிருந்தேன்.”

“இங்கு நீங்கள் உங்களுடைய குடும்ப உறுப்பினர் யாரையாவது பார்க்க வந்திருக்கிறீர்களா?”

“இல்லை. அவர் என்னுடைய குடும்ப உறுப்பினர் அல்லர். அவர் எனக்குத் தெரிந்தவர். அவருடைய பெயர் திருமதி எல்ம்.” அவருடைய முழுப் பெயரை நினைவுபடுத்திக் கொள்ள நோரா முயன்றாள். “அவருடைய முழுப் பெயர் லூயிஸ் எல்ம். என் பெயர் நோரா. நோரா ஸீட். அவர் என்னுடைய பள்ளியின் நூலகராக இருந்தார்.”

அந்த வரவேற்பாளர் தன் கணினியில் தேடுவதை நிறுத்திவிட்டு நோராவைப் பார்த்தார். முதலில் அவர் தான் சொன்னதைச் சரியாகக் கேட்டிருக்கவில்லையோ என்று நோரா சந்தேகப்பட்டாள். அல்லது டிலன் சரியாகக் கேட்டிருக்காமல் இருந்திருக்கலாம் என்று அவள்

நினைத்தாள். அல்லது அவளுடைய இந்த வாழ்க்கையில் எல்மின் தலைவிதி வேறு மாதிரியாக இருந்திருக்கலாம்.

நோரா அந்த வரவேற்பாளரிடம், "என்ன பிரச்சனை?" என்று கேட்டாள்.

"உங்களிடம் இதைச் சொல்வதற்கு என்னை மன்னிக்கவும். லூயிஸ் எல்ம் இனியும் இங்கு இல்லை."

"அவர் எங்கே இருக்கிறார்?"

"அவர் மூன்று வாரங்களுக்கு முன் இறந்துவிட்டார்."

முதலில் அது ஒரு நிர்வாகத் தவறாக இருக்கும் என்று நோரா நினைத்தாள். "உங்களுக்கு உறுதியாகத் தெரியுமா?"

"ஆமாம். உறுதியாகத் தெரியும்."

"ஓ!" நோராவுக்கு உண்மையிலேயே என்ன சொல்ல வேண்டும் என்று தெரியவில்லை. அவள் தன்னுடன் கொண்டு வந்திருந்த பையைப் பார்த்தாள். அப்பையில் அவள் தன் வீட்டிலிருந்த சதுரங்கப் பலகையை எடுத்து வந்திருந்தாள். எல்முடன் ஒரு சதுரங்க ஆட்டம் ஆட அவள் திட்டமிட்டிருந்தாள். "என்னை மன்னித்துவிடுங்கள். எனக்கு இந்த விஷயம் தெரியாது. நான் பல ஆண்டுகளாக அவரோடு தொடர்பில் இல்லை. அவர் இங்கு இருப்பதாக யாரோ ஒருவர் என்னிடம் சொன்னதால்தான் நான் இங்கு வந்தேன் ..."

"நான் உங்களுக்காக அனுதாபப்படுகிறேன்," என்றார் அந்த வரவேற்பாளர்.

"பரவாயில்லை. அவர் என்னிடம் அன்பாக நடந்து கொண்டிருந்ததற்கு அவருக்கு நன்றி தெரிவிக்கத்தான் நான் இங்கு வந்தேன்."

"அவர் மிகவும் அமைதியாக இறந்து போனார். நிஜமாகவே அவர் தன்னுடைய தூக்கத்தில் இறந்து போனார்."

நோரா அந்த வரவேற்பாளரை நோக்கிப் புன்னகைத்துவிட்டு அங்கிருந்து கிளம்பினாள். "அவரை நன்றாகப் பார்த்துக் கொண்டதற்கு உங்களுக்கு நன்றி. இப்போது நான் கிளம்பியாக வேண்டும். வருகிறேன்."

காவல்துறையுடன் ஒரு சம்பவம்

அவள் அந்த முதியோர் இல்லத்திலிருந்து தன் பையைத் தூக்கிக் கொண்டு கிளம்பினாள். அடுத்து என்ன செய்ய வேண்டும் என்று அவளுக்குத் தெரியவில்லை. அவளுடைய உடலெங்கும் புல்லரித்தது. ஒரு குறிப்பிட்ட வாழ்க்கையின் இறுதிக் கட்டத்தை அவள் நெருங்கிக் கொண்டிருந்தபோது வழக்கமாக அவளுக்கு ஏற்பட்ட அந்த விநோதமான உணர்வும் இப்போது அவளிடம் தோன்றியிருந்தது.

அவள் அந்த உணர்வை அலட்சியம் செய்துவிட்டு, தன் காரை நிறுத்தியிருந்த இடத்தை நோக்கி நடக்கத் துவங்கினாள். அப்போது, அவள் முன்பு குடியிருந்த ஃபிளாட்டை அவள் கடந்து சென்றாள். அவள் அதற்கு முன்பு ஒருபோதும் பார்த்திருக்காத ஒரு நபர் ஒரு குப்பைப்பையுடன் அந்த ஃபிளாட்டிலிருந்து வெளியே வந்து கொண்டிருந்தார். தற்போது கேம்பிரிட்ஜில் தான் வசித்துக் கொண்டிருந்த அருமையான வீட்டை, இந்த மோசமான ஃபிளாட்டோடு நோரா ஒப்பிட்டுப் பார்த்தாள். அவளுடைய புல்லரிப்பு சிறிது குறைந்தது. அவள் பேனர்ஜியின் வீட்டையும் கடந்து சென்றாள். அங்கிருந்த சிறு தோட்டத்தில் இப்போது களைகள் காடாக வளர்ந்து கிடந்தன.

அந்தத் தெருவில் தனக்கு எதிர்த்திசையிலிருந்த ஒரு பெண், தன் இரு குழந்தைகளையும் குழந்தைகளுக்கான ஒரு தள்ளுவண்டியில் வைத்துத் தள்ளிக் கொண்டு வந்ததை நோரா பார்த்தாள். அப்பெண் மிகவும் களைப்புடன் காணப்பட்டாள். நோரா மழைக்கு ஒதுங்கிய செய்தித்தாள் கடையிலிருந்த அதே பெண். கெரி ஆன். அப்போது அவள் மகிழ்ச்சியாகவும் ஆசுவாசமாகவும் காணப்பட்டாள். அவள் நோராவைக் கவனிக்கவில்லை. ஏனெனில், அவளுடைய குழந்தைகளில் ஒன்று அப்போது அழுது கொண்டிருந்தது. அதைச்

சமாதானப்படுத்தும் முயற்சியாக அவள் அதன் கையில் ஒரு டைனசார் பொம்மையைக் கொடுத்தாள்.

"நானும் ஜேக்கும் ஜோடிக் கிளிகள்போலக் கூடிக் குலாவினோம், பிறகு திருமணமும் செய்து கொண்டோம். இப்போது எனக்கு இரண்டு குழந்தைகள் இருக்கின்றனர். வாழ்க்கை திருப்தியாக இருக்கிறது. இப்போது நான் முழுமையாக உணர்கிறேன். நீங்கள் விருப்பப்பட்டால், நான் அவர்களுடைய புகைப்படங்களைக் காட்டுகிறேன்," என்று நோராவிடம் கூறியிருந்த அதே கெரிதான்.

அப்போது கெரி நிமிர்ந்தபோது நோராவைப் பார்த்தாள்.

"எனக்கு உங்களைத் தெரியும். நீங்கள் நோராதானே?"

"ஆமாம்."

"ஹாய், நோரா."

"ஹாய், கெரி ஆன்."

"நீங்கள் என் பெயரைக்கூட நினைவு வைத்திருக்கிறீர்களா? அற்புதம்! பள்ளியில் படித்துக் கொண்டிருந்தபோது நான் உங்களை பிரமிப்புடன் ஏறிட்டுப் பார்ப்பேன். அப்போது நீங்கள் எல்லாவற்றையும் உங்கள் வசப்படுத்தியிருந்ததுபோலத் தோன்றியது. நீங்கள் ஒலிம்பிக் போட்டிவரை சென்றீர்களா?"

"ஆமாம். ஒருவிதத்தில். என்னுடைய ஒரு அவதாரம் அதைச் செய்திருந்தது. ஆனால், நான் விரும்பியிருந்தது அதையல்ல."

கெரிக்கு அவள் பேசியது குழப்பமாக இருந்தது. அப்போது அந்தக் குழந்தை தன் கையிலிருந்த டைனசார் பொம்மையைத் தரைமீது வீசி எறிந்தது.

நோரா குனிந்து அதை எடுத்துக் கெரியிடம் கொடுத்தாள். நன்றி கலந்த ஒரு புன்னகையுடன் கெரி அதை வாங்கிக் கொண்டாள். அடுத்து, கெரி, முன்பு பேனர்ஜி இருந்த வீட்டினுள் நுழைந்தாள். அவளுடைய குழந்தை மீண்டும் தன் ஆர்ப்பாட்டத்தைத் துவங்கியது.

"போய் வருகிறேன்," என்றாள் நோரா.

"சரி, போய் வாருங்கள்," என்றாள் கெரி.

இங்கு நடந்தவற்றை நோரா அசைபோட்டாள். முதியோர் இல்லம் பக்கம் போக மாட்டேன் என்று அடம்பிடித்துக் கொண்டிருந்த பேனர்ஜியை அங்குப் போகும்படி செய்ய எது அவரைக் கட்டாயப்படுத்தியது? அந்த இரண்டு பேனர்ஜிகளுக்கும் இடையே இருந்த ஒரே வேறுபாடு அவள் ஒருத்தி மட்டும்தான். அவள் செய்திருந்த எந்தச் செயல் பேனர்ஜியின் வாழ்க்கையில் வித்தியாசத்தை ஏற்படுத்தியிருந்தது? பேனர்ஜிக்காக இணையத்தின் மூலமாக மளிகைச் சாமான்களை விற்ற ஒரு கடையை நிறுவுவதற்கு அவருக்கு உதவியிருந்த செயலா? ஒரு சில முறை அவருடைய மருந்து மாத்திரைகளை மருந்துக் கடையிலிருந்து வாங்கி வந்து அவருக்குக் கொடுத்திருந்த செயலா?

“சிறிய விஷயங்களின் பெரிய முக்கியத்துவத்தை ஒருபோதும் குறைத்து மதிப்பிட்டுவிடாதே. இதை நீ எப்போதும் நினைவில் வைத்திருக்க வேண்டும்,” என்று எல்ம் கூறியிருந்தது நோராவுக்கு ஞாபகம் வந்தது.

நோரா, முன்பு தான் குடியிருந்த வீட்டின் சன்னலை வெறித்துப் பார்த்தாள். மூல வாழ்க்கையில் வாழ்வுக்கும் சாவுக்கும் நடுவே ஊசலாடிக் கொண்டிருந்த ஒருத்தியாகத் தன்னை அவள் நினைத்துப் பார்த்தாள். முதன்முறையாக, அந்த நோரா வேறு யாரோ ஒரு பெண் என்பதுபோல அவளைப் பற்றி அவள் கவலைப்பட்டாள். தன்னுடைய இன்னோர் அவதாரம் என்பதுபோல அல்லாமல், முற்றிலும் வேறுபட்ட ஒருத்தியாக நோரா அவளைப் பார்த்தாள். இறுதியாக, அவளுக்குக் கிடைத்திருந்த பலதரப்பட்ட வாழ்க்கைகளின் அனுபவங்களின் ஊடாக, தன்னுடைய முன்னாள் சுயத்தின்மீது அனுதாபம் கொண்டிருந்த ஒருத்தியாகத் தான் மாறியிருந்ததுபோல நோரா உணர்ந்தாள். ஆனால் அது சுய அனுதாபம் அல்ல. ஏனெனில், இப்போது அவள் வேறோர் அவதாரம் எடுத்திருந்தாள்.

பின் யாரோ ஒருத்தி அவளுடைய வீட்டுச் சன்னலில் தோன்றினாள். அது அவளல்ல. அவளுடைய கையில் ஒரு பூனை இருந்தது. ஆனால் அது வோல்டேர் அல்ல.

அப்பெண் தானாக இருக்கக்கூடாது என்றும், அப்பூனை வோல்டேராக இருக்கக்கூடாது என்றும்தான் அவள் நினைத்திருந்தாள். நோரா அங்கிருந்து வேகமாக நடக்கலானாள்.

இப்போது அவள் வித்தியாசமாக உணர்ந்தாள். இப்போது அவள் வலுவாக இருந்தாள். முன்பு வெளிப்படாமல் பல விஷயங்கள் அவளுக்குள் அடைந்து கிடந்தன. ஒரு பெரிய அரங்கத்தில் பல்லாயிரக்கணக்கானோரின் முன்னிலையில் அவள் பாடியிருந்திருக்காவிட்டால், துருவக் கரடியை எதிர்த்துப் போராடியிருந்திருக்காவிட்டால், இந்த அளவுக்கு அன்பையும் பயத்தையும் துணிச்சலையும் அவள் உணராமல் இருந்திருந்தால், அவளுக்குள் உறைந்து கிடந்த பல விஷயங்களை அவள் ஒருபோதும் அறிந்திருக்க மாட்டாள்.

‘பூட்ஸ்’ கடைக்கு முன்னால் ஏதோ களேபரமாக இருந்தது. அங்கு இரண்டு பையன்களைக் காவல்துறையினர் கைது செய்து கொண்டிருந்தனர். இன்னொரு காவல்துறை அதிகாரி தன்னுடைய வாக்கி டாக்கியில் பேசிக் கொண்டிருந்தார்.

அந்த இரண்டு பையன்களில் ஒருவனை நோரா அடையாளம் கண்டு கொண்டாள். அதனால் அவள் நேராக அவனை நோக்கிச் சென்றாள்.

“லியோ?”

அந்தக் காவல் அதிகாரிகளில் ஒருவர், பின்னால் நகரும்படி

நோராவிடம் கேட்டுக் கொண்டார்.

"நீங்கள் யார்?" என்று லியோ கேட்டான்.

"நான்-" என்று தொடங்கிய பின்னர்தான், "நான் உன்னுடைய பியானோ ஆசிரியர்," என்று தன்னால் கூற முடியாது என்பதை நோரா உணர்ந்தாள். அந்தச் சூழ்நிலையைக் கணக்கில் எடுத்துக் கொண்டபோது, அதைச் சீரணித்துக் கொள்வது அவளுக்குக் கடினமாக இருந்தது. ஆனாலும் அவள் லியோவிடம், "நீ இசை கற்றுக் கொண்டிருக்கிறாயா?" என்று கேட்டாள்.

லியோ தன் கையில் மாட்டப்பட்டுக் கொண்டிருந்த கைவிலங்குகளை உற்று நோக்கியவாறு, "நான் ஒருபோதும் இசையைக் கற்றதில்லை," என்று கூறினான்.

அந்தக் காவல் அதிகாரி இப்போது எரிச்சலடைந்திருந்தார். "மேடம். தயவு செய்து இதை எங்களிடம் விட்டுவிடுங்கள்."

நோரா அவரிடம், "இவன் ஒரு நல்ல பையன். அவனிடம் முரட்டுத்தனமாக நடந்து கொள்ளாதீர்கள்," என்று கூறினாள்.

"ஓ! அப்படியா? இந்த 'நல்ல பையன்தான்' சற்று முன்பு இந்தக் கடையிலிருந்து இருநூறு பவுன்ட் பணத்தைத் திருடியிருந்தான். அது மட்டுமல்ல. அவன் தன் உடலில் மறைத்து வைத்திருந்த ஓர் ஆயுதத்தையும் இப்போதுதான் நாங்கள் கண்டுபிடித்தோம்."

"ஆயுதமா?"

"ஒரு கத்தி."

"இருக்காது. இங்கு ஏதோ குழப்பம் நடந்துள்ளது. அவன் அப்படிப்பட்டப் பையன் அல்லன்."

அந்தக் காவல் அதிகாரிகளில் ஒருவர் மற்றொருவரிடம், "கேட்டாயா கதையை? நம்முடைய நண்பர் லியோ பிரச்சனைக்குரிய பையன் அல்லன் என்று இந்தப் பெண்மணி நினைக்கிறார்," என்று கூறினார்.

அதைக் கேட்டு அந்த மற்றோர் அதிகாரி சிரித்தார். "சிறைக்குள் போவதும் பிறகு வெளியே வருவதும் அவனுக்குப் பழக்கமான ஒன்றுதான்."

இப்போது அந்த முதல் அதிகாரி, "இப்போது நீங்கள் தயவு செய்து இந்த இடத்தைக் காலி செய்கிறீர்களா? நாங்கள் எங்களுடைய கடமையைச் செய்ய வேண்டும்," என்று கூறினார்.

"கண்டிப்பாக," என்று அவரிடம் கூறிய நோரா, லியோவிடம், "இந்த அதிகாரிகள் கூறுகின்றபடி நடந்து கொள்," என்று அறிவுறுத்தினாள்.

தன்னை எள்ளி நகையாடுவதற்காக அவள் அங்கு வந்திருக்க வேண்டும் என்பதுபோல லியோ அவளைப் பார்த்தான்.

ஒரு சில ஆண்டுகளுக்கு முன்பு, லியோவின் அம்மா டோரீன், அவனுக்கு மலிவான கீபோர்டு ஒன்றை வாங்குவதற்காக ஸ்ட்ரிங்

தியரி கடைக்கு வந்திருந்தார். பள்ளியில் அவனுடைய நடத்தை குறித்துக் கவலையடைந்திருந்த அப்பெண்மணி, அவன் இசையின்மீது சிறிதளவு ஆர்வம் காட்டியதால், அவனுக்கு இசை கற்றுக் கொடுக்கத் தீர்மானித்தார். தன்னிடம் ஒரு எலெக்ட்ரிக் பியானோ இருந்ததாகவும், தன்னால் லியோவுக்கு இசையைக் கற்றுக் கொடுக்க முடியும் என்றும் நோரா அப்பெண்ணிடம் தெரிவித்தாள். தன்னிடம் பெரிதாகப் பணம் எதுவும் கிடையாது என்று அப்பெண் கூறினார். அவர்கள் ஒரு குறிப்பிட்டத் தொகைக்கு ஒப்புக் கொண்டனர். வாரந்தோறும் செவ்வாய்க்கிழமையன்று லியோவுக்குப் பியானோ கற்றுக் கொடுப்பதை நோரா மிகவும் இரசித்தாள்.

லியோ இசையை நன்றாகவே கற்றுக் கொண்டான். அதன் காரணமாக அவனுடைய பள்ளியிலும் அவனுடைய நடத்தையில் நல்ல மாறுதல்கள் ஏற்பட்டன.

நோரா ஒரு முறை நடுநிசி நூலகத்திற்குத் திரும்பியபோது எல்ம் கூறியிருந்த ஒரு வாசகம் அவளுடைய நினைவுக்கு வந்தது.

“ஒவ்வொரு வாழ்க்கையும் பல இலட்சக்கணக்கான தீர்மானங்களை உள்ளடக்கியதாக இருக்கிறது. அவற்றில் சில பெரியவை, சில சிறியவை. ஆனால், ஒரு தீர்மானத்தை மேற்கொள்வதற்குப் பதிலாக நாம் வேறொரு தீர்மானத்தை மேற்கொள்கின்ற ஒவ்வொரு முறையும், அதன் விளைவுகள் வேறுபடுகின்றன. மாற்றப்பட முடியாத மாறுபாடுகள் விளைகின்றன. அவை வேறு பல மாறுபாடுகளுக்கு வழி வகுக்கின்றன.”

நோரா கேம்பிரிட்ஜில் முதுகலைப் பட்டப்படிப்பு படித்ததையும், ஆஷை மணமுடித்ததையும், மாலியைப் பெற்றுக் கொண்டதையும் உள்ளடக்கியிருந்த இந்த வாழ்க்கையில், நான்கு ஆண்டுகளுக்கு முன்பு லியோவின் அம்மா டோரீன் ‘ஸ்ட்ரிங் தியரி’ கடைக்கு வந்திருந்தபோது, நோரா அங்கு வேலை பார்த்துக் கொண்டிருக்கவில்லை. இந்த வாழ்க்கையில் டோரீனால் லியோவுக்கு இசையைக் கற்றுக் கொடுக்க ஒரு மலிவான ஆசிரியரை அமர்த்த முடியாமல் போனதால், தன்னிடம் ஒரு திறமை இருந்தது என்பதைக் கண்டு கொள்ள அவனுக்கு வாய்ப்புக் கிடைக்கவில்லை.

இப்போது நோரா பலவீனமாக உணர்ந்தாள். வெறும் புல்லரிப்புகள் மட்டுமல்லாமல், இப்போது தான் ஏதோ ஒன்றுக்குள் விழுந்து கொண்டிருந்தது போன்ற ஓர் உணர்வும் அவளுக்கு ஏற்படத் துவங்கியது. அவளுடைய கண்களும் இருட்டிக் கொண்டு வந்தன.

இந்த உணர்வு தன்னை எங்கே கொண்டு செல்லும் என்பது குறித்துக் கவலையடைந்த நோரா, அங்கிருந்து கிளம்பினாள். லியோவும் அவனுடைய நண்பனும் காவல்துறை வாகனத்தில் ஏற்றப்பட்டுக் கொண்டிருந்ததைப் பார்த்தவாறே, தன்னுடைய காரை நிறுத்தியிருந்த இடத்தை நோக்கி அவள் வேகமாக நடக்கத்

துவங்கினாள்.

இது ஒரு நல்ல வாழ்க்கை ... இது ஒரு நல்ல வாழ்க்கை ... இது ஒரு நல்ல வாழ்க்கை ...

ஒரு புதிய பார்வை

நோரா கார் நிறுத்துமிடத்தை நோக்கி நடந்தபோது லா கான்டினா உணவகத்தைக் கடந்து சென்றாள். அங்கிருந்த ஓர் ஊழியர் கடையை மூடுவதற்காக அங்கிருந்த நாற்காலிகளை எடுத்துக் கொண்டிருந்தார். ஸ்ட்ரிங் தியரி கடையும் மூடப்பட்டிருந்தது. அதன் வாசலில் ஓர் அறிவிப்பு ஒட்டப்பட்டிருந்தது. அதில் இவ்வாறு எழுதப்பட்டிருந்தது:

> "ஸ்ட்ரிங் தியரி கடையால் இனியும் இந்த இடத்தில் தொடர்ந்து இயங்க முடியாத நிலை ஏற்பட்டுள்ளது. வாடகை அதிகரிப்பின் காரணமாக எங்களால் இதைத் தொடர்ந்து நடத்த முடியவில்லை. எங்களுடைய விசுவாசமான அனைத்து வாடிக்கையாளர்களுக்கும் நன்றி. ஒரு முறைக்கு மேல் யோசிக்காதீர்கள். ஒன்றும் பிரச்சனையில்லை. நீங்கள் உங்களுடைய சொந்த வழியில் செல்லலாம். நீங்கள் இல்லாவிட்டால் நாங்கள் எப்படியிருப்போம் என்பதைக் கடவுள் மட்டுமே அறிவார்."

மற்றொரு வாழ்க்கையில் டிலனுடன் அவள் வந்தபோது அக்கடையில் அவள் பார்த்திருந்த அதே அறிவிப்பு அது. அதில் இடம் பெற்றிருந்த தேதியை வைத்து, அந்த அறிவிப்பு மூன்று மாதங்களுக்கு முன்பு ஒட்டப்பட்டிருந்தது என்பதை நோரா தெரிந்து கொண்டாள்.

அது அவளிடம் சோகவுணர்வை ஏற்படுத்தியது. ஏனெனில், ஸ்ட்ரிங் தியரி கடை பலருக்கு ஒரு முக்கியமான இடமாக விளங்கி வந்திருந்தது. ஆனால், அக்கடை பிரச்சனைக்குள் மாட்டிக் கொண்டிருந்தபோது, நோரா அங்கு வேலை பார்த்துக் கொண்டிருக்கவில்லை.

'நான் அங்கு வேலை பார்த்துக் கொண்டிருந்த காலத்தில் நிறைய எலெக்ட்ரிக் பியானோக்களையும் நல்ல கிதார்களையும் விற்றேன்,' என்று நோரா தனக்குள் கூறிக் கொண்டாள்.

* * *

நோராவும் ஜோவும் பருவ வயதில் இருந்தபோது, பெட்ஃபோர்டிலிருந்த அரசாங்கச் சிறைச்சாலை உட்புறச் சிறை என்றும், அந்த நகரம் வெளிப்புறச் சிறை என்றும், முடிந்தால் அந்த ஊர் என்ற சிறையிலிருந்து தப்பிச் செல்வதற்கு எந்த வாய்ப்புக் கிடைத்தாலும் அதைப் பயன்படுத்திக் கொள்ள வேண்டும் என்றும் அடிக்கடித் தங்களுக்குள் பேசிக் கொண்டனர்.

தான் இத்தனை ஆண்டுகளாக இந்த ஊரை ஒரு தவறான கண்ணோட்டத்தில் பார்த்து வந்திருந்ததுபோல நோராவுக்குத் தோன்றியது. அங்கு செயின்ட் பால் சதுக்கத்தில் இருந்த சிறைச் சீர்திருத்தவாதியான ஜான் ஹோவர்டின் சிலையை அவள் கடந்து சென்றபோது, அவள் அதை முதன்முறையாகப் பார்ப்பதைப்போலப் பார்த்தாள். "நீ எதை நோக்குகிறாய் என்பது முக்கியமல்ல, நீ எதைப் பார்க்கிறாய் என்பதுதான் முக்கியம்."

* * *

அவள் தன்னுடைய ஆடம்பரமான 'ஆடி' காரைக் கேம்பிரிட்ஜை நோக்கி ஓட்டிச் சென்று கொண்டிருந்தபோது, உண்மையான எல்மை, அவர் இறப்பதற்கு முன்பு ஒரு முறை பார்த்திருந்தால் நன்றாக இருந்திருக்கும் என்று நினைத்துக் கொண்டாள். கடைசியாக ஒரு முறை அவருடன் சதுரங்க ஆட்டம் ஒன்றை ஆடியிருந்தால் நன்றாக இருந்திருக்கும். பெட்ஃபோர்டு காவல் நிலையத்தில் சன்னல்கள் ஏதுமில்லாத ஓர் அறையில் உட்கார்ந்து கொண்டு தன்னுடைய அம்மாவின் வருகைக்காக லியோ காத்துக் கொண்டிருந்ததை நோரா தன் மனக்கண்ணில் பார்த்தாள்.

'இது மிகச் சிறப்பானதொரு வாழ்க்கை,' என்று அவள் தனக்குத் தானே கூறிக் கொண்டாள். இப்போது அவளுடைய குரலில் ஒரு பரிதவிப்பு இருந்தது. 'நான் இங்கேயே நிரந்தரமாகத் தங்கப் போகிறேன். இதுதான் எனக்கான வாழ்க்கை. "இதுதான்" மிகச் சிறப்பானதொரு வாழ்க்கை.'

ஆனால், தனக்கு அதிக நேரம் இல்லை என்பதையும் அவள் அறிந்திருந்தாள்.

மலர்களில் நீர் இருக்கிறது

நோரா கேம்பிரிட்ஜில் இருந்த தன்னுடைய வீட்டை அடைந்தவுடன் உள்ளே ஓடினாள். அவளை வரவேற்பதற்குப் பிளாட்டோ துள்ளிக் குதித்து வந்தது.

"ஹலோ!" அவள் பரிதவிப்புடன் கூச்சலிட்டாள். "ஆஷ்? மாலி?"

அவர்களை அவளுக்குப் பார்த்தாக வேண்டியிருந்தது. தனக்கு அதிக நேரம் இருக்காது என்பதை அவள் உணர்ந்திருந்தாள். நடுநிசி நூலகம் தனக்காகக் காத்துக் கொண்டிருந்ததை அவளால் நன்றாகவே உணர முடிந்தது.

"வெளியே இருக்கிறேன்!" என்ற ஆஷின் உற்சாகமான குரல் பின்பக்கத் தோட்டத்திலிருந்து வந்தது.

நோரா வெளியே சென்றபோது, அங்கு மாலி மீண்டும் தன் மூன்று சக்கர சைக்கிளில் அமர்ந்திருந்ததைக் கண்டாள். முந்தைய அனுபவம் மாலியைச் சிறிதும் பாதித்திருக்கவில்லை. ஆஷ் பூந்தோட்டத்தில் வேலை பார்த்துக் கொண்டிருந்தான்.

"உன் பயணம் எப்படி இருந்தது?"

மாலி தன் சைக்கிளிலிருந்து கீழே குதித்து நோராவை நோக்கி ஓடி வந்தாள். "அம்மா, எனக்கு உங்களைத் தேடியது. இப்போது நான் நன்றாக சைக்கிள் ஓட்டுகிறேன்."

"ஓ, அப்படியா?"

அவள் தன் மகளை அரவணைத்துக் கொண்டாள். அவள் தன் கண்களை மூடிக் கொண்டு, மாலியின் தலைமுடியின் இயற்கையான வாசனையையும், அதில் பரவியிருந்த நாயின் வாசத்தையும், மாலியின் உடையிலிருந்து வெளிப்பட்ட ஃபேப்ரிக் கண்டிஷனரின் வாசனையையும், மாலியின் குழந்தைப்பருவ வாசனையையும் ஒருசேர முகர்ந்தாள். அவற்றின் சக்தி தன்னை இந்த வாழ்வில்

இழுத்துப் பிடித்து வைத்திருக்கும் என்று அவள் நம்பினாள். "நான் உன்னை நேசிக்கிறேன், மாலி. அதை நீ என்றென்றைக்கும் நினைவில் வைத்திருக்க வேண்டும். சரியா?"

"சரி, அம்மா."

"நான் உன் அப்பாவையும் நேசிக்கிறேன். எல்லாமே எப்போதும் சரியாகத்தான் இருக்கும். உனக்கு என்ன நடந்தாலும், நானும் அப்பாவும் உனக்குத் துணையாக இருப்போம். நான் இதே விதத்தில் இங்கு இல்லாமல் இருக்கலாம். ஆனால் ..." என்று கூறியவள், மாலிக்கு ஒன்றே ஒன்றுதான் தேவை என்பதை உணர்ந்தாள். அதனால், நோரா அவளிடம், "மாலி, நான் உன்னை நேசிக்கிறேன்," என்று மட்டும் கூறினாள்.

மாலியின் முகத்தில் கவலை ரேகைகள் படர்ந்தன. "அம்மா, நீங்கள் பிளாட்டோவை விட்டுவிட்டீர்கள்."

"ஆமாம். நீ சொல்வது சரிதான். நான் அதை நேசிப்பது பிளாட்டோவுக்குத் தெரியும்," என்று மாலியிடம் கூறிய நோரா, பிளாட்டோ பக்கம் திரும்பி, "பிளாட்டோ, நான் உன்னை நேசிக்கிறேன்," என்று அதனிடமும் கூறினாள்.

நோரா தன் உணர்ச்சிகளைக் கட்டுப்படுத்திக் கொள்ள முயன்றாள்.

'எனக்கு என்ன நிகழ்ந்தாலும், அவர்கள் ஒருவரையொருவர் கவனித்துக் கொள்வார்கள். அவர்கள் நேசிக்கப்படுவார்கள். அவர்களுக்கு ஒருவருக்கொருவர் இருக்கிறார்கள். அவர்கள் மகிழ்ச்சியாக இருப்பார்கள்,' என்று நோரா நினைத்துக் கொண்டாள்.

அப்போது தோட்ட வேலையை முடித்திருந்த ஆஷ் அவளருகே வந்தான். "நீ நலமாக இருக்கிறாயா? உன் முகம் வெளுத்துக் காணப்படுகிறது. நீ போன இடத்தில் ஏதாவது நடந்ததா?"

"மாலியைத் தூங்க வைத்தப் பிறகு நான் அதைப் பற்றிக் கூறுகிறேன்."

அப்போது, மாலி ஆஷிடம் வந்து செடிகளுக்குத் தண்ணீர் ஊற்றுவதற்குத் தனக்குப் பூவாளி வேண்டும் என்று கேட்டாள். சமீபத்தில் தொடர்ந்து மழை பெய்து கொண்டிருந்ததால் செடிகளுக்குத் தண்ணீர் தேவையில்லை என்று ஆஷ் அவளிடம் விளக்கினான். வானம் மலர்களைக் கவனித்துக் கொண்டிருந்தது என்று அவன் அவளிடம் கூறினான். "அவை நன்றாக இருக்கும். அவை நன்றாகக் கவனிக்கப்பட்டுக் கொண்டிருக்கின்றன. பூக்களில் தண்ணீர் இருக்கிறது." அந்த வார்த்தைகள் நோராவின் மனத்தில் எதிரொலித்தன. "அவை நன்றாக இருக்கும். அவை நன்றாகக் கவனிக்கப்பட்டுக் கொண்டிருக்கின்றன." அதைத் தொடர்ந்து, அவன் நோராவிடம், "இன்றிரவு நாம் இருவரும் ஒரு திரைப்படத்திற்குச் செல்லவிருக்கிறோம், இல்லையா? அதனால் மாலியைப் பார்த்துக் கொள்ள நான் ஒருவரை ஏற்பாடு செய்திருக்கிறேன்," என்று

கூறினான். அதைக் கேட்டு நோரா வெறுமனே புன்னகை மட்டும் புரிந்தாள். அவள் தொடர்ந்து அங்கு இருப்பதற்குப் பெரும் முயற்சி செய்து கொண்டிருந்தாள். ஆனால், அது நிகழ்ந்து கொண்டுதான் இருந்தது. அதை அவள் ஆழமாக உணர்ந்தாள். ஆனால் அதைத் தடுத்து நிறுத்த முடியாத நிலையில் அவள் இருந்தாள்.

தரையிறங்குவதற்கு இடமே இல்லை

"வேண்டாம்!"

சந்தேகத்திற்கு இடமின்றி அது நிகழ்ந்தது.

அவள் மீண்டும் நடுநிசி நூலகத்தில் இருந்தாள்.

எல்ம் தன் கணினியின் முன்னால் அமர்ந்திருந்தார். அங்கிருந்த விளக்குகள் விட்டு விட்டு அலங்கோலமாக எரிந்து கொண்டிருந்தன. "நோரா, நிறுத்து. அமைதியாகு. ஒரு நல்ல பெண்ணாக இரு. நான் இதைச் சரி செய்தாக வேண்டும்."

அந்த நூலகத்தின் மேற்கூரையின் அனைத்துப் பக்கங்களிலும் படுவேகமாகத் தோன்றிக் கொண்டிருந்த விரிசல்களிலிருந்து தூசி கொட்டத் தொடங்கியது. திடீரென்று தோன்றிய இடிபாடுகளின் சத்தம் பலமாகக் கேட்கத் துவங்கியது. நோராவுக்கு இருந்த வருத்தம் கலந்த கோபத்தில் அதை அவள் அலட்சியம் செய்து கொண்டிருந்தாள்.

"நீங்கள் எல்ம் இல்லை. எல்ம் ஏற்கனவே இறந்துவிட்டார். நானும் இறந்துவிட்டேனா?"

"நாம் இதைப் பற்றிப் பல முறை பேசியாகிவிட்டது. இப்போது அதைப் பற்றி நீ பேச்செடுத்ததால், நான் இதை உன்னிடம் சொல்கிறேன். ஒருவேளை நீ இறந்து கொண்டிருக்கக்கூடும்."

"அப்படியானால், நான் ஏன் இன்னும் இங்கே இருந்து கொண்டிருக்கிறேன்? என் இறப்பு நிகழ்ந்து கொண்டிருப்பதை என்னால் உணர முடிகிறது. ஆனால் அதை நான் விரும்பவில்லை. நான் உண்மையிலேயே வாழ விரும்பிய ஒரு வாழ்க்கையை நான் கண்டுபிடித்தால் நான் அங்கேயே நிரந்தரமாக இருந்துவிடுவேன் என்று நீங்கள் கூறினீர்கள். நான் இந்த அபத்தமான இடத்தைப் பற்றியும் மறந்துவிடுவேன் என்றும் நீங்கள் சொன்னீர்கள். என்னால் அப்படிப்பட்ட ஒரு வாழ்க்கையை வாழ முடியும் என்று நீங்கள் கூறினீர்கள். நான்

அப்படிப்பட்ட ஒரு வாழ்க்கையைக் கண்டுபிடித்திருந்தேன். நான் கடைசியாகச் சென்றிருந்த வாழ்க்கைதான் அது!''

சில கணங்களுக்கு முன், ஆஷ், மாலி, மற்றும் பிளாட்டோவுடன், அன்பால் நிரம்பி வழிந்து கொண்டிருந்த துடிப்பான அத்தோட்டத்தில் அவள் இருந்து கொண்டிருந்தாள். ஆனால் இப்போது அவள் இந்த நடுநிசி நூலகத்தில் இருந்தாள்.

''என்னை மீண்டும் அங்குக் கூட்டிச் செல்லுங்கள்.''

''இங்கு விஷயங்கள் அப்படி நடைபெறுவதில்லை என்பதை நீ அறிவாய்.''

''குறைந்தபட்சம் அதற்கு அருகேயுள்ள ஒரு வாழ்க்கைக்கு என்னை அழைத்துச் செல்லுங்கள். தயவு செய்து அந்த வாழ்க்கைக்கு மிக நெருக்கமாக உள்ள ஒரு வாழ்க்கைக்கு என்னை அனுப்பி வையுங்கள். அது சாத்தியமானதாகத்தான் இருக்க வேண்டும். நானும் ஆஷும் காபி அருந்தச் சென்ற, எங்களுக்கு மாலி கிடைத்திருந்த, எங்களுடன் பிளாட்டோ இருந்திருந்த ஒரு வாழ்க்கை எனக்கு வேண்டும். அதில் சிறிய வேறுபாடுகள் இருந்தால் பரவாயில்லை. அப்படி நேர்ந்தால், கணக்குப்படி, அது முற்றிலும் வேறொரு வாழ்க்கையாகத்தானே இருக்கும்? நான் அந்த நாய்க்கு வேறொரு கழுத்துப்பட்டை வாங்கியிருந்திருக்கலாம். அல்லது யோகாவுக்குப் பதிலாக வேறு ஏதாவது உடற்பயிற்சியில் நான் ஈடுபட்டிருந்திருக்கலாம். அல்லது கேம்பிரிட்ஜில் நான் வேறொரு கல்லூரிக்குச் சென்றிருக்கலாம். அல்லது நானும் ஆஷும் முதன்முதலாக வெளியே சென்றபோது, காபி குடிக்காமல் தேநீர் குடித்திருந்திருக்கலாம். அந்த வாழ்க்கைதான் எனக்கு வேண்டும். அந்த வாழ்க்கைக்கு என்னை அழைத்துச் செல்லுங்கள். தயவு செய்து எனக்கு உதவுங்கள். நான் இப்போது குறிப்பிட்டிருந்த ஏதாவது ஒரு வாழ்க்கைக்கு நான் செல்ல எனக்கு உதவுங்கள். அந்த வாழ்க்கையை நான் வாழ்ந்து பார்க்க விரும்புகிறேன்.''

கணினியிலிருந்து புகை வரத் தொடங்கியது. அதன் திரை இருட்டாகியது. அந்தக் கணினித்திரை உடைந்து சிதறியது.

எல்ம் தன் நாற்காலியில் தொய்ந்து போய்ச் சரிந்தார். தான் தோற்றுவிட்டதாக அவர் உணர்ந்தார். ''இதை நீ புரிந்து கொண்டதுபோலத் தெரியவில்லை, நோரா.''

''நான் எனக்குப் பிடித்த ஒரு வாழ்க்கையைத் தேர்ந்தெடுப்பேன். நீங்கள் எனக்கு ஒரு புத்தகத்தை எடுத்துத் தருவீர்கள். நான் அந்த வாழ்க்கையை வாழ்வேன். இப்படித்தானே இதுவரை இந்த நூலகம் வேலை செய்து வந்துள்ளது?''

''நீ சொல்வதுபோல எளிமையானதல்ல அது.''

''ஏன்? இடமாற்றப் பிரச்சனை ஏதாவது ஏற்பட்டுள்ளதா? முன்புகூட ஒரு முறை அப்படி நிகழ்ந்ததே!''

எல்ம் நோரவை வருத்தத்துடன் பார்த்தார். அதில் வருத்தத்தை மீறிய ஒன்றும் உள்ளடங்கியிருந்தது. "உன்னுடைய மூல வாழ்க்கை முடிவடைவதற்கான சாத்தியக்கூறு எப்போதுமே இருந்து வந்துள்ளது. இதை நான் ஏற்கனவே உன்னிடம் கூறியிருக்கிறேன், இல்லையா? நீ இறக்கத்தானே விரும்பினாய்? ஒருவேளை அது நிகழக்கூடும்."

"ஆனால், நான் ஏதாவது ஓரிடத்தைச் சென்றடைந்தாக வேண்டுமென்று நீங்கள்தானே கூறினீர்கள்? 'நான் தரையிறங்க ஓரிடம் வேண்டும்' என்று நீங்கள் கூறினீர்கள். மற்றொரு வாழ்க்கை வேண்டும் என்று நீங்கள் கூறினீர்கள். நான் செய்ய வேண்டியதெல்லாம், நன்றாக யோசித்து ஒரு சரியான வாழ்க்கையைத் தேர்ந்தெடுக்க வேண்டியது மட்டும்தான் என்றல்லவா நீங்கள் கூறினீர்கள்?"

"அதை நான் அறிவேன். ஆனால், விஷயங்கள் அப்படி நிகழ்வதில்லை."

இப்போது கூரையிலிருந்து காரை உரிந்து விழத் தொடங்கியது.

அதைவிட மோசமான ஒன்றையும் நோரா கண்டாள். மேலே தொங்கிக் கொண்டிருந்த ஒரு விளக்கிலிருந்து தெறித்தத் தீப்பொறி அதற்குக் கீழேயிருந்த புத்தக அலமாரியில் விழுந்ததில் அங்கிருந்த நூல்கள் தீப்பிடித்துக் கொண்டன. பெட்ரோல் ஊற்றிக் கொளுத்தியதுபோல அந்த நெருப்பு வேகமாக அந்த அலமாரியிலிருந்த அனைத்து நூல்களுக்கும் பரவியது. பின்னர் அந்த நூலகத்தின் மற்றொரு பகுதியிலிருந்த விளக்கிலிருந்து ஒரு தீப்பொறி அதற்குக் கீழே இருந்த நூல்களின்மீது விழுந்தது. அந்த அலமாரியிலிருந்த நூல்களும் எரியத் துவங்கின.

"மேசைக்கு அடியில் ஒளிந்து கொள்!" என்று எல்ம் உத்தரவிட்டார். "உடனடியாகப் போ!"

கைகளையும் கால்களையும் தரையில் ஊன்றி, ஒரு நான்கு கால் விலங்குபோல நடந்து மேசைக்கு அடியில் சென்று கொண்டிருந்த எல்மை நோராவும் பின்தொடர்ந்தாள். அவள் அந்த மேசைக்கு அடியில் முட்டுப் போட்டு அமர்ந்து கொண்டு, மேலே இடிக்காமல் இருக்கத் தலையைக் குனிந்து கொண்டாள்.

"இதை ஏன் நீங்கள் தடுத்து நிறுத்தக்கூடாது?"

"இப்போது இது ஒரு தொடர் நிகழ்வாக ஆகிவிட்டது. விளக்குகளிலிருந்து விழுகின்ற தீப்பொறிகள் எதேச்சையானவை அல்ல. இப்போது இங்கிருக்கின்ற அனைத்து நூல்களும் அழியப் போகின்றன. அதைத் தொடர்ந்து இந்த ஒட்டுமொத்த இடமும் இடிந்து நொறுங்கப் போகிறது."

"ஏன்? இது எனக்குப் புரியவில்லை. நான் அங்கு இருந்தேன். எனக்குப் பிடித்தமான ஒரு வாழ்க்கையை நான் கண்டுபிடித்திருந்தேன். இங்கு இருப்பவற்றிலேயே மிகச் சிறந்த வாழ்க்கை அது ..."

"ஆனால் அதுதான் பிரச்சனையே," என்று எல்ம் கூறினார்.

தங்களைச் சுற்றி இன்னும் பல அலமாரிகள் தீப்பற்றிக் கொண்டிருந்ததையும், சிதிலங்கள் தங்களுக்கு அருகே விழுந்து கொண்டிருந்ததையும் எல்ம் பதற்றத்துடன் பார்த்துக் கொண்டிருந்தார். "அது போதுமானதாக இருக்கவில்லை. இதைப் பார்!"

"எதைப் பார்க்கச் சொல்கிறீர்கள்?"

"உன் கைக்கடிகாரத்தைப் பார். எக்கணமும் அது நிகழலாம்."

நோரா தன் கைக்கடிகாரத்தைப் பார்த்தாள். முதலில் விரும்பத்தகாத எதுவும் நிகழவில்லை. பின் அந்தக் கைக்கடிகாரம், ஒரு கைக்கடிகாரம்போல இயங்கத் துவங்கியது. அந்த டிஜிட்டல் கடிகாரத்தில் இடம் பெற்றிருந்த எண்கள் மாறத் துவங்கின.

00.00.00

00.00.01

00.00.02

"என்ன நடந்து கொண்டிருக்கிறது?" என்று நோரா கேட்டாள். நடந்து கொண்டிருந்தது எதுவாக இருந்தாலும் அது நல்லதாக இருக்கப் போவதில்லை என்பதுவரை அவளுக்குப் புரிந்தது.

"நேரம். அதுதான் நடந்து கொண்டிருக்கிறது."

"இந்த இடத்திலிருந்து நாம் எப்படி வெளியேறப் போகிறோம்?"

00.00.09

00.00.10

"நாம் வெளியேறப் போவதில்லை," என்று எல்ம் கூறினார். "இனி 'நாம்' என்ற பேச்சுக்கே இடமில்லை. என்னால் இந்த நூலகத்தைவிட்டு வெளியேற முடியாது. இந்த நூலகம் மறைகின்றபோது நானும் மறைந்துவிடுவேன். நீ வெளிவருவதற்கு ஒரு வாய்ப்பு இருக்கிறது. ஆனால், உனக்கு அதற்கு அதிக நேரம் இல்லை. ஒரு நிமிடத்திற்கு மேல் உனக்கு நேரமில்லை."

நோரா சற்று முன்புதான் ஓர் எல்மை இழந்திருந்தாள். இப்போது அவள் இந்த எல்மையும் இழக்க விரும்பவில்லை. அவளுடைய முகத்தில் தெரிந்த வேதனையை எல்மால் படிக்க முடிந்தது.

"நான் சொல்வதைக் கேள். நான் இந்த நூலகத்தின் ஓர் அங்கம். ஆனால், இந்த நூலகம் உன்னின் ஓர் அங்கம். நான் சொல்வது உனக்குப் புரிகிறதா? இந்த நூலகம் இருப்பதால் நீ இருக்கவில்லை. நீ இருப்பதால்தான் இந்த நூலகம் இருக்கிறது. ஹியூகோ சொன்னது உனக்கு ஞாபகமிருக்கிறதா? 'மனித மூளை சிக்கலான விஷயங்களைக் கிரகித்துக் கொண்டு, நம்மால் புரிந்து கொள்ள முடிகின்ற விதத்தில் அவற்றை எளிமையாக்கிக் கொடுக்கிறது.' அதுதான் உனக்கு நடந்து கொண்டிருக்கிறது."

"அதுவரை எனக்குப் புரிகிறது."

"ஒன்று மட்டும் தெளிவு. நீ கடைசியாக முயன்றிருந்த வாழ்க்கையை நீ விரும்பவில்லை என்பதுதான் அது."

“அது ஒரு கச்சிதமான வாழ்க்கை.”

“அது அப்படி இருந்ததாக நீ எந்நேரமும் உணர்ந்திருந்தாயா?”

“அப்படி உணரவே நான் விரும்பினேன். நான் மாலியை நேசித்தேன். நான் ஆஷையும் நேசித்திருக்கக்கூடும். ஆனால் ... அதே நேரத்தில் ... அது ‘என்னுடைய’ வாழ்க்கை அல்ல என்ற உணர்வு எனக்கு ஏற்பட்டது. அதை நான் கட்டமைத்திருக்கவில்லை. நான் என்னுடைய மற்றொரு அவதாரத்திற்குள் நுழைந்திருந்தேன், அவ்வளவுதான். அந்தக் கச்சிதமான வாழ்க்கைக்குள் நான் பிரதியெடுக்கப்பட்டிருந்தேன். ஆனால், அதில் இருந்தது உண்மையான நான் அல்லள்.”

00.00.15

“நான் சாக விரும்பவில்லை,” என்றாள் நோரா. அவளுடைய குரல் திடீரென்று உயர்ந்திருந்தாலும் அது பலவீனமாகவே இருந்தது. அவள் உள்ளுக்குள் ஆடிப் போயிருந்தாள். “நான் சாக விரும்பவில்லை.”

எல்ம் இப்போது அவளை விரிந்த கண்களுடன் பார்த்தார். அவருக்குள் ஒரு புதிய யோசனை உதித்திருந்தது. “இங்கிருந்து நீ வெளியேறியாக வேண்டும்.”

“என்னால் முடியாது! இந்த நூலகம் எல்லையற்று நீண்டு கிடக்கிறது. நான் இதற்கு உள்ளே நுழைந்த மறுகணம் இதன் வாசல் மறைந்துவிட்டது.”

“அப்படியானால், நீ அதை மறுபடியும் கண்டுபிடித்தாக வேண்டும்.”

“எப்படி? இங்குக் கதவுகளே இல்லையே?”

“புத்தகங்கள் இருக்கின்றபோது உனக்கு எதற்குக் கதவுகள் தேவை?”

“இங்குள்ள புத்தகங்கள் அனைத்தும் எரிந்து கொண்டிருக்கின்றனவே?”

“ஒரே ஒரு புத்தகம் மட்டும் எரியாது. அதைத்தான் நீ கண்டுபிடித்தாக வேண்டும்.”

“பின்வருத்தங்கள் புத்தகம்?”

அதைக் கேட்டு எல்ம் கிட்டத்தட்டச் சிரித்துவிட்டார். “இல்லை. அது உனக்கு இனியும் தேவையில்லை. அது ஏற்கனவே எரிந்து சாம்பலாகியிருக்கும். அதுதான் நெருப்புக்கு இரையான முதல் புத்தகமாக இருந்திருக்கும். நீ இந்த வழியாகச் செல்,” என்று கூறிய எல்ம், தனக்கு இடப்புறத்தைக் கைகாட்டினார். அங்கும் தீ எரிந்து கொண்டிருந்தது, மேற்கூரையிலிருந்து காரைகளும் கட்டடத் துணுக்குகளும் விழுந்து கொண்டிருந்தன. “அது பதினொன்றாவது அலமாரி. அந்த அலமாரியின் கீழ்த்தட்டிலிருந்து மேலே மூன்றாவது தட்டில் அப்புத்தகம் இருக்கிறது.”

“இந்த மொத்தக் கட்டடமுமே இடிந்து விழப் போகிறது.”

00.00.21
00.00.22
00.00.23

"உனக்கு இன்னுமா புரியவில்லை, நோரா?"

"என்ன புரியவில்லை?"

"இப்போது எனக்கு எல்லாம் விளங்குகிறது. இம்முறை நீ இந்த நூலகத்திற்குத் திரும்பி வந்ததற்குக் காரணம் நீ சாக விரும்பியதால் அல்ல. மாறாக, நீ வாழ விரும்பியிருந்தாய். உன்னைக் கொல்வதற்காக இந்த நூலகம் இடிந்து விழுந்து கொண்டிருக்கவில்லை. நீ மீண்டும் திரும்புவதற்கு உனக்கு ஒரு வாய்ப்புக் கொடுப்பதற்காக இது இடிந்து விழுந்து கொண்டிருக்கிறது. திட்டவட்டமான தீர்மானம் ஒன்று இறுதியில் அடையப்பட்டுள்ளது. நீ உயிரோடு இருக்க வேண்டும் என்று நீ திட்டவட்டமாகத் தீர்மானித்துள்ளாய். அதனால், இப்போதே இங்கிருந்து செல். உனக்கு வாய்ப்பு இருக்கும்போதே உன் வாழ்க்கையை வாழ்ந்து கொள்."

"ஆனால் ... உங்கள் நிலைமை? உங்களுக்கு என்னவாகும்?"

"என்னைப் பற்றிக் கவலைப்படாதே. நான் எந்த வலியையும் உணர மாட்டேன் என்று உனக்கு உறுதியளிக்கிறேன்." பின், நோராவின் அப்பா இறந்த அன்று உண்மையான எல்ம் எந்த வார்த்தைகளைக் கூறியிருந்தாரோ, அதே வார்த்தைகளை இப்போதும் கூறினார்: "நோரா, எல்லாம் விரைவில் சரியாகிவிடும்."

எல்ம் தன் கையை வெளியே நீட்டி அந்த மேசைக்கு மேல் எதையோ தேடினார். ஒரு நொடிக்குப் பிறகு ஓர் ஆரஞ்சு நிற ஃபவுன்டன் பேனாவை அவர் நோராவிடம் கொடுத்தார். நோரா பள்ளியில் படித்தபோது வைத்திருந்ததைப் போன்ற ஒரு பேனா அது. முன்பு அவள் எல்மின் மேசையில் பார்த்திருந்த அதே பேனா.

"இது உனக்குத் தேவைப்படும்."

"எதற்கு?"

"நீ எடுக்கப் போகும் புத்தகம் ஏற்கனவே எழுதப்பட்டிருக்காத ஒரு புத்தகம். அதில் நீதான் எழுதத் துவங்க வேண்டும்."

நோரா அந்தப் பேனாவை வாங்கிக் கொண்டாள்.

"விடைபெறுகிறேன், திருமதி எல்ம்."

ஒரு நொடி கழித்து, கூரையிலிருந்து ஒரு சிறிய பகுதி பெயர்ந்து வந்து அந்த மேசையின்மீது விழுந்தது. காரைப் புகை அவர்களைச் சூழ்ந்து கொண்டு அவர்கள் இருவருக்கும் மூச்சுத் திணறல் ஏற்படுத்தியது.

00.00.34
00.00.35

"போ!" என்று கூறி எல்ம் இருமினார். "போய் வாழ்ந்து கொள்!"

முயற்சியைக் கைவிட்டுவிட ஒருபோதும் துணியாதே, நோரா ஸீட்!

அந்த நூலகத்தின் கூரையிலிருந்து சிதிலங்கள் தொடர்ந்து விழுந்து கொண்டிருந்தன. அதிலிருந்து கிளம்பிய புகை மற்றும் தூசிகளின் ஊடாக, எல்ம் சுட்டிக்காட்டியிருந்த திசையை நோக்கி நோரா நடந்து சென்றாள்.

பார்ப்பதும் சுவாசிப்பதும் கடினமாக இருந்தபோதிலும், அவள் அங்கிருந்த அலமாரிகளை எண்ணிக் கொண்டே சென்றாள். சில விளக்குகளிலிருந்து தெறித்துக் கொண்டிருந்த தீப்பொறிகளில் சில அவளுடைய தலையின்மீதும் விழுந்தன.

அவளுடைய தொண்டைக்குள் புகுந்த தூசியின் காரணமாக அவளுக்குக் குமட்டிக் கொண்டு வந்தது. அங்கிருந்த புத்தகங்களில் பெரும்பாலானவை தீக்கிரையாகிக் கொண்டிருந்ததை அந்தப் புகைமண்டலத்திற்கு நடுவேயும் நோராவால் பார்க்க முடிந்தது. இன்னும் சொல்லப் போனால், எந்தவோர் அலமாரியும் ஒழுங்காக இருக்கவில்லை. அவற்றிலிருந்து வெளிப்பட்ட அனல் தாங்கிக் கொள்ள முடியாத அளவு இருந்தது. முதலில் தீப்பற்றியிருந்த பல அலமாரிகள் இப்போது முழுமையாக எரிந்து சாம்பலாகியிருந்தன.

அவள் பதினொன்றாவது அலமாரியை அடைந்தபோது, மேலேயிருந்து அவள்மீது விழுந்த ஒரு பெரிய பாளம் அவளைக் குப்புறத் தள்ளியது.

அதன் பாரத்திற்குக் கீழே விழுந்து கிடந்த அவளுடைய கையிலிருந்து அந்த ஆரஞ்சு நிறப் பேனா நழுவிக் கீழே விழுந்தது.

அதை எடுக்க அவள் மேற்கொண்ட முதல் முயற்சி பலனளிக்கவில்லை.

தன்னுடைய கதை முடிந்துவிட்டதாக நோரா நினைத்தாள். தான் வாழ விரும்பினாலும் சரி, விரும்பாவிட்டாலும் சரி, தான் இப்போது இறக்கவிருந்தோம் என்று அவள் முடிவே கட்டிவிட்டாள்.

நோரா நேரத்தைப் பார்த்தாள்.

00.00.41

00.00.42

எல்லாம் முடிந்துவிட்டது.

தான் இங்குச் சாகவிருந்தோம் என்ற எண்ணம் அவளுக்குள் உறுதிப்பட்டது. அவள் வாழ்வதற்குச் சாத்தியமிருந்த வாழ்க்கைகள் அவள் கண்களுக்கு முன்னால் அழிந்து கொண்டிருந்தன.

அப்போதுதான் அவள் அதைப் பார்த்தாள். புகைமூட்டம் சிறிது விலகியபோது, அந்தப் பதினொன்றாவது அலமாரியின் கீழிருந்து மூன்றாவது தட்டை அவள் பார்த்தாள்.

அந்த அலமாரியின் அனைத்துத் தட்டுகளையும் எரித்துக் கொண்டிருந்த நெருப்பின் கரம் படாத ஒரே இடமாக அது மட்டும் இருந்தது.

"நான் சாக விரும்பவில்லை."

தான் இன்னும் கடினமாக முயற்சி செய்ய வேண்டும் என்று அவளுக்குத் தோன்றியது. தனக்குக் கிடைத்திருக்கவில்லை என்று அவள் எப்போதும் நம்பி வந்திருந்த அந்த வாழ்க்கையை வாழ அவள் விரும்ப வேண்டும். எப்படி அந்த நூலகம் அவளுடைய ஓர் அங்கத்தைப் போன்றதோ, அதுபோலவே, அவளுடைய பிற வாழ்க்கைகளும் அவளுடைய அங்கங்களைப் போன்றவைதாம். அந்த வாழ்க்கையில் அவள் எதையெல்லாம் அனுபவித்திருந்தாளோ அதையெல்லாம் அவள் உணராமல் இருந்திருக்கலாம். ஆனால் அதற்கான திறன் அவளிடம் இருந்தது. ஓர் ஒலிம்பிக் நீச்சல் வீராங்கனையாக ஆவதற்கு அவளுக்குக் கிடைத்திருந்த வாய்ப்பை அவள் தவறவிட்டிருந்திருக்கலாம். அல்லது ஒரு பயணியாக, ஒரு திராட்சைத் தோட்ட எஜமானியாக, ஒரு ராக் ஸ்டாரா, இப்பூவுலகைக் காப்பாற்ற முனைந்த ஒரு பனியியலாளராக, கேம்பிரிட்ஜ் கல்லூரி மாணவியாக, ஒரு தாயாக அல்லது வேறு பல இலட்சோபலட்ச வித மனுஷியாக ஆவதற்குத் தனக்கிருந்த வாய்ப்புகளை அவள் தவறவிட்டிருந்திருக்கலாம். ஆனால், ஏதோ ஒரு விதத்தில் அவள் அந்த மனுஷிகள் அனைவரும் சேர்ந்த ஒருத்திதான். அவர்கள் அனைவருமே அவள்தான். அந்த அற்புதமான நபர்களாக அவள் ஆவதற்குத் தனக்கு இருந்த வாய்ப்பை அவள் தவறவிட்டிருந்தது, முதலில் அவள் நினைத்திருந்த அளவுக்கு விரக்தியளிக்கின்ற ஒன்றாக இருக்கவில்லை. அது விரக்தியளிக்கவே இல்லை. மாறாக, அது உத்வேகமூட்டுவதாகத்தான் இருந்தது. தான் வரிந்து கட்டிக் கொண்டு களத்தில் இறங்கினால் தன்னால் எவற்றையெல்லாம்

சாதிக்க முடியும் என்பதை இப்போது அவள் அறிந்திருந்தாள். அவள் வாழ்ந்து கொண்டிருந்த மூல வாழ்க்கையும் அதற்கென்று சில நியமங்களைக் கொண்டிருந்தது. இந்த வாழ்க்கையில் அவளுடைய அண்ணன் உயிரோடு இருந்தான். இஸ்ஸி உயிரோடு இருந்தாள். ஒரு பையன் பிரச்சனைக்குள் மாட்டாதிருக்க அவள் உதவியிருந்தாள். பொறிக்குள் மாட்டிக் கொண்டிருப்பது போன்ற உணர்வு உண்மையில் நம்முடைய மனம் நம்மோடு ஆடுகின்ற கண்ணாமூச்சி விளையாட்டுதான். மகிழ்ச்சியாக இருப்பதற்கு அவளுக்கு ஒரு திராட்சைத் தோட்டமோ அல்லது கலிபோர்னியா சூரிய அஸ்தமனமோ தேவையிருக்கவில்லை. அவளுக்கு மாளிகை போன்ற ஒரு பெரிய வீடோ அல்லது கச்சிதமானதொரு குடும்பமோகூடத் தேவையிருக்கவில்லை. சாத்தியக்கூறுகள் மட்டும்தான் அவளுக்குத் தேவைப்பட்டன. சாத்தியக்கூறுகள் மட்டும் இல்லாவிட்டால், அவளிடம் எது இருந்தாலும் அவள் ஒரு வெற்று மனுஷி மட்டுமே. இதை ஏன் தன்னால் முன்பு அவதானிக்க முடியாமல் போனது என்று நோரா தன்னைத் தானே கேட்டுக் கொண்டாள்.

அவளுக்குப் பின்னால் சற்றுத் தொலைவில், அங்கு எழும்பிக் கொண்டிருந்த சத்தத்தையும் மீறி எல்மின் குரல் ஓங்கி ஒலித்தது:

"ஒருபோதும் உன்னை நீயே கைவிட்டுவிடாதே! உன்னை நீயே கைவிட்டுவிட ஒருபோதும் துணியாதே, நோரா!"

நோரா சாக விரும்பவில்லை. இப்போது எது அவளுடைய வாழ்க்கையாக இருந்து கொண்டிருந்ததோ, அதைத் தவிர வேறு எந்த வாழ்க்கையையும் வாழ அவள் விரும்பவில்லை. அது ஒரு சிக்கலான போராட்டமாக இருக்கக்கூடும். ஆனால் அது அவளுடைய சிக்கலான போராட்டமாக இருக்கும். ஓர் அழகான சிக்கலான போராட்டம்.

00.00.52

00.00.53

தன்னை அழுத்திக் கொண்டிருந்த கனமான அந்தக் கட்டப் பகுதியை உதறித் தள்ள அவள் கடுமையாகப் போராடி, இறுதியில் ஒருவாறு எழுந்து நின்றாள்.

அவள் தரையில் துழாவி அங்குக் கிடந்த ஆரஞ்சு நிறப் பேனாவைத் தேடி எடுத்தாள். அது இப்போது தூசியில் குளித்திருந்தது. அவள் வேகமாக ஓடிச் சென்று அந்தப் பதினொன்றாவது அலமாரியை அடைந்தாள்.

அங்கு அப்புத்தகம் உட்கார்ந்திருந்தது.

தீப்பற்றியிருக்காத நிலையிலிருந்த ஒரே புத்தகம். அது கச்சிதமான பச்சை நிறத்தில் இருந்தது.

தகித்துக் கொண்டிருந்த அனலைத் தாங்கிக் கொண்டு அவள் அந்தப் புத்தகத்தை அந்த அலமாரியிலிருந்து எடுத்தாள். பின் அவள் எப்போதும் செய்ததைச் செய்தாள். அவள் அந்தப் புத்தகத்தைத்

திறந்து அதன் முதல் பக்கத்தைப் பார்த்தாள். ஆனால் அதில் எதுவும் எழுதப்பட்டிருக்கவில்லை. அந்த மொத்தப் புத்தகத்திலும் எங்கும் எதுவும் எழுதப்பட்டிருக்கவில்லை. அது முழுமையாகக் காலியாக இருந்தது. அந்த நூலகத்திலிருந்த மற்றப் புத்தகங்களைப்போலவே இதுவும் அவளுடைய வருங்காலத்தைப் பற்றிய புத்தகம்தான். ஆனால், மற்றப் புத்தகங்களைப்போல அல்லாமல், இப்புத்தகத்தில் அவளுடைய வருங்காலம் எழுதப்படாமல் இருந்தது.

ஆக, இதுதான் அவளுடைய வாழ்க்கையாக, மூல வாழ்க்கையாக இருந்தது.

அது ஒரு காலியான பக்கமாக இருந்தது.

நோரா தன் கையில் அந்தப் பேனாவோடு ஒரு கணம் அப்படியே நின்றாள். அப்போது மணி நள்ளிரவு தாண்டி ஒரு நிமிடம் ஆகியிருந்தது.

அந்த அலமாரியிலிருந்த மற்ற அனைத்துப் புத்தகங்களும் சாம்பலாகியிருந்தன. அங்கு விட்டு விட்டு எரிந்து கொண்டிருந்த விளக்குகள், உடைந்து நொறுங்கிக் கொண்டிருந்த மேற்கூரையை மங்கலாகக் காட்டிக் கொண்டிருந்தன. கூரையிலிருந்து தொங்கிக் கொண்டிருந்த ஒரு பெரிய பாளம் அவள்மீது விழுந்து அவளை நசுக்குவதற்காகக் காத்துக் கொண்டிருந்தது.

நோரா அந்தப் புத்தகத்தை எடுத்து அந்த அலமாரியில் வைத்து, தன் கையிலிருந்த ஆரஞ்சு நிறப் பேனாவின் மூடியைத் திறந்தாள்.

மேற்கூரை மேலும் முனகியது.

நேரம் குறைவாகவே இருந்தது.

நோரா எழுதத் துவங்கினாள். "நோரா உயிர்வாழ விரும்பினாள்."

அதை எழுதி முடித்ததும் அவள் ஒரு கணம் காத்திருந்தாள். எதுவும் நடக்கவில்லை. அப்போது, ஒரு முறை எல்ம் கூறியிருந்தது அவளுக்கு ஞாபகம் வந்தது. "விருப்பம் என்பது ஒரு சுவாரசியமான வார்த்தை. அது பற்றாக்குறையைக் குறிக்கிறது." அதனால் அவள் தான் எழுதியிருந்ததை அடித்துவிட்டு மீண்டும் எழுதத் துவங்கினாள்.

"நோரா வாழத் தீர்மானித்தாள்."

அப்போதும் எதுவும் நிகழவில்லை. அவள் மீண்டும் முயற்சி செய்தாள்.

"நோரா வாழத் தயாராக இருந்தாள்."

இப்போதும் ஒன்றும் நிகழவில்லை. 'வாழ' என்ற வார்த்தையை அவள் அடிக்கோடிட்டாள். இப்போது அந்த நூலகத்தின் அனைத்து இடங்களும் உடைந்து கொண்டிருந்தன. மேற்கூரை ஆங்காங்கே இடிந்து விழுந்து கீழே நின்று கொண்டிருந்த அலமாரிகளைத் தரைமட்டமாக்கியது. எல்ம் தான் மறைந்திருந்த மேசையிலிருந்து வெளியே வந்து எழுந்து நிற்பது அவளுக்கு மங்கலாகப் புலப்பட்டது. பின்னர் கூரையின் பெரும்பகுதி கீழே வந்து விழுந்ததால் கிளம்பிய புகையில் நோராவால் எதையும் தெளிவாகப் பார்க்க முடியவில்லை.

அவளுக்கு மூச்சுத் திணறிக் கொண்டிருந்தது.

எக்கணத்திலும் எல்லாமே முடிந்து போய்விடக்கூடும் என்பதை அவள் அறிந்திருந்தாள்.

அதனால் தான் என்ன எழுதுவது என்று சிந்திப்பதை நிறுத்திவிட்டு, தன் மனத்தில் முதலில் தோன்றியதை அதில் எழுதினாள். அது ஓர் உண்மை. அவள் பெருமை கொண்டிருந்த ஓர் உண்மை அது. அவள் ஆரத் தழுவியிருந்த உண்மை அது. அதை அவள் அந்தப் புத்தகத்தில் எழுதினாள். அதை அவள் தன்மை நிலையில் ஒருமையில் நிகழ்காலத்தில் எழுதினாள்.

சாத்தியமாகக்கூடிய அனைத்தின் துவக்கத்தையும் விதையையும் கொண்டிருந்த உண்மை அது. முன்பு ஒரு சாபமாக உணரப்பட்ட அது இன்று ஓர் ஆசிர்வாதமாக மாறியிருந்தது.

பல்வேறு பிரபஞ்ச சாத்தியக்கூறுகளையும் ஆற்றலையும் உள்ளடக்கிய மூன்று எளிய வார்த்தைகள் அவை.

நான் உயிரோடு இருக்கிறேன்.

அவள் அதை எழுதி முடித்தவுடன், அந்த நூலகத்தின் நிலத்தடி நடுங்கியது. அந்த நடுநிசி நூலகத்தில் மிச்சமிருந்த அனைத்தும் கரைந்து தூசியாக மாறியது.

விழித்தல்

நள்ளிரவு கழிந்து ஒரு நிமிடம் இருபத்தேழு நொடிகள் கழித்து, தன் போர்வை முழுவதையும் நனைத்த வாந்தியெடுப்பு வைபவத்துடன், நோரா ஸீட் இந்த உலகத்திற்குள் திரும்பி வந்தாள்.

அவள் உயிர்பிழைத்திருந்தாள் என்றாலும், அவளுடைய உடலில் உயிர் இலேசாக ஒட்டிக் கொண்டிருந்தது.

மூச்சுத்திணறல், பெரும் களைப்பு, உடலில் நீர் வற்றியிருத்தல், பிதற்றல், கடுமையான நெஞ்சுவலி, தீவிரமான தலைவலி ஆகியவற்றால் அவள் அவதிப்பட்டாலும் தான் உயிரோடு இருந்தோம் என்ற உணர்வு அவளுக்கு ஏற்பட்டிருந்தது. மற்ற அனைத்தையும்விட அவள் விரும்பியிருந்தது அதைத்தான்.

படுக்கையிலிருந்து எழுவது கிட்டத்தட்ட இயலாத காரியமாக இருந்தது. ஆனால், தான் நிமிர்ந்து உட்கார வேண்டியது இன்றியமையாதது என்பதை அவள் அறிந்தாள்.

எப்படியோ சமாளித்து அவள் எழுந்து உட்கார்ந்தாள். தட்டுத் தடுமாறி அவள் தன் அலைபேசியைத் தேடி எடுத்தாள். ஆனால், அது அவளுக்கு மிகவும் கனமாக இருந்ததாகத் தோன்றியது. அதோடு, அதை அவளால் இறுகப் பற்ற முடியாததால். அது அவளுடைய கைகளிலிருந்து நழுவிக் கீழே விழுந்தது.

அவள் தட்டுத்தடுமாறி எழுந்து நின்று சற்றுத் தள்ளாட்டத்துடன் அந்த அறையிலிருந்து வெளியே வந்தாள். வந்ததும், “உதவி!” என்று அவள் கத்தினாள்.

அவளுடைய வரவேற்பறை, புயலில் மாட்டிக் கொண்ட ஒரு படகுபோல ஒரு பக்கமாகச் சாய்வதுபோல இருந்தது. எப்படியோ சுயநினைவை இழக்காமல் அவள் வாசற்கதவை அடைந்தாள். கடினமான முயற்சிக்குப் பிறகு அவள் அக்கதவைத் திறந்தாள்.

மீண்டும், “எனக்கு உதவுங்கள்!” என்று அவள் கத்தினாள்.

அவள் வாந்தி நிறைந்திருந்த தன்னுடைய பைஜாமாவுடன் வீட்டுக்கு வெளியே வந்தபோது, அங்கு இன்னும் மழை பெய்து கொண்டிருந்தது அவளுடைய பிரக்ஞையில் பதிவாகவில்லை.

அக்கம்பக்கத்தில் யாரும் இருக்கவில்லை.

அவளால் யாரையும் பார்க்க முடியவில்லை என்பதால், அவள் தள்ளாடியபடி பேனர்ஜியின் வீட்டு வாசலை அடைந்து அதன் அழைப்பு மணியை அழுத்தினாள்.

அந்த வீட்டின் முன்புறமாக இருந்த சன்னலில் திடீரென்று வெளிச்சம் தோன்றியது.

கதவு திறந்தது.

அப்போது பேனர்ஜி தன்னுடைய மூக்குக்கண்ணாடியை அணிந்திருக்கவில்லை. அதோடு, நோராவின் அலங்கோலமான தோற்றமும் அகால நேரமும் சேர்ந்து அவருக்குப் பெரும் குழப்பத்தை ஏற்படுத்தின.

“என்னை மன்னித்துக் கொள்ளுங்கள், திரு பேனர்ஜி. நான் முட்டாள்தனமான ஒரு காரியத்தைச் செய்துவிட்டேன். தயவு செய்து அவசர ஊர்தியை அழையுங்கள் ...”

“ஐயோ! கடவுளே! என்ன ஆயிற்று?”

“தயவு செய்து ...”

“நான் இப்போது அவசர ஊர்தியை அழைக்கிறேன் ...”

மணி *00.03.48.*

அப்போதுதான் மயங்கி விழ அவள் தன்னை அனுமதித்தாள். பேனர்ஜியின் வீட்டு வாசலில் போடப்பட்டிருந்த மிதியடியின்மீது பெரும் வேகத்துடன் அவள் தடாலென்று விழுந்தாள்.

நீலவானத்தைக் கருப்பு விழுங்கிக் கொண்டிருந்தது
ஆனாலும் நட்சத்திரங்கள்
துணிகர முயற்சியைக் கைவிடாமலிருந்தன
உனக்காகப் பிரகாசிக்க

விரக்தியின் மறுபக்கம்

"விரக்தியின் மறுபக்கத்தில்தான் வாழ்க்கை துவங்குகிறது," என்று சார்த்தர் ஒரு முறை குறிப்பிட்டிருந்தார்.

அப்போது மழை நின்றுவிட்டிருந்தது.

நோரா ஒரு மருத்துவமனையில் ஒரு கட்டிலில் உட்கார்ந்திருந்தாள். அவளுக்கு உணவு வழங்கப்பட்டிருந்தது. அதனால் அவள் சிறிது தெம்பாக உணர்ந்தாள். அவளுடைய உடல்நிலையைப் பரிசோதித்த மருத்துவமனை ஊழியர்கள் அது குறித்துத் திருப்தி கொண்டிருந்தனர். அவளுடைய வயிறு மிகவும் மென்மையாக இருந்தது. ஆனால் அது எதிர்பார்க்கப்பட்ட ஒன்றுதான்.

பின்னர் ஒரு செவிலிப் பெண் தன் கைகளில் ஒரு குறிப்பேட்டுடன் வந்து நோராவின் அருகில் அமர்ந்தாள். அவள் நோராவின் மனநிலை குறித்து ஏராளமான கேள்விகள் கேட்டாள். தன்னுடைய நடுநிசி நூலக அனுபவத்தைப் பற்றி அவளிடம் தெரிவிக்க வேண்டாம் என்று நோரா முடிவு செய்தாள். ஏனெனில், உளவியல் பரிசோதனையின்போது தான் அதைச் சொன்னால் அது தனக்குப் பாதகமாக முடியும் என்று அவள் ஊகித்தாள். 'பல பிரபஞ்சங்கள்' கோட்பாடு அரசாங்கத்தின் தேசிய உடல்நலச் சேவைத் திட்டத்தோடு ஒத்திசைவாக இருக்காது என்று அவள் கணித்தாள்.

கேள்விகள் ஒரு மணி நேரத்திற்கு மேல் தொடர்ந்தன. அவளுடைய மருந்து மாத்திரைகள், அவளுடைய அம்மாவின் மரணம், வோல்ட்ஸ், அவளுடைய வேலை இழப்பு, பணப் பிரச்சனைகள், சில சூழல்களில் அவளுக்கு ஏற்பட்ட மனச்சோர்வு போன்ற அம்சங்களையும் அந்தக் கேள்விகள் கணக்கில் எடுத்துக் கொண்டன.

"இதற்கு முன்பு நீங்கள் எப்போதாவது இப்படிச் செய்திருக்கிறீர்களா?" என்று அந்தச் செவிலிப் பெண் கேட்டாள்.

“இந்த வாழ்க்கையில் இல்லை.”

“இப்போது எப்படி உணர்கிறீர்கள்?”

“எனக்குத் தெரியவில்லை. நான் விநோதமாக உணர்கிறேன். ஆனால், இனியும் நான் இறக்க விரும்பவில்லை.”

அந்தச் செவிலிப் பெண் தான் குறிப்பெடுத்துக் கொண்டிருந்த காகிதத்தில் எதையோ எழுதினாள்.

அவள் சென்ற பிறகு நோரா சன்னல் வழியாக வெளியே பார்த்தாள். அந்த மாலை நேரக் காற்றில் மரங்கள் மெதுவாக ஆடிக் கொண்டிருந்தன. தூரத்தில் தெரிந்த பெட்ஃபோர்டு சுற்றுவட்டச் சாலையில் மாலை நேரப் போக்குவரத்து நெரிசல் துவங்கியிருந்தது. மரங்கள், போக்குவரத்து, சராசரியான கட்டடங்கள் போன்றவற்றைத் தவிர அங்கு வேறு எதுவும் இருக்கவில்லை. அதே நேரத்தில், அதுதான் எல்லாமுமாக இருந்தது.

அதுதான் வாழ்க்கை.

சிறிது நேரம் கழித்து, அவள் தன்னுடைய சமூக ஊடகங்களில் பிரசுரித்திருந்த தற்கொலைக் குறிப்பை அவள் நீக்கினாள். திடீரென்று ஏற்பட்ட உணர்ச்சிப் பெருக்கில், அதற்குப் பதிலாக வேறொரு கட்டுரையை அவள் எழுதினாள். அதற்கு, “நான் கற்றுக் கொண்ட ஒரு விஷயம்,” என்று அவள் தலைப்பிட்டாள். எழுதியவரின் பெயரில், ‘எதுவுமே இல்லாத ஒருத்தியாக இருந்து எல்லாமுமான ஒருத்தி,’ என்று அவள் குறிப்பிட்டாள்.

நான் கற்றுக் கொண்ட ஒரு விஷயம் (எழுதியது: எதுவுமே இல்லாத ஒருத்தியாக இருந்து எல்லாமுமான ஒருத்தி)

நாம் வாழாத வாழ்க்கைக்காக துக்கம் அனுசரிப்பது எளிது. நாம் பிற திறன்களை வளர்த்துக் கொண்டிருந்தோம், பல விஷயங்களுக்கு நாம் சரி என்று சொல்லியிருந்தோம் என்று நினைத்துக் கொள்வது எளிது. நாம் கடினமாக உழைத்திருந்தோம், நன்றாக நேசித்திருந்தோம், நம்முடைய பணத்தைச் சிறப்பாகக் கையாண்டிருந்தோம், கூடுதலாகப் பிரபலமாக இருந்தோம், இசைக் குழுவில் இடம்பெற்றிருந்தோம், ஆஸ்திரேலியாவுக்குச் சென்றிருந்தோம், காபி குடிக்க அழைக்கப்பட்டபோது அதற்கு சரி என்று கூறியிருந்தோம் அல்லது கூடுதலாக யோகா பயிற்சிகளை மேற்கொண்டிருந்தோம் என்று நினைத்துக் கொள்வது எளிது.

நாம் உருவாக்கிக் கொள்ளாத நண்பர்கள், நாம் செய்திருக்காத வேலை, நாம் மணமுடித்திருக்காத நபர்கள், நாம் பெற்றிருக்காத பிள்ளைகள் போன்றவற்றைத் தேடாமல் இருப்பதற்குப் பெரும் முயற்சி தேவைப்படாது. மற்றவர்கள் வைத்திருக்கின்ற கண்ணாடி வழியாக உங்களைப் பார்த்து, நீங்கள் எப்படி இருக்க வேண்டும் என்று அவர்கள் விரும்புகிறார்களோ அந்த விதவிதமான வடிவங்களில் நீங்கள் இருப்பதாக நினைத்துக் கொள்வது ஒன்றும் அவ்வளவு கடினமான காரியமல்ல. பின்வருத்தம் கொள்வதும், தொடர்ந்து நம் காலம் முடிவடைவது வரையிலும் முடிவேயில்லாமல் பின்வருத்தம் கொண்டிருப்பதும் எளிது.

ஆனால், நாம் வாழவில்லை என்று நாம் பின்வருத்தம் கொண்டிருக்கின்ற வாழ்க்கைகள் நம்முடைய உண்மையான பிரச்சனை

அல்ல. மாறாக, அந்தப் பின்வருத்தங்கள்தாம் பிரச்சனையே. நம்மைச் சுருங்கவும் வாடவும் வைக்கின்ற, நம்மை நம்முடைய சொந்த எதிரியாகவும் பிறருடைய எதிரியாகவும் உணர வைக்கின்ற பின்வருத்தம் அது.

நம்முடைய மற்ற அவதாரங்களில் ஏதாவது ஒன்று இப்போதையதைவிட மேம்பட்டதாக இருந்திருக்குமா அல்லது மோசமாக இருந்திருக்குமா என்று நம்மால் கூற முடியாது. அந்த வாழ்க்கைகள் நிகழ்ந்து கொண்டுதான் இருக்கின்றன என்பது உண்மை; அதே நேரத்தில், இந்த வாழ்க்கையும் நிகழ்ந்து கொண்டுதான் இருக்கிறது. அதனால், நாம் கவனம் செலுத்த வேண்டிய விஷயம் அந்த நிகழ்வுகள்தாம்.

நம்மால் எல்லா இடங்களுக்கும் செல்ல முடியாது, எல்லா நபர்களையும் சந்திக்க முடியாது, எல்லா வேலைகளையும் செய்ய முடியாது என்பது உண்மைதான். ஆனால், அந்த வாழ்க்கைகளில் நாம் எப்படி உணர்வோம் என்பதைக் கிரகித்துக் கொள்வது நமக்கு இன்னும் சாத்தியம்தான். வெற்றி என்றால் என்ன என்பதை உணர்வதற்கு நாம் அனைத்து விளையாட்டுகளையும் விளையாடிப் பார்க்க வேண்டியதில்லை. இசையைப் புரிந்து கொள்வதற்காக நாம் இந்த உலகிலுள்ள ஒவ்வோர் இசையையும் கேட்க வேண்டியதில்லை. ஒயினை இரசித்து ருசிப்பதற்கு உலகிலுள்ள அனைத்து வகையான திராட்சைகளையும் நாம் சுவைத்துப் பார்க்க வேண்டியதில்லை. அன்பும் சிரிப்பும், பயமும் வலியும் சர்வதேச நாணயங்கள்.

நாம் வெறுமனே கண்களை மூடிக் கொண்டு, நாம் அமர்ந்திருக்கும் இடத்தில் ஓடிக் கொண்டிருக்கும் இசையை இரசித்தவாறு, நம் முன்னால் இருக்கும் மதுவை ருசித்துக் கொண்டிருந்தாலே போதும். வேறு ஏதாவது ஒரு வாழ்க்கையில் நாம் எவ்வளவு துடிப்புடன் இருக்கிறோமா, அதே துடிப்புடன் இங்கும் இருக்க முடியும், அதே உணர்ச்சி வீச்சுகளை நம்மால் அனுபவிக்க முடியும்.

நாம் ஒரே ஒரு நபராக இருந்தாலே போதும்.

நாம் ஒரே ஒரு இருத்தலை உணர்ந்தாலே போதும்.

எல்லாமுமாக இருப்பதற்கு நாம் எல்லாவற்றையும் செய்யத் தேவையில்லை. ஏனெனில், நாம் ஏற்கனவே முடிவிலிகளாகத்தாம் இருக்கிறோம். நாம் உயிருடன் இருக்கும்போதே நம் முன் பலதரப்பட்டச் சாத்தியக்கூறுகள் இருக்கின்றன.

அதனால், நாம் நம்முடைய இந்த இருத்தலில் பிறரிடம் பரிவுடன் நடந்து கொள்வோமாக! நாம் இருக்குமிடத்திலிருந்து அவ்வப்போது வானத்தைப் பார்ப்போமாக! ஏனெனில், நாம் எங்கு இருந்தாலும் அந்த இடத்தில் நம் தலைக்கு மேல் இருக்கின்ற வானம் எல்லையற்றுப் பரந்து விரிந்துதான் கிடக்கிறது.

எனக்கு வருங்காலமே இல்லை என்று நேற்று நான் அறிந்தேன்.

என்னுடைய வாழ்க்கை இப்போது எப்படி இருக்கிறதோ அப்படியே அதை ஏற்றுக் கொள்வது அப்போது இயலாததாக இருந்தது. ஆனால் இன்று, அதே சிக்கலான வாழ்க்கை, நம்பிக்கையூட்டும் ஒன்றாகத் தெரிகிறது. அதற்கு ஒரே காரணம், என் கண்முன் விரிந்திருக்கின்ற சாத்தியக்கூறுகள் மட்டும்தாம்.

சாத்தியமற்றவை வாழ்தலின் மூலமாக மட்டுமே சாத்தியப்படுகின்றன.

இனி என் வாழ்க்கை, வலி, விரக்தி, துக்கம், மனமுறிவு, கஷ்டம், தனிமை, மனச்சோர்வு ஆகியவற்றிலிருந்து முழுமையாக விடுதலையடைந்துவிடுமா என்று கேட்டால், இல்லை என்பதுதான் அதற்கான பதில்.

ஆனால், நான் வாழ விரும்புகிறேனா?

ஆமாம், கண்டிப்பாக.

ஓராயிரம் முறை சொல்வேன். ஆமாம், நான் வாழ விரும்புகிறேன்.

வாழ்தலுக்கும் புரிதலுக்கும் இடையேயுள்ள வேறுபாடு

ஒரு சில நிமிடங்கள் கழித்து அவளுடைய அண்ணன் அவளைப் பார்க்க மருத்துவமனைக்கு வந்தான். அவள் அவனுக்கு அனுப்பி வைத்திருந்த குரல்பதிவைக் கேட்டுவிட்டு, நள்ளிரவு தாண்டி ஏழு நிமிடங்கள் கழித்து, “நீ நன்றாக இருக்கிறாயா?” என்று கேட்டு அவன் அவளுக்கு ஒரு குறுஞ்செய்தி அனுப்பியிருந்தான். மருத்துவமனை அவனைத் தொடர்பு கொண்டவுடன் காலையில் முதல் இரயிலைப் பிடித்து லண்டனிலிருந்து அவன் அங்கு வந்து சேர்ந்தான். வரும்போது அவளுக்காக சமீபத்திய நேஷனல் ஜியோகிரா∴பிக் இதழ் ஒன்றையும் அவன் வாங்கி வந்திருந்தான்.

அந்த இதழை அவன் நோராவின் படுக்கைக்குப் பக்கத்தில் வைத்துவிட்டு, “முன்பெல்லாம் இதை நீ விரும்பிப் படிப்பாய்,” என்று அவளிடம் கூறினான்.

“இப்போதும்கூடத்தான்.”

அவனைப் பார்த்தது குறித்து அவள் மகிழ்ச்சி கொண்டாள். அவனுடைய அடர்த்தியான புருவங்களும் தயக்கமான புன்னகையும் அப்படியே இருந்தன. அவனுடைய நடை சற்று விநோதமாக இருந்தது. அவன் தன் தலையைக் குனிந்தவாறு நடந்து கொண்டிருந்தான்.

“சமீப காலமாக உன்னை நான் தொடர்பு கொள்ளாமல் இருந்தது குறித்து நான் உன்னிடம் மன்னிப்புக் கேட்டுக் கொள்கிறேன். நான் உன்னைத் தொடர்பு கொள்ளாமல் இருந்ததற்கு ரவி சொல்லியிருந்த காரணம் உண்மையல்ல. இன்னும் சொல்லப் போனால், நான் இப்போதெல்லாம் லாபிரிந்த்ஸ் இசைக் குழுவைப் பற்றிச் சிந்திப்பதே இல்லை. அம்மா இறந்த பிறகு நான் ஒருவனுடன் பழகினேன்.

பின்னர் நாங்கள் கடுமையாகச் சண்டை போட்டுப் பிரிந்துவிட்டோம். அதைப் பற்றி உன்னிடமோ அல்லது வேறு யாரிடமோ நான் பேச விரும்பாதிருந்தேன். நான் வெறுமனே மது போதையில் ஆழ்ந்திருப்பதையே விரும்பினேன். நான் அளவுக்கதிகமாகக் குடித்துக் கொண்டிருந்தேன். அதுதான் உண்மையான பிரச்சனை. அதற்கு இப்போது நான் உதவி நாடியுள்ளேன். பல வாரங்களாக நான் மதுவைத் தொட்டிருக்கவில்லை. இப்போது நான் உடற்பயிற்சிக்கூடத்திற்கும் சென்று வருகிறேன்."

"ஓ, ஜோ, உனக்கும் உன் ஆண் நண்பனுக்கும் இடையே ஏற்பட்டப் பிரிவுக்கு நான் உண்மையிலேயே வருந்துகிறேன். மற்ற விஷயங்களுக்கும் நான் வருந்துகிறேன்."

"எனக்கு இப்போது நீ மட்டும்தான் இருக்கிறாய்," என்று கூறியபோது ஜோவின குரல் சிறிதளவு உடைந்தது. "நான் உன்னை ஒருபோதும் பெரிதாக மதித்தது கிடையாது. நாம் வளர்ந்து கொண்டிருந்தபோது, நான் உன்னிடம் நல்லவிதமாக நடந்து கொண்டிருக்கவில்லை என்பதை நான் அறிவேன். என்னுடைய பிரச்சனையே எனக்குச் சரியாக இருந்தது. அப்பாவின் பொருட்டு நான் ஒரு குறிப்பிட்ட வழியில் இருக்க வேண்டியதாயிற்று. என்னுடைய பாலுணர்வு விருப்பங்கள் குறித்து மறைப்பது உனக்கு எளிதாக இருந்திருக்காது என்பதை நான் அறிவேன். ஆனால் அது எனக்கும் ஒரு பெரிய சவாலாக இருந்தது. நீ எல்லாவற்றிலும் சிறந்து விளங்கினாய். படிப்பு, நீச்சல், இசை என்று சகலத்திலும் நீ சிறப்பாகச் செயல்பட்டுக் கொண்டிருந்தாய். உன்னோடு என்னால் போட்டியிட முடியவில்லை. அப்பாவைப் பற்றித்தான் உனக்குத் தெரியுமே. அவருக்கு ஏற்றபடி நான் என்னுடைய விருப்பங்களை மறைத்தாக வேண்டியிருந்தது," என்று கூறிவிட்டு ஜோ பெருமூச்சுவிட்டான். "இது விநோதம்தான். நாம் இருவரும் வெவ்வேறு கோணங்களில் அவற்றை நினைவில் வைத்திருக்கிறோம். ஆனால், என்னை விட்டுவிட்டுப் போய்விடாதே. இசைக் குழுவைவிட்டு வெளியேறுவது வேறு மாதிரியானது. ஆனால், இந்த உலகத்தைவிட்டே செல்ல முடிவெடுப்பது என்பது வேறு. என்னால் அதைத் தாங்கிக் கொள்ளவே முடியாது."

"நீ அதைச் செய்ய மாட்டாய் என்றால் நானும் அதைச் செய்ய மாட்டேன்."

"என்னை நம்பு. நான் அப்படி எதையும் செய்துவிட மாட்டேன்."

ஒரு வாழ்க்கையில் அவனுடைய மரணம் குறித்துக் கேள்விப்பட்டபோது தான் எந்த அளவுக்கு நிலைகுலைந்து போயிருந்தோம் என்பதை அவள் நினைவுபடுத்திக் கொண்டாள். தன்னை ஒரு முறை கட்டியணைத்துக் கொள்ளும்படி அவள் ஜோவைக் கேட்டுக் கொண்டாள். அவனும் அதற்குச் சம்மதித்தான். அந்த அணைப்பில் அவள் அவனின் பாசத்தை உணர்ந்தாள்.

“எனக்காக அந்த ஆற்றில் குதிக்க நீ முயன்றதற்கு நன்றி,” என்று அவள் கூறினாள்.

“என்ன சொல்கிறாய்?”

“என்னைக் காப்பாற்ற நீ முயலவில்லை என்றுதான் எப்போதும் நான் நினைத்துக் கொண்டிருந்தேன். நீ முயற்சி செய்தாய். ஆனால் மற்றவர்கள்தான் உன்னைத் தடுத்துவிட்டனர்.”

அவள் எதைப் பற்றிப் பேசிக் கொண்டிருந்தாள் என்பது திடீரென்று அவனுக்கு நினைவுக்கு வந்தது. வெகுதூரத்தில் நீந்திக் கொண்டிருந்த அவளுக்கு இது எப்படித் தெரிய வந்தது என்பது குறித்து அவனுக்குக் குழப்பம் ஏற்பட்டது. “ஓ, நோரா, நான் உன்னை நேசிக்கிறேன். அப்போது நாம் இருவரும் இளம் முட்டாள்களாக இருந்தோம்.”

* * *

ஜோ மருத்துவமனையிலிருந்து ஒரு மணி நேரம் காணாமல் போனான். அவன் நேராக அவளுடைய வீட்டின் சொந்தக்காரரைப் பார்த்து, அந்த வீட்டின் மாற்றுச் சாவிகளைப் பெற்று அங்குச் சென்று, அவளுக்குச் சில உடைகளையும் அவளுடைய அலைபேசியையும் எடுத்து வந்தான்.

இஸ்ஸி அவளுக்கு ஒரு குறுஞ்செய்தி அனுப்பியிருந்தாள். “நான் உன்னை உடனடியாகத் தொடர்பு கொள்ளாமல் இருந்ததற்கு என்னை மன்னித்துவிடு. நீ எப்படி இருக்கிறாய்? எனக்கு உன்னைத் தேடுகிறது. உனக்கு ஒரு விஷயம் தெரியுமா? நான் இந்த ஆண்டு ஜூன் மாதம் இங்கிலாந்திற்குத் திரும்பி வந்துவிடலாமா என்று யோசித்துக் கொண்டிருக்கிறேன். நிரந்தரமாக வந்துவிடுவதற்கு! நான் உனக்குக் கற்றைக் கற்றையாகத் திமிங்கலப் புகைப்படங்களை அனுப்பி வைக்கப் போகிறேன்.”

நோராவின் மகிழ்ச்சி அவளுடைய தொண்டையிலிருந்து ஏதோ ஒருவிதமான கனைப்பாக வெளிப்பட்டது.

நோரா இஸ்ஸிக்கு பதில் செய்தி அனுப்பினாள். நாம் நீண்டகாலம் காத்திருக்கத் தயாராக இருந்தால், வாழ்க்கை எப்படி முற்றிலும் புதியதொரு கண்ணோட்டத்தை வழங்கத் தயாராக இருக்கிறது என்பது சுவாரசியமான ஒன்றுதான் என்று அவள் நினைத்துக் கொண்டாள்.

* * *

அடுத்து, சர்வதேச துருவ ஆய்வு மையத்தின் ஃபேஸ்புக் பக்கத்திற்கு அவள் சென்றாள். அதில் இன்கிரிட்டின் புகைப்படம் இடம் பெற்றிருந்தது. அதில் அவள் பீட்டரோடு ஆர்க்டிக்கில் நின்று கொண்டிருந்தாள். அந்த ஆய்வு தொடர்பான பத்திரிகைச் செய்தி ஒன்றின் இணைப்பும் அந்த ஃபேஸ்புக் பக்கத்தில் கொடுக்கப்பட்டிருந்தது. அந்தச்

செய்தியின் தலைப்பு: "ஆர்க்டிக் பிரதேசத்தில் மிக அதிக அளவு வெப்பம் அடைந்திருந்த பத்தாண்டுகள் கடந்த பத்தாண்டுகள்தாம் என்று சர்வதேச துருவ ஆய்வு மையம் உறுதி செய்துள்ளது." நோரா தன்னுடைய ஃபேஸ்புக் பக்கத்தில் அந்தப் பத்திரிகைச் செய்தியின் இணைப்பைப் பதிவு செய்தாள். பின் அந்த ஃபேஸ்புக் பக்கத்தில், "உங்களுடைய மாபெரும் பணி தொடர வாழ்த்துகள்!" என்ற வரிகளை அவள் பதிவு செய்தாள்.

* * *

நோரா வீட்டுக்குச் செல்ல மருத்துவமனை அனுமதித்தது. ஜோ அவளுக்காக வாடகைக் கார் ஒன்றை ஏற்பாடு செய்திருந்தான். அவர்களுடைய வாடகைக் கார் அம்மருத்துவமனையிலிருந்து வெளியேறிக் கொண்டிருந்தபோது, ஆஷ் அம்மருத்துவமனைக்குள் நுழைந்து கொண்டிருந்ததை நோரா பார்த்தாள். அவன் இரவு நேர ஷிஃப்டில் வேலை பார்த்துக் கொண்டிருந்திருக்க வேண்டும். இந்த வாழ்க்கையில் அவன் வேறொரு மாடல் காரை ஓட்டிக் கொண்டிருந்தான். அவன் அவளைப் பார்க்கவில்லை. அவன் மகிழ்ச்சியாக இருப்பான் என்று அவள் நம்பினாள். வரும் ஞாயிறன்று வேண்டுமானால் அவள் பெட்ஃபோர்டில் அரை மராத்தான் போட்டி நடைபெறவிருந்த இடத்திற்குச் சென்று அவன் ஓடுவதைப் பார்க்கலாம். அப்போது அவள் அவனைத் தன்னுடன் காபி அருந்த வருமாறு அழைக்கலாம்.

காரின் பின் இருக்கையில் அமர்ந்திருந்த ஜோ, அவளிடம், "நான் ஓர் ஒலிப்பதிவுப் பொறியாளராக ஆகலாம் என்று நினைத்துக் கொண்டிருக்கிறேன்," என்று கூறினான்.

அதைக் கேட்டு நோரா மகிழ்ந்தாள். "நீ அதைச் செய்ய வேண்டும் என்று நான் விரும்புகிறேன். அதை நீ விரும்புவாய் என்று நான் நினைக்கிறேன். அதற்கான காரணம் எனக்குத் தெரியாது. அப்படி எனக்குத் தோன்றுகிறது."

"சரி."

"ஒரு சர்வதேச ராக் ஸ்டார் அளவுக்கு அது வசீகரமானதாக இருக்காதுதான். ஆனால், அது ஒரு பாதுகாப்பான வேலையாக இருக்கும். அது உனக்கு மகிழ்ச்சியையும் அளிக்கக்கூடும்."

தான் கூறியதை ஜோ முழுமையாக ஏற்றுக் கொண்டிருந்ததுபோல அவளுக்குத் தோன்றவில்லை. ஆனாலும் அவன் அவளை நோக்கிப் புன்னகைத்துக் கொண்டு, தனக்குத் தானே தலையாட்டிக் கொண்டான். "உண்மையில், ஹேமர்சுமித் பகுதியில் ஒரு ஸ்டுடியோ இருக்கிறது. அவர்களுக்கு ஒலிப்பதிவுப் பொறியாளர்கள் தேவைப்படுகின்றனர். அது நான் வசித்துக் கொண்டிருக்கின்ற பகுதியிலிருந்து ஐந்து நிமிட

தூரத்தில்தான் இருக்கிறது. அதற்கு நான் நடந்தே சென்றுவிடலாம்."

"ஹேமர்சுமித்தா? அது சரியான இடம்தான்."

"நீ என்ன சொல்கிறாய்?"

"அது கேட்க நன்றாக இருக்கிறது என்று சொன்னேன். ஹேமர்சுமித்! ஒலிப்பதிவுப் பொறியாளர். அங்கு நீ மகிழ்ச்சியாக இருப்பாய் என்று எனக்குத் தோன்றுகிறது."

அவன் அவளைப் பார்த்துச் சிரித்தான். "சரி, நோரா. நான் உன்னிடம் ஓர் உடற்பயிற்சி மையத்தைப் பற்றிச் சொன்னேன், இல்லையா? அது அந்த ஸ்டுடியோவுக்கு அடுத்தக் கட்டடத்தில் இருக்கிறது."

"ஓ! அப்படியா? அந்த உடற்பயிற்சி மையத்தில் நல்ல பையன்கள் யாரும் இருக்கிறார்களா?"

"உண்மையிலேயே ஒருவன் இருக்கிறான். அவன் பெயர் இவான். அவன் ஒரு டாக்டர். அவனும் அங்கு உடற்பயிற்சிக்காக வருகிறான்."

"இவானா? அப்படியானால் சரி!"

"என்ன?"

"உன்னுடன் காபி அருந்த வருமாறு நீ ஏன் அவனைக் கேட்கக்கூடாது?"

ஜோ அதைக் கேட்டுச் சிரித்தான். தன் தங்கை தன்னுடன் வேடிக்கையாகப் பேசியதாக அவன் நினைத்துக் கொண்டான். "அவன் ஓர் ஆண்விழையானா இல்லையா என்பதுகூட எனக்குத் தெரியாது."

"அவன் ஓர் ஆண்விழையான்தான்! நூறு சதவீதம் அவன் ஓர் ஆண்விழையான்தான். அவன் உன்பால் ஈர்க்கப்பட்டுள்ளான். டாக்டர் இவான் லாங்ஃபோர்டு. உன்னுடன் வெளியே வருமாறு அவனுக்கு அழைப்பு விடு. என்னை நீ நம்ப வேண்டும். நீ உனக்குச் செய்து கொள்ளக்கூடியவற்றிலேயே இதுதான் மிகச் சிறந்த காரியமாக இருக்கும்."

அதைக் கேட்டு ஜோ சிரித்தான். அவர்களுடைய கார் நோராவின் வீட்டின் முன் வந்து நின்றது. நோராவிடம் அப்போது பர்ஸும் இல்லை, பணமும் இல்லை என்பதால் வாடகைக் காருக்கான கட்டணத்தை ஜோவே கொடுத்தான்.

பேனர்ஜி சன்னலோரமாக அமர்ந்து எதையோ படித்துக் கொண்டிருந்தார்.

நடுத்தெருவில் தன் அலைபேசியை வியப்புடன் பார்த்தபடி ஜோ நின்று கொண்டிருந்தான்.

"என்ன ஆயிற்று, ஜோ?"

அவனுக்குப் பேச்சே எழும்பவில்லை. "லேங்ஃபோர்டு..."

"டாக்டர் லேங்ஃபோர்டு. இதுவரை அவனுடைய குடும்பப் பெயர் லேங்ஃபோர்டு என்பதே எனக்குத் தெரியாது. ஆனால், அது கண்டிப்பாக அவன்தான்."

நோரா தன் தோள்களைக் குலுக்கினாள். "உடன்பிறந்தாளின் உள்ளுணர்வு. அவனை உன் சமூக ஊடகக் குழுக்களில் சேர்த்துக் கொள். அவனுடைய சமூக ஊடகங்களில் நீ அவனைப் பின்தொடர வேண்டும். அவனுக்கு ஒரு நேரடிச் செய்தி அனுப்பு. உன்னால் என்னவெல்லாம் செய்ய முடியுமோ அவற்றையெல்லாம் செய். அவன்தான் உன் துணைவன். உனக்கு ஏற்றவன். நான் சொல்கிறேன், கேள்."

"அது அவன்தான் என்பது உனக்கு எப்படித் தெரியும்?"

நோரா தன் அண்ணனின் கையைப் பிடித்து இழுத்தாள். தன்னால் அது தொடர்பான எந்தவிதமான விளக்கத்தையும் அளிக்க முடியாது என்பதை அவள் அறிந்திருந்தாள். "ஜோ, நான் சொல்வதைக் கேள்," என்று அவள் தொடங்கினாள். அப்போது நடுநிசி நூலகத்தில் வைத்து எல்ம் கூறியிருந்த ஒரு கூற்று அவளுடைய நினைவுக்கு வந்தது. அதை அவள் அவனிடம் அப்படியே கூறினாள். "நீ வாழ்க்கையைப் புரிந்து கொள்ள வேண்டிய அவசியமில்லை. அதை வெறுமனே வாழ்ந்தால் மட்டும் போதும்."

அவளுடைய அண்ணன் அவளுடைய வீட்டை நோக்கி நடந்து கொண்டிருந்தபோது, அவள் தன் தெருவில் இருந்த வீடுகளை அவதானித்தாள். அங்கிருந்த மரங்களையும் விளக்குக் கம்பங்களையும் ஏதோ முதன்முறையாகப் பார்ப்பதுபோல அவள் பார்த்தாள். இந்த வீடுகளில் ஒன்றில் நழுவிகள் யாராவது வசித்துக் கொண்டிருக்கலாம். அவர்களைப் பார்த்தால் அவளால் எளிதாக அடையாளம் கண்டு கொள்ள முடியும்.

நோரா பேனர்ஜியின் வீட்டைப் பார்த்தாள். அப்போது சன்னலிலிருந்து அவளைப் பார்த்த பேனர்ஜி, அவள் நலமாக இருந்ததைக் கண்டதும் முகம் மலர்ந்தார். அவர் அவளை நோக்கிப் புன்னகைத்துவிட்டு, உதட்டசைவால் அவளுக்கு நன்றி கூறினார். அவள் உயிர்பிழைத்திருந்ததற்கு அவர் நன்றி பாராட்டியாக வேண்டும்போல இருந்தது அவருடைய செய்கை. நாளைக்குச் சந்தைக்குச் சென்று அவருடைய பூந்தோட்டத்திற்கு ஏதாவது ஒரு பூஞ்செடியை வாங்கி வந்து அவரிடம் கொடுக்க வேண்டும் என்று நோரா நினைத்துக் கொண்டாள்.

அவள் பேனர்ஜியை அழைத்து, "இல்லை. நான்தான் உங்களுக்கு நன்றி சொல்ல வேண்டும். நன்றி, திரு பேனர்ஜி. நீங்கள் செய்துள்ள அனைத்திற்கும் நன்றி," என்று கூறி ஒரு பறக்கும் முத்தத்தை அவர் பக்கம் அனுப்பினாள்.

அதைக் கண்டு அவர் புன்னகைத்தார். அவருடைய கண்கள் பரிவையும் அக்கறையையும் வெளிப்படுத்தின. அக்கறை செலுத்துவது என்றால் என்ன, அக்கறையைப் பெறுவது என்றால் என்ன என்பதை நோரா புரிந்து கொண்டாள். பின் அவள் தன் அண்ணனைத்

தொடர்ந்து தன் வீட்டுக்குள் நுழைந்தாள். அதற்கு முன், அவள் பேனர்ஜியின் தோட்டத்தில் இருந்த ஐரிஸ் மலர்களைப் பார்த்தாள். முன்பு ஒருபோதும் அவளைக் கவர்ந்திருக்காத அந்த மலர்களின் நிறம் இப்போது அவளுக்கு மிகவும் வசீகரமாகத் தோன்றியது. அந்த மலர்கள் வெறும் நிறங்களை மட்டும் உள்ளடக்கியிருக்காமல் ஒரு மொழியையே உள்ளடக்கியிருந்ததைப்போலவும், அற்புதமான சுரங்களைத் தன்னகத்தே கொண்டிருந்ததைப்போலவும் அவளுக்குத் தோன்றியது.

எரிமலை

நீங்கள் எந்த இடத்திற்குத் தப்பிச் செல்ல விரும்புகிறீர்களோ, துல்லியமாக அந்த இடத்திலிருந்துதான் நீங்கள் தப்பித்து வந்தீர்கள் என்பதை நீங்கள் கண்டுபிடிக்கின்றபோது அது உங்களுக்கு ஒரு மாபெரும் வெளிப்பாடாக இருக்கும். சிறை என்பது ஓர் இடமல்ல, அது ஒரு கண்ணோட்டம் மட்டுமே. நோரா பலதரப்பட்ட வாழ்க்கைகளை அனுபவித்திருந்தபோதிலும், அவளைப் பொறுத்தவரை, மிகவும் புரட்சிகரமான மாற்றங்கள் இடம் பெற்றிருந்தது ஒரே வாழ்க்கைக்குள்தான். அவள் எந்த வாழ்க்கையில் தொடங்கி எந்த வாழ்க்கையில் முடித்திருந்தாளோ, அந்த வாழ்க்கைதான் அது.

நோராவின் வாழ்க்கையில் ஏற்பட்டிருந்த மகத்தான மாறுதல் அவள் செல்வச் செழிப்பு அடைந்ததிலிருந்தோ அல்லது பெரும் வெற்றியைப் பெற்றதிலிருந்தோ அல்லது மிகவும் பிரபலமாக ஆகியிருந்ததிலிருந்தோ அல்லது பனியாறுகளுக்கும் துருவக் கரடிகளுக்கும் நடுவேயிருந்து ஆராய்ச்சிகள் மேற்கொண்டதிலிருந்தோ ஏற்பட்டிருக்கவில்லை. அதே ஃபிளாட்டில் வசித்து, அதே படுக்கையிலிருந்து எழுந்து, நைந்து போன அதே சோபாவில் அமர்ந்து கொண்டிருந்தபோதுதான் அவளுடைய வாழ்க்கை மாறியது.

அவளுடைய வீட்டில் அதே எலெக்ட்ரிக் பியானோவும் அதே புத்தகங்களும்தாம் இருந்தன. பூனையில்லாத, வேலையில்லாத அதே சூழ்நிலைதான் தொடர்ந்து கொண்டிருந்தது. அவளுடைய வாழ்க்கை குறித்த அதே நிச்சயமின்மைதான் இப்போதும் நிலவிக் கொண்டிருந்தது.

ஆனாலும் எல்லாமே வித்தியாசமாக இருந்தது.

எல்லாம் வித்தியாசமாக இருந்ததற்குக் காரணம், பிறருடைய கனவுகளை நிறைவேற்றுவதற்காகத்தான் தான் அங்கு இருந்து

கொண்டிருந்தோம் என்ற உணர்வு இனியும் அவளிடம் இல்லாமல் போனதுதான். ஒரு கச்சிதமான மகள், ஒரு கச்சிதமான சகோதரி, ஒரு கச்சிதமான வாழ்க்கைத்துணை, அம்மா, ஊழியர் போன்ற கற்பனைப் பாத்திரங்களின் மூலமாகத்தான் தான் மனநிறைவை அடைய வேண்டும் என்று அவள் இனியும் நினைத்துக் கொண்டிருக்கவில்லை. இப்போது அவள் தன்னுடைய சொந்த இலட்சியங்களை வலம் வந்து கொண்டு, தனக்கு மட்டுமே பதிலளித்துக் கொண்டிருந்த ஒருத்தியாக இருந்தாள்.

எல்லாம் வித்தியாசமாக இருந்ததற்குக் காரணம், அவள் கிட்டத்தட்ட இறந்து போயிருந்த நிலையிலும் உயிருடன் இருந்தது. ஏனெனில், அது அவளுடைய தேர்ந்தெடுப்பாக இருந்தது. உயிர் வாழ்வதற்கான விருப்பத்தேர்வு. அவள் வாழ்வின் பரந்துபட்டத் தன்மையைத் தொட்டிருந்ததும், அந்தப் பரந்துபட்டத் தன்மைக்குள் தன்னால் சாதிக்க முடிகின்ற சாத்தியக்கூறுகளை மட்டுமல்லாமல், தன்னால் உணரப்படக்கூடிய சாத்தியக்கூறுகளையும் அவள் பார்த்திருந்ததும் அதற்குக் காரணம். வேறு சுரங்களும் வேறு சுருதிகளும் இருந்தன. குறைவான அளவிலிருந்து மிதமான அளவுவரையிலான மனச்சோர்வும், எப்போதாவது தலைதூக்கிய கடும் விரக்தியும் அடங்கிய ஒரு கிடைமட்டக் கோட்டையும் தாண்டிய ஒன்றுதான் அவள். அது அவளுக்கு நம்பிக்கையளித்தது. பிரகாசமான வானத்தையும் சராசரிக்கும் கீழான ரயன் பெய்லியின் நகைச்சுவைத் திரைப்படங்களையும் பார்த்து இரசிப்பதற்கும், இசையையும் உரையாடல்களையும் தன் சொந்த இதயத்தின் துடிப்பையும் மகிழ்ச்சியுடன் கேட்டுக் கொண்டிருப்பதற்குமான சாத்தியக்கூறு இங்குத் தனக்கு இருந்தது குறித்த நன்றியுணர்வுகூட அவளுக்கு நம்பிக்கையளித்தது.

எல்லாம் வித்தியாசமாக இருந்ததற்கு மற்ற எல்லாவற்றையும்விட முக்கியமான காரணம், அந்தப் 'பின்வருத்தங்கள் புத்தகம்' வெற்றிகரமாக எரித்துச் சாம்பலாக்கப்பட்டிருந்ததுதான்.

* * *

"ஹாய், நோரா, நான் டோரீன் பேசுகிறேன்."

தான் பியானோ வகுப்புகள் எடுக்கவிருந்ததாக அறிவிப்பதற்கான விளம்பர வாசகங்களைத் தான் எழுதிக் கொண்டிருந்த சமயத்தில் அந்த அழைப்பு வந்தது குறித்து நோரா பரவசமடைந்தாள். "ஓ, டோரீன்! அன்று பியானோ வகுப்பை நான் தவறவிட்டதற்கு இப்போது உங்களிடம் நான் மன்னிப்புக் கேட்டுக் கொள்கிறேன்."

"பழைய விஷயங்களை நாம் நினைவில் வைத்துக் கொள்ள வேண்டிய அவசியமில்லை."

“என்னுடைய செய்கைக்கான காரணங்களுக்குள் நான் போகப் போவதில்லை,” என்று கூறிய நோரா, தொடர்ந்து பேசினாள். “ஆனால், இதைப் போன்றதொரு சூழ்நிலையை நான் மீண்டும் ஒருபோதும் உருவாக்க மாட்டேன் என்பதை நான் உங்களுக்குச் சொல்லிக் கொள்ள விரும்புகிறேன். வருங்காலத்தில் லியோவுக்கு நான் பியானோ கற்றுக் கொடுப்பதை நீங்கள் தொடர விரும்பினால், அது தடங்கலின்றித் தொடரும் என்று நான் உங்களுக்கு உறுதியளிக்கிறேன். நான் உங்களைக் கைவிட்டுவிட மாட்டேன். நான் லியோவின் ஆசிரியையாகத் தொடர்வதை நீங்கள் விரும்பாவிட்டால், அதை என்னால் புரிந்து கொள்ள முடியும். ஆனால், லியோவுக்கு இசையில் அபாரத் திறமை இருக்கிறது என்பதை நீங்கள் தெரிந்து கொள்ள வேண்டும் என்று நான் விரும்புகிறேன். அவன் இதில் தன் ஆர்வத்தைத் தொடர்ந்தால், தொழில்முறைரீதியாகவே இதில் அவனால் ஜொலிக்க முடியும். ராயல் இசைக் கல்லூரியில்கூட அவனால் படிக்க முடியும். அவன் தன் பியானோ பாடங்களை என்னிடம் தொடராவிட்டால் பரவாயில்லை. ஆனால், அவன் வேறு எங்காவது அதைத் தொடர வேண்டும் என்று நான் கருதுகிறேன்.”

மறுமுனையில் ஒரு நீண்ட மௌனம் நிலவியது. அதன் முடிவில் டோரீன் இவ்வாறு கூறினார்:

“நோரா, நீ இவ்வளவு பெரிய பிரசங்கம் கொடுக்கத் தேவையில்லை. நேற்று நானும் லியோவும் அவனுக்குச் சில பொருட்களை வாங்குவதற்கு ‘பூட்ஸ்’ கடைக்குச் சென்றிருந்தோம். நாங்கள் அங்கிருந்தபோது, லியோ என்னிடம், ‘நான் தொடர்ந்து பியானோ வகுப்புகளுக்குச் செல்லப் போகிறேன், அப்படித்தானே?’ என்று கேட்டான். நோரா, அடுத்த வாரத்திலிருந்து நாம் வகுப்புகளை மீண்டும் தொடரலாமா?”

“லியோ அப்படியா கேட்டான்? சரி. நாம் அடுத்த வாரத்திலிருந்து வகுப்புகளைத் தொடரலாம்.”

நோரா டோரீனோடு பேசி முடித்த மறுகணமே தன்னுடைய பியானோ முன் அமர்ந்து, அதற்கு முன்பு அவள் ஒருபோதும் வாசித்திராத இசைக்கோவை ஒன்றை வாசித்தாள். தான் வாசித்திருந்தது அவளுக்கே பிடித்திருந்தது. அதனால் அதை நினைவு வைத்துக் கொள்வது என்று அவள் உறுதி பூண்டாள். அதோடு, அதற்கு ஏற்றப் பாடல் வரிகள் சிலவற்றை எழுத வேண்டும் என்றும் அவள் முடிவு செய்தாள். அது சரியாக அமையும் பட்சத்தில், அதை ஒரு முறையான பாடலாக ஆக்கி, அவள் அதை இணையத்தில் ஏற்றக்கூடும். மேலும் சில பாடல்களைக்கூட அவள் எழுதக்கூடும். அல்லது போதுமான அளவு சேமித்து முதுகலைப் பட்டப்படிப்பைக்கூட அவள் படிக்கக்கூடும். அல்லது அவை இரண்டையுமே அவள் செய்யக்கூடும். யார் கண்டது? அவள் பியானோ வாசித்துக் கொண்டிருந்தபோது,

ஜோ அவளுக்காக வாங்கி வந்திருந்த நேஷனல் ஜியோகிராஃபிக் இதழ் அவளுடைய கண்ணில் பட்டது. அதன் விரிந்திருந்த பக்கத்தில், இந்தோனேசியாவிலிருந்த கிரகடோவா எரிமலையின் படம் இடம் பெற்றிருந்தது.

எரிமலைகள் ஒரு நகைமுரணைக் கொண்டிருந்தன. அவை எந்த அளவுக்கு அழிவின் குறியீடுகளாக இருந்தனவோ அந்த அளவுக்கு ஜீவிதத்தின் அடையாளமாகவும் விளங்கின. எரிமலைச் சீற்றத்தின்போது வெளிப்படுகின்ற குழம்புகள் ஆறியவுடன், காலப்போக்கில் உடைந்து நொறுங்கி, மிகச் செழிப்பான மண்ணாகிவிடுகின்றன.

தான் ஒரு கருந்துளையல்ல, தான் ஓர் எரிமலை என்று நோரா முடிவு செய்தாள். ஓர் எரிமலையைப்போல அவளாலும் தன்னைவிட்டு விலகி ஓடிவிட முடியாது. அவள் அங்கேயே தொடர்ந்து தங்கியிருந்து, அந்தத் தரிசு நிலத்தைச் செழிக்க வைக்க வேண்டும்.

அவளால் தனக்குள்ளாகவே ஒரு பெரிய காட்டை விதைக்க முடியும்.

அது எப்படி முடிந்தது

நோரா நடுநிசி நூலகத்தில் பார்த்திருந்ததைவிட, திருமதி எல்ம் இப்போது அதிக வயதானவராகத் தெரிந்தார். இப்போது அவருடைய தலைமுடி முழுமையாக நரைத்திருந்ததோடு, அதன் அடர்த்தியும் கணிசமாகக் குறைந்திருந்தது. அவருடைய முகம் களைத்தும் ஏராளமான சுருக்கங்களோடும் காணப்பட்டது. ஆனால் சதுரங்க விளையாட்டில், நோரா பள்ளியில் படித்துக் கொண்டிருந்தபோது அவர் எந்த அளவுக்குத் திறமையுடன் இருந்தாரோ, இப்போதும் அதே அளவு திறமையுடன் இருந்தார்.

ஓக் லீஃப் முதியோர் இல்லத்தில் ஒரு சதுரங்கப் பலகை இருந்தபோதிலும், அது தூசி படிந்து கிடந்தது.

"இங்கு எவரும் சதுரங்கம் ஆடுவதில்லை," என்று எல்ம் நோராவிடம் கூறினார். "நீ என்னைப் பார்க்க வந்தது எனக்கு மகிழ்ச்சியளிக்கிறது. இது எனக்கு ஆச்சரியத்தையும் அளிக்கிறது."

"திருமதி எல்ம், நீங்கள் விரும்பினால் நான் தினமும் இங்கு வருகிறேன்," என்றாள் நோரா.

"தயவு செய்து என்னை லூயிஸ் என்றே கூப்பிடு. நீ வேலைக்குச் செல்ல வேண்டாமா?"

அதைக் கேட்டு நோரா புன்னகைத்தாள். தான் பியானோ கற்றுக் கொடுப்பது குறித்த விளம்பர அறிவிப்பை ஸ்ட்ரிங் தியரி கடையில் ஒட்டி வைக்கும்படி அவள் நீலிடம் கேட்டுக் கொண்ட இருபத்து நான்கு மணி நேரத்திற்குள் அவளுக்கு ஏராளமான அழைப்புகள் வந்திருந்தன. "நான் பியானோ கற்றுக் கொடுத்துக் கொண்டிருக்கிறேன். செவ்வாய்க்கிழமைகளில் முதியோர் இல்லத்திற்குச் சென்று அங்கிருப்பவர்களுக்கு உதவுகிறேன். ஆனால், தினமும் ஒரு மணி நேரத்தைக் கண்டுபிடிப்பது ஒன்றும் பெரிய காரியமில்லை. அதோடு,

என்னுடன் சதுரங்கம் விளையாடுவதற்கு ஆட்கள் யாரும் இல்லை.''

கனைப்பான ஒரு புன்னகை எல்மின் முகத்தில் படர்ந்தது. "அப்படியானால், எனக்கும் சந்தோஷம்தான்.'' எல்ம் தன் அறையிலிருந்த சன்னல் வழியாக வெளியே பார்த்தார். நோரா அவருடைய பார்வையைப் பின்தொடர்ந்தாள். அங்கு ஓர் இளைஞன் தன் நாயோடு நடந்து சென்று கொண்டிருந்தான். பார்த்த உடனேயே அது யாரென்று அவள் தெரிந்து கொண்டாள். அது டிலன். அவன் தன் நாயான சாலியுடன் சென்று கொண்டிருந்தான். தன்னுடைய வீட்டின் சொந்தக்காரர் தான் ஒரு நாயை வளர்க்க அனுமதிப்பாரா என்று நோரா யோசித்தாள். அவள் ஒரு பூனையை வளர்க்க அனுமதித்திருந்தவர்தானே அவர்? ஆனால், முதலில், அவள் பாக்கி வைத்திருந்த வாடகைப் பணத்தை அவள் கொடுத்து முடிக்க வேண்டும்.

"இங்கு வெறுமனே உட்கார்ந்து கொண்டிருப்பது நன்றாக இருக்கிறது,'' என்று எல்ம் கூறினார். "நான் என்னுடைய காலம் முடிந்துவிட்டது என்று நினைத்திருந்தேன். சதுரங்கப் பலகையில் இருக்கின்ற தனித்த அரசனைப்போல! என் நினைவு உனக்கு எப்படி வந்தது என்று எனக்குத் தெரியாது. ஆனால், பள்ளிக்கு வெளியே நான் எப்போதும்–'' என்று கூறிய எல்ம், சிறிது தயங்கினார். "எப்போதும் பிறரைக் கைவிட்டுள்ளேன். என்னுடன் பழகுவது யாருக்கும் எளிதாக இருக்கவில்லை. இன்று நான் பின்வருத்தம் கொண்டுள்ள பல காரியங்களை முன்பு நான் செய்துள்ளேன். நான் ஒரு மோசமான மனைவியாக இருந்தேன். ஒரு நல்ல தாயாகவும் நான் எல்லா நேரங்களிலும் இருந்ததில்லை. அதனால் மக்களும் என்னைக் கைவிட்டுவிட்டனர். அதற்காக நான் அவர்களைக் குறை சொல்ல மாட்டேன்.''

"ஆனால் திருமதி ... லூயிஸ், நீங்கள் என்னிடம் எப்போதுமே அன்போடும் பரிவோடும் நடந்து கொண்டுள்ளீர்கள். நான் பள்ளியில் படித்துக் கொண்டிருந்தபோது நான் பிரச்சனைகளை எதிர்கொண்ட போதெல்லாம், எனக்கு எப்படி ஆறுதல் கூற வேண்டும் என்பதை நீங்கள் அறிந்து வைத்திருந்தீர்கள்.''

எல்ம் தன் சுவாசத்தை நிதானப்படுத்திக் கொண்டு, "நன்றி, நோரா,'' என்று கூறினார்.

"இனி நீங்கள் தனியாக விளையாடிக் கொண்டிருக்க வேண்டியதில்லை. ஒரு சிப்பாய் காய் வந்து உங்களோடு இணைந்து கொண்டுள்ளது.''

"நோரா, நீ ஒருபோதும் ஒரு சிப்பாயாக இருந்ததில்லை.''

எல்ம் தன் அமைச்சர் காயை நகர்த்தினார். அது ஒரு வலுவான இடத்தை அடைந்தது. அவருடைய உதடுகளின் ஓரம் ஒரு மெல்லிய புன்னகை எட்டிப் பார்த்தது.

அவருடைய நகர்த்தலைக் கவனித்த நோரா, “இந்த ஆட்டத்தில் நீங்கள்தான் வெற்றி பெறப் போகிறீர்கள்,” என்று கூறினாள்.

எல்மின் கண்களில் திடீரென்று ஜீவனுடன்கூடிய ஒரு மினுமினுப்புத் தோன்றியது. “அதுதான் இதிலுள்ள அழகே, இல்லையா? இது எப்படி முடியும் என்பது நமக்குத் தெரியாது.”

அந்தப் பலகையில் மீதமிருந்த தன் காய்களை அவதானித்து, தன்னுடைய அடுத்த நகர்த்தல் குறித்துச் சிந்தித்தவாறே நோரா புன்னகைத்தாள்.